ராஜன் மகள்

ராஜன் மகள்

பா. வெங்கடேசன்

எண்பதுகளின் பிற்பகுதி தொடங்கித் தமிழ் இலக்கியச் சூழலில் செயல்பட்டுவரும் பா. வெங்கடேசன், மதுரையில் பிறந்து கல்லூரிக் காலம் வரையில் அங்கேயே வளர்ந்தவர். தொண்ணூறுகளின் மத்தியில் பணி நிமித்தமாக ஓசூருக்குக் குடிபெயர்ந்து பிறகு அங்கே தங்கிவிட்டிருக்கிறார். புதினங்கள், சிறுகதைகள், குறும்புதினங்கள், கவிதைகள், கட்டுரைகள், மொழிபெயர்ப்புகள் என்று இலக்கியத்தின் சாத்தியப்பட்ட தளங்களில் தன் பங்களிப்பைச் செய்து வருகிறார். புனைவிலக்கியத்தில் இவருடைய சீரிய பங்களிப்பிற்காக ‘ஸ்பாரோ’, ‘தமிழ்திரு’, ‘விளக்கு’ ஆகிய விருதுகள் வழங்கப்பட்டிருக்கின்றன.

பா. வெங்கடேசனின் பிற படைப்புகள்

இன்னும் சில வீடுகள் (கவிதைகள், 1992)

ஒரிஜினல் நியூஸ் ரீல் சிறுகதைகள் (சிறுகதைகள், 1996)

எட்டிப் பார்க்கும் கடவுள் (கவிதைகள், 2000)

ராஜன் மகள் (சிறுபுதினங்கள், 2002)

தாண்டவராயன் கதை (புதினம், 2008)

நீளா (கவிதைகள், 2014)

பாகீரதியின் மதியம் (புதினம், 2016)

உயிர்கள் நிலங்கள் பிரதிகள் மற்றும் பெண்கள் (கட்டுரைகள், 2017)

வாராணசி (புதினம், 2018)

முறிந்த ஏப்ரல் (மொழிபெயர்ப்புப் புதினம், 2023)

பா. வெங்கடேசன் கவிதைகள் (1988-2018)

பா. வெங்கடேசன்

ராஜன் மகள்
நான்கு சிறு புதினங்கள்

காலச்சுவடு பதிப்பகம்

அன்பார்ந்த வாசகருக்கு,

வணக்கம்.

காலச்சுவடு நூலை வாங்கியமைக்கு நன்றி.

நூலின் உள்ளடக்கம், உருவாக்கம், அட்டைப்படம் இன்ன பிற அம்சங்கள் பற்றிய உங்கள் கருத்துகளையும் ஆலோசனைகளையும் காலச்சுவடு வரவேற்கிறது. தகவல், எழுத்து, வாக்கியப் பிழைகள் தென்பட்டால் கட்டாயம் தெரிவித்து உதவுங்கள். நூல் தயாரிப்பில் கடும் குறைபாடு இருப்பின் மாற்றுப் பிரதி உங்களுக்குக் கிடைக்கக் காலச்சுவடு ஏற்பாடு செய்யும்.

மின்னஞ்சல்: publisher@kalachuvadu.com

காலச்சுவடு நாகர்கோவில் அலுவலகத்திற்குக் கடிதம் அனுப்பலாம்.

தங்கள்
எஸ்.ஆர். சுந்தரம் (கண்ணன்)
பதிப்பாளர் – நிர்வாக இயக்குநர்

ராஜன் மகள் ✦ நான்கு சிறு புதினங்கள் ✦ ஆசிரியர்: பா. வெங்கடேசன் ✦ © பா.வெங்கடேசன் ✦ முதல் பதிப்பு: ஆகஸ்ட் 2002, மேம்படுத்தப்பட்ட மறுபதிப்பு: ஜூலை 2018, ஆறாம் பதிப்பு: ஜனவரி 2024 ✦ வெளியீடு: காலச்சுவடு பப்ளிகேஷன்ஸ் (பி) லிட்., 669, கே.பி. சாலை, நாகர்கோவில் 629001

rajan magaL ✦ 4 Short Fictions ✦ Author: Ba. Venkatesan ✦ © Ba. Venkatesan ✦ Language: Tamil ✦ First Edition: August 2002, Enhanced Second Edition: July 2018, Sixth Edition: January 2024 ✦ Size: Demy 1 x 8 ✦ Paper: 18.6 kg maplitho ✦ Pages: 288

Published by Kalachuvadu Publications Pvt. Ltd., 669, K.P. Road, Nagercoil 629001, India ✦ Phone: 91-4652-278525 ✦ e-mail: publications @kalachuvadu.com ✦ Printed at Clicto Print, Jaleel Towers, 42 KB Dasan Road, Teynampet Chennai 600018

ISBN: 978-81-87477-25-3

01/2024/S.No. 45, kcp 5049, 18.6 (6) uss

லல்லி, ராதாமணி, சித்ரா
ஆகிய மூன்று ராஜகுமாரிகளுக்கு...

நன்றி

காலச்சுவடு (கதை பிரசுரம், நூல் வெளியீடு)
புது எழுத்து (கதை பிரசுரம்)
புனைகளம் (கதை பிரசுரம்)
ஆதவன் தீட்சண்யா (கதை மேம்படுத்தலில் ஆலோசனை)
சியாமளா (தட்டச்சு)
பெருந்தேவி (வாசிப்புக் குறிப்பு)
கல்யாணராமன் (வாசிப்புக் குறிப்பு)
பிரேம் (வாசிப்புக் குறிப்பு)
ராஜன்குறை (வாசிப்புக் குறிப்பு)
சு. துரைக்குமரன் (மெய்ப்புத் திருத்தம்)
சுபா (நூலாக்கம்)
கலா (நூலாக்கம்)
ஜெபா (அட்டை வடிவம்)
வாசகசாலை நண்பர்கள் (நூல் விமர்சன அரங்கு ஏற்பாடு)
நித்யா (யாதுமானவள்)

பொருளடக்கம்

1. மழையின் குரல் தனிமை — 11
2. ஆயிரம் சாரதா — 65
3. நீல விதி — 115
4. ராஜன் மகள் — 207

மழையின் குரல் தனிமை

மழையின் வீடு

மழையின் குரல் தனிமை – வாசிப்புக் குறிப்புகள்

> *“மனிதனொருவன் உலகத்தை வரைய நினைத்தான். வருடங்கள் செல்ல, வெளியொன்றில் மாகாணங்கள், ராச்சியங்கள், மலைகள், குடாக்கள், கப்பல்கள், மீன்கள், அறைகள், உபகரணங்கள், நட்சத்திரங்கள், குதிரைகள், ஆட்கள் என்று உருவங்களை இட்டு நிரப்பினான். தான் இறப்பதற்குச் சற்று முன்னர் கண்டுபிடித்தான், அவனுடைய வரிகளின் பொறுமையான வரைபடம் அவன் சொந்த முகத்தின் வரித்தடங்களைப் பற்றிச்சென்றதை.” (ஜோர்ஜ் லூயி போர்ஹே)*

மழையின் குரல் தனிமை குறுநாவலைப் பற்றிய இக்குறிப்புகள் என்னில் உருவாக்கத்திலிருக்கும் வாசிப்பின் தடம்பற்றியவை. இந்தத் தடத்தின் ஓர் இணையாக எழுத்தாக இந்தக் கட்டுரை முன்வைக்கப்படுகிறது. வாசிப்பின் தடத்தை அப்படியே அச்சாக உருவகப்படுத்த நினைக்கும் எழுத்தின் பேராசை; நிகழமுடியாத இந்த உருவகப் படுத்தல் தருகிற மொழியின் போதாமை குறித்த உணர்வு; வழுக்குத்தரையின் பாதரசத் துளிகளாக எதிர்பாராத இலககுகளை அடைந்துவிடும் எழுத்தின் சாத்தியம் என்கிற மும்முனைகளில் முளையடித்துக் கட்டப்பட்டிருக்கிறது இந்தக் கட்டுரை.

'மழையின் குரல் தனிமை' தலைப்பே ஒரு புதிர் முடிச்சைக் கண்முன் வைக்கிறது; உலகின் மற்ற எல்லாக் குரல்களையும் சிறுக்கவைத்துத்

தனித்தோங்கும் உரத்த மழையின் சப்தமா, அல்லது மழைமேல் தற்குறிப்பேற்றப்பட்ட மனிதத் தனிமையின் உருவா, அல்லது தன்னந்தனிமையிலிருக்கும் மழைக்குரலின் விவரணையா: இந்தக் கேள்விகளில் தொடங்கிய என் வாசிப்பு பல கேள்விகளாக விரிந்து கடைசிப்பக்கம்வரை பதில்கள் கிடைத்தும் கிடைக்காமலும் சாயங்கால மயக்கு நிறத்தில் என்னில் தங்கியிருப்பதை இந்தக் குறுநாவலின் பெருங்கவர்ச்சியாக நினைக்கிறேன். குறுநாவலில் மழை ஆக முக்கியமான கதாபாத்திரமாக, தொடக்கத்திலிருந்து முடிவுவரை நிகழ்வுகளை உந்திச்செல்லும் உபகரணமாக இருப்பது எளிதில் புரிந்துவிடக்கூடியதுதான். ஆனால், கண்களை அகல வைக்கிற நிகழ்வுகளின் மாய யதார்த்தக் களமாக மழை அமைவது அணுக்க வாசிப்பில் *(close-reading)* ஒரு விளையாட்டுத் தாமதத்தோடு பிடிபடுகிறது.

மிகுபுனைவு, மாய யதார்த்தவாதம், அற்புத யதார்த்தம் போன்றவை குழம்பி அறியப்பட்டிருக்கும் நம் இலக்கியச் சூழலில் இவற்றுக்கான வித்யாசங்களை இங்கே சுருக்கமாகவாவது சுட்டவேண்டியது அவசியம். அதிசயம் என்று கருதத்தக்க/ சொல்லத்தக்க நிகழ்வுகள் (எடுத்துக்காட்டாக, வான் நட்சத்திரங்கள் வெட்டுக்கிளிகளாகக் கீழே பாய்வது, வாளிகள் இறக்கைகள் கொண்டு நிலத்திலிருந்து எழும்புவது போன்றவை) கதையில் வருகிற கதாபாத்திரங்களுக்கே அதிசயவுணர்வு அல்லது அன்றாடத்திலிருந்து மாறுபட்ட உணர்வைத் தரும்போது, கதையாடல் மிகுபுனைவின் தன்மை கொள்ளுகிறது. இதற்கு மாறாக, அதிசயம் அல்லது விசித்திரம் இயல்பான, சாதாரணமான, செப்பம் செய்யப்படாத ஒன்றாக அன்றாடத்தில் அப்படியே இருப்பதாகப் புனைவில் எடுத்தாளப்படுவதை அற்புத யதார்த்தம் என்று சொல்லலாம். இவை இரண்டிலிருந்து வேறுபடுகிறது மாய யதார்த்தவாதம். 1920–களில் ஜெர்மானியக் கலை–ஓவிய விமரிசகர் ப்ரான்ஸ் ரோ முன்மொழிந்த மாய யதார்த்தவாதம், அரசியல் நோக்கங்கள் பொருண்மையாகத் தென்படாத வெளிப்பாட்டியல் ஓவியக் கலையோடு *(expressionist painting)* முதலில் தொடர்புறுத்தப்பட்டது. பின்னர், கியூப எழுத்தாளர் அலெயோ கார்பெண்ட்டியரால் இயற்கை மற்றும் தொன்ம வளமை ததும்புகிற, பல்வேறு கலாச்சார மக்களும் பிணைந்து வாழ்கிற லத்தீன் அமெரிக்க நிலப்பரப்புக்கே உரித்தானவொன்றாக மொழியப்பட்டது. ஆனால் விரைவிலேயே உலகின் பல்வேறு இலக்கிய விமரிசகர்களால் லத்தீன் அமெரிக்க இலக்கியப் பரப்பைத் தாண்டிய எழுத்தாளர்களின் (எடுத்துக்காட்டாக, கரீபிய எழுத்தாளர் ஐமி செஸைர், சல்மான் ரஷ்டி) ஆக்கங்களுக்கும் பொருத்தப்பட்டது.

இலக்கியத்தில் மாய யதார்த்தவாதத்தை அடையாளப்படுத்தும் முக்கியமான கூறு, எதிரும்புதிருமாகத் தோன்றுகிற ஆனால் அருகருகே இருக்கும் இருவகையான தோற்றவியல்களைச் *(ontologies)* சுட்டுகிற மொழிக் குறிகளாலான கதையாடல் எனலாம். இருவகைத் தோற்றவியல்களில் ஒன்று, பொருண்மையான, காரணவிளக்கம் அல்லது தர்க்கம் சார்ந்தது; இன்னொன்று காரண விளக்கத்துக்கு, தர்க்கத்துக்கு அப்பாற்பட்ட மீ–இயல்நிலை *(super real)* சார்ந்தது. மீ–இயல்நிலை சார்ந்த தோற்றவியல் காரண விளக்கங்களை இடையறாது கோருகிற மற்றதைத் தகர்த்துக்கொண்டு இருப்பதை மாய யதார்த்தவாதக் கதையாடல் சுட்டுகிறது. இத்தகைய கதையாடலில், மீ–இயல்நிலையை முன்வைத்து வருகிற விவரணைகளும் வெளிப்பாடுகளும் எழுத்தில் அன்றாட யதார்த்தம் *(daily reality)* பெருவாரியாகக் காரண–தர்க்கம் சார்ந்து பிரதிநிதித்துவப்படுத்தப்படுவதைக் கேள்வி கேட்கின்றன; பிரச்னைக்குள்ளாக்குகின்றன. மேலும் ஓர்மையான ஒன்றாக அன்றாடத்தைக் காட்டுகிற யதார்த்தவாத எழுத்துலகம் முழுமுற்றான, உண்மையானதொன்றல்ல, அன்றாடத்தைப் பிரதிநிதித்துவப்படுத்துகிற பலவித மொழி வெளிப்பாட்டுப் பாணிகளில் ஒன்று மட்டுமே என்பதை மாய யதார்த்தவாத எழுத்துகள் உணரச்செய்கின்றன. தவிர, மீ–இயல்நிலை x இயல்(பான) யதார்த்தம் என்கிற பாகுபாட்டை எழுத்தை, இலக்கியத்தை முன்வைத்துப் பரிந்துரைக்கும்போது, இந்தியா போன்ற கலாச்சார நிலப்பரப்புகளில் அன்றாட யதார்த்தம் என்று பலராலும் உணரப்படுவது இத்தகைய பாகுபாடு கொண்டதாக இல்லை என்பதையும் நினைவில் கொள்ளவேண்டும். (அரசியல் எதிரிகள் ஒழியவேண்டி, சீருடையணிந்த நவீனக் காவலர்கள் பாதுகாப்புத் தர, நள்ளிரவின் யாகத்தில் மிளகாயெரித்து நடக்கிற பூசைகள்; சந்தனக்காட்டு வீரப்பன் மடிந்தவுடன் மாரியம்மன் கோயிலில் காவல் அதிகாரி மொட்டையடித்துக்கொண்டு பூமிதித்துச் செய்த நேர்த்திக்கடன்கள்; தெய்வத்துக்கும் நவீனக் காவல் நிறுவனத்தின் அதிகாரப் படிநிலைக்கும் ஒருசேரக் கீழ்ப்படிதலைச் சுட்டுவதாக அந்த அதிகாரியைப் போலச்செய்த கீழ்நிலை அதிகாரிகளின் பூமிதிகள்; இத்தகைய சூழல்களில்தாமே வாழ்கிறோம்?)

கதையில் பிற்காலக் காலனீய வரலாற்றுப் பின்னணியில் மாய யதார்த்தத்தின் வெளியாக வருகிறது மழை; கூடவே வம்சாவளியொன்றின் கண்ணியாகவும் தன்னையது வடிவமைத்துக் கொள்கிறது. ‘பாரமகால் வட்டாரத்தில் நூறு வருடங்களில் முன்னெப்போதும் பெய்யாத பெருமழை’ என அரசுக் குறிப்பில் இடத்தைப் பிடிக்கிற, பிரளயம் போன்றதொரு, மழையில் எந்த

மாமழையிலும் இயல்பாக நேர்வதுபோல உயிர்ச்சேதங்களும் பொருட்சேதங்களும் நேர்கின்றன; அதே நேரத்தில் விசித்திரமான மீ–இயல் தருணமாக அந்தப் பெருமழையின் முதல்துளி விழுந்த கணத்திலேயே காலத்தை உறைந்து நிற்கச் செய்கிறது. பெரிய கண்ணாடிக் குண்டுகளாக மேலிருந்து பொழிந்த நீராக, தன் யுகாந்தரத் தனிமையை வெறுத்துப் பெய்த கோர தாண்டவமாக விவரிக்கப்படுகிறது அந்தமழை. மனித ஞாபகத்திலிருந்து வருடங்களை அழித்துப்போடுவதாகவும், வன்மத்தோடு வசிப்பிடத்தைக் குலைத்துப்போடுவதாகவும் நோய்களை ஏவிவிடும் மந்திரவாதியாகவும் கொலையாளியாகவும் அந்த மழை தன்னை வெளிப்படுத்துகிறது. 'ஒரு வருடத்திற்காவது வானத்தில் சூரியசந்திரரும் நட்சத்திர தேவதைகளும் இடம் கிடைக்காமல் தவிக்கப்போகிறார்கள்' என்று சோதிடர்கள் கூறுகிறார்கள். இப்படி மாய யதார்த்த வெளியாக விரிகிற அந்த மழை கூடவே பரமசிவம்பிள்ளையின் வம்சாவளிக்குச் சாரங்கன் என்கிற தத்துப்பிள்ளையையும் கொடுக்கிறது. பரமசிவம்பிள்ளை ஜமீன்தாருக்காக எழுப்பிக்கொண்டிருந்த மாளிகையைக் குலைத்த மழை வருடங்கள் பல சென்றபின் அதே நிலத்தில் தனக்காக வீடொன்றை மழைவீடு என்கிற பெயரில் சாரங்கனின் வாயிலாகக் கொள்ளுகிறது, வாழ்விடத்தை மழை குலைத்தலுக்கும் கொள்ளுதலுக்கும் இடையே, முன்–நவீன காலக்கட்டத்திலிருந்து காலனீய நவீனத்துக்கு நகரும் சமூகத்தில், குடிமக்களின் நிலத்தின்மீது காலனீய நவீன அரசின் அதிகாரிக்கிற கட்டுப்பாடு, நவீன அரசதிகாரத்திலும் சட்டத்திலும் எழுத்துமொழி மேலாண்மை பெறுதல் போன்ற அவதானிப்புகள் நுண்மையாகச் செருகப்படுகின்றன. மழைவீடு அமைகிற நிலம் முன்னொரு காலத்தில் பசவண்ணாவுக்கு வாய்மொழியாக உறுதியான பாரம்பரிய நிலம்; ஜமீன்தார் ஒருவரின் செல்வாக்குடைய கண் நிலத்தின்மீது பட்டவுடன் பசவண்ணாவின் உரிமையை நிரூபிக்கிற எழுத்துப்பூர்வமான ஆவணத்தை வெள்ளைக்காரச் சர்க்கார் கோருகிறது; ஆவணம் இல்லாத பசவண்ணா சர்க்காருக்கான பதிலாகத் தன் உரிமையை நிறுவத் தற்கொலை செய்துகொள்கிறான்; பின்னும், ஜமீன்தாரின் மாளிகையைக் கட்ட முயற்சிகள் மேற்கொள்ளப்படுகின்றன; கடைசியாக இந்தக் கட்டுமானத்தைச் "சல்லடைக் கண்களாய்த்" துளைத்துப்போடுகிறது மாமழை; இந்த விவரணைகளில், மாய யதார்த்தவாதத்தைக் களமாகக் கொண்ட மழையென்னும் குறி நவீன காலனீய சட்ட முறைமைகளுக்கும் ஒழுங்குக்கும் எதிராக, எதிர்ப்பாக அர்த்தம் பெறுகிறது.

கதையில் சாரங்கனுக்கும் மழைக்குமான உறவின் வண்ணங்கள் பல: அந்தப் பிரளயம் போன்ற மாமழை நாளில்தான் சகதியில் மழையின் புதல்வன்போலும் சாரங்கன் கண்டெடுக்கப்படுகிறான். அவனது வளர்பருவத்தில் மழை விந்தைகளையும் ஒளிவிடங் களையும் வழிகாட்டியாக அவனுக்குக் காட்டித்தருகிறது. வளர்ந்தபின் அவன் வளர்ப்புத் தந்தை முடிக்காமல்விட்ட வீட்டை அவன் கட்டுகிறபோது கட்டுமானப் பணிக்கு உகந்தவிதத்தில் பெய்கிற மழை அவனுடைய "விசுவாசமான வேலையாளாக" நடந்துகொள்கிறது. இவற்றையெல்லாம் விட, மழைக்கும் சாரங்கனுக்குமான நட்பு பல இடங்களில் நாவலில் குறிப்பிடப் படுகிறது. மழைவீடு என்று பின்னர் ஊர்மக்களால் வழங்கப்படுகிற வீட்டை நண்பனான மழைக்காகவும் கட்டுகிறான் சாரங்கன், அவன் குழந்தையாகக் கண்டுபிடிக்கப்பட்ட நிலத்திலேயே.

மழையின் நீர்மையோடு, வாசங்களோடு இயைந்து அமைகிற மழைவீடு ஒரு கண்ணாடியேபோல மழையின் பிம்பவுருவான ஒரு பெண்ணை அறிமுகப்படுத்துகிறது சாரங்கனுக்கு. கமலம் மழையின் பிம்பமேதான்: மழை=வளமை என்கிற சமன்பாடு கமலத்துக்கும் பொருந்துவதே. 'நித்திய சுமங்கலி' அவள். ஊரில் அவள் பிரபலமான பிறகு பெண்கள் பலருக்கு "திருமணக் கொடுப்பினை" நேர்கிறது. "சாந்திமுகூர்த்த அறையினுள் கமலத்தின் வாசனையும் காலடித் தடங்களும் பதிந்திருக்கின்றன. எவ்வளவு தொலைவாக இருந்தாலும் கர்ப்பிணிப் பெண்கள் வலியின்போது கமலத்தின் சிரிப்பைத் தெளிவாகக் கேட்கிறார்கள்" ஆக, மழையைப்போலவே, ஆனால் ஒரு குடும்பத்தின் என்பதன்றி, ஊரின் பல வம்சாவளிகளின் கண்ணியாக கமலம் பங்கு கொள்கிறாள். மேலும் மழையைப் போலவே, மாய யதார்த்த நிகழ்வுகளின் களமாக, ஆனால் மனிதவுருவாக, கமலமும் இருக்கிறாள்: "கமலம் தன் சிரிப்பால் கலெக்டர் துரையின் காரை நிறுத்திவைத்த சம்பவத்திலிருந்து ஊர் அவள் மந்திர வித்தைகள் தெரிந்தவளென்று நம்பத் தொடங்கியிருந்தது." மழைபோன்று கமலமும் நீரோடு தொடர்புடையவள்: குழந்தைப் பருவத்திலிருந்து கண்ணீரே தெரியாத, நீர்சார் நோய்வாய்ப்படாத சாரங்கனின் கண்களில் அவளைப் பார்த்தபின் நீர் சுரந்து இறங்குகிறது; முதன்முறையாகக் காய்ச்சலில் விழுகிறான்.

மழைவீட்டில் தன்மேல் காதல்கொண்ட கமலத்தோடு சாரங்கன் கலவி செய்கையில், சாரங்கனுக்கும் மழைக்குமான உறவின் இன்னும் தீர்க்கமான தருணங்கள் வெளிப்படுகின்றன: அப்போதும் மழை; சாரங்கன் "மழையின் நேர்ப்பார்வையில்

முளையடித்து நிறுத்தப்பட்டிருந்தான். தன் நிர்வாணத்தை மழையின் விழிகளால் தானே பார்த்துக்கொண்டிருப்பதாக அவனுக்குத் தோன்றியபோது வெட்கத்தால் அவன் ஆண்மை கூசிப்போய்விட்டது. தன்னைப் பின்னிப் படர்ந்துகொண்டிருந்த கமலத்தைப் பிடுங்கி அப்பால் எறிந்தான்." மழையின் கண்கள் எவ்வுணர்வைக் காட்டின? பொறாமையையா, பொறுமை யின்மையையா? யுகாந்தரத் தனிமை கொண்டதென்று விவரிக்கப்படுகிற மழை தன் நண்பனான சாரங்கனைக் கமலத்தோடு பங்குபோட்டுக்கொள்ள இசையுமா என்ன? கமலத்தை அவன் பிடுங்கியெறிந்தது அதனால்தானா? மழையின் விழிகளால் தானே பார்த்துக்கொள்வது மழை தனியாக வேறு எதுவுமல்ல, சாரங்கனேதான் அது என்பது பொருளா? கமலத்தைத் தள்ளிவிட்டுத் "தன்னைக் கேலி செய்யும் விழிகளைக் கண்டுபிடித்துவிடும் வெறியுடன், தந்திரத்துடன்" வாசலை நோக்கி ஓடுகிறான் சாரங்கன். அப்போது அவன் "அறைக்கு வெளியே காலங்காலமாய் தொடர்ந்துகொண்டேயிருக்கும் அந்தப் பார்வையின் புனைவே தான்" என்று தன்னைக் கண்டுகொள்கிறான். கதையில் இப்போது புதுப் பரிமாணத்தைப் பெறுகிறது மழை. மழையின் கண்களால் தன்னைத்தானே பார்த்துக்கொள்வதிலிருந்து நகர்ந்து அதன் "நேர்ப் பார்வையின்" புனைவாகச் சாரங்கனாகும்போது, மழை மனிதம் கடந்த படைப்பூக்கத்தின் மூலக் குறியாக மாறுகிறது.

கதையின் போக்கில் முதலில் நண்பனாக, துணையாக, ஒருவகையில் தன் பிம்பத்தை மழையில் காண்கிறான் சாரங்கன்; பின் பிம்பத்துக்கும் தனக்குமான இடைவெளி நீக்கப்பட்டு, மழையின் விழிகள் அவன் விழிகளாக, தானே மழையாக மாறுகிறான். அடுத்த கட்டத்தில், அவன் என்பது மனித சுயமற்றுப்போய் மழையின் பார்வையின் புனைவாக ஆகி விடுகிறான். சாரங்கனே மழை விழிகளின் புனைவாகும்போது அவன் கட்டியதாகச் சொல்லப்படுகிற மழைவீட்டின் பொருளென்ன, அதன் இருப்பின் நியாயம் என்ன என்று யோசிக்க வேண்டியிருக்கிறது.

வெளியும் முக்காலமும் தனக்குச் சொந்தமான மழை, புவிநிலத்தில் எளிய மனிதரோடு அணுக்கமாக, அணுக்கமான ஓரிடத்தை மழைவீட்டில் பெறுகிறது என்று சொல்லலாம். செல்வ பலம் மற்றும் அரசதிகாரத்தால் மோசம்செய்யப்பட்ட ஒருவனின் நிலத்தை அவனுக்குப் பதிலாக, பின்னுமாக மழைவீட்டின் இருப்பின்மூலம் அது காவல் காக்கிறது; பொருண்மையாக உடனடி-உட்தன்மை *(immanence)*

கொண்டதாக இருப்பிடம் என்கிற அர்த்தத்தில் மழைவீடு தோற்றங்கொண்டாலும், பாதிக்கப்பட்டவரின் நீதிக்கான ஓர் அப்பாலைக்குறி (transcendental sign) அது. மாய யதார்த்தம் மழையின் இருப்பிடமான மழைவீட்டுக்கும் ஆகுபெயர்க் கணக்காக நீள்கிறது. விருட்சத்தின், மிருகத்தின், சாயல்கள் கொண்ட கட்டடமெனச் சொல்லப்படுகிறது மழைவீடு; வீட்டின் அமைதியைக் குலைக்கும் வகையில் சப்தம் வந்தால் கோபத்துடன் கட்டடம் அரக்கனைப்போல் எழும்புகிறது; கொடிகளின் இலைகளை உதிர்த்து அதிருப்தியையும் பயத்தையும் காட்டுகிறது; அதன் நிலைப்படியில் கட்டப்பட்டிருக்கிற வாழையிலைகளும் தோரணங்களும் வருகை தருபவர்களின் படபடப்பைத் தணிப்பவையாக இருக்கின்றன; அறைகளின் தூண்கள் அறைகளுக்குள்ளான சிறு சலனத்தையும் தீர்மானிக் கின்றன; வீட்டின் மொட்டைமாடியின் கைப்பிடிச் சுவரின்மேல் நிர்மாணிக்கப்பட்டிருக்கும் யாளிகளின் உமிழ்நீர் மழைப் பொழுது களில் நறுமணத்தை ஊருக்குள் பரப்புகிறது. இவற்றோடு புதுமனை புகுவிழா, விருந்தினர்கள் வருகை போன்ற "இயல்பெனக்" கருதப்படுபவையும் நடக்கிற வீடு இது.

கதையின் முதல் வரியில் பரமசிவம்பிள்ளையும், கமலத்தின் மகள் சிந்தாமணியும் மழைவீட்டின்முன் "தத்தம் காலங்களிலிருந்து தனித்தனியே வெளிப்பட்டு" தத்தம் வண்டிகளிலிருந்து கீழே இறங்குகிறார்கள். பரமசிவம் பிள்ளைக்கு அந்த வீடு அவரால் நிறைவேற்றமுடியாத, ஆனால் அவர் மகன் ஏற்றுக்கொண்ட சவால். சிந்தாமணிக்கு அந்த வீடு அவள் தாய் கமலத்தின் சொற்படி கமலம் சாரங்கனிடம் பட்ட காதல் கடனை, ஆசையை நிறைவேற்றவேண்டிய இலக்கிடம். கட்டப்பட்ட மழைவீட்டின் உருவத்தில் பிள்ளை முன்னிருந்த சவால் அவர் காலத்திலேயே நிறைவேறிவிட்டதைப் பார்க்கமுடிகிறது; ஆனால், கமலத்தின் ஆசையை பூர்த்தி செய்ய முடிவதில்லை மகளால். திரும்பி வருகிற கமலத்தின் மகள் "மஹா தனிமையிலிருக்கும்" இளைஞனொருவனைச் சந்தித்ததாகச் சொல்வதோடு ஒரு வட்டமடித்து முடிகிறது குறுநாவல்.

இளைஞன் யார்? சாரங்கனின் மகனா? இருக்கலாம் என்று யோசிக்கிறபோது "மஹா தனிமை" என்கிற வார்த்தைப் பயன்பாடு இங்கே மழையையும் சாரங்கனையும் நினைவுகொள்ள வைப்பதை எப்படித் தவிர்க்க முடியும்? தவிரவும், சிந்தாமணி அந்த இளைஞனின் தோற்றம் குறித்து வைக்கிற விவரணைகள் சாரங்கனுக்குப் பொருந்துகின்றனவே? அப்படியானால் வருடங்கள் சென்றும் எப்படி இன்னும் இளைஞனாக? மாய

யதார்த்தக் கதை வெளியில் இது குறித்து ஆச்சரியப்படவும் என்ன இருக்கிறது? மேலும் சாரங்கன் என்றும் இளமை பொலியும் மழையியற்கையும் அல்லவா?

ஆனால் என்னில் பிறிதொரு வாசிப்புத் தடம் கதையில் சாரங்கனின் நுண்மையான, மின்னி வெளிப்படும், இன்னொரு அடையாளத்தைச் சுட்டியபடியே இருக்கிறது. கன்னங்கரேலென்று மினுமினுக்கும் உடல், ஜொலிக்கும் கண்கள், மின்வெட்டித் தெறிக்கும் பற்கள், கமலத்தை விலக்கிவிட்டு எழுந்த பின்னால், தேடும் பாவனையில் (தலைகுனிந்து) முழங்காலிட்டு அறைக்குள் ஊர்கிற விதம், இவையெல்லாம் பாம்பை நினைவுறுத்துகின்றன. வளமைக்கும் பாம்புக்குமான சம்பந்தம், ஒரே சமயத்தில் மழையாகவும் கருநாகமாகவும் தோற்றங்கொள்ளும், தனிமையை விரும்பும், மாரியம்மனின் மாதிரி உரு, மழையின்/நீரின் மேல் அதீத ஆசையோடு அதைக் கவர்ந்து தன்னோடு வைத்துக்கொண்ட விருத்திர நாகம் என்ற ரிக் வேதத் தொன்மம், பலவும் ஞாபகத்தில் இயைகின்றன. நிலப் பிரச்சினைக்குப்பின் விஷமுண்டு மாய்ந்த பசவண்ணாவின் பெண்டு பிள்ளைகள், அதே நிலத்தில் வாழ வருகிற (விஷப்) பாம்பின் அடையாளமுறுகிற சாரங்கன், இந்தத் தொடர்பு வெறும் தற்செயலா? தன் தோலையுரித்துப் புதுப் பொலிவைப் பெறுகிற பாம்பு, என்றென்றும் இளமையோடிருக்கும் சாரங்கனாக ஏனிருக்கக்கூடாது? அவனுக்கும் கமலத்துக்குமான கலவியுறவு தடைபடுவதுகூட மழையால் அல்லாமல் அவன் பாம்பினமாகவும் அவள் மனித இனமாகவும் இருந்ததால்தானா?

எந்த இலக்கியப் புனைவாக்கமும் முற்றான பதில்களைச் சொல்வதில்லை, மாறாக விடையில்லாத அல்லது பன்மையில் விடை கோருகிற கேள்விகளையே எழுப்புகின்றன. மாய யதார்த்தக் களத்தில் அழுந்திக் கால்பதிக்கும் இந்தக் கதையும் அவ்வாறே சில கேள்விகளை என்னில் முளைவிடச்செய்து, என் வாசிப்பின் தடத்தைச் செழுமைப்படுத்தியிருக்கிறது. இங்கே பதிவு செய்யப்பட்ட தடத்திலிருந்து கிளைகள் பல இன்னும் பிரியலாம், குறுகலாம்; அல்லது இத் தடத்துக்கு மாற்றாக எண் திசைகளிலும் வேறு தடங்கள் உருவாகலாம். புனைவு என்பதே வாசிப்பவர்களுக்காகத் தன்னை நீட்டியும் குறுக்கியும், ஆனால் எப்படியும் பல வழிகளாகத் தன்னைக் கொடுக்கும் ஒரு படைப்பு வெளியல்லவா?

சென்னை | **பெருந்தேவி**
02.01.2012

"தேருக்குள் இருப்பவன் சுழலும் தேர்ச் சக்கரங்களின் மேலிருந்து கீழே பார்ப்பதைப்போல இவன் இரவு பகல்களுக்கு மிக மேலிருந்து கீழே பார்க்கிறான். மெய்யாகவே இரவு பகல்களிடமிருந்து விடுபடத் தெரிந்தவனின் ஆயுளை இரவு பகல்கள் அழிப்பதில்லை."

(சதபத பிராமணம் II:3:3:12)

மழை வீட்டின் முன் வண்டிகள் நின்றதும் பரமசிவம் பிள்ளையும் சிந்தாமணியும் அவரவர் காலங்களிலிருந்து தனித்தனியே வெளிப்பட்டுக் கீழிறங்கினார்கள். சொல்லி வைத்தாற்போல மழையும் வந்துவிட்டிருந்தது. அவர்களை அங்கே கொண்டு வந்துவிட்ட கூண்டு வண்டிகள் பார்வையிலிருந்து நகர்ந்தபோது மண்சாலையின் எதிர்புறத்திலிருந்து அது தன் முழு ஆகிருதியையும் அறிவித்தபடி அவர்கள் முன் திடீரென்று எழுந்தது. சச்சதுரமான கற்பாளங்கள் ஒன்றன்மேல் ஒன்றாக அடுக்கப்பட்டு வானளாவ உயர்ந்திருந்த நேர்த்தியையும் அவற்றின் தேர்ந்த இழைப்பில் மதிய நேர வெளிச்சத்துக்குப் புதிய அர்த்தத்தைக் கொடுத்தவாறு எண்திசைகளிலும் சிதறிக்கொண்டிருந்த வண்ணங்களையும் கண்பார்வை எட்டுமட்டும் விரிந்திருந்த நந்தவனத்தையும் பார்த்து அவர்களிருவரும் சற்றுநேரம் பிரமித்து நின்றார்கள். அது கடினமான கற்களால் கட்டப்பட்ட வஸ்து என்றே சிந்தாமணியால் நம்ப முடியவில்லை. கற்களுக்குள் அவற்றின் உறுதியைத் தளர்த்தாமலேயே பஞ்சின் மென்மையையும் லகுவையும் எப்படிப் புகட்ட முடிந்தது என்று பரமசிவம் பிள்ளையின் தொழில் புத்தியும் ஆச்சர்யப்பட்டது. பின்புறம் விரிந்திருந்த வானம் பார்வைக்குள் அகப்படும் எல்லையைக் கணித்து அந்த எல்லைவரை கட்டடத்தின் மேல்முகப்புகளை வெளிப்புறம் நீட்டியும் இழைத்தும் பொருத்தியிருந்த விதம் வானத்தையும் அந்த வீட்டின் ஓர் அங்கமாக இணைத்துவிட்டிருந்தது. நாளின் சுழற்சி வெளிப்படுத்தும் ஆரஞ்சு ஊதா வெளிர்ப்பச்சை சிவப்பு மஞ்சள் மற்றும் கருநீலம் ஆகிய எந்த நிறமாயிருந்தாலும் அதை வெளிச்சுவர் கிரகித்துக்கொண்டு உடனே அதற்கேற்பத் தன் நிறத்தையும் தகவமைத்துக்கொள்ளுமென்பது அதைப் பார்த்த மாத்திரத்திலேயே பரமசிவம் பிள்ளைக்குத் தெரிந்தது. முகப்புக்கும் எதிரே விரிந்திருந்த மரக்கூட்டங்களுக்குமாகப் பறந்து பறந்து மாயப்பாலமிட்டுக்கொண்டிருந்த பறவைகளின் கூட்டுக் கெச்சட்டம் அந்த அற்புதத்துக்கு வாயில்லாத குறை மட்டுமிருப்பானேனென்று ஒரு தனி மொழியையும் அதனால் சூழலுக்கு முழுமையும் தந்துகொண்டிருந்தது. மேல்தளத்தில் கணிசமாக வளர்க்கப்பட்டிருந்த முத்துப் போன்ற சிறிய இலைகளைக் கொண்ட கொடி வர்க்கங்கள் கைப்பிடிச் சுவர்களைப் பற்றிக்கொண்டு விளிம்பிற்கு ஏறி அங்கிருந்து

மழையின் குரல் தனிமை

வெளிப்புறமாக வழிந்து அடித்தளத்தை நோக்கிச் சரேலென்று இறங்கிக்கொண்டிருந்தன. அவற்றின் அடர்த்திக்குள் சுவர்கள் பதுங்கிக்கொண்டதில் ஒரு பிரம்மாண்டமான புராதன விருட்சத்தின் சாயலைக் கட்டடம் பெற்றிருந்தது. வெளிச்சுவர்களின் சரிவோடு சரிவாக அதை உறுத்தாதபடிக்கு ஆங்காங்கே பதிக்கப்பட்டிருந்த பிறைகளும் கூம்புகளும் மேடைகளும் அந்தப் பசிய வியாபகத்தோடு இழைந்துகொள்ள பறவைகளின் பயமும் தயக்கமும் அறவே அற்றுப்போயிருந்தன. கால்களால் கூம்புகளைப் பற்றிக்கொண்டு இலையிடுக்குகளிலிருந்து பூச்சிகளைப் பிடுங்கும் உள்ளான்களும் கொடித்தண்டைப்பற்றிக்கொண்டு ஊஞ்சலாடும் கிளிகளும் உள்ளே மறைந்திருந்த பிறைகளைத் தேடிப்பிடித்து அதற்குள் கூடமைத்துக்கொண்டுவிட்ட குருவிகளும் இரவெல்லாம் அலைந்து திரிந்த அலுப்பைத் தூங்கிப் போக்கிக்கொள்ளவென்று மிகுந்திருந்த பிறைகளுக்கு வந்து சேர்ந்த கூகைகளும் எங்கும் அமர மனமில்லாமல் எல்லாவற்றையும் சந்தேகக் கண்ணோடு பார்த்தபடி சொடுக்கிச் சொடுக்கிப் பறந்துகொண்டிருந்த மைனாக்களும் மேலும் குயில்களும் அணில் வர்க்கங்களும் இவற்றை முழுவதும் அணைத்தபடி பெய்துகொண்டிருந்த மழையும் அந்தப் பிரதேசத்தையே வேறோர் உலகத்துச் செய்தி போலாக்கி வைத்திருந்தன. அவர்கள் வந்து இறங்கியபோது பாரம் குறைந்த மகிழ்ச்சியில் சற்றே தங்களைத் தளர்த்திக்கொள்ளவென்று கூண்டு வண்டிகளில் பூட்டப்பட்டிருந்த குதிரைகள் தங்கள் முன்கால்களைத் தரையில் அடித்துச் சொடுக்கிக்கொண்டபோது அந்தச் சப்தத்தில் அது சிறியதேயானாலும் வீட்டின்முன் நிறைந்திருந்த அமைதியில் பெரிய அசம்பாவிதம் ஏற்பட்டு இழைவுகளின் மொத்த லயிப்புக்கும் பங்கம் வந்துவிட்டதைப்போல நூற்றுக்கணக்கான சிறகுகள் ஒரே நேரத்தில் பக்கவாட்டிலிருந்து விரிந்தன. சபிக்கப்பட்ட அரக்கனைப்போல கட்டடம் தன் பெருத்த சரீரம் முழுவதையும் அப்படியே அந்தரத்தில் எழுப்பியது. அடித்தளத்திலிருந்து மேல்தளம்வரை கற்கள் கொடி வர்க்கங்களுடன் குலுங்கின. பயத்தையும் அதிருப்தியையும் சொல்லிச் சத்தமிட்டன. வீடு தன் இலைகளை உதிர்த்து வெறுப்பைக் காட்டியது. தங்கள் கண்முன்பிருந்து கட்டடம் பறந்து மறைந்து போகப்போவதை எதிர்பார்த்து இருவரும் திகைத்துப்போய் நின்றிருந்தார்கள். ஒருவினாடி பயமும் சகுனபங்கமும் அவர்கள் முகத்தை வெளிறச் செய்தன. (பிள்ளையை அணைத்துக்கொள்ளக் கைகள் இருந்தன. தனியாக வந்த சிந்தாமணி தானே தன்னைத் தேற்றிக்கொள்ள வேண்டியிருந்தது.) தங்கள்முன் கட்டடம் நடத்திக் காட்டும் நாடகம் முடியும்வரை அவர்கள் பொறுமையாகக் காத்திருந்தார்கள். மீண்டும் சூழலில் குதிரைக் குளம்பொலியின் எதிரொலி மறைந்து அமைதி திரும்பும்வரை அந்த வினோத மிருகம் தன் இருப்பின்

மீதான நிச்சயமின்மையில் நிலைகொள்ளாமல் தவித்துக் கொண்டிருந்தது. பிறகு ஒருவழியாகக் கலவரம் அடங்கிச் சமாதானம் ஏற்பட்டுவிட்டதான அறிகுறியுடன் சாதுவாகத் தன்னைத் தன் நிலையில் பழையபடி பொருத்திக்கொண்டது. பரமசிவம் பிள்ளையும் சிந்தாமணியும் தத்தம் காலங்களில் நகர்ந்து நிலை வாயிற்படியை அடைய வெளிப்புற மதிலுக்கும் வீட்டுக்கும் இடையிலிருந்த பாதையைக் கடக்கவேண்டியிருந்தபோது மரங்கள் மழையைத் தடுத்து மிதப்படுத்தி அவர்கள்மீது குடையாய்க் கவிழ்ந்தபடி உள்புறம் அழைத்துச் சென்றன. நிலைப்படியில் கட்டப்பட்டிருந்த வாழை மரங்களும் பூத்தோரணங்களும் இருவரின் படபடப்பையும் தணித்து வரவேற்றன. வாயிற்கதவைத் திறந்ததும் உள்ளே இருந்த பெரிய வரவேற்பறையிலும் வாசலுக்கு நேரெதிரே முன்னறையிலிருந்து உள்புறமாக நீண்ட நடைபாதையின் மறுகோடியில் சதுரவடிவமாக அமைக்கப் பட்டிருந்த முற்றத்திலும் காட்சி நிறைந்திருந்தது. முற்றத்தின் மேலிருந்த முற்றத்தின் அளவேயான திறப்பின்வழியே மழையும் ஒளியும் வீட்டினுள் பொழிந்துகொண்டிருந்ததைப் பார்க்க முடிந்தது. பிரமாதமாகச் சலவை செய்யப்பட்ட சல்லாத் துணிவலை ஒன்று தொங்கிக்கொண்டிருப்பதை ஒத்திருந்தது அது. முற்றத்தை மையமாக வைத்தே வீட்டின் மொத்த அமைப்பும் தீர்மானிக்கப்பட்டிருந்தது என்பதைப் பரமசிவம் பிள்ளை பார்த்த மாத்திரத்தில் தெரிந்துகொண்டார். அது ஓர் ஆரோக்கியமான மிகப் பழைய கட்டட அமைப்புமுறை. வெள்ளைக்காரன் வரவுக்குப்பிறகு பொதுவான கட்டட அமைப்பு முறைகளில் மாற்றமேற்பட்டு முன்னறையின் அமைப்பே வீட்டின் மற்ற பாகங்களைத் தீர்மானிப்பதாக ஆகியிருந்தது. அது வீட்டின் ஒவ்வொரு நிலைகளும் தத்தமக்குள் கொண்டிருந்தாகவேண்டிய உள்வயப்பட்ட சமச்சீர் நிலை ஒத்துழைப்பு மற்றும் எடையைப் பலவீனப்படுத்திக்கொண்டிருக்கும். மழை வீட்டில் முற்றத்தை ஒட்டி நாற்புறமும் கரை கட்டியிருந்த வராந்தாவின் மேல்விதானத்தி லிருந்து உத்தரக் கட்டைகள் அதைச் சுற்றிக் கரைக்கு இரண்டாக அமைக்கப்பட்டிருந்த எட்டு அறைகளின் உள்புறத் தூண் களுக்குப் பற்றாக இருக்கும்வண்ணம் செருகப்பட்டிருந்தன. முற்றத்தை ஒட்டி வராந்தாவின் வெளிமுனையில் வரிசையாக நிறுத்தப்பட்டிருந்த மரத்தூண்கள் அறைகளுக்குள்ளிருந்த தூண்கள் ஏற்றிருந்த பளுவைச் சமன்செய்யும் முகமாக இந்த முனையில் நின்றிருந்தன. மௌனம் மினுமினுக்கும் கரும்பழுப்பு நிறத்தில் அவை மழையும் ஒளியும் இழையும் பிரமாதமான கூட்டுவெளியில் கலைக்க முடியாத தவத்தில் ஆழ்ந்திருந்தன. அறைகளின் அமைப்பை மட்டுமல்லாது அறைகளினுள் உண்டாகக்கூடிய சிறுசலனத்தைக்கூட தீர்மானிக்கும் ஆளுமையும் பொறுப்பும் அவற்றின் இருப்பில் பிரகாசித்துக்கொண்டிருந்தன.

வராந்தாவின் மேற்புறத்தை அணைத்துப் போர்த்தியிருந்த ஓட்டுக்கூரையின் தணுப்பில் அறைகள் கதகதப்பையூட்டும் மிதமான இருட்டுக்குள் பதுங்கியிருந்தன. பிறைச்சுவர்களைப் பிளந்துகொண்டு நீண்ட நடைபாதைகளும் அவற்றிலிருந்து இடவலமாகப் பிரிந்த கிளைப்பாதைகளும் வீட்டின் மற்ற அறைகளுக்கு அவர்களை இட்டுச் சென்றன. (சிந்தாமணி படுக்கையறைக்குள் அனுமதிக்கப்படவில்லை.) பாதையெங்கும் மனதை வெருட்டாத தண்மையான வெப்பத்தையும் நிழலையும் உண்டாக்கியபடியே முற்றத்தின் பிரதிபலிப்பு கூடவந்தது. கருங்கல் பாவிய அதன் தரையில் மழை மோதி உண்டாக்கிய ஈரத்தூசி வீடு முழுக்கப் பஞ்சுப் படுக்கைபோல விரிந்திருந்தது. மழைப்பருவத்தில் மழையிலிருந்து வீட்டின் எந்த மூலையும் தப்பித்துவிடமுடியாதபடி அத்தனைக் கவனமாக அறைச்சுவர்களில் சன்னல்கள் அமைக்கப்பட்டிருந்தன. மட்டுமீறிய மழை விழும்போதுகூட ஒவ்வொரு நிலையிலும் அதன் சாரல் பாய்ச்சலைக் கட்டுப்படுத்தி உள்ளறைகளின் சீதோஷ்ணம் தாங்குமளவுக்கு அதை அனுமதிக்கும்விதத்தில் பாதை வளைவுகள் திடீரென்று சில இடங்களிலும் மழுங்கலாகச் சில இடங்களிலும் திரும்பிச் செல்லும்படி திட்டமிட்டுக் கட்டப்பட்டிருந்தன. எனவே மழையோ வெய்யிலோ முற்றத்தில் விழுந்த வேகத்திலேயே திரும்பிப் பாய்ந்து வீட்டின் உள்ளார்ந்த மிதப்பைத் தாக்கிக் காயப்படுத்திவிடும் அபாயம் தவிர்க்கப் பட்டிருந்தது. கீழ்த்தளத்தில் ஒவ்வொரு நாணும் வீட்டின் மத்திய பாகத்திலமைந்த முற்றத்தின் அதிகாரத்துடன் இப்படி இணைத்துக் கட்டப்பட்டிருக்க மேல்தளம் இதற்கு நேர்மாறாகவும் இதைச் சமன் செய்யும் விதத்திலும் ஒவ்வொரு திசையும் அதற்கே உரிய இயல்புடன் எழும்பி நிற்கும்படி தளர்த்தப்பட்டிருந்தது. கீழ் மேல் தளங்களில் வீட்டின் ஆயுள்காலத்தை நிர்ணயிக்கும் பிரதான ஈரடுக்குச் சுவரும் புவியீர்ப்பு விசையை எதிர்த்து நிற்க அது நிலைகொள்ளவேண்டிய புள்ளியும் ஒரேநேரத்தில் முறையே மையத்தை நோக்கி குவிவதாகவும் மையத்தைவிட்டு விலகிச் செல்வதாகவும் அமைக்கப்பட்டிருந்ததால் இரு தளங்களையும் இணைக்கும் படுகையின் பொறுப்பு மிகத் துல்லியமான சமனியல்பு கொண்டதாக ஆகிவிட்டிருந்தது. வீட்டின் ஆயுட்காலம் இன்னும் பலநூறு வருடங்களைக் கடந்து நீளும் என்று பரமசிவம் பிள்ளை தனக்குள் சொல்லிக்கொண்டார். கீழ்த்தளத்தில் கட்டடக் கலையின் நுணுக்கம் செவ்வனே வெளிப்பட்டிருந்ததைப்போலவே மேல்தளத்தில் அதைக் கற்பனை செய்தவனின் அழகுணர்ச்சி அதன் முழுமையை எய்தியிருந்தது. மழை வீட்டுக்கு அந்தப் பெயரை ஊரார்தான் வைத்தார்கள். அதன் வெளிப்புற மதிலில் அப்படிப் பெயர் பொறித்த பலகை எதுவும் தொங்கவிடப்படவில்லை. ஆனால்

பா. வெங்கடேசன்

அந்தப் பெயர் அதற்கு முற்றிலும் பொருந்துமென்பதை நிரூபிக்கும் விஷயங்களைச் சிந்தாமணியால் மேல்தளத்தில் பார்க்க முடிந்தது. அங்கே திறந்தவெளியில் வீழும் மழை நாற்புறங்களிலும் சீரான சரிவுகளில் இறங்கி சற்று கீழே பாதையிட்டிருந்த ஓடைகளுக்குள் வடிந்து சேகரமாகி முடிவில் ஓரோர் அடி இடைவெளியில் இருந்த துளைகள் வழியே நூல் பிடித்ததுபோல மாடியின் வெளிப்புறத்துக்குத் திரையிட்டு இறங்கியது. மாடியின் கீழ்ப்புறம் வெளியே நீட்டிக்கொண்டிருந்த தகரத் தரவுகளில் அது வீழ்ந்ததும் இரண்டிரண்டு அங்குல இடைவெளியில் நீண்டிருக்கும் துளைகள் வழியே பின்னும் சன்னமான திரையாகச் சலிக்கப்பட்டு வீட்டை நாற்புறமும் வளைத்துக்கொண்டு மெல்லிய பனிப்புகைபோல தரைக்கு வந்து சேர்ந்தது. தரையில் புற்களின் நடுவே இடப்பட்டிருந்த சிறுசிறு செதிள்களாக வெட்டப்பட்டுப் படிப்படியாக நீண்ட வாய்க்கால்கள் வழியே குதித்து ஓடி மருங்கின் தாவரப் பச்சையுடன் அது சேர்ந்துகொள்ள வழி செய்யப்பட்டிருந்தது. மொட்டைமாடிக் கைப்பிடிச்சுவரின் விளிம்புகள்தோறும் நிறுத்தப்பட்டிருந்த ஆண்மை பொலியும் நான்கு யாளிகள் இயன்றவரை முன்வளைந்து ஊரின் திசைகளை உற்றுப் பார்த்துக்கொண்டிருந்தன. (ஒவ்வொருவருக்குள்ளும் இருக்கும் வேறு யாரையோ பிய்த்து எடுத்து விழுங்கப்போகும் பாவனையை அவை கொண்டிருந்தன.) அவற்றின் முதுகில் பெரிய கல் பை ஒன்று தொங்கிக்கொண்டிருந்தது. மழை பொழியும்போதெல்லாம் நீரை அவை அந்தக் கல்பையில் வாங்கிக்கொண்டன. நீர் நிரம்ப நிரம்ப பையின் மத்திய பாகத்திலிடப்பட்டிருந்த துளை வழியே அது கசிந்து யாளிகளின் அகலப் பிளந்திருக்கும் வாயை அடைந்து அங்கிருந்து முழு வேகத்துடன் இருபதடி தொலைவு தள்ளி பெரும் நீர்த்தூணாகத் தரையை நோக்கி வீழ்ந்தது. யாளிகளின் உடல்களுக்குள் நவபாஷாணமும் பச்சிலைகளும் கிடைத்தற்கரிய கொட்டைகளும் மரப்பட்டைகளும் புதைத்து வைக்கப்பட்டிருக்கக் கூடுமென்று பேசிக்கொண்டார்கள். யாளிகளின் உமிழ்நீர் மழை பொழியும் காலங்களில் மனதைக் கிறுகிறுக்க வைக்கும் மணத்தை ஊருக்குள் பரவச் செய்தது. அந்த வாசனையை முகர்ந்தபடி பிறந்த குழந்தைகள் ஊனமற்ற வலிவும் மருவற்ற அழகும் கொண்டிருந்தன. அந்த நேரத்து இரவுகளுக்கு இணைவிழைவுத் தாகத்தை அதிகமாக்கும் மல்லிகை மணமும் நீல நிறமும் இருந்தன. மழைவீடு மழையின் ஸ்தூல வடிவை ஒளியாயும் வாசனையாயும் மனநிலையாயும் அதன் சம்மதத்துடனேயே தொடர்ந்து சிதைத்துக்கொண்டிருந்தது. அவை ஒசூரின் தனித்துவமிக்க காற்றில் கலந்தபோது காலங்களுக்குப் பிறகும் அங்கே வரும் புதியவர்களுக்கு மழை வீட்டைப்பற்றிச் சொல்லும் நிரந்தரக் கதைசொல்லியாக மழை மாறிப்போனது.

உத்தனப்பள்ளி ஜமீன்தார் தன் மனைவி தனக்கு வாரிசு எதையும் தராமல் செத்துப்போய் விட்டாளென்று மைசூரிலிருந்து ஒரு பெண்ணை இரண்டாம் தாரமாக்கிக் கூட்டி வந்தபோது அதற்கு வெகுகாலத்துக்கு முன்பே அவருடைய இளமை அவரைவிட்டுப் பறந்து போயிருந்தது. கூட்டி வந்த பெண்ணோ யவ்வனப் பருவத்தினள். ஜோடிப் பொருத்தத்தைப் பார்த்துவிட்டுத் தன் முதுகுக்குப் பின்னே ஊரார் சிரிக்கிறார்கள் என்பது ஜமீன்தாருக்கும் தெரிந்தேயிருந்தது. அவர் அதைப்பற்றிக் கவலைப்படவில்லை. (தனக்கு வந்தால் தெரியும் தலைவலியும் காய்ச்சலும்). ஆனால் திருமணமாகிக் கொஞ்ச நாட்களுக்குப் பின் படுக்கையறையில் விளக்குகள் அணைக்கப்பட்ட பிறகு அந்தப் பெண்ணே தன்னைப் பார்த்துச் சிரிப்பதாகத் தோன்றிய போது அதைச் சாதாரணமாக எடுத்துக்கொள்ள அவரால் முடியவில்லை. காதல் உணர்வில் இளவட்டங்களுக்குத் தான் எந்த வகையிலும் குறைந்தவனில்லை என்பதை அவளுக்கு நிரூபித்துவிடவேண்டுமென்று அவர் தவியாய்த் தவித்தார். நரைத்த மீசை அதற்கு ஒத்துழைக்கவில்லைதான். (ஆனால் உடல்கள் இணைவது மட்டும் தானா காதல்?) உடலால் தள்ளாமை கொண்டுவிட்டாலும் உள்ளத்தால் தானொரு காதலன் என்பதை எப்படித் தெரிவிப்பது என்கிற யோசனையில் அவர் பல இரவுகளைத் தூக்கமில்லாமல் செலவிட்டார். கடைசியில் வடக்கே யாரோ ஒரு பாதுஷா தன் மனைவிக்காகக் கட்டியதைப்போல ஒரு மாளிகையைத் தானும் தன் மனைவிக்காகக் கட்டி விடுவது என்று முடிவு செய்தார். உத்தனப்பள்ளியிலிருந்து சற்று தொலைவிலிருந்த ஒசூரின் வெளிப்புறமாக மொத்த அக்ரஹாரத்தின் தலையில் ராமநாயக்கன் ஏரியைப் பார்த்து அமைந்திருந்த அற்புதமான காலநிலை வருடம் பூராவும் தங்கியிருக்கும் ஒரு பரந்த நிலப்பரப்பை அந்தப்பெண் போகிற போக்கில் கையைக் காட்டிவிட்டுப்போனாள். சாரட் வண்டி அந்த பிரதேசத்தைக் கடக்க எடுத்துக்கொண்ட சில நிமிட அவகாசத்துக்குள் பார்த்தபோது எல்லாம் மிக எளிதான காரியமாகத்தான் தோன்றிற்று. ஆனால் யதார்த்தத்தில் அப்படி அமையவில்லை. நிலத்துக்குச் சொந்தக்காரனான பசவண்ணா நிலத்தை விற்பது பற்றிய பேச்சையே எடுக்க வேண்டாமென்று ஜமீன் ஆட்களிடம் சொல்லியனுப்பிவிட்டான். ஜமீன்தாருக்கு முகத்திலடித்தாற்போல ஆகிவிட்டது. ஏற்கனவே தானொரு சிறந்த காதலனென்பதை நிரூபிக்கும் வெறியில் தவித்துக்கொண்டிருந்தவருக்கு இப்போது கூடவே தன் செல்வாக்கையும் தன் இளம் மனைவி முன் நிரூபித்தாகவேண்டிய நிர்பந்தம் ஏற்பட்டுவிட்டது. அவர் ரகசியமாகவும் பகிரங்கமாகவும் ஆட்களை அனுப்பியும் நேரில் சென்றும் நயமாகப் பேசியும் பயமுறுத்தியும் பசவண்ணாவை மசிய வைக்கப் படாத

பாடுபட்டார். விற்கும் நிலத்துக்கு ஈடாக அதைப்போல இரு மடங்கு மதிப்பும் அளவுமுள்ள நிலத்தை மத்திகிரியிலோ அந்திவாடியிலோ தருவதாகச் சொல்லியும் கேட்டுப் பார்த்தார். பசவண்ணா மசியவில்லை. பிரச்னை என்னவென்றால் பசவண்ணாவின் நிலத்தின் அமைவிடமோ அளவோ மதிப்போ அல்ல என்பதுதான். மாறாக அதன் பாரம்பரியச் சிறப்பு. திப்பு மன்னன் ஒரு சமயம் தன் குதிரைகளைக் கட்டி வைக்கும் லாயமாக உபயோகப்படுத்திக்கொண்டிருந்த கீர்த்தியைப் பெற்றிருந்தது அது. குதிரைச் சாணத்தால் மற்றெந்த நிலத்தையும் விட அதிக வருடங்கள் தாக்குப் பிடிக்க கூடிய உரச்சத்தும் ஏற்றப்பட்டிருந்தது. அதை விற்பதென்பது பரம்பரைப் புகழோடும் இறுமாப்போடும் சவக்குழிக்குள் ஓய்வெடுக்கும் முன்னோர்களின் பெயர்களையும் ஆசிகளையும் விற்பதற்குச் சமம். ஆனால் ஜமீன்தார் விடுகிறதாயில்லை. அவர்விட்டாலும் அந்த இளம்பெண் அவரை விடுகிறதாயில்லை. இரவு நேரங்களில் விளக்கை அணைக்கவே பயப்படும் அளவுக்கு நிலைமை முற்றிப்போனபோது சாம பேத தான வழிகளில் முயன்று தோற்றுப்போன ஜமீன்தார் தன் செல்வாக்கைப் பயன்படுத்திப் பசவண்ணாவை வீழ்த்திவிட முடிவு செய்தார். இவ்வளவு சின்ன விஷயத்துக்கெல்லாம் தன்னை அணுகவேண்டிய அளவுக்கு இரண்டாம் திருமணத்தால் ஜமீன்தார் தன் செல்வாக்கை குறைத்துக்கொண்டுவிட்டார் என்று கேலி பேசினாலுங்கூட ஜில்லா கலெக்டர் அவருக்கு உதவுவதாக உறுதியளித்தார். உடனே தன் வாக்கைக் காப்பாற்றவும் செய்தார். அவர் எதிர்பார்த்தபடியே சர்க்கார் இலச்சினை பொறித்த காகித உறையைக் கண்டதுமே பசவண்ணா நடுங்கித்தான் போய்விட்டான். ராமநாயக்கன் ஏரிக்கரை மேலிருக்கும் நிலத்தில் அவனுடைய பாத்யதையை நிரூபிக்கும் ஆவணங்களோடு உடனே கலெக்டர் அலுவலகத்துக்கு அவன் வரவேண்டும் என அதில் கண்டிருந்தது. பசவண்ணாவிடம் அப்படி ஆவணங்கள் எதுவுமில்லை. திப்பு மன்னன் போகிற போக்கில் பரிசாக வீசி எறிந்துவிட்டுப்போன நிலத்தை எழுத்து மூலமாகக் கிரயப் படுத்திக்கொள்ளவேண்டுமென்று அவனுக்கும் அவனுடைய அப்பன் பாட்டன் முப்பாட்டன்களுக்கும் தோன்றவில்லை. அதற்குக் காரணங்கள் இரண்டு. ஒன்று, அவனுடன்கூட வளர்ந்து பழகியவர்கள் எல்லோருமே அவனுடைய அப்பன் பாட்டன் முப்பாட்டன்களோடு கூட வளர்ந்து பழகியவர்களின் வாரிசுகள் தான். எல்லோருக்குமே பசவண்ணாவின் நிலம் திப்பு மன்னனின் மாஜி குதிரை லாயம் என்பது தெரியும். இரண்டு, அவர்களுமேகூட திப்பு மன்னனின் காலத்திலேயே ரொம்ப வருஷங்களாக வாழ்ந்துகொண்டிருந்தார்கள். ஒசூர் உத்தனப்பள்ளி பாகலூர் அந்திவாடி மத்திகிரிக்கு அப்பால் நில உரிமைகள் யாவும்

காகிதங்கள் மூலமாகவே உறுதி செய்யப்பட்டுக்கொண்டிருக்கின்றன என்பதை அவர்களும் அறிந்திருக்கவில்லை. இதெல்லாம் இருக்க அப்படி ஆவணமென்று ஏதும் கையில் இருந்திருந்தாலும்கூட நிலத்துக்குச் சொந்தகாரனுக்கும் அதை அபகரிக்க நினைக்கிற வனுக்கும் இரண்டு வேறுவேறு விதமான அர்த்தங்களை அதே ஆவணம் கொடுக்கும். அதிலும் விசேஷமாக துரை சர்க்காருக் கென்றால் அதன் விசுவாசம் தன் சரித்திர முக்கியத்துவத்தை யெல்லாம்கூட செய்யாமல் இடம் மாறிவிடும். எப்படியோ வெள்ளைக்காரன் தலையிட்டுவிட்டால் நிலம் தன்னுடையதா யிராது என்பது பசவண்ணாவுக்குத் தெரிந்து போயிற்று. விஷயம் இவ்வளவு தூரத்துக்கு முற்றிப்போனபின் ஜமீன்தாரும் இனி சமாதானத்துக்கு இறங்கிவர மாட்டார். அவரை அணுக நிலச் சொந்தக்காரன் என்கிற சுய கௌரவம் இடங்கொடுக்கவில்லை. அதேசமயம் தன் தோல்வியை ஒப்புக்கொள்ளவும் மனமில்லை. பசவண்ணா ஓர் உபாயம் செய்தான். தன் பெண்டு பிள்ளைகளுக்கு விஷம் கலந்த சோற்றைக் கொடுத்துக் கொன்றுவிட்டுத் தானும் ஒரு புங்கை மரத்தில் தூக்கு மாட்டிக்கொண்டு தொங்கிவிட்டான். கதைகளின் வழியாகத் தொடர்ந்துகொண்டிருந்த அவனுடைய சொத்துரிமை மரணத்தின் மூலமாக உறுதி செய்யப்பட்டுவிட்டது. பிரஸ்தாப நிலத்தின்மேல் உறைந்து நின்ற பருவ நிலையோடு கலந்து மண்ணின்மேல் ஸ்திரமாகப் படிந்துவிட்டது. பசவண்ணா வின் சாவைச் சர்க்காரும் எதிர்பார்க்கவில்லை ஜமீன்தாரும் எதிர்பார்க்கவில்லை. சர்க்கார் இதை உடனே மறந்துவிட்டது. அதற்கு இதைவிட முக்கியமான கவலைகள் நிறைய இருந்தன, ஆனால் ஜமீன்தாருக்குத்தான் பசவண்ணாவின் வெற்றி மறக்கமுடியாத அச்சுறுத்தலாக மாறிப்போய்விட்டது. அவர் முதலில் தன் மாளிகை கட்டும் யோசனையைக் கை கழுவிவிட நினைத்தார். ஆனால் அவ்வளவு தூரம் முயற்சி செய்து காரியம் கைகூடி வந்தபின் உருவமற்ற எதிரிக்குப் பயந்து கைவிடுவானே னென்று ஜமீன்தாரணி வற்புறுத்தியதன்பேரில் வேண்டா வெறுப்பாகச் சம்மதித்தார். பாரமகால் (தருமபுரி) வட்டாரத்தில் அப்போது பிரசித்தி பெற்ற கட்டடக் கலைஞராக விளங்கியவரும் ஜமீனின் குடும்ப நண்பராக இருந்தவருமான பரமசிவம் பிள்ளை என்பவரிடம் கட்டடம் கட்டும் பொறுப்பை ஒப்படைத்தார். காரியம் நிறைவேறப்போவதில்லை என்பது அவருக்கும் ஊராருக்கும் தெரிந்தேயிருந்தது. வெட்டி கௌவரத்துக்காகப் பணத்தை இழக்க ஜமீன்தார் தயாராக இருந்தார். பசவண்ணாவின் சாபத்துக்கும் அவருடைய ஆசைக்குமிடையே நடக்கும் துவந்தத்தில் அவர் தன் செல்வத்தையும் நிம்மதியையும் இழந்து அவதிப்படட்டுமென்று ஊராரும் சும்மா இருந்தார்கள். ஒன்றல்ல இரண்டல்ல கட்டட வேலைகள் ஏழு வருடங்கள் நடந்தன. ஓர் அடுக்குகூட உயரவில்லை. பசவண்ணாவின் சாபம் கெட்ட

சகுனங்களை வாரியிறைத்தது. மாளிகை கட்ட ஆரம்பித்த முதல் வருடத்திலேயே ஜமீன் வாரிசு என்று அந்தப் பெண்ணின் வயிற்றில் வளர்ந்த கரு இறந்து பிறந்தது. ஜமீன்தாருக்கு அதில் உள்ளூர சந்தோஷம் இருக்குமென்றே ஊர் பேசிக்கொண்டது. (ஜமீன் பரம்பரையின் உண்மையான வாரிசுகள் இறந்து பிறந்ததாய்ச் சரித்திரமே கிடையாது.). அந்தச் சம்பவத்தோடு தன்னுடைய தர்மசங்கடமான நிலைமையும் ஒரு முடிவுக்கு வந்துவிடுமென்று ஜமீன்தார் நம்பினார். ஏனென்றால் குழந்தை யென்று நம்பி வயிற்றில் சுமந்துகொண்டிருந்தது உண்மையில் ஒரு பிணம் என்பது தெரிய வந்ததும் அதிர்ச்சியில் அந்தப்பெண் மனங்கலங்கி புத்தி பேதலித்துப்போய் பிரசவித்த அறைக்குள்ளேயே தன்னை அடைத்துப்போட்டுக்கொண்டுவிட்டாள். பிறகு அவள் ஊரார் கண்களில் தட்டுப் படவேயில்லை. அவளுக்காக ஒசூரில் கட்டப்பட்டுக்கொண்டிருந்த மாளிகையும் அவள் நினைவிலிருந்து சுத்தமாக மறைந்துபோய்விட்டது. துயரத்தால் பருவத்துக்கு இரண்டாக அவள் வயது கூடிக்கொண்டே போனதில் இரண்டு வருடங்களுக்குப் பிறகு அவள் ஜமீன்தாரைக் காட்டிலும் மூப்பும் தள்ளாமையும் கொண்ட கிழவியாகிவிட்டாள். எனவே காதல் மாளிகையைக் கட்டும் அவசியமும் இனி இல்லையென்று ஜமீன்தார் நிம்மதியடைந்தார். தன் மனைவியின் அருவருக்கத்தக்க தோற்றமும் அவள் உடலிலிருந்து வீசிக்கொண்டிருந்த துர்கந்தமும் அவளிருந்த அறைப்பக்கமே அவரை அண்டவிடவில்லை. கட்டட வேலைகளை நிறுத்தி விடும்படி பரமசிவம் பிள்ளையைக் கேட்டுக்கொண்டார். அதற்காகப் பேசிய முழுத் தொகையையும் தந்துவிடுவதாகவும் உறுதியளித்தார். ஆனால் ஜமீன்தார் நினைத்ததைப்போல பசவண்ணாவின் நிலத்தைக் கைகழுவி விடுவதும் அவ்வளவு எளிதான காரியமாய் இருக்கவில்லை. பிரச்னை வேறு ரூபத்தில் தொடர்ந்தது. துவக்கிய வேலையைப் பாதியில் நிறுத்துவதென்பது புகழுக்கும் தொழில் தர்மத்திற்கும் பங்கம் விளைவிக்கும் செய்கை என்று பரமசிவம் பிள்ளை கருதினார். எனவே அவர் ஜமீன்தார் பேச்சைக் காதில் வாங்கிக் கொள்ள மறுத்துவிட்டார். ஜமீன்தார் ஒப்புக்கொண்டாலும் ஒப்புக்கொள்ளாவிட்டாலும் பணம் கொடுத்தாலும் கொடுக்கா விட்டாலும் கட்டட வேலைகளைத் தொடரப்போவதாகவும் அறிவித்துவிட்டார். பரமசிவம் பிள்ளையும் பாரமகால் வட்டாரத் தின் பெருந்தனக்காரர்களில் ஒருவர். அவரும் பணத்தை ஒரு பொருட்டாக மதிப்பவரில்லை என்பது ஜமீன்தாருக்குத் தெரியும். அவருக்கு என்ன செய்வதென்று தெரியவில்லை. புலிவாலைப் பிடித்த கதையாகக் கட்டட வேலைகள் தொடர்ந்து நடந்து கொண்டிருந்தன. காரியம் கை மீறிப்போய்விட்டது என்பது மட்டும் அவருக்குத் தெரிந்தது. எக்கேடாவது கெட்டுப் போகட்டுமென்கிற மாதிரியான சலிப்பான மனோநிலைக்கு

அவர் வளர்ந்துவிட்டிருந்தார். அவரிடம் செலவழிக்க பணம் இருந்தது. உயிருடன் இருக்கும்வரை அதைக் குறையின்றிச் செய்தார். பிள்ளையின் குடும்பத்திற்குச் (பிள்ளை பசவண்ணாவின் நிலத்திலேயே தங்கியிருந்தார்.) சரியான தேதிகளில் பணத்தை அனுப்ப ஏற்பாடு செய்தார். ஆனால் தன்பொருட்டு திறமையையும் காலத்தையும் நிறைவேறவே போகாத ஒரு முயற்சியில் தன் நண்பர் வீணாக்கிக்கொண்டிருப்பதைத்தான் அவரால் கண்கொண்டு பார்க்கமுடியவில்லை. பிள்ளை தன் உறுதியிலிருந்து பின்வாங்கிக் கொள்ளாத பட்சத்தில் அவருடைய சாவும் பசவண்ணாவின் நிலத்தில்தான் என்று எண்ணிக் குற்ற உணர்வில் மனம் புழுங்கினார். (நரைக்காத ஆசையால் இரண்டு அப்பாவிகளின் மரணத்திற்கும் சாபத்திற்கும் ஆளாக நேரிட்டுவிட்டதே). ஆனால் பிரச்னைகள் பிறக்கும்போதே அவற்றுக்கான முடிவுகளும் சேர்ந்தே பிறந்துவிடுகின்றனவே. பல வேளைகளில் அவற்றைத் தர்க்கத்தால் இணைக்கும் மூளைக்காக அவை காத்திருப்பதில்லை. ஏழு வருடங்களுக்குப்பின் ஒருநாள் பாரமகால் வட்டாரத்தை உலுக்கியெடுத்த மழையில் நனைந்தபடி வீட்டுக்குப்போன பரமசிவம் பிள்ளை மீண்டும் பசவண்ணாவின் நிலத்துக்குத் திரும்பி வரவில்லை. அந்த நிலத்திலிருந்து அவர் ஒரு குழந்தையைக் கண்டெடுத்ததாகவும் அதைத் தன் மனைவியிடம் ஒப்படைத்துவிட்டுத் திரும்பப்போவதாகவும் சொல்லிக்கொண்டே ஓடியதாக ஊரார் சொன்னார்கள். ஆனால் அப்படித் திரும்ப முடியாதபடி மழை அவரை அடித்துப் போட்டுவிட்டதாகவும் ஜமீன்தார் கேள்விப்பட்டார். அவரைப் போய்ப் பார்க்க உடல்நிலை இடங்கொடுக்கவில்லையானாலும் (இது அவராகச் சொல்லிக்கொண்டது. உண்மையில் பரமசிவம் பிள்ளையின் மனைவியை நேருக்கு நேராக எதிர்கொள்ளும் தைரியம் அவருக்கு இருக்கவில்லை என்றுதான் ஊரில் பேசிக்கொண்டார்கள்.). பிள்ளை வேலையை நிறுத்திய பின்னரும் தன் திருப்திக்காகப் பணம் அனுப்புவதை நிறுத்தாமல் தொடர்ந்து செய்து கொண்டிருந்தார். பதினேழு வருடங்களுக்குப் பிறகு அவர் திடீரென்று காலமானபோது உயில் எதுவும் எழுதி வைத்திருக்காததால் ஜமீன் சொத்துப் பூராவும் அரசுடைமையாக்கப்பட்டு விட்டதாகச் சர்க்கார் அறிவித்துவிட்டது. அதை எதிர்த்து ஜமீன்தாரின் பைத்தியக்கார மனைவி சார்பாக அவள் சகோதரர்களில் மணமாகாமல் சுற்றிக்கொண்டிருந்த ஒருவன் வழக்குப் போட்டு இருந்த கொஞ்ச நஞ்ச பணத்தையும் பெயரையும் கெடுத்துக்கொண்டிருந்தான். சர்க்காரின் முற்றுகையிலிருந்து ஒரே ஒரு சொத்து மட்டும் தப்பிவிட்டிருந்தது. பசவண்ணாவிடமிருந்து கைப்பற்றியிருந்த நிலம். அதை ஜமீன்தார் பரமசிவம் பிள்ளையின் பேருக்கு மாற்றி எழுதியிருந்ததைக் கண்டுபிடித்து மிகுந்த நேர்மையுடன் சர்க்கார் அவர் குடும்பத்திடம் ஒப்படைத்துவிட்டது. பிள்ளையைப்

பசவண்ணாவின் நிலத்திலிருந்து விரட்டிய மழை பெய்து இரண்டு மாதங்களுக்குப் பிறகு பத்திரம் பதிவு செய்யப்பட்டிருந்தது. பிள்ளையின் மனைவி இறந்தவரின் ஆத்மசாந்தியை நினைத்து அதைக் கையில் வாங்கினாளேயொழிய வாங்கிய கணத்திலேயே அதைத் தூக்கிக் கிடப்பில் போட்டுவிட்டாள். அடுத்த கணம் அதை மறந்தும்விட்டாள். மழைபெய்து ஓய்ந்த இரண்டாம்நாள் கடைசித் தடவையாக ஜமீன்தார் அந்த நிலத்துக்கு வந்ததாகச் சொன்னார்கள். அரைகுறையாகவேனும் அதுவரை எழும்பியிருந்த கட்டடத்தை மழை சல்லடைக் கண்களாகத் துளைத்துப் போட்டிருந்ததைப் பார்த்துவிட்டு அவர் தன் வயதையும் அந்தஸ்தையும் மறந்துபோய் எல்லோரும் வேடிக்கை பார்க்கக் கதறி அழுத காட்சியை ஊர் ரொம்பக் காலத்துக்கு நினைவில் வைத்திருந்தது. அதற்குப் பிறகு ஊர்க்காரர்களில்கூட யாரும் அந்தத் திசைப்பக்கம் தலைவைத்துப் படுக்கவில்லை. அந்தப் பிரதேசத்துக்கும் ஊருக்கும் இடையே காடு வளர்ந்து கொஞ்சம் கொஞ்சமாக அதைப் பிரித்து உள்ளே வெகுதொலைவிற்கும் தனிமைக்கும் தள்ளிக்கொண்டு போய்விட்டது. காட்டின் நடுவே வெறும் குட்டிச் சுவராக ஜமீன்தாரின் கனவும் பாழடைந்துவிட்டது.

செயலில் இருந்த காலத்தில் பரமசிவம் பிள்ளை பெரும் பணக்காரர்களுடனும் துரைமார்களுடனும் விநோதமான ஒப்பந்தம் ஒன்றைச் செய்துகொண்டிருந்தார். அதாவது கட்டடங்கள் கட்டி முடிக்கப்பட்டு சாவி கைமாறிய நாளிலிருந்து ஒரு குறிப்பிட்ட வருடங்களுக்கு அவற்றின் சொந்தக்காரர் களிடமிருந்து பிள்ளைக்கு ஒரு குறிப்பிட்ட தொகை மாதாமாதம் ரன்மானமாக வந்து சேரவேண்டியது. இதற்குப் பிரதியுபகாரமாக ஒப்பந்த காலத்திற்குள் கட்டடத்திற்கு ஏதும் அசம்பாவிதம் ஏற்பட்டாலோ அல்லது விசேஷ மராமத்து வேலை தேவைப் பட்டாலோ அந்தச் செலவுக்குப் பிள்ளை சொந்தப் பொறுப் பேற்றுக்கொள்ள வேண்டியது. பெரும்பாலும் ஒப்பந்தத்தின் இந்த இரண்டாவது க்ஷரத்தை நடைமுறைப்படுத்துவதற்கான வாய்ப்பே இரு தரப்பார்களுக்கும் கிடைத்ததில்லை. பிள்ளை கட்டும் கட்டடங்களுக்குக் காலங்கடந்த உத்திரவாதம் உண்டு என்பது எல்லோருக்கும் தெரிந்த விஷயம். இப்படி ஓர் ஒப்பந்தத்துக்குப் பெரும்புள்ளிகளையும் துரைமார்களையும் சம்மதிக்க வைக்கும் அளவிற்குக் கீர்த்தியும் தைரியமும் பிள்ளையைத்தவிர வேறெந்தக் கட்டடக் கலைஞனுக்கும் அப்போது இருக்கவுமில்லை. காரிமங்கலத்திலிருந்து மைசூர் சமஸ்தானம் வரை அற்புதமான பல கட்டடங்கள் பிள்ளையின் கைவண்ணத்தில் எழும்பியிருந்தன. நெடுஞ்சாலை மருங்குகளில் அடிக்கடி அவற்றைப் பார்க்கமுடியும். பிள்ளையின் கலை

அவருடைய அப்பன் பாட்டன் முப்பாட்டன் கைகளிலிருந்து அவர்பெற்ற பரம்பரைச்சொத்து. எனவே நவீன மோஸ்தர் கட்டுமானங்களில் அவருக்கு இயல்பாகவே ஈடுபாடு இல்லாம லிருந்தது. ஆனால் அது ஒரு குறையாக இருக்கவில்லை. ஹொகேனகல் ஏலகிரி ஒசூர் மலைப் பிரதேசங்களிலும் தளி மத்திகிரி போன்ற குளிர் பிரதேசங்களிலும் தனிமையான பல ஒய்வு இல்லங்கள் துரைமார்களுக்காகத் தமிழகத்துக் காரைச்சுவர் பாணியிலும் கேரளத்து ஓட்டுக் கூரைப் பாணியிலுமாக அவர்கள் விருப்பத்திற்கிணங்கப் பிள்ளையால் உருவாக்கப்பட்டிருந்தன. அவை மேலைத் தேசங்கள் அறியாத பல ரகசிய பாரம்பரிய கட்டுமான வித்தைகளை உள்ளடக்கியவை. குறிப்பாகப் பிள்ளை கட்டும் கட்டடங்களின் உட்புறச் சுவர்களிலிருந்து எழும் செண்பகப்பூ மணம். அந்த மணம் எந்தெந்தப் பொருள்களின் கலவையால் கிடைக்கிறதென்பது பிள்ளை மட்டுமே அறிந்த அவருடைய குடும்ப ரகசியம். அதேபோல கட்டடங்களும் தரையைப் பிளந்துகொண்டு எழுந்தவைபோல அசம்பாவிதமான தோற்றத்தைக் கொண்டிராமல் சமவெளி தன் போக்கில் வாழ்விடங்களாக மிதமாக உயர்ந்து தாழ்ந்ததைப்போல அவ்வளவு இயல்பாக எழும்பி நிற்பன. (பிள்ளையின் கைவண்ணம் பறவைக் கூடுகளின் செய்நேர்த்திக்கு நிகரானது). அதிகச் சிக்கலில்லாத உள்ளமைப்பும் பார்வைக்கு ஊறு செய்யாத வெளித் தோற்றமும் மனதிற்கு அமைதியளிக்கும் வெளிச்சப் புழைகளும் காற்றோட்டமான திறப்பும் பிள்ளை கட்டும் கட்டடங்களின் சிறப்பம்சங்கள். வேறு முறைகளை அவர் அறிந்தவரல்லர். அதாவது ஆச்சர்யப்படுத்தும் அமைப்புகளை உருவாக்க அவருக்குத் தெரிந்திருக்கவில்லை. (எனவேதான் சாரங்கன் மழை வீட்டின்முன் அவரைக் கொண்டு போய் நிறுத்தியபோது பிரமிப்பில் மூச்சுவிடவும் மறந்துவிட்டார்). அவரளவில் சாதாரண கீற்றுக் கொட்டகைக்குக்கூட ஒரு தாவரத்தின் சாயலையும் தண்மையையும் அன்னியோன்னியத்தை யும் கொடுத்து முடிப்பதில் பிள்ளை மன்னன். அதில் கிடைத்த பெயரும் புகழுமே அவருக்குப் போதுமானதாக இருந்தன. உத்தனப்பள்ளி ஜமீன் மாளிகையைப் பிள்ளையின் பூட்டனார் கட்டி முடித்த காலத்திலிருந்தே ஜமீனுக்கும் பிள்ளை குடும்பத்துக்கும் பரம்பரை பரம்பரையாக நீடித்து வந்த நட்பிருந்தது. அந்த நட்பை முன்னிறுத்தித்தான் ஜமீன்தாரும் தன் இரண்டாம் தாரத்துக்காக ஓர் அழகிய மாளிகையைக் கட்டித் தரப் பிள்ளையை ஒப்புக்கொள்ள வைத்தார். கெலமங்கலத்திலிருந்த பிள்ளையின் ஜாகையிலிருந்து ஒசூர் மொத்தம் அக்ரஹாரம்வரை கட்டட வேலைகளுக்காகத் தினம் அவர் வந்து போவதற்கு வண்டி ஏற்பாடு செய்யப்பட்டிருந்தது. அந்த நிலம் பசவண்ணா என்கிற அப்பாவிக் குடியானவனிடமிருந்து

அராஜகமாகப் பிடுங்கப்பட்ட ஒன்று என்று தெரிந்திருந்தாலும் அந்த நிலத்தில் மாளிகை எழுப்புவது என்பது உண்மையில் ஊர்மக்களின் வெறுப்பின் மேலும் பசவண்ணாவின் சாபத்தின் மேலும் என்றும் தெரிந்திருந்தாலும் பிள்ளை நட்புக்காகச் சம்மதித்தார். மேலும் கலைஞனான அவர் ஜமீன்தாரின் காதல் மாளிகையைச் சாக்காக வைத்துத் தன் கிரீடத்தில் இன்னுமொரு புகழ்ச் சிறகைச் செருகிக்கொள்ளவும் விரும்பினார். ஒருவேளை ஊர்மக்கள் எச்சரித்ததுபோல் மாளிகையைக் கட்டும் முயற்சியில் தன் வாழ்நாள் முழுவதும் விரயமானாலுங்கூட ஒரு விதத்தில் அதுவும் தனக்குப் பெருமைதான் என்றும் எண்ணினார். முயலெறிந்து பெறும் வெற்றியைக் காட்டிலும் யானையிடம் தோற்கும் நெஞ்சுரம் அவருக்கு இருந்தது. இதற்கெல்லாம் மேலாகத் தன் திறமையில் அவருக்கு அபார நம்பிக்கையும் இருந்தது. ஆனால் பசவண்ணாவின் பலம் தான் எண்ணி யிருந்ததைவிடப் பலமடங்கு அசாத்தியமானது என்பதை அவர் போகப்போகத்தான் தெரிந்துகொண்டார். அதை அவர் அவ்வளவு தூரம் எதிர்பார்க்கவில்லை. விதானம்வரை வேலைகள் முன்னேறியிருந்த நிலையில் ஒருசமயம் உள்ளறை ஒன்றில் வேலை செய்துகொண்டிருந்த அசலூர்ப் பெண் முட்டுக் கம்புகள் கொடுத்துக்கொண்டிருந்தபோது அதில் ஒன்றில் பசவண்ணாவின் பிரேதம் தொங்குவதைப் பார்த்துவிட்டு பயத்தில் தன் குரல்வளையைத் தானே கிழித்துக்கொண்டுவிட்டாள். பிரேதத்தின் கனம் தாங்காமல் முட்டுக் கம்பு முறிந்து விதானம் தூளிபோல் உள்ளே தொங்கிவிட்டது. இன்னோர் சமயம் கலவையினுள் பல்லிகள் விழுந்து கிடந்ததால் ஆறு நாட்கள் வைத்திருந்து பதப்படுத்திய செண்பகப்பூ மணம் வீசும் கலவை முழுவதையும் கீழே கொட்டும்படி ஆயிற்று. கலவை வைத்திருந்த பாண்டத்தைச் சுக்கு நூறாக உடைக்கச் சொல்லிவிட்டார் பிள்ளை. குறுக்குக் கட்டைகள் வைத்து ஆட்கள் வேலை செய்வதற்கென்று பக்கச் சுவர்களில் போடப்பட்டிருந்த துளைகளில் பாம்புகள் புகுந்து கொள்ள அவற்றைக் கவனிக்காமலே வேலையாட்கள் துளைகளை அடைத்துப் பூசிவிட கட்டடம் முழுவதும் ஓரிரவில் பாம்புகளின் உடலாய் விரிசல் கண்டுவிட்டது. ஏழு வருடங்களில் நான்கு தடவைகள் வேலை செய்துகொண்டிருந்த ஆட்கள் மாறிப்போய் விட்டார்கள். புதிதாக வருகிறவர்களுக்குக் கட்டடத்தின் மானசீக வரைபடத்தையும் அமைப்பையும் விளக்கிச் சொல்லிப் பழக்கப் படுத்த அவகாசம் தேவைப்பட்டது. வெறுமே கற்களை அடுக்கிக் கலவைகளைப் பூசும் எந்திரங்களாக வேலையாட்களை உபயோகப்படுத்திக் கொள்ளவும் பிள்ளை விரும்பவில்லை. சோபன விளையாட்டுப்போல அங்குல அங்குலமாகப் பிள்ளை ஏணியில் ஏறுவதும் விதியின் வாயில் விழுந்து மீண்டும் புறப்பட்ட இடத்திற்கே திரும்பி விடுவதும் திரும்பத்திரும்ப நடந்து

கொண்டிருந்தது. ஆனால் ஒரு கட்டத்திலும் அவர் சோர்ந்து விடவில்லை. பிள்ளை விரும்பினால் எந்த நிலையிலும் வேலையை நிறுத்திக்கொண்டுவிடலாம் என்று ஜமீன்தார் அனுமதித்திருந்தாலும் அவர் மனதால்கூட அதைப்பற்றி நினைக்கவில்லை. ஜமீன்தாரின் ஆர்வம் கொஞ்சங்கொஞ்சமாகத் தேய்ந்துகொண்டு வந்த காலக்கட்டங்களில் அதற்கு நேர்மாறாகப் பிள்ளையின் ஆர்வம் பசவண்ணாவின் தந்திரங்களாலும் முறியடிப்புகளாலும் சீண்டப் பட்டுத் தீயாக வளர்ந்ததேயன்றி குறையவில்லை. தொடர்ந்த தோல்விகள் அவருக்குள் மேலும் மேலும் பிடிவாதத்தை வளர்க்கவே செய்தன. நாளாக நாளாக அதுவே வெறியாக மாறி அவரைப் பிடித்து ஆட்டவாரம்பித்துவிட்டிருந்தது. பொழுது புலர்ந்தால் ஜமீன் வண்டியை எதிர்பார்த்துக் கிடப்பதும் இரவு நெடுநேரம் கழித்து வீடு திரும்புவதுமாகக் கொஞ்சகாலம் கடந்தது. பிறகு வீட்டிற்கு வரும் நாட்களும் குறையத் துவங்கின. மூன்று வருடங்களுக்குப் பின் பசவண்ணாவின் வேகம் அதிகரிக்கத் துவங்கிவிட்டதாகத் தோன்றியதிலிருந்து பிள்ளை வீட்டிற்கு வருவதை அறவே நிறுத்திக் கொண்டுவிட்டார். எப்போதும் பூர்த்தியுறாத கட்டடத்திற்குள்ளேயே தம்மை அடைத்துக்கொண்டு கிடக்கத் தலைப்பட்டார். கதவுகளுடனும் சன்னல்களுக்காகத் தோண்டப்பட்டிருந்த பொக்கைகளுடனும் அவர் பேசிக்கொண்டிருக்கும் காட்சியைப் பார்த்துவிட்டு அவரை அழைத்துப்போகும் முடிவோடு வந்திருந்த அவர் மனைவி அலறியடித்துக்கொண்டு திரும்ப வீட்டிற்குத் தனியாக ஓடி வந்துவிட்டாள். உங்கள் தந்தை அசப்பில் அந்தப் பசவண்ணாவைப் போலவே இருக்கிறார் என்று அவள் தன் பிள்ளைகளிடமும் பெண்ணிடமும் அதிர்ச்சியோடு தெரிவித்தாள். பிறகு அவளும் பிள்ளையும் நான்கு வருட காலம் ஒருவரை யொருவர் பார்த்துக்கொள்ளவேயில்லை. குழந்தைகளிடம் அவருக்கான உணவு மற்றும் உடை வகைகளைக் கொடுத்தனுப்பி விட்டு அவர் திருப்பியனுப்பும்போது அவற்றைப் பார்த்துப் பார்த்து அழுதுகொண்டிருந்தாள். பல சமயங்களில் தன் கணவரை அந்த நிலைக்கு ஆளாக்கினாரென்று ஜமீன்தாரை அவள் வாய்க்கு வந்தபடி திட்டித் தீர்த்தாள். அவரைப் பகைத்துக் கொள்ள முடியாத பட்சத்தில் குடும்பத்தோடு குடிபெயர்ந்து வேறு ஊருக்குப் போய்விடலாம் என்று பிள்ளைகள் மூலமாகத் தன் கணவரிடம் மன்றாடிப் பார்த்தாள். பிள்ளை மசியவில்லை. அவள் கேட்டுக்கொண்டதன்பேரில் அவரைப் பார்த்துப் பேசப்போன அம்பலகாரர்கள் அவளுக்கு ஏற்பட்ட அதே அதிர்ச்சியுடன் திரும்பி வந்தார்கள். (அங்கே உட்கார்ந்திருப்பது பரமசிவம் பிள்ளை அல்ல. மாறாக பசவண்ணா. அவனுடைய அதே பழைய பிடிவாதத்துடனும் நிலத்தின் மீது மாறாத காதலுடனும்). அவரை வீட்டிற்குத் திருப்பும் முயற்சிகள்

பயனற்றுப்போனபோது ஊராரும் பிள்ளையின் குடும்பத்தாரும் அவர் இனி வரவே போவதில்லையென்று முடிவு செய்து கொண்டனர். காலப்போக்கில் அவர் பிரிவு பழகியும்விட்டது. அவர் இருப்பையே கிட்டத்தட்ட மறந்தும் போய்விட்டார்கள். இந்த நிலையில்தான் ஏழு வருடங்களுக்குப் பிறகு ஒருநாள் தன் வீட்டு வாசலில் கையில் ஒரு புத்தம்புதுக் குழந்தையுடன் பிள்ளை திடீரென்று தோன்றினார். அப்போது நல்ல மழை பெய்துகொண்டிருந்தது. பிள்ளை மழையில் தெப்பமாக நனைந்திருந்தார். காண்பது கனவா நனவா என்பது புரியாமல் ஆனந்தமும் அதிர்ச்சியும் ஒன்றையொன்று மேவக் குழம்பி நின்ற மனைவியிடம் கையிலிருந்த குழந்தையை ஒப்படைத்தார். பசவண்ணாவின் நிலத்தில் தான் எழுப்ப முயன்றுகொண்டிருந்த மாளிகைக்கு நூறு அடி தொலைவில் எடுப்பாரற்று மழையில் மூழ்கிப்போய் அந்தக் குழந்தை மண்ணில் கிடந்ததாகவும் கண்ணுக்கும் நினைவிற்கும் எட்டிய மட்டில் அங்கே நெடுநேரமாகவே ஆள் நடமாட்டம் இருக்கவில்லையாகையால் அதன் தாய் யாரென்று கண்டுபிடிக்க முடியவில்லை எனவும் அவர் கூறினார். நெடுநேரமாகவே அந்தக் குழந்தை மழையில் நனைந்து கொண்டிருக்கிறதென்பதை பிள்ளையின் மனைவியும் பார்த்த வுடனேயே கண்டுகொண்டாள். அதை நன்றாகக் கவனித்து ரசிக்கும் மனோநிலையிலும் அவகாசத்திலும் இல்லையென்றாலும் வார்த்தையால் விவரிக்க முடியாத அழகுடன் அது மிளிர்வதை ஒரு வினாடி அவள் மனம் அவதானிக்கத்தான் செய்தது. பிள்ளை திரும்பிப்போகும் அவசரத்தில் இருந்தார். இத்தனை நீரைக் குடித்தபிறகு இது இனி உயிருடன் இருக்கப் போவதில்லை. ஆனால் இவ்வளவு அழகான ஒரு படைப்பு இந்த உலகிற்கு வந்த சுவடே தெரியாமல் ஊரார் யார் கண்ணிலும் படாமல் மண்ணுக்குள் அனாதையாய்ப் புதைந்து போகவிருந்த கொடுமையைச் சகித்துக்கொள்ள முடியாமல்தான் இங்கே எடுத்துக்கொண்டு வந்தேன். குழந்தை இறந்தவுடன் அந்த அம்மணியின் பொறுப்பில் நல்ல முறையில் விரிவான சடங்குகளுடன் ஊரார் பார்க்க அதை அடக்கம் செய்வது என்று அவர்கள் முடிவு செய்தார்கள். பிள்ளையின் மனைவி எவ்வளவோ எடுத்துச் சொல்லியும் பிள்ளை திரும்பிப்போவதில் பிடிவாதமாக இருந்தார். பசவண்ணாவின் மோசமான தந்திரங்கள் மழையையும் ஒரு கருவியாக பயன்படுத்திக் கொண்டுவிடக்கூடுமென்று அவர் இருப்புக்கொள்ளாமல் தவித்தார். ஆனால் அதேமழை தன்னை மிக ஆழமாகத் தனக்கே தெரியாமல் பலவீனப்படுத்திக் கொண்டிருந்ததென்பதை உணராதவராயுமிருந்தார். அவர் மீண்டும் மழையில் நனைந்தபடி வீட்டு வாசற்படியைத் தாண்டியபோது அவர் மனைவிக்குத் தன் விதியை நினைத்து அழுவதைத்தவிர வேறுவழி தெரியவில்லை.

மழையின் குரல் தனிமை

அத்தனை வருடங்களுக்குப் பிறகும் சுயநலத்தினாலன்றித் தன் கணவர் காதலினால் தன் குடும்பத்தைப் பார்க்க வரவில்லை யென்கிற எண்ணம் கசப்பாய்க் கசக்க அந்த அம்மணி பிள்ளை யின் முதுகின்மேல் கதவை அறைந்து சார்த்திக்கொண்டாள். மழையின் வேகம் பிள்ளையை முன்னிறுத்தி அவளை மிகவும் அச்சுறுத்தியது. அந்த அச்சம் நூறு சதவீதம் நியாயமானதாகவும் இருந்தது. பாரமகால் வட்டாரத்தில் அப்படி ஒரு மழை நூறு வருடங்களில் முதன்முறையாகப் பெய்ததென்று அரசுக் குறிப்பில் அது பதியப்பட்டிருக்கிறது. இப்போதும் அந்த மழையைப்பற்றிக் குறிப்பிடும் நூல்களெல்லாம் அந்தப் பிரதேசம் அப்படி ஒரு மழைக்குப் பிறகும் பிரளயத்தில் மூழ்கிப்போகாமல் மீண்டு வந்ததை ஓர் ஆச்சர்யமாகவேதான் குறிப்பிடுகின்றன. குறுக்கும் நெடுக்குமாக ஊர்களை வளைத்துக்கொண்டு ஓடிய காவிரியின் சீற்றம் நிலப்பரப்பின் உட்புறமாக அமைந்திருந்த ஊர்களைக்கூட பகடைக் காய்களாக உருட்டி விளையாடிவிட்டது. குறைந்தபட்சம் அடுத்த ஒரு வருடத்திற்காவது வானத்தில் சூரிய சந்திரர்களும் நட்சத்திர தேவதைகளும் உலாவ இடம் கிடைக்காமல் தவிக்கப் போகிறார்கள் என்று சோதிடர்கள் கூறிக்கொண்டார்கள். மூன்று நாட்கள் விடாமல் வானம் பிளந்துகொண்டு கொட்டியது. பெரும் கண்ணாடிக் குண்டுகளாக மேலிருந்து பொழிந்த நீர் கூரைகளைச் சிதறடித்தது. அதேசமயம் கீழே பெருகி ஓடிய வெள்ளம் அஸ்திவாரங்களை அரித்துப்போட்டுக்கொண்டிருந்தது. கட்டடங்கள் பொம்மலாட்டப் பதுமைகளைப்போல ஊசலாடிக்கொண்டிருந்தன. இத்தனை மழைக்கும் காற்று சுவாச வேகத்தைத் தாண்டி ஒரு நூலளவு வேகங்கூடப் பிடிக்க வில்லை. அலைவில் புரண்டு தேயவேண்டுமென விதிக்கப் பட்டிருந்த இடியும் மின்னலும் நகர்ந்து செல்ல காற்றின் பாதை யின்றித் தோன்றிய இடத்திலேயே கனத்துத் தொங்கிக் கொண்டிருந்தன. ஒசூர் போன்ற உயர்ந்த நிலப்பகுதிகளில் சில வெள்ளத்திலிருந்து தப்பிக்க முடிந்தது. ஆனால் மழையின் உக்கிரம் அங்கே மிக வலுவாக இருந்தது. மலையடிவாரங்களில் அமைந்த ராயக்கோட்டை டெங்கனிக்கோட்டை சூளகிரி பிரதேசங்களின் வெள்ளப் பெருக்கில் கால்நடைகளின் பிணங்கள் மிதந்தன. முடைநாற்றமும் இருளும் குளிரும் ஊர்களின் முகங்களைக் கோரமாக மாற்றிவிட்டிருந்தன. பேராசைக்காரர் களும் கருமிகளும் திருடர்களும் புதைத்து வைத்திருந்த செல்வம் எடுக்க ஆளில்லாமல் நீரின் போக்கில் இழுபட்டுப் போயொழிந்து கொண்டிருந்தது. ஹொகேனகல் கிருஷ்ணகிரி முத்தியால்மடு அருவிகள் மலையுச்சிவரை நிரம்பி வழிந்த வெள்ளத்திற்குள் மூழ்கிக் காணாமல் போய்விட்டிருந்தன. யாரும் யாரையும் பார்த்துக்கொள்ளவில்லை. யாரும் யாருடனும் பேசிக்கொள்ள வில்லை. யாரும் எதற்காகவும் வீட்டைவிட்டு வெளியேறவில்லை.

மூன்று நாட்கள் பெய்தமழை அதன் முதல்துளி விழுந்த அந்தக் கணத்திலேயே காலம் உறைந்து நிற்கும்படி செய்துவிட்டிருந்தது. பரமசிவம் பிள்ளையின் முதுகின்மேல் கதவை அடித்துச் சார்த்திய அவர் மனைவி நான்காம் நாள் புலர்வில் கெலமங்கலம் கிராமத்தின் பிற வீட்டுக் கதவுகள் திறக்கப்படும் சத்தம் கேட்ட போதுதான் தன் வீட்டுக் கதவையும் திறந்தாள். வருமா வருமா என்று நினைத்து ஏங்க வைத்த சூரியன் வந்துவிட்டிருந்தது. வீட்டு வாசற்படியிலேயே பிள்ளை பிரக்ஞையற்ற நிலையில் விழுந்து கிடந்தார். மழை அவரைப் பலமாகத் தாக்கியிருக்கிறது என்பதும் அவர் அவள் கதவைச் சார்த்திய கணத்திலேயே நகர முடியாமல் கீழே விழுந்திருக்கிறார் என்பதும் அவளுக்கு உடனே புரிந்து போயிற்று. தொண்டையைக் கிழிக்க முயன்ற குமுறலை அடக்கிக்கொண்டு அக்கம்பக்கத்தவர்களின் உதவி யுடன் கீழே விழுந்து கிடந்தவரைத் தூக்கிப் படுக்கையறைக்குக் கொண்டு சென்று கிடத்தினாள். பிள்ளையின் உடல் நெருப்பாய்க் காய்ந்தது. வைத்தியம் தொடர்ந்து நடந்தது. மருந்துகளைத் தயாரித்து வாயில் புகட்டுவதும் ஒழிந்த நேரங்களில் உட்கார்ந்து கொண்டு அழுது தீர்ப்பதுமாகப் பொழுது கழிந்தது. ஒருவார விஷக் காய்ச்சலுக்குப்பின் பிள்ளை கண்களைத் திறந்தார். திறந்தவுடன் தன் மனைவியின் கையிலிருந்த குழந்தையைப் பார்த்துவிட்டு யாருடையது இத்தனை அழகான குழந்தை என்று கேட்டார். மழை ஒரே வீச்சில் அவருடைய ஞாபகத்திலிருந்து ஜமீன்தாரின் காதல் மாளிகை பசவண்ணாவின் தந்திரங்கள் அவருடைய வனவாசம் அவர் சகதியிலிருந்து கண்டெடுத்ததாகச் சொல்லிக்கொண்டு வந்து கொடுத்த குழந்தை யாவற்றையும் அழித்துப்போட்டுவிட்டது. அவர் ஏழு வருடங்களுக்கு முந்தின பரமசிவம் பிள்ளையாக மாறிவிட்டிருந்தார். அந்த அம்மணி யாருமற்று அனாதையாகச் சகதியில் புதைந்துபோக இருந்த அந்தக் குழந்தையை வளர்க்கும்பொருட்டு தான் எடுத்து வந்ததாகக் கூறினாள். பிள்ளையின் மனம் ஏழு வருடங்களைச் சுத்தமாக மறந்து விட்டிருந்தாலும் உடல் மழையின் ஞாபகங்களை வலுவாக ஏற்றிருந்தது. அந்த மழைக்குப் பிறகு இருபத்திரண்டு வருடங்கள் அவர் தன் அறையைவிட்டு வெளியே வரவில்லை. அவருடைய கட்டாய ஓய்வு குடும்பத்தின் பொருளாதாரச் சூழலைப் பாதிக்கவில்லை. ஏற்கனெவே தேடி வைத்திருந்த பொருளும் செய்துகொண்டிருந்த ஒப்பந்தங்களுமே எப்போதும் போல சமசார வண்டியைத் தடங்கலில்லாமல் செலுத்திக்கொண்டு போக அவர் மனைவிக்குப் போதுமானதாக இருந்தன. பற்றாக் குறைக்கு ஜமீன்தாரிடமிருந்தும் அவர் சாகும்வரை பணம் தவறாமல் வந்துகொண்டிருந்தது. அந்த அம்மணி சாகும்வரை அவற்றைக் கொண்டு நிர்வாகத்தைத் திறம்படச் செய்துகொண்டு தானிருந்தாள். ஜமீன்தார் இறந்த நான்காம் மாதத்தில் ஒருநாள்

பின்னிரவில் புழக்கடைப் பக்கம் எழுந்து சென்ற அவள் பல வருடங்களாகப் பழக்கப்பட்டிருந்த கிணற்றை அதன் பக்கத்தி லிருந்த நீர்த்தொட்டி என்று நினைத்து நீர் மொள்ளக் குனிந்து ஆழத்தை எதிர்பாராமல் கைகளைத் தொடர்ந்து உடலும் அந்தரத்தில் வளைந்து தொங்க பிடிமானம் தவறிப்போய் உள்ளே விழுந்துவிட்டாள். காலையில் பிணமாகத்தான் அவளை வெளியே எடுக்க முடிந்தது. மனைவி இறந்த அதிர்ச்சி பிள்ளையை பின்னும் இறுக்கமாக வியாதிப் படுக்கையோடு சேர்த்துக் கட்டிப்போட்டுவிட்டது. அவள் இறந்தபோது தகனத்திற்காகக்கூட அவர் தன் அறையைவிட்டு வெளியே வர உடல்நிலை இடம் கொடுக்கவில்லை. குடும்பப் பொறுப்புகளை அவர் ஸ்தானத்தில் நின்று அவர் சகதியிலிருந்து கண்டெடுத்த பிள்ளைதான் செய்து முடித்தான். மனைவியின் இறப்பிற்காகவே காத்திருந்ததுபோல பிள்ளையின் வாழ்க்கைச்சக்கரமும் வெகுவேகமாகச் சுழலத் துவங்கியது. நிகழ்வுகள் மளமளவென்று நீண்டன. அவர் பெண் அவள் தாய் இறந்து ஒரு வருடத்திற்குள்ளாகவே திருமணமாகிப் புகுந்தவீடு சென்றாள். பிள்ளை தன் குலத்தொழிலான கட்டடம் கட்டும் கலையையே தன் செல்வங்களும் கற்றுக்கொண்டு பரம்பரைப் புகழை நிலை நிறுத்தவேண்டுமென்று விரும்பினார். ஆனால் அவருடைய சொந்தப் பிள்ளைகள் இருவருக்குமே அதில் விருப்பமில்லாதிருந்தது. அவர்கள் தங்கள் தந்தையைத் தங்களுக்கு வேறுவிதமான வாழ்க்கையை அமைத்துக் கொடுத்து விடும்படி வேண்டினர். மூத்தவன் பிள்ளையின் செல்வாக்கில் ராயக்கோட்டை வனச்சரகத்தில் ரேஞ்சர் வேலையில் சேர்ந்து கொண்டான். அங்கிருந்து பின் தென்தமிழ்நாட்டின் மூலையி லிருந்து புனலூர் வனச்சரகத்திற்கு மாற்றப்பட்டபின் அவனைப் பிள்ளை பார்க்கவேயில்லை. பிராமணப்பெண் ஒருத்தியைக் கல்யாணம் செய்துகொண்டு சில வருடங்களுக்குப்பின் நெல்லைச்சீமையில் அப்போது கிலியூட்டும்படி பிரபலமாகியிருந்த தலைமறைவு இயக்கமொன்றினால் ஈர்க்கப்பட்டு சுதேசியாகி தூத்துக்குடி கலவரத்தின்போது அந்தப்பையன் சுட்டுக் கொல்லப் பட்டுவிட்டான். செய்தி கிடைத்தபோது பிள்ளை பெரிதாக அதிர்ச்சியடையவில்லை. அவரைப் பொறுத்தவரை அவன் அதற்குப் பல வருடங்களுக்கு முன்பே செத்துப்போய்விட்டிருந்தான். இரண்டாவது பையன் கொஞ்சம் நாகரீகப் பேர்வழி. அவன் தன் தகப்பனிடமிருந்து கணிசமான ஒரு தொகையைப் பெற்றுக் கொண்டு சேலம் போய்விட்டான். அங்கே சொந்தமாகத் தொழில் செய்து கண்ணியமாகப் பிழைத்துக்கொண்டிருப்பதாகத் தகப்பனையும் தம்பியையும் பார்க்க வருகிறபோது சொல்வான். தங்களுக்காக அவன் கொண்டு வருகிற சீதனப் பொருள்களும் அது உண்மைதான் என்று அவர்கள் நம்பும்படி செய்திருந்தன. அவனுக்குக் கூத்தியார் தொடர்பிருப்பதாகச் சேலம் போய்விட்டு

வந்தவர்கள் பிள்ளையின் காதுகளில் விழாதபடி தத்துப்பிள்ளையின் காதுகளில் சொல்லி அங்கலாய்த்துக்கொண்டார்கள். கல்யாணம் எதுவும் செய்துகொள்ளாமல் அந்தப் பிள்ளை கடைசிவரையில் மைனராகவே தன் காலத்தைக் கடத்திவிட்டான். ஆக எஞ்சியிருந்த ஒரே பையன் பரமசிவம் பிள்ளை சகதியிலிருந்து கண்டெடுத்த சாரங்கன் என்பதாகப் பெயரிடப்பட்ட அந்தப் பையன்தான். அவன் சந்தோஷமாக பிள்ளையிடமிருந்து பரம்பரைத் தொழிலைக் கற்றுக்கொள்ள இசைந்தான். மழை வீட்டைக் கட்டியது அவன்தான். இருபத்திரண்டாவது வயதில் ஒருநாள் அவன் தன் தகப்பனை அவர் பல வருடங்களாகப் பார்க்காமல் மறந்தே போய்விட்ட வெளி உலகத்தை மீண்டும் பார்க்கும் பொருட்டாகப் படுக்கையிலிருந்து எழுப்பி அழைத்து வந்தான். சொல்லி வைத்தாற்போல அன்று மழையும் வந்து விட்டிருந்தது. அவன் கட்டியிருந்த வீட்டைப் பார்த்தபோது அதுவரையில் தன்னை அலைக்கழித்துக்கொண்டிருந்ததாக நினைத்த பயமும் கவலையும் வியாதியும் உண்மையில் தன்னுடைய கற்பிதங்களேயன்றி நிஜமில்லை என்பதைப் பிள்ளை உணர்ந்தார். பல உண்மைகள் அவருக்குப் புரிவதுபோல இருந்தன. வருடங்களுக்கு முன்பு அவரைவிட்டு அகன்றுபோன அமைதியும் தெளிவும் நிதானமும் இளமையும் மீண்டும் அவரை வந்தடைந்தன. பிறகெப்போதும் அவர் அவற்றை இழக்காதிருந்தார்.

சகதியில் புதைந்துகொண்டிருந்தானென்று சாரங்கனைப் பரமசிவம் பிள்ளை அவர் மனைவியிடம் கொண்டுவந்து கொடுத்தபோது அவனை முழுசாகக் கவனிக்கும் சாவதானமான மனநிலையில் அவள் இல்லை. மீண்டும் பசவண்ணாவின் நிலத்திற்குப் போகும் முனைப்பிலிருந்த தன் கணவனை எப்படியாவது மீட்டுக்கொள்ளவேண்டுமென்கிற துடிப்பிலும் பிறகு சார்த்திய கதவிற்குப் பின்னே அவரைத் திரும்பத் தொலைத்துவிட்ட துக்கத்திலும் அவனை முற்றிலுமாக மறந்துவிட்டாள். நெடுநேரத்திற்குப் பிறகு மனதைத் தேற்றிக் கொண்டு தன் அன்றாடத்திற்குள் தன்னைப் புதைத்துக்கொள்ளத் திரும்பியபோதுதான் சொந்தக் குழந்தைகளின் கைகளில் வேறொரு புதிய குழந்தையையும் பார்த்தாள். அந்தப் புத்தம் புதிய இரண்டுநாள் குழந்தை அவர்களின் முகம் பார்த்துச் சிரித்துக்கொண்டிருந்ததைப் பார்க்க அவளுக்கு ஆச்சரியமாக இருந்தது. அங்கே துவங்கி சாரங்கன் அவள் ஆச்சரியப்படும்படியான கணங்களைத் தொடர்ந்து கொடுத்துக்கொண்டே இருந்தான். அவன் சிரித்து விளையாடிக் கொண்டிருந்ததைப் பார்த்தபோது தான் அவன் அழவேயில்லை என்கிற விஷயமும் அவள் கவனத்தில் பிடிபட்டது. மழையில் நனைந்த அதிர்ச்சியில்

அவன் அழுவதை மறந்து போயிருக்கக்கூடும் என்று அவள் எண்ணிக்கொண்டாள். அப்போது மட்டுமல்ல. தன் இருபத்திரண்டாவது வயதில் கமலத்தைப் பார்க்கும்வரை சாரங்கனின் கண்களில் கண்ணீரை யாரும் பார்க்கவில்லை. அடுத்த இரண்டு நாட்களில் அவனைப் பராமரிக்கும் பணியில் அவள் தன்னை ஈடுபடுத்திக்கொண்டபோது அவன் அழகை விஸ்தாரமாகக் கண்டு வியக்கும் ஆசுவாசமான மனநிலையும் அவளை வந்தடைந்தது. செதுக்கியதைப்போல நாசியும் உதடுகளும் கைகால்களும் பின்னாளில் ஊரில் அதிகம் பேசப்படும் விஷயங்களில் ஒன்றாக இருக்கப்போகிறதென்பதை அவள் அப்போதே தெரிந்துகொண்டாள். குழந்தை கரிய நிறத்தவனாக இருந்தான். கருப்பென்றால் பட்டுக் கருப்பு. கொஞ்சமும் பிற நிறம் கலக்காத தூய கருப்பு. பாம்பின் உடல்போல கிலியூட்டும் விதத்தில் அந்த நிறம் அவள் கைகளில் நெளிந்தபோது பளபளத்தது. அதற்கு நேரெதிராக அல்லது அதை மேலும் எடுத்துக்காட்டும் விதத்தில் பின்புலமாக அவன் கண்கள் நெருப்பைப்போல கனிந்து சிவந்திருந்தன. இந்தச் சிவப்பைப் பார்த்தவிட்டுத்தான் வெளியே இல்லாததைப்போல இருந்தாலும் உள்ளே அவனைக் கொன்றுகொண்டிருக்கும் காய்ச்சல்தான் கண்களின் வழியே அப்படி ஜொலிக்கிறதென்று கணவன் மனைவி இருவருமே எண்ணிவிட்டார்கள். ஆனால் குழந்தை சாகவில்லை. சாகவில்லையென்பது மட்டுமல்ல மழையில் அவ்வளவு நேரம் நனைந்ததென்று பரமசிவம் பிள்ளை சொன்னதை ஆமோதிக்கும் விதத்தில் ஒரு தும்மலையேனும் வெளிப்படுத்தவில்லை. சாரங்கன் வளர்ந்தபோதும் நீர் சம்பந்தப் பட்ட வியாதி எதிலும் சிக்கிக்கொண்டு ஒரு நாளேனும் படுக்கையில் விழுந்து கிடந்ததில்லை. அவன் உடல் வியாதிகள் தாக்கவியலாத வலுவும் ஒளி ஊடுருவக் கூடிய ஸ்படிகத் தன்மையும் காயம் பட முடியாத நெகிழ்வும் கொண்டதென்று சில நாட்களில் பிள்ளையின் மனைவி தெரிந்துகொண்டபோது பின் எப்படி அவன் தன் மூப்பையும் சாவையும் சந்திக்கப் போகிறானென்று எண்ணிச் சில சமயங்களில் கவலைப் பட்டிருக்கிறாள். (ஒரு எல்லைக்குமேல் வாழ்க்கை சகித்துக் கொள்ள முடியாதபடி அலுப்பூட்டக் கூடியதாகிவிடும்போது?). பிள்ளையின் வீட்டில் சாரங்கன் செல்லக் குழந்தையாகவே வளர்ந்தானென்றுதான் சொல்லவேண்டும். பிள்ளையின் மனைவியைப் பொறுத்தவரை அவன் ஓர் அதிசயக் குழந்தை. மண்ணில் புதைந்து கொண்டிருந்தவனில்லை. மாறாக மண்ணிலிருந்து முளைத்துக்கொண்டிருந்தவன். தன் கணவன் திரும்ப வீடுவந்து சேரவும் பாழாய்ப்போன சாபம் பிடித்த பசவண்ணாவின் நிலத்தை மறந்துபோய் வீட்டிலேயே நிரந்தர மாகத் தங்கவும் அவன்தான் காரணம். பிள்ளையும் அவர்களின்

சொந்தக் குழந்தைகளுமேகூட சாரங்கன் மீது அன்பைப் பொழிவதில் குறைவைக்கவில்லை. சாரங்கன் சிறுவனாக வளர்ந்துகொண்டிருந்த போதோ அந்தக் குடும்பத்திற்கு மட்டுமன்றி ஊராருக்கும் செல்லக் குழந்தையாகியிருந்தான். பத்து வயது நிறைவடைந்தபோது அவனையொத்த சிறுவர்களின் ஏகமனதாய்த் தேர்ந்தெடுக்கப்பட்ட தலைவன். எப்போதும் அவனைச் சுற்றிச் சிறுவர் பட்டாளம் நெருக்கிக்கொண்டிருக்கும். அவன் சொல்லும் கதைகள் அவர்களை அவர்கள் அதுவரையில் பார்த்தேயிராத உலகங்களுக்கு அழைத்துச் சென்றன. உலகின் மறுபக்கத்திலிருக்கும் அநேக தேசங்களைப்பற்றியும் அவற்றின் பிரமிப்பூட்டும் மாளிகைகள் பற்றியும் அவற்றில் தூங்கிக் கொண்டிருக்கும் அழகிய இளவரசிகள் பற்றியும் அவர்களை யார் எப்போது எப்படி எழுப்புவார்கள் என்கிற ரகசியத்தையும் சாரங்கன் தெரிந்து வைத்திருந்தான். விளையாடுவதற்கென்று அவன் கண்டுபிடிக்கும் இடங்கள் அவன் நண்பர்கள் சந்தோஷ பயத்தில் மூச்சடைத்துப்போகும்படி செய்ய வல்லனவாக இருந்தன. அவர்கள் அதற்குமுன் ஒருபோதும் அவற்றை விளையாட ஏதுவான இடங்களாகக் கற்பனை செய்துகூட பார்த்ததில்லை. நீர்ப் படுகைகளின் ஓரத்திலிருக்கும் எலிவளைகள் அடர்த்தியாகப் பின்னப்பட்டிருக்கும் சிலந்திக் கூடுகள் மரப்பொந்துகள் பறவைகளின் கூடுகள் என்று இப்படி ஏராளமான ஒளிவிடங்களை அவர்கள் சாரங்கனோடு சேர்ந்து கண்டுபிடித்தார்கள். அவற்றில் ஏற்கனெவே வசித்து வந்த உயிர்களோடு சாரங்கன் அவர்களுக்குப் பழக்கமேற்படுத்திக் கொடுத்தான். இதையெல்லாம் சாரங்கன் மட்டும் எப்படித் தெரிந்து வைத்திருக்கிறான் என்று அவர்கள் ஆச்சரியப்பட்டார்கள். அவற்றைப்பற்றி அவனுக்குச் சொல்லும் ரகசியக் குரலை அவர்களால் கேட்க முடியவில்லை. அந்த நட்பைச் சாரங்கனுடைய தனிமை அவனுக்குப் பெற்றுத் தந்தது. மழைப்பருவங்களில் மற்ற பிள்ளைகளை அவர்களுடைய கண்டிப்பு மிகுந்த பெற்றோர்கள் சாரல் தெறிக்காத வண்ணம் வீட்டின் உள்ளறை களுக்குள் வைத்துப் பூட்டி வைத்தார்கள். அப்போதெல்லாம் சாரங்கன் தனிமையில் தன் பொழுதைக் கழிக்கும்படி விடப்பட்டான். மழைப்பருவங்களில் அவனைக் கைவிட்டு விடாத நட்பு ஒன்று இருந்ததென்றால் மழைதான் அது. சாரங்கன் மழையோடுதான் வளர்ந்தான். (வானத்தின் முகம் கருக்கும் போதெல்லாம் சாரங்கனின் முகம் பிரகாசமாகிவிடும்). மழை ஊர்க்காரர்கள் நினைத்திருந்ததைப்போல கொள்ளை நோயை ஊருக்குள் ஏவிவிடும் மந்திரவாதியாகச் சாரங்கனிடம் நடந்து கொள்ளவில்லை. மாறாக அது அவனை அந்த ஊருக்குள்ளேயே இருந்த ஆனால் யாருமே அதுவரை பார்த்திராத பிரமாதமான ஒளிவிடங்களுக்கெல்லாம் அழைத்துப்போய்க் காண்பித்தது.

மிக உயரத்திலிருந்து உலகம் முழுவதையும் சுற்றிப் பார்த்து அங்கே கண்ட விந்தைகளையெல்லாம் பற்றி அவனுக்கு கதைகதையாய்ச் சொன்னது. சாரங்கன் மழையின் குரலைத் தெளிவாகக் கேட்டான். மழையுடன் காலம் போவது தெரியாமல் விளையாடினான். பெரும்பாலும் அந்தப் பருவங்களில் அவன் வீட்டிற்கு வரும் நேரம் குறைவாக இருந்தது. ஆனாலும் பிள்ளையோ அவன் மனைவியோ அவனைத் தடுக்கவில்லை. மழைக்கும் அவனுக்கும் இடையே இருந்த உறவைப்பற்றி அவர்களுக்கும் தெரிந்திருந்தது. ஆதலால் அவனை அவன் போக்கில் அனுமதித்துவிட்டார்கள். அறைகளுக்குள் அடைபட்டுக் கிடக்கும் மற்ற சிறுவர்களெல்லோரும் பொறாமையோடும் ஏக்கத்தோடும் புழுங்கிக்கொண்டிருக்கையில் சாரங்கன் அந்தப் பருவம் பூராவும் மழையுடன் உறவாடிக் கொண்டிருப்பான். பருவம் முடிந்தவுடன் மழை விடை பெற்றுக்கொள்கையில் சொல்லி அதிசயப்படுத்துவதற்கு மேலும் எண்ணற்ற வினோதமான கதைகளையும் காட்டிப் பீற்றிக்கொள்வதற்கு மேலும் அற்புதமான ஒளிவிடங்களையும் தன் பரிசாகச் சாரங்கனிடம் விட்டுச் செல்லும். மழைப்பருவம் ஒன்றில்தான் சாரங்கன் ஊராரால் மறக்கப்பட்டுவிட்ட பசவண்ணாவின் நிலத்தை மீண்டும் கண்டுபிடித்தான். கெலமங்கலத்திலிருந்து விளையாடிய படியே ஒசூர்வரை கூட்டி வந்துவிட்ட மழை ஜமீன்தாரின் பழைய காதல்மாளிகை முன் அவனைக்கொண்டு வந்து நிறுத்தியபோது தொடர்ந்து வேறெங்கும் தேடவேண்டிய அவசியமின்றி விளையாடுவதற்கு மிகச் சிறந்த இடமொன்றைக் கடைசியில் கண்டுபிடித்தாயிற்று என்றே சாரங்கன் எண்ணினான். எலி வளைகளும் புதர்களும் அடர்ந்த மரங்களும் ஊஞ்சலாடத் தோதாகக் கிளைகளைப் பிணைத்துக் கட்டப்பட்டிருந்த கயிற்றின் பருமனுள்ள சிலந்தி வலைகளும் பறவைக் கூடுகளும் ஏராளமாய் அந்தக் கட்டடத்தினுள் வளர்ந்து மண்டிக் கிடந்தன. ஒளிந்து கொள்ள ஏதுவாக இருளும் குறைவில்லாமல் செழித்திருந்தது. தனித்தனியாக ஒவ்வோர் இடத்தில் ஒவ்வொன்றாகச் சிதறிக் கிடந்த வசதிகள் அனைத்தும் அலையத் தேவையில்லாதபடி ஒரே இடத்தில் குவிந்து கிடந்தன. சாரங்கன் அடைந்த சந்தோஷத்திற்கு அளவேயில்லை. தன் வருங்காலத்தைப்பற்றி முன்னரே ஊகிக்கும் அளவிற்கு அப்போது அவன் மனத்தால் வளர்ந்திருந்தானோ இல்லையோ ஆனால் இனி அந்த இடம்தான் தன்னுடைய நிரந்தரமான விளையாட்டு மைதானம் என்று அதைப் பார்த்த மாத்திரத்திலேயே அவன் மனம் நிச்சயித்துக் கொண்டுவிட்டது. மழைப்பருவம் எப்போது முடியும் எப்போது அந்தப் புதிய இடத்தைத் தன் சகாக்களுக்குக் காட்டி அவர்கள் வாயைப் பிளப்பதைப் பார்த்து சந்தோஷப்படுவது என்று அவன் துடித்துக்கொண்டிருந்தான். ஆனால் மழைப்பருவம்

முடிந்து அவர்களை அந்த இடத்திற்கு அழைத்துக்கொண்டு வந்தபோது அவர்களனைவரும் பாழடைந்த பழைய மாளிகையைப் பார்த்துவிட்டுப் பயத்தில் முகம் வெளிறிப் போனார்கள். தன்னைத் தவிர மற்ற எல்லாச் சிறுவர்களுக்கும் அவர்கள் பிறந்த நாள் முதலாகவே அந்த இடத்தின் கதை பெரியவர்களால் சொல்லப்பட்டு வந்திருக்கிறதென்கிற உண்மை அப்போதுதான் சாரங்கனுக்குத் தெரியவந்தது. தன்னால்தான் முதன்முதலில் கண்டுபிடிக்கப்பட்டதாக நினைத்துப் பெருமை யுற்றுக்கொண்டிருந்த அந்த இடம் உண்மையில் தன்னைத் தவிர மற்ற எல்லோருக்கும் நெடுங்காலத்திற்கு முன்பே பரிச்சய மான ஒன்று என்பதை அறிந்தபோது சாரங்கன் திடுக்கிட்டுப் போய்விட்டான். மேலும் விநோதமென்ன வென்றால் மறக்கப்படவேண்டுமென்பதற்காகவே அந்தக்கதை அவர்களுக்குச் சொல்லப்பட்டிருந்தது. துயரமேகம் சாரங்கனின் நிர்மலமான மனதைச் சூழ்ந்துகொண்டது. எல்லோருக்கும் தெரிந்திருக்கும் ஒரு சாதாரணமான உள்ளூர் விஷயம் உலகின் மறுபக்கத்தி லிருக்கும் அதிசயங்களைக்கூட தெரிந்து வைத்திருப்பதாய்ப் பீற்றிக்கொள்ளும் தனக்குத் தெரியவில்லை யென்கிற தாழ்வுணர்ச்சியும் அவனைப்பற்றிக்கொண்டது. தன் சகாக்கள் மத்தியில் முதல் தடவையாக ஆனால் மிக மோசமாகத் தோற்றுப் போய்விட்டதாக நினைத்து அவன் மிகவும் தனிமைப்பட்டுப் போனான். தனக்கு மட்டும் ஏன் இது சொல்லப்படவில்லை யென்பதும் அவனுக்கு விளங்கவில்லை. ஆனால் ஒன்றுமட்டும் நிச்சயமாகத் தெரிந்தது. இதுகாறும் சொல்லப்படாத கதையை இனிமேலும் தன் தாய்தந்தையரிடமிருந்து வரவழைக்க முடியாது. மறைத்து வைக்கப்படும் விஷயங்களின்மேல் கூடுதல் அபிமானம் கொள்ளும் மனித இயல்பு சாரங்கனை அந்த இடத்திற்குப் பின்பு அடிக்கடி வந்துபோகத் தூண்டியது. மற்ற சிறுவர்க ளெல்லோரும் மறுத்துவிட்டாலும் அவன் அங்கே தொடர்ந்து சென்று வருவதை வழக்கமாக்கிக்கொண்டுவிட்டான். மழை அவனைத் தைரியப்படுத்தி வைத்தது. மழைப் பருவங்களில் இரவு நேரத்தில்கூட அவன் அங்கே மழையுடன் தங்கினான். தாய்தந்தையரும் ஊராரும் சொல்லாத கதையைத் தனிமை அவனுக்குச் சொன்னது. சாரங்கனுடைய நடவடிக்கைகள் ஊராருக்குத் தெரிய வந்தபோது அதை அவர்கள் அவனுடைய தாய் தந்தையரின் காதுகளில் போடத் தயங்கினார்கள். பசவண்ணாவின் நிலம் பற்றிய செய்தி மறுபடி பரமசிவம் பிள்ளை குடும்பத்தின் காதுகளில் விழுமானால் உடனே அங்கே மரணம் சம்பவிக்கும் என்று அவர்கள் அஞ்சினார்கள். எனவே சாரங்கனையே கூப்பிட்டு மிக மெல்லிய குரலில் அவன் காதுகளுக்குள் அவனை எச்சரிக்க முயன்றார்கள். சாரங்கன் காதுகளை மூடிக்கொண்டுவிட்டான். ஒளிந்து ஒளிந்து

புழுங்கிக்கொண்டிருந்த பழைய ஞாபகங்கள் மீண்டும் ஊருக்குள் வளைய வரத் துவங்கின. இந்தச் சமயத்தில்தான் ஜமீன்தார் எதிர்பாராத விதமாகத் திடீர் மரணம் அடைந்தார். தொடர்ந்து பிள்ளை மனைவியின் அகால மரணம். ஊராரால் செய்ய முடியாத காரியத்தை அந்த அம்மணியின் இறப்பு தற்காலிகமாகச் செய்து வைத்தது. தாயின் சாவு அதுவரை விளையாட்டுப் பிள்ளையாய் இருந்த சாரங்கனைப் பெரிய மனிதனாக்கி விட்டது. தந்தையின் இயலாமையை ஈடுசெய்யும்வண்ணம் அவன் குடும்பப் பொறுப்புகளில் தன்னை ஐக்கியப்படுத்திக்கொள்ளும் கட்டாயம் ஏற்பட்டது. இதனால் பசவண்ணாவின் நிலத்திற்குச் சாரங்கன் போய்வரும் தருணங்கள் சிறிது சிறிதாக ஆனால் தற்காலிகமாகக் குறைந்தன. ஒரு மூன்று வருடங்கள் கிட்டத்தட்ட நின்றே போயிருந்தன என்றுகூடச் சொல்லலாம். ஆனால் உடலால் அல்லாவிட்டாலும் உள்ளத்தால் அவன் அங்கேதான் தன்னை முழுவதுமாக ஒப்படைத்திருந்தான். அப்போது அவனுக்கு வயது பதினேழு தொடங்கியிருந்தது. மலைபோல் தன்முன் குவிந்திருந்த பொறுப்புகளையெல்லாம் அவன் கரைக்க முனைந்தபோது பெரியவர்களின் உலகை அறிந்துகொள்ளும் சந்தர்ப்பங்கள் கிடைக்கத் துவங்கின. அவனிடமிருந்த குழந்தைமை மெதுமெதுவாக அவனிடமிருந்து விடை பெற்றுக்கொண்டது. முன்னோர் இறந்த ஒரு வருடத்திற்குள் சுபகாரியங்கள் நடந்தால் இறந்தவர்களின் நேரடியான ஆசிகள் கிட்டுமென்று பிள்ளையின் மனைவி இறந்த ஒன்பதாவது மாதத்தில் டெங்கனிக்கோட்டை பக்கத்திலிருந்து ஒரு வசதியான வரனைப் பிடித்துத் தன் தமக்கையின் திருமணத்தை முதலில் நடத்தி வைத்தான். பிள்ளையின் மற்ற இரு மகன்களும் வீட்டிலிருந்து உத்தியோக நிமித்தமாக வேறுவேறு ஊர்களுக்குப் பிரிந்து சென்றபின் தந்தையின் வேண்டுகோளின்பேரிலும் சுய விருப்பத்தின்பேரிலும் குலத்தொழிலைக் கற்றுக்கொள்வதில் முனைந்தான். தன் தந்தையைத் தன் குருவாகவும் ஏற்றுக்கொண்டான். கெலமங்கலம் வீட்டில் அவர்களிருவரும் மட்டும்தான் இருந்தார்கள். பிள்ளை எவ்வளவோ வற்புறுத்தியும்கூட ஒரு வேலைக்காரனை அமர்த்திக்கொள்ளச் சாரங்கன் சம்மதிக்கவில்லை. தந்தையின் பணிவிடைகள் யாவற்றையும் தானே உவப்போடு செய்து வந்தான். அதை குருதட்சிணை என்றும் கூறிக்கொண்டான். அது ஒரு வினோதமான பள்ளியாக இருந்தது. கட்டட வேலை நடக்குமிடங்களுக்குச் சாரங்கனைக் கூட்டிச் சென்று பயிற்றுவிக்கும் உடல் வலு பிள்ளைக்கு இல்லை. வீட்டிலிருந்த படியேதான் அந்த வித்தையை அவனுக்குக் கற்றுக் கொடுத்தார். அதை அவன் நடைமுறைப்படுத்திப் பார்க்கும் இடங்களிலிருந்து மிக விலகியிருந்தார். கட்டடம் கட்டவேண்டிய நிலத்தின் அளவு மண்ணின் தன்மை பருவநிலை திசை கட்டுபவனின் நிதி வசதி

கிரகநிலை குடும்ப அங்கத்தினர்களின் எண்ணிக்கை குணாம்சம் கட்டப்படும் நிலத்தின் மேல் காற்று நிலைகொள்ளும் உயரம் ஆகியவற்றைச் சாரங்கன் அவரிடம் வந்து சொல்லுவான். சொன்ன மாத்திரத்தில் வீட்டின் அளவு அறைகளின் எண்ணிக்கை அமைவு விஸ்தீரணம் தேர்ந்தெடுத்துக்கொள்ளவேண்டிய கல்வகை நடப்படவேண்டிய பலிமரம் கலவையின் தன்மை நீர்மூலை கட்டடத்தின் உயரம் சமையல் நெருப்பின் திசை அஸ்திவாரத்தினுள் வைக்கப்படவேண்டிய திருஷ்டிப் பொருள்கள் பூசை கொள்ளவேண்டிய தெய்வம் வாஸ்து புருஷனின் அமைவு பார்வை மூலை வீட்டின் நிறம் உட்புறச் சுவர்களின் மணம் இவ்வளவையும் கணக்கிட்டு பிள்ளை சாரங்கனிடம் சொல்லி விடுவார். அதற்கேற்றபடி கலவைகள் அமையவேண்டிய விதத்தையும் விளக்கிவிடுவார். சாரங்கன் முதலில் தன் தகப்பன் காட்டிவிட்ட வழியிலேயே கட்டடங்களைக் கட்டிமுடித்துப் பயிற்சி பெற்றான். வீடுகட்ட விழைகிறவர்களின் குணாம்சங்களும் அதற்கேற்றபடி அமைக்கப்படும் வீடுகளின் தன்மையும் பாணியும் ஒரு குறிப்பிட்ட சுழற்சியில் திரும்பத் திரும்ப வருகின்றன என்பதைப் புரிந்துகொள்ள அவனுக்கு அவகாசம் தேவைப்பட்டது. ஆனால் அதிகம் தேவைப்படவில்லை. விரைவிலேயே அவன் அந்த வட்டத்தைத் தன் கற்பனையால் பெரிதுபடுத்தத் துவங்கிவிட்டான். தன் கடும் உழைப்பாலும் ஈடுபாட்டாலும் கட்டடங்களின்மேல் பளிச்சிடும் தன் தந்தையின் சாயலை அகற்றித் தன் முத்திரையை அவற்றில் பதிப்பதில் வெற்றி பெற்றான். பிள்ளையின் விலகல் அவனுக்கு மேலும் சில வாய்ப்புகளையும் ஏற்படுத்திக் கொடுத்தது. பரீட்சார்த்தமாகச் சில பாணிகளை அவன் தன் தந்தையின் சேய்மையைப் பயன் படுத்திக்கொண்டு முயன்று பார்த்தான். உதாரணமாகச் சுண்ணாம்புக்குப் பதிலாக மணலும் சுண்ணாம்பும் கருங்கல் துகள்களும் கலந்த சாம்பல் நிறச் செயற்கை மண் ஒன்றைத் தான் கட்டும் கட்டடங்களில் புதிதாக அறிமுகப்படுத்தினான். தூரதேசங்களில் அது பயன்படுத்தப்படும் விதத்தை மழை அவனுக்கு தெரியப்படுத்தியிருந்தது. அதுபோலவே விதானங் களுக்குச் சுள்ளிகளை இணைத்து இலை தழைகளால் படுகையிட்டு அதன் மேல் கலவையைக் கொட்டிக் கெட்டிப்படுத்தும் பழைய முறைக்குப் பதிலாகக் கம்பிகளை வளைத்து உலோக வலைகளை விரித்துக் கலவையைப் பரப்பிக் கிட்டிக்கும் புதிய முறையையும் அந்த வட்டாரத்திற்குக் கொண்டுவந்தான். அறைகளின் நடுவே பார்வையை மறைத்தபடி நிற்கும் தூண்களைச் சுவரோரத்திற்கு நகர்த்தினான். விதான மையங்களை ஒரே இடத்தில் குவிக்காமல் பக்கச் சுவர்களைத் தாங்கிகளாக்கிப் பரவலாக்கினான். சீக்கிரமே தந்தையின் இடத்தைச் சாரங்கன் பிடித்துக்கொண்டான். அவர் தொழில் களத்திலிருந்து விலகியிருந்த காலத்தில் அந்தச்

சந்தர்ப்பத்தைப் பயன்படுத்திக்கொண்டு இலுப்பைப் பூக்களாக மொய்த்துக்கொண்டிருந்த பல போலிகளைச் சாரங்கனின் மேதமை மேடையிலிருந்து கீழே தள்ளியது. பிள்ளைப் பிராயத்தில் அவனுடைய தனிமையைப் போக்கும் துணையாயிருந்த மழை சாரங்கன் வளர்ந்தபோது விசுவாசமிக்க வேலையாளாக மாறியது. பருவகாலங்களின் மாறுதல்கள் சாரங்கன் ஏற்றுக்கொண்ட வேலைகளைத் தாமதப்படுத்தவோ தடுத்து நிறுத்தவோ இல்லை. மழைக் காலங்களில் அவன் பொறுப்பெடுத்துக்கொண்ட கட்டடங்களில் மட்டும் வேலை நடந்துகொண்டிருந்தது. புதிதாகப் பூசப்பட்ட ஈரம் காயாத பச்சைச் சுவரானாலும் பலத்த மழைக்குப் பிறகும் அதன் அடையாளம் சுவரில் பதிந்திருக்காது. அதற்குப் பின்னும் அது வெய்யிலில் காயத்தான் வேண்டுமென்றால் மழை தன் வரவைச் சில நாட்கள் தாமதப் படுத்திக்கொண்டது. தேவைப்படும்போது பருவகாலம் தொடங்கியிராவிட்டாலும் ஓரிரு முறை சாரங்கனுடன் வந்து இருந்துவிட்டுப்போனது. தண்ணீரின் சுவை கலவைகளில் குறிப்பிடத்தக்க அளவு அடர்த்தியைக் குறைக்கவோ சேர்க்கவோ செய்யுமென்று அதற்கேற்றபடி நீர்ச் சேர்மானத்தை மாற்றிக் கொள்ளும் ரகசியத்தையும் மழை அவனுக்குச் சொல்லிக் கொடுத்திருந்தது. பிள்ளை அறிந்திராத பல நெளிவுசுளிவுகளைச் சாரங்கன் இரவு நேரங்களில் அவரருகே அமர்ந்துகொண்டு கதைபோல சொல்லும்போது அவர் வியப்பிலாழ்ந்து போவார். சிறுவயதில் தன்னையொத்த சிறுவர்களுக்குச் சொன்ன கதைகளி லிருந்ததுபோலவே பல புதிர்ப் பாதைகள் அதனுள் செல்லச் செல்ல நீண்டுகொண்டே போவது தந்தையிடம் பேசப்பேச அவனுக்கும் அனுபவப்பட்டது. உண்மையில் தன் சிறுபிராயத்து விளையாட்டுகளின் நீட்சியாகவே தன் தொழிலையும் சாரங்கன் அனுபவித்துச் செய்துகொண்டிருந்தான். அதில் அவனுக்குச் சவாலும் அபரிமிதமான சந்தோஷமும் கிடைத்து வந்தன. மூன்று வருடங்களுக்குப்பின் பசவண்ணாவின் நிலத்திற்கு மறுபடி திரும்பி வந்தபோது அவன் பழைய சிறுவன் சாரங்கனாக இல்லை. உடலாலும் உள்ளத்தாலும் நன்கு வளர்ந்த பக்குவப்பட்ட பெயர் பெற்ற கட்டடக் கலைஞர்கள் மத்தியிலும் தனவந்தர்கள் வட்டாரத்திலும் தனக்கென்ற ஓர் இடத்தைப் பிடித்துத் தக்கவைத்துக்கொண்டுவிட்ட பெரிய மனிதனாகியிருந்தான். பசவண்ணாவின் நிலமும் அவன் பார்வையில் பழைய விளையாடும் மைதானமாக இல்லை. இனி அதுதான் தன் இருப்பிடம் என்பது சாரங்கனுக்கு உறுதியாகத் தெரிந்திருந்தது. அங்கே கட்டப்படவிருக்கும் வீட்டின் வரைபடமும் அவன் மனதில் வண்ணத் தூரிகையால் தெளிவாக வரையப்பட்டிருந்தது. அடுத்த சில தினங்களிலேயே அவன் வேலையைத் துவக்கி விட்டான். அடர்ந்த காட்டை வெட்டி வெளியை உண்டாக்கி

னான். மழை அரித்தது போக எஞ்சியவற்றைக் கரையானும் அரித்து ஏற்கனெவே எலும்புக் கூடாகியிருந்த ஜமீன்தாரின் பழைய கனவு மாளிகையை இடித்துத் தரைமட்டமாக்கினான். வேலைகள் மளமளவென்று நடந்தன. பசவண்ணாவின் சாபம் பற்றி யார் சொன்னதும் அவன் காதுகளில் ஏறவில்லை. ஊராரின் கதைகளில் மேலும் காட்சிகள் சேர்ந்தன. விலக்கப்பட்டவற்றின் மீதான விருப்பத்தை ஒருவனுக்குள் விதைப்பது அவன் முதியவனாயிருந்தால் தொழில் விரோதியும் இளைஞனாயிருந்தால் காதலியும் என்பார்கள். சாரங்கன் தன் மனதில் மறைத்து வைத்திருக்கும் காதலிக்காகவே அந்த வீடு எழுப்பப்படுகிறது என்று ஊர் பேசிக்கொண்டது. அதை யாரும் அவனிடம் வெளிப்படையாகக் கேட்கவில்லையானாலும் ஒவ்வொருவர் மனதிலும் அந்த எண்ணமே மேலோங்கியிருந்தது. ஆசைக்கும் சாபத்திற்குமான பழைய துவந்தம் மீண்டும் துவங்கிவிட்டதென்று முதியவர்கள் சொல்லி வருத்தப்பட்டுக் கொண்டார்கள். இதற்கு நேர்மாறாகச் சாரங்கனின் கனவுகளில் நடமாடுவதாக நம்பப் பட்ட காதலியோ ஊர் முழுக்க பெற்றவர்களுக்குத் தெரியாமல் ஒவ்வோர் இளம் பெண்ணுக்குள்ளும் புகுந்து பெருகினாள். ஆக நம்பிக்கையுடனோ அவநம்பிக்கையுடனோ துயரத்துடனோ சந்தோஷத்துடனோ ஒவ்வொருவரும் சாரங்கன் தன் வீட்டைக் கட்டிமுடிக்கும் நாளை ஆவலோடு எதிர்பார்த்துக்கொண் டிருந்தார்கள். பதின்மூன்று மாதங்களில் சேலம் முதல் மைசூர் வரை அதற்கொப்பான அழகிய வீடு வேறொன்று இல்லை என்று சொல்லும்படி மழை வீடு கட்டி முடிக்கப்பட்டது. ஊராரும் ஊரின் பேரைச் சொல்லும் நிரந்தர அடையாளமாக இனி அந்த வீடு விளங்கப்போவதாகச் சொல்லிப் பெருமைப்பட்டுக் கொண்டார்கள். மனை புகும் வைபவத்திற்கு முன்தினம்தான் ராரங்கன் தன் தந்தையை வீட்டைப் பார்க்கும்பொருட்டாக அவருடைய இருண்ட படுக்கையறையிலிருந்து வெளியே அழைத்துவந்தான். பரமசிவம் பிள்ளை அந்தப் பழைய கட்டட பாணியும் புதிய கட்டுமான முறைகளும் இணைந்த வீட்டின் வனப்பையும் விஸ்தாரத்தையும் பார்த்துப் பிரமித்துப்போனார். இரண்டு பேருக்கு அவ்வளவு பெரிய வீடு எதற்கு என்று அவர் சாரங்கனைக் கேட்டபோது அவன் மழையையும் சேர்த்து அது மூன்று பேருக்கானது என்று பதில் சொன்னான். (ஆனால் மழை மனிதர்களைப்போல குறுகிய வாழ்விடங்களில் தன்னை அடைத்துக்கொள்ள விரும்புவதில்லை. குழந்தையைப்போல அது திசைவெளிகளில் விளையாட அதிகபட்சத் தொலைவு களுக்குச் சுவர்களைப் பிரித்து வைக்கவேண்டியிருக்கிறது). வைபவத்திற்குச் சாரங்கன் அனைவரையும் அழைத்திருந்தான். ஒருவர்கூட அன்று தன்வீட்டில் சமையல் செய்யக்கூடாதென்றும் அன்புக்கட்டளை யிட்டிருந்தான். முதியவர்களுக்குச் சாரங்கன்

அவன் தவழ்ந்து விளையாடிய நாள் முதலாகவே அறிமுகமான குழந்தை. இளைஞர்களுக்கு அவன் அவர்களுடைய இளம் பிராயத்து நண்பன். குழந்தைகளுக்கும் சிறுவர்களுக்கும் மழையைப் பிடித்து வைத்து வேடிக்கை காட்டும் வித்தைக்காரன். யுவதிகளுக்கு அவர்களின் மானசீகக் காதலன். வீட்டினுள் எள் போட்டால் கீழே விழ இடமின்றிப் போயிருந்தது. பெற்றோர்கள் தங்கள் வயதுவந்த பெண்களைச் சிறிதும் கூச்சமின்றி அலங்கரித்துக் கூட்டி வந்திருந்தார்கள். அந்தப் பெண்கள் சாரங்கனை மையமாகக்கொண்டு அவன் அமர்ந்திருந்த மேடையைச் சுற்றிச் சுற்றி வண்ணத்துப் பூச்சிகளாய்ப் பறந்துகொண்டிருந்தார்கள். வரவேற்புப் பந்தலுக்கும் உள்ளறைகளுக்கும் விழா மேடைக்குமாக வந்திருந்தவர்கள் ஒருவர்மீது ஒருவர் வழுக்கியபடி நகர்ந்து கொண்டேயிருந்த காட்சி மிதமான காற்றில் அலைகளை எழுப்பும் நிறைந்த வயலின் தோற்றத்தைக் கொண்டிருந்தது. பிள்ளையின் இரண்டாவது மகனும் பெண்ணும் மாப்பிள்ளையும் வைபவ நிகழ்வில் தங்களுக்குள்ள உரிமையை உரத்த குரலில் அறிவித்துக்கொண்டிருந்தார்கள். சாரங்கனின் பெயர் எப்போதும் ஏதாவது ஒரு மூலையிலிருந்து அழைக்கப்பட்டபடியே இருந்தது. அக்கினிக் குண்டத்திலிருந்து எழுந்த புகையும் சமையலறைப் புகையும் மூலிகைகளும் சுள்ளிகளும் அவிர் பதார்த்தங்களும் நெருப்பில் வேகும் இனிய மணத்தை வீடு முழுக்கப் பரப்பிக் கொண்டிருந்தன. இத்துடன் புதிய ஆடைகள் கூந்தல் பூக்கள் வியர்வை ஆகியவற்றின் மணம் கலந்து போயிருந்தது. எங்கும் இரைச்சல். இளம் பெண்களின் சிரிப்பிலிருந்து சிதறிக்கொண்டிருந்த உமிழ்நீரின் மணமோ இவையனைத்தையும் மேவிக்கொண்டு அங்கே குழுமியிருந்த இளைஞர்களைப் போதை வசப்படுத்தும் மூர்க்கத்துடன் கூட்டத்தின்மேல் கவிந்திருந்தது. துரைமார்களின் வாழ்த்து மடல்களைக் கைகளில் தாங்கிய சிப்பாய்கள் அவர்களுக்காக ஒதுக்கப்பட்ட பாதைகளில் டாக்குடாக்கென்று நடைபோட்டுக் கொண்டிருந்தார்கள். சின்னச் சின்ன மிராசுகளும் மிட்டாதார்களும் ஜமீன்தார்களும் தனியாகப் போடப்பட்டிருந்த இருக்கைகளில் முகமன்களைப் பெற்றுக்கொண்டு அளவளாவிக் கொண்டிருந்தார்கள். சாரங்கன் விழாவின் நாயகனாக அக்கினிக் குண்டத்தின்முன் அமர்ந்து சடங்குகளில் ஈடுபட்டிருந்தான். பரமசிவம் பிள்ளை இருபத்தெட்டு வருடங்களுக்கு முந்தின ஞாபகங்களோடு நண்பர்களுடன் கூடத்திரிந்தபடி அனைத்துக் காரியங்களிலும் தன்னை ஈடுபடுத்திக்கொண்டிருந்தார். சூழலின் வசீகரத்தில் ஒவ்வொருவரும் தத்தம் சொந்தக் கவலைகளை மறந்து சாரங்கனின் விருந்தினர் என்கிற ஒற்றை நினைப்பு மட்டும் மனதை ஆக்கிரமித்துக்கொள்ள வளைய வந்து கொண்டிருந்தார்கள். சாரங்கன் கமலத்தை முதல் தடவையாகப் பார்த்தது இந்தச் சந்தடியின் நடுவில்தான். அதாவது சதா

பரபரத்து நகர்ந்துகொண்டேயிருந்த கூட்டத்தினிடையே தோன்றியும் மறைந்தும் அவன் கண்களை ஈர்த்த பெண்ணின் பெயர் கமலம் என்று அவன் காதுகளில் மந்திர கோஷங்களிடையே யாரோ சொன்னார்கள். தன் பார்வை செல்லும் திசையைக்கூட சரியாகச் சொல்லுமளவிற்குத் தன்னைக் கூர்ந்து கவனித்துக் கொண்டிருக்கும் நபர் யாரென்றறிய விரும்பி சாரங்கன் திரும்பிப் பார்த்தபோது அங்கே யாரையும் குறிப்பாக அவனால் அடையாளம் காண முடியவில்லை. ஆனால் கமலத்தைக் கண்கள் பார்த்த விநாடியில் காதுகள் அவள் பெயரைக் கேட்க நேர்ந்ததானது அவனைச் சற்றே அதிரச் செய்துவிட்டது. கூட்டத்தின்முன் திடீரென நிர்வாணப் படுத்தப்பட்டதுபோல அவன் உணர்ந்தான். ஒரு சில விநாடிகள்தான் என்றாலும் முன்னெப்போதும் உணர்ந்திராத வலியொன்றுக்கு முதன்முதலாக அவன் மனம் அனுபவப்பட்டது. சடங்குகளினுள் வற்புறுத்தப் பட்டுக்கொண்டிருந்த அவன் மனம் அப்போதைக்கு அதற்குமேல் அந்த யோசனையில் ஈடுபடக்கூடவில்லை. மனைபுகு விழா முடிந்து இரண்டு நாட்கள் அமர்க்களத்தால் தாறுமாறாகக் கிடந்த வீட்டை ஒழுங்குக்குக் கொண்டு வருவதிலும் புதிய பொருள்களை நிரப்பி அழகுபடுத்துவதிலும் கெலமங்கலம் வீட்டிலிருந்த பொருள்களை புதிய வீட்டிற்கு மாற்றுவதிலும் தகப்பனும் மகனும் வேறெதையும் பற்றிச் சிந்திக்க நேரமின்றிப் பொழுதைச் செலவிட்டுக்கொண்டிருந்தனர். (இரண்டாவது பிள்ளையும் பெண்ணும் விழா முடிந்த அன்றே புறப்பட்டுப் போயிருந்தனர்). இரண்டாம்நாள் இரவு சாரங்கன் படுக்கைக்குச் செல்லும்போது ஏனோ அவனுக்கு அழவேண்டும்போல இருந்தது. அவன் கண்களில் அவனையுமறியாமல் நீர் சுரந்து இறங்குவதைக் கண்டு அவன் ஆச்சரியப்பட்டான். அன்று நள்ளிரவில் பத்துப்பேர் சேர்ந்து தன் உடலை அழுத்திக் கொண்டிருப்பதைப் போன்ற பார உணர்வும் அவனுக்கு ஏற்பட்டது. அதன்பின் அவன் தூங்கவில்லை. மூன்றாம்நாள் காலையில் இருபத்திரண்டு வருடங்களில் முதல் தடவையாகத் தன் உடல் நெருப்பாய்ச் சுடுவதையும் வாய் கசந்திருப்பதையும் உணர்ந்தான். அப்போது வந்திறங்கிக்கொண்டிருந்த மழையிலும் மனம் செல்லவில்லை. வெளியே செல்லவேண்டுமென்ற எண்ணமே வேப்பங்காயாகக் கசந்தது. என்னென்னவோ குழப்பமான நினைவுகளுடன் அப்படியே கிடந்தான். பகல் கனவுகளுடன் படுக்கையில் புரண்டுகொண்டிருப்பதன் சுகத்தையும் சாரங்கன் அன்றுதான் முதல் தடவையாகத் தெரிந்து கொண்டான். மகனின் நடத்தை பிள்ளைக்குச் சங்கடத்தையும் ஆச்சரியத்தையும் கொடுத்திருந்தாலும் கேட்கும் தைரியம் அவருக்கு உண்டாகவில்லை. தன் பிரச்னைகளைத் தானே தீர்த்துக்கொள்ளும் பக்குவம் சாரங்கனுக்கு உண்டு என்பதை

அவர் அறிவார். அன்றைய பொழுதை இருவருமே வலுக்கட்டாய மாக வரவழைத்துக்கொண்ட தனிமையில் கழித்து முடித்தார்கள். மூன்றாம் நாளிரவு முந்தைய இரண்டு நாட்களின் அசதியால் சாரங்கன் தன் அமைதியின்மைக்கு நடுவிலும் சற்று தூங்கினான். நான்காம் நாள் புலர்வில் கண்விழித்தபோது நிலைமையில் சற்றும் மாற்றமில்லாதிருந்தது கண்டு அவன் உண்மையிலேயே பயந்து போய்விட்டான். எஜமானனின் அழைப்பிற்காகக் காத்திருக்கும் நாய்க்குட்டிபோல காய்ச்சலும் கலக்கமும் கண் விழித்ததும் அவன் மேலேறி உட்கார்ந்துகொண்டுவிட்டன. மேலும் முந்தின தினம் மழையைப் பார்க்காமலே தவிர்த்துவிட்ட சம்பவமும் அவன் மனக்கிலேசத்தை இரட்டிப்பாக்கியது. தான் தானாக இல்லையென்பது அவனுக்குத் தெரிந்தது. ஒருநாளு மில்லாமல் தன்னுள் நிகழும் இந்த வினோதமான மாற்றம் நல்ல சகுனத்திற்கா கெட்ட சகுனத்திற்கா என்று தெரியாமல் யோசித்து மேலும் குழம்பினான். வீடு எங்கேயிருக்கிற தென்பதைத் தெரிந்துகொள்ளாதவன் வீட்டிற்குக் கொண்டு செல்லும் வழிகளிலேயே சுற்றிக்கொண்டிருப்பான் என்பார்கள். சாரங்கன் தன்னுள் என்ன இருந்து தன்னை என்ன செய்கிறது என்பதைத் தெரிந்துகொள்ள முடியாமல் அந்த வாதை கொடுத்துக் கொண்டிருந்த போதையிலேயே சுற்றிச்சுற்றி வந்துகொண்டிருந்தான். நான்காம் நாள் காலையில் அறையைவிட்டு வெளியே வரும்வரை தான் அவனுடலில் பலம் இருந்தது. முகத்தைக் கழுவுவதற்காக முற்றத்திற்கு வந்தபோது கண்கள் இருண்டுவிட்டன. எதிர்க் கரையில் தூண்களின் மறைவில் இருட்டோடு இருட்டாக நிற்கும் உருவத்தை அவன் அதற்குமுன் பார்த்தான். அதை அடையாளங்கண்டுகொண்ட கணத்தில் தன்னுள் ஒளிந்திருந்த இன்னொரு சாரங்கனையும் அவன் கண்டுகொண்டான். கமலம் என்று அவன் வாய் மிகப் பிரயாசையுடன் முணுமுணுத்தது. அதை அவன் உச்சரித்த கணத்தில் மூன்று நாட்களாக அவனுள் பதுங்கிக்கொண்டிருந்த வலி முழுவீச்சோடு அவனை ஒருமுறை சுழற்றியடித்தது. சாரங்கன் தலை தரையில் மோத அப்படியே பின்புறமாகச் சாய்ந்துவிட்டான். அத்தோடு நிஜத்தையும் கற்பனையையும் பிரிக்கும் பிரக்ஞையின் மெல்லிய இழையையும் தவறவிட்டுவிட்டான். தன் உடல் தன் முயற்சியின்றியே பறந்து கொண்டிருப்பதாக அவனுக்குத் தோன்றியது. குளிர்ந்து இருண்ட ஓர் அறைக்குள் அது நுழைந்தது. சுவர்களில் இருட்டு கால வித்தியாசமிழந்த நிரந்தர வண்ணமாகப் பூசப்பட்டிருந்தது. சர விளக்குச் சன்னல்கள் ஆளுயரக் கண்ணாடி உயர்ந்த வாயிற்கதவு மரப் பொம்மைகள் அலங்கரிக்கப்பட்ட கட்டில் நீர்க்குவளை ஆகியவற்றுடன் தாயின் உருவப்படமும் இருட்டிற்குள் மங்கலாகத் தெரிந்தன. பரிச்சயப்பட்டதாக அந்த இருட்டும் இடமும் தோன்றியபோதே அவனுக்குச் சற்றும் பரிச்சயப்படாத பட்டுப்

புடவையின் வாசனை (அவன் தாயும் தமக்கையும் பட்டுப் புடவையை வெறுத்தார்கள்.) அந்தப் பொருள்களிலிருந்து எழுந்தது. பின் சாரங்கன் முலைப்பாலின் மணத்தை நுகர்ந்தான். பூக்களின் கதம்ப மணமாக அது மாறியது. தாம்பூலம் தரித்த உமிழ்நீரின் கிறக்கமூட்டும் மணமும் எழுந்தது. பின் வாசனைகள் ஒன்றாகத் திரண்டபோது அவனருகே கமலத்தை மீண்டும் அவன் கண்டான். அவளை அவன் நன்றாகப் பார்க்க முடிகிற வகையில் அவள் முகம் சுயமாகப் பிரகாசித்தது. அவள் அவனைக் கட்டிலில் வீழ்த்தி ஆடைகளைக் களைந்தாள். மீண்டும் அவனுள் துடித்துக்கொண்டிருந்த வலி அவனை அறைந்தது. அவள் அவன் உடல்மீது வழுக்கியபடி மேலும் கீழும் ஊர்ந்தாள். பெண்ணுடலின் மேடுபள்ளங்களும் சமவெளிகளும் சாரங்களை மூச்சுத் திணற ஸ்பரிசித்தன. முகத்தில் அடர்ந்து கிடந்த பலவீனத்தையும் ரோமத்தையும் விலக்கி கமலம் அவன் வாயில் முத்தமிட்டாள். சில்லிடும் அதன் தாக்குதலின் வலி பொறுக்க மாட்டாமல் அவன் உடல் தடதடவென அதிர்ந்தது. பாம்பின் செந்நிற நாக்கு அவன் உதடுகளைப் பிளந்து உள் நாக்கைக் கவ்வுவதாக அவனுக்குத் தோன்றியது. சூழல் கமலத்தின் பேரழகில் சிறைப்பட்டிருந்தது. ஒருபோதும் பார்த்தறியாத நிர்வாணத்தின் பிரகாசம் அவனைக் கூசிப்போகச் செய்தது. கைகள் அதன் பரப்பில் ஊர்ந்தபோது அவளுடலின் ஆச்சர்யப் படுத்தும் தட்பவெப்பத்திற்குள் சாரங்கன் அமிழ்ந்தான். முலைகளும் பிருஷ்ட மேடுகளும் நீராய்க் குளிர்ந்து கிடக்க சுவாசமும் அடிநாபியும் நெருப்பாய்ச் சுட்டன. கழுத்து வளைவிலும் உள்ளங்கைகளிலும் கன்னங்களிலும் ஆசுவாச மளிக்கும் அதன் தண்மைக்குள் அவன் தன்முகத்தைப் புதைத்துக் கொண்டான். காலகாலமாகச் சாவைக் காணமுயலும் புராதன வெறிக்குள் அவளுடலின் சீதோஷ்ணம் அவனை உந்தித் தள்ளியது. சாரங்கனும் அந்தப் பேரழகுப் பேயின் பசிக்கு இரையாவதையே விரும்பினான். அதுமட்டும் அப்படியாகி யிருந்தால் பாரமகால் வட்டாரம் பல வருடங்களுக்குமுன் தன் யுகாந்திரத் தனிமையை வெறுத்துப் பெய்த மழையின் கோர தாண்டவத்தை மீண்டும் ஒருமுறை சந்தித்திருக்கும். அது பழைய அழிவிலிருந்தே தன்னை முழுவதுமாக மீட்டுக்கொண் டிருக்கவில்லை. பல ஊர்களையும் உயிர்களையும் காவு கொள்ளும் கொலையாளியாக மீண்டும் தன்னைக் காண்பித்துக் கொள்ள மழைக்கும் விருப்பமில்லை. புதையல் தோண்டியெடுத்த தரித்திரனின் ஜாக்கிரதையுணர்வு அதற்கிருந்தது. தன் கையிலிருந்த அதிர்ஷ்டத்தைத் தக்க வைத்துக்கொள்ளும் தந்திரத்தையும் அது அறிந்திருந்தது. எனவே சாரங்களை அவன் கமலத்துடன் ஏற்படுத்திக்கொண்டிருந்த தனிமையை மழை தகர்த்தது. சாரங்கன் விரும்பியபடி கமலத்தின் ஆகர்ஷணத்திற்குள்

தன்னைக் கரைத்துக்கொண்டுவிட முடியாதபடி மழையின் நேர்ப்பார்வையில் முளையடித்து நிறுத்தப்பட்டிருந்தான். அது அவனை உற்றுப் பார்த்துக்கொண்டிருப்பதையும் உணர்ந்தான். உணர்ந்ததும் அவனுடல் குளிர்ந்து விறைத்துக்கொண்டுவிட்டது. மேனியைத் தகடாய் இளக்கும் வெப்பம் வடிந்துவிட்டது. தன் நிர்வாணத்தை மழையின் விழிகளால் தானே பார்த்துக் கொண்டிருப்பதாக அவனுக்குத் தோன்றியபோது வெட்கத்தால் அவன் ஆண்மை கூசிப் போய்விட்டது. தன்னைப் பின்னிப் படர்ந்துகொண்டிருந்த கமலத்தைப் பிடுங்கி அப்பால் எறிந்தான். ஆடைகளற்றிருப்பதை லட்சியம் செய்யாமல் கட்டிலைவிட்டுக் கீழிறங்கி வாசலை நோக்கி ஓடினான். தன்னைக் கேலிசெய்யும் வழிகளைக் கண்டுபிடித்துவிடும் வெறியுடனும் தந்திரத்துடனும் அறைக்கதவை விரியத் திறந்தான். அறைக்கு வெளியே காலகாலமாய் தொடர்ந்துகொண்டேயிருக்கும் அந்தப் பார்வை யின் புனைவே தான் என்பதைச் சாரங்கன் தெரிந்துகொண்ட கணத்தில் கட்டிலின்மேல் அந்த அழகி காணாமல் போயிருந்தாள். அடுத்த கணத்தில் அவன் முற்றிலுமாக விழித்துக்கொண்டுவிட்டான். மீண்டும் பழைய சாரங்கனாகி விட்டான்.

ஜமீன் சொத்து பறிமுதல் விஷயமாகச் சீமை அதிகாரிகளின் நடமாட்டம் உத்தனபள்ளியில் அதிகமாகத் தொடங்கிய காலக்கட்டத்தில்தான் கமலம் பிரபலமானாள். அப்போது அவளுக்கு வயது இருபத்தொன்று. அவள்தாய் ராயக்கோட்டை மிராசு அவளுக்குத் தானமாகக் கொடுத்திருந்த உத்தனபள்ளியி லிருந்த வீட்டையும் கொஞ்சம் நிலபுலன்களையும் கமலம் தன்னை ஸ்திரப்படுத்திக்கொள்ளும்மட்டும் அனுபவிப்பதற்காக விட்டுச் சென்றிருந்தாள். சொற்பச் சொத்தேயானாலும் கமலம் சமாளித்து விடுவாளென்பது அவளுக்குத் தெரியும். கமலம் அழகி. அப்படிச் சாதாரணமாகச் சொல்லி விட்டுவிட முடியாது. எந்தக் கொம்பனான ஆண்மகனையும் தாழ்வுணர்ச்சி கொள்ளச் செய்யுமளவிற்கு வலிமை வாய்ந்தது அந்த அழகு. செக்கச்செவே லென்று சிவந்த அவள் உடல் அது வெளிப்பட்டுப் பிரகாசிக்கும் இடங்களிலெல்லாம் ஆரோக்கியமான குருதியோட்டத்தைப் பறைசாற்றியபடியிருந்தது. பெரிய கரிய எப்போதும் கண்ணீருக்குள் மிதந்துகொண்டிருக்கும் விழிகள். சிறிய ஆனால் தீர்க்கமான பின்னும் சிவந்த நாசி உதடு மற்றும் காது மடல்கள். செம்பழுப்பு நிறக் கூந்தல். குதிரையினுடையதைப்போல நீண்ட கால்களையும் பாம்பினுடையதைப்போல நீண்ட நாக்கையும் கமலம் பெற்றிருந்தாள். அவள் உயரம் ஆண்மைக்குச் சவால்விடும் இன்னொரு அம்சமாகப் பின்னாளில் பிரசித்தி பெற்றது. வயதையும் தேவையையும் அறிந்தே பூத்தவைபோல அற்புதமான

வடிவமைப்புக் கொண்ட முலைகளையும் அவள் பெற்றிருந்தாள். பார்த்த மாத்திரத்தில் ஆசுவாசமளிக்கும் மிதமான நாபி. அவள் அழகு பார்த்து ரசிக்கும் ஸ்தூலத்தன்மை குறையக்கொண்டு உணர்ந்து அனுபவிக்கும் குணரூபத்தன்மை நிறையக் கொண்டிருந் தது என்பார்கள். ஒவ்வோர் அவயவத்தின் தனித்தனி அழகையும் சிதறவிட்டுவிடாமல் சரியான வளைவுகளில் இழைத்துச் செதுக்கிக் கமலத்தை ஓர் அப்பழுக்கற்ற சிற்பமாக உருவாக்கி யிருந்ததனாலேயே பருவம் தன் வெற்றியை உரக்க அறிவித்துக் கொண்டிருந்தது. அவள் ஓர் அலங்காரப் பிரியை. ஆடைகளை முன்னிறுத்தி நிர்வாணத்தை ஊகிக்க வைக்கும் அழகுக் கலையை அறிந்தவள். அதை அவள் தாய் அறிந்ததில்லை. அவளுக்குள் இயல்பாகவே முகிழ்த்திருந்த ரசனையுணர்வின் வெளிப்பாடாக அது இருந்தது. கமலத்தின் உடலில் ஒட்டிக்கொண்டிருக்கும் ஆடைகளையும் ஆபரணங்களையும் பார்த்தவர்கள் அவை பஞ் சாகவும் தங்கமாகவும் இருந்தபோதே அவளுடைய பெயர் பொறிக்கப்பட்டவையாக இருந்திருக்குமென்று சொல்லிச் சிலாகித்துக்கொண்டார்கள். ஆனால் அதெல்லாம் பின்பு. அதாவது சீமைக்காரன் கமலத்தைக் கண்டுபிடித்ததற்குப் பின்பு. அதற்குமுன் கமலம் உத்தனபள்ளியில் சாதாரண மனுஷியாக மற்றவர்களைப்போலத்தான் நடமாடிக்கொண்டிருந்தாள். அவள் அழகு பேசிப் பரப்ப ஆளின்றிக் காட்டில் காய்ந்த நிலவாக வீணே காய்ந்துகொண்டிருந்தது. அப்படியொரு அழகி தங்களிடையே இருக்கிறாள் என்கிற பிரக்ஞையே ஊர்க்காரர் களுக்கு ஏற்படவில்லை. தாய் போன பிறகு கமலம் தனியாகத் தான் இருந்தாள். தனிமை அவளை அச்சுறுத்தவில்லை. தன் அழகின்மேல் அவளுக்கு நம்பிக்கை இருந்தது. அந்த நெருப்பைக் கொண்டு ஊரையே பொசுக்கிவிட முடியுமென்பது அவளுக்குத் தெரியும். அந்த நம்பிக்கையும் கர்வமும் அவளுக்குள் அவளை அலட்சியப்படுத்திக்கொண்டிருந்த பெரிய மனிதர்களின்மேல் கேலியையும் வன்மத்தையும் வளர்த்துவிட்டிருந்தது. அவள் சரியான நேரத்தை எதிர்பார்த்து ரொம்ப நாட்கள் பொறுமை யோடு காத்துக்கொண்டிருந்தாள். அவள் அழகும் அதன் பதத்தில் நன்கு கனிந்து திரண்டு கொண்டிருந்தது. உத்தனபள்ளி ஜமீன் ஜாகைக்கு வந்த ஜில்லா கலெக்டர் வடிவத்தில் அவள் எதிர்பார்த்துக்கொண்டிருந்த நேரம் அவளை வந்தடைந்தபோது அவள் அதை மிகச் சரியாகப் பயன்படுத்திக் கொண்டுவிட்டாள். கடைத்தெருவில் பாதசாரிகளில் ஒருத்தியாக அவளை அந்த ஆங்கிலேயர் மோட்டார் வாகனத்தில் கடந்து செல்ல இருந்த போது அவள் சிரிப்பில் சிக்கிக்கொண்டு அது ஓடாமல் நின்று விட்டது. அவர் தான் வந்தவேலையை ஒத்திப் போட்டுவிட்டு வேறொரு கூண்டு வண்டியைப் பிடித்துக்கொண்டு தன் அலுவலகத்திற்குத் திரும்பிவிட்டார். திரும்பியவர் அன்று

வேறெந்த வேலையையும் செய்யவில்லை. கோப்புகளில் கையெழுத்திடவில்லை. அன்று இரவு மலர்ச் செண்டுகளுக்கும் பிரமாதமான ஆனால் ரகசியமான விருந்தொன்றுக்கும் ஏற்பாடு செய்யும்படி கீழ்நிலை அதிகாரிகளுக்கு உத்தரவிட்டார். உத்தனபள்ளி கடைத்தெருவில் ஒரு பெண்ணின்முன் தன்னைக் காலை வாரிவிட்டுவிட்ட தன் வாகனத்தை அவர் பின்னெப் போதும் திரும்ப எடுத்துக்கொள்ளவேயில்லை. அந்த ஒரே இரவில் கமலத்தின் பெயர் ஜில்லா முழுவதும் பரவிவிட்டது. அவள் கீர்த்தி போய் முட்டிப் பிளந்த கூரையின் வழியே செல்வம் பொத்துக்கொண்டு கொட்டியது. கமலமே எதிர்பாராத உயரத்திற்கு அதிர்ஷ்டம் அவளைத் தூக்கிச் சென்றது. இதற்குப் பின்புதான் உள்ளூர்க்காரர்கள் கமலத்தின் அருமையை உணர ஆரம்பித்தார்கள். ஆனால் அப்போது காலம் கடந்துபோய் விட்டிருந்தது. ராயக்கோட்டையிலிருந்து அவள் தன் ஊருக்குக் கலெக்டரால் பரிசளிக்கப்பட்ட மோட்டார் காரில் வந்திறங்கிய போது சாமானியர்களுக்கு எட்டாக்கனியாக ஆகிவிட்டிருந்தாள். அவள் சிரிப்பு முன்பு கடைத்தெருவில் அவள் இருப்பைப் பொருட்படுத்தாமல் கடந்து போய்க்கொண்டிருந்த ஏராளமான ஆண்மக்களின் நிரந்தரக் கனவாகப்போயிருந்தது. கைக்கு எட்டும் தூரத்தில் கமலம் நடமாடிக்கொண்டிருந்த நாட்களை நினைத்து மனைவிகளுக்குத் தெரியாமல் பல கணவன்மார்கள் ஏங்கிச் செத்தார்கள். ஊர் அவளைப் பார்க்கும் பார்வையே மாறிப்போய் விட்டது. கமலம் அப்படியேதானிருந்தாள். ஊராரின்மேல் வாஞ்சையும் தன்னை முன்பு கண்டுகொள்ளாமலிருந்த கிழட்டு ஜமீன்தார்களின் மேல் வன்மமும் அவளுக்குள் எப்போதுமே கனன்றுகொண்டுதானிருந்தது. பணமும் பெயரும் வந்த பின்னால் கமலம் சாத்தியப்படும் போதெல்லாம் சாத்தியப்படும் வழிகளி லெல்லாம் ஆண்களைச் சீண்டிவிட்டு வேடிக்கை பார்ப்பதை வழக்கமாக்கிக்கொண்டுவிட்டாள். வெள்ளைக்காரனுடன் விருந்துண்டுவிட்டு வந்தபிறகு வேறெந்த உள்ளூர் மிட்டாதாரின் அழைப்பின்பேரிலும் அவர்களுடைய இடத்திற்குப் போவதைப் பிடிவாதமாக நிராகரித்தாள். ஒருபுறம் கமலம் தேவைப்படும் எந்தக் கொம்பனும் அவன் எத்தனை பெரிய ஆளாக இருந்தாலும் மேல்துண்டை எடுத்துவிட்டு அவள் வீட்டு வாசலில் போய்க் காத்துக்கிடக்க வேண்டியிருந்தது. இதனால் ஏற்படும் மனஸ்தாபங்களையெல்லாம் தன் அழகால் அனாயாசமாக அவள் சமாளித்தாள். மறுபுறம் ஊரில் எந்தவீட்டில் விசேஷ மென்றாலும் அழையா விருந்தாளியாக முதலில் போய் நின்றாள். அது வேறொரு விதமான விளையாட்டு. கமலத்தைப் பார்த்த வுடனேயே கல்யாணமான பெண்களின் முகங்கள் பயத்தில் கறுத்துப்போய்விடுவது வழக்கம். மாறாக ஆண்களுடைய அசைவுகள் துல்லியப்படுவதும் பார்வை கூர்மையடைவதும்

தவறாமல் நடக்கும். வைபவச் சூழலுக்குள் கமலம் பிரவேசிக்கும் போது பெண்கள் தங்கள் அரட்டைகளை நிறுத்திவிட்டுப் புருஷன்களைத்தேடி விரைவதும் ஆண்கள் கமலத்தை ரசிக்கும் பொருட்டு மனைவிகளைத் தவிர்க்கத் தூண் மறைவுகளைத்தேடி விரைவதுமான விளையாட்டு துவுங்கிவிடும். கமலம் இதை யெல்லாம் தாய் தன் பிள்ளைகளுடன் விளையாடுவதைப்போல பரிவுடனும் சந்தோஷத்துடனும் அனுபவித்துக்கொண்டிருந்தாள். அவளுக்கு வேண்டியவர்கள் வேண்டாதவர்கள் கிடையாது. அவளை அழைக்கும் குரல்கள் கிடையாது என்பதைப்போலவே அழைக்காத மனங்களும் கிடையாது. அவர்களுக்கும் ஒருவேளை இந்த விளையாட்டு பிடித்திருக்கக்கூடும். இத்தனைக்கும் கமலம் பொது இடங்களில் யாரையும் நிமிர்ந்து பார்ப்பதில்லை. தன்னை வேண்டியமட்டும் ரசிக்க ஆண்பிள்ளைகளுக்கு அவள் கொடுக்கும் சுதந்திரம் அது. அதேசமயம் எல்லோரையும் பார்த்துச் சிரித்துத் தன் அழகை மலினப்படுத்திக்கொண்டுவிடாதிருக்க அவள் கையாண்ட தந்திரமும்கூட. கமலத்தைக் கண்டு பெண்கள் பயந்தார்களே தவிர வெறுக்கவில்லை. கமலம் அந்த ஊரின் நல்லடையாளம் என்பது அவர்களுக்கும் தெரியும். ஏனென்றால் அவள் நித்திய சுமங்கலி. மேலும் கமலத்தின் அழகுதான் ஊருக்குள் சாரட்டு வண்டிகளுடன் மோட்டார் வாகனங்களும் போய்வரும் பெரிய சாலைகளை அமைத்துக் கொடுத்தது. தங்கம் விற்கும் கடைகளை உருவாக்கிக் கொடுத்தது. கமலம் பிரபலமான பிறகு அவளுடைய ஊரைச் சுற்றியிருந்த வேறுபல சிற்றூர்களிலும் புதிய சந்தைகள் தோன்றலாயின. உத்தனபள்ளி பெண்களுக்குச் சீக்கிரமே திருமணக் கொடுப்பினை சித்தித்தது. (அநேகம்பேர் வீட்டோடு மாப்பிள்ளையாக உத்தனபள்ளியிலேயே தங்கிவிட்டிருந்தார்கள்). குழந்தைகளுக்குச் சொல்ல அற்புதமான கதைகள் கமலத்தின் அசைவுகளிலிருந்து உதிர்ந்து பரவிப் பிரசித்தி பெற்றன. அவளோவெனில் ஊர் விசேஷங்களில் பங்குகொள்ளும்போது தன் அழகையும் செல்வாக்கையும் மறந்த சாதாரண கமலமாய் சுழற்றிவிடப்பட்ட பம்பரமாய்ச் சுழன்று காரியங்களைத் தன் வசப்படுத்திச் செய்து முடித்துக்கொண் டிருந்தாள். கடைசி அதிதியும் கடைசிப் பிச்சைக்காரனும் அகலும் மட்டும் இருந்து உபசரித்துவிட்டு ஒருவாய் தண்ணீர்கூட எடுத்துக்கொள்ளாமல் தாம்பூலத்தை மட்டும் பெற்றுக்கொண்டு சிரிப்பை வீட்டினுள் நிறைத்துவிட்டு விடை சொல்லி யனுப்பாமலேயே விரோதம் எதுவுமின்றி திரும்பிப்போனாள். பணம் உள்பட பொக்கை விழும் இடங்களையெல்லாம் கேட்காமலேயே அடைத்துக் கொடுத்தாள். கமலம் தன் சிரிப்பால் கலெக்டர் துரையின் காரை நிறுத்தி வைத்த சம்பவத்திலிருந்து ஊர் அவள் மந்திர வித்தைகள் தெரிந்தவளென்று நம்பத் துவங்கி யிருந்தது. (எவ்வளவு ரகசியமாகச் செய்தாலும் சாந்தி முகூர்த்த

அறையினுள் கமலத்தின் வாசனையும் காலடித் தடங்களும் பதிந்திருக்கின்றன. எவ்வளவு தொலைவாக இருந்தாலும் கர்ப்பிணிப் பெண்கள் வலியின்போது கமலத்தின் சிரிப்பைத் தெளிவாகக் கேட்கிறார்கள். கமலத்தின் தந்திரங்கள் ஊகிக்க முடியாத அளவிற்குப் புதிர்த்தன்மை கொண்டவை). எனவேதான் பிடிவாதக்காரியான கமலம் சாரங்கன்பொருட்டுத் தன் நிலையி லிருந்து இறங்கி வந்த சம்பவம் ஊர்க்காரர்களை ஆச்சரியப் படுத்தவில்லை. ஊராரின் ஊகங்கள் பொய்யோ மெய்யோ ஆனால் ஒசூர் ராமநாயக்கன் ஏரிக்கரையில் கட்டப்பட்டிருந்த வியப்பூட்டும் அழகிய வீட்டின் மனைபுகு விழாவில் அவள் முதல் தடவையாகச் சாரங்கனைப் பார்த்த கணத்திலேயே அவனை வெகுவிரைவில் மீண்டும் தனிமையில் சந்திக்கப் போகிறோம் என்பதைத் தெரிந்துகொண்டு விட்டாள். சடங்குத் தீயின் வெளிச்சத்தில் ஜொலித்த அவனுடைய கரிய வண்ணமும் மார்பின் விசாலமும் திண்மையும் அவளுடைய பக்குவப்பட்ட மனதையே சற்று தடுமாற வைத்துவிட்டன. பதினைந்து நாட்களுக்குப்பின் அவனுடைய தந்தை என்று தன்னை அறிமுகப் படுத்திக்கொண்ட முதியவர் நீர் சம்பந்தப்பட்ட எந்த வியாதியும் அண்ட முடியாத மழையின் நண்பனான தன்மகன் கமலத்தின் நினைவில் நனைந்து காய்ச்சலில் விழுந்து விட்டானென்று கூறிக்கொண்டு அவள் வீட்டு வாசலில் வெட்கமும் பயமும் உடலைக் கூசச் செய்ய வந்து நின்றபோது அவரை வெகுநேரம் காக்க வைக்காமல் கமலம் உடனே அவருடன் சாரங்கனைப் பார்க்கக் கிளம்பிவிட்டாள். பிரமாதமான மனக்கோட்டைகள் கட்டுமளவிற்கு ஆண்களைச் சந்திக்கும் அனுபவம் அவளுக்கு முதல் தடவையல்லவென்றாலும் சாரங்கனின் உருவத்தை அவள் தன் மனக்கண்களில் திரும்பக் கண்டபோது அது அவளுக்குள் சிருங்கார உணர்வுகளைக் கிளர்த்தத்தான் செய்தது. அவனுடன் பகிர்ந்துகொள்ள இருக்கும் கணங்கள் பிற்காலத்தில் தன் தனிமையைப் போக்கும் நினைவுத் தூண்களாய் மூப்பின் பாரத்தை ஏற்கும் என்று அவள் நம்பினாள். ஆனால் மழை அப்போது ஏற்படுத்தியிருந்த மந்தகாசமான சூழலின் பின்னணி யில் வியாதிப் படுக்கையில் சாரங்கனைக் கண்டபோது அவளுடைய சிருங்காரக் கற்பனைகள் தகர்ந்துபோய்விட்டன. பதினைந்து தினங்களுக்குமுன் அதேஇடத்தில் வேறொரு சூழலில் கண்ட ஆஜானுபாகுவான இளைஞன் இல்லை அங்கே படுத்திருந்தது. காதல் ஒரு மனிதனை அவ்வளவு தூரம் சக்கையாய்ப் பிழிந்து துப்பிவிடுமென்பதைக் கமலத்தால் நம்ப முடியவில்லை. சாரங்கனின் வாய் அவள் பெயரை விடாமல் பிதற்றிக்கொண்டிருந்ததைக் கேட்டபோது வாழ்வில் முதன் முறையாக அவள் தன் அழகையெண்ணித் தாங்கவொணாத அருவருப்பும் கோபமும் கொண்டாள். கட்டில்மேல் அவனருகே

அமர்ந்தாள். ஆதூரத்துடன் அவனை வருடினாள். வியாதியின் புழுக்கத்தில் வியர்த்து உடலோடு ஒட்டித் துர்மணம் வீசிக் கொண்டிருந்த அவன் ஆடைகளை முற்றிலுமாகக் களைந்து அவனை நிர்வாணமாக்கினாள். அத்தனை காய்ச்சலிலும் கட்டுவிடாத சாரங்கனின் திண்ணிய மார்பு மீண்டும் அவள் கண்களின்முன் புடைத்து எழும்பியது. அவளின் பரிவு மணம்வீசும் காமமாக வளர்ந்தது. அடர்ந்து புதராக வளர்ந்திருந்த தாடியை விலக்கி வாயில் முத்தமிட்டாள். அப்போது சாரங்கன் விழித்துக் கொண்டான். இருளினூடே அவளை அடையாளங்காணும் முகமாக அவளை உற்றுப் பார்த்தான். ஆனால் அதற்கு முன்பே அவளை அவன் உணர்ந்துகொண்டிருந்தான். எவ்வித ஆச்சரியமும் இன்றி அவளைப் பார்த்துச் சிரித்தான். ஆனால் பேதலிப்பிலிருந்து முற்றிலுமாக விடுபடவில்லை. சந்தோஷத்திலும் அவநம்பிக்கை யிலும் அவன் மூச்சு தாறுமாறாக வெளிப்படத் துவங்கியது. கமலம் தானும் தன் உடைகளைக் களைந்துவிட்டு அவனைத் தன் நிர்வாணத்தால் போர்த்தி ஆசுவாசப்படுத்த முயற்சித்தாள். அவர்களிருவரும் பேசிக்கொள்ளவில்லை. ஆனால் பகிர்ந்து கொள்ள நிறைய விஷயங்கள் கணத்திற்கு நூறாகப் பெருகிக் கொண்டிருந்தன. அவற்றை எப்படிச் சொல்லவேண்டுமென்பதும் அவளுக்குத் தெரிந்தேயிருந்தது. அவள் சாரங்கனின் உடலுடன் தன் உடல் நன்கு பொருந்தும் வண்ணம் நம்ப முடியாத கோணங்களில் வளைந்து முயங்கினாள். சாகப்போகிறவனின் கடைசிப் பிரயத்தனத்தோடு சாரங்கனும் தன் நடுங்கும் கரங்களால் அவளை அணைத்துக்கொண்டபோது அத்தனை பலவீனத்திற்கிடையிலும் அவனுடைய உடல் அவளுக்குப் புதிய அனுபவத்தைத் தந்தது. துவக்க நிமிடங்களில் இருவரும் விலங்குகளைப்போல் கட்டிலில் புரண்டார்கள். அவள் வேறெந்த உடலுடன் பழகிய தருணத்திலும் அத்தனை உறுதியையும் இடைவிடாத பொழிவையும் எதிரியைத் தாக்கும் மூர்க்கத்தையும் உணர்ந்ததில்லை. நேரம் ஆக ஆக சாரங்கனின் ஆகிருதிக்குள் கமலம்தான் அகப்பட்டுக்கொண்டுவிட்டாள். நிர்வாணத்தின் தகிப்பு சாரங்கனுக்குள் புதிய வலுவை ஏற்றிக்கொண்டிருப்பது அவளுக்குத் தெரிந்தது. அவளால் அதன் உக்கிரத்தை ஆச்சரியப் படும் வண்ணம் தாங்கத்தான் முடியவில்லை. அவள் அழகின் ஆழம் முழுவதும் தன் ரகசியங்களை இழந்து மலர்ந்துவிட்டது. நாணம் அவளைப் பிடுங்கித் தின்றது. எத்தனையோ வருடங்களாக அவள் அனுபவித்திராத உணர்வு அது. ஆண்களை அவமானப் படுத்தும் தன் அழகும் தேர்ச்சியும் புத்தம் புதியவனான தன்னை விடச் சிறிய ஒரு நோயாளியிடம் தோற்றுத் தரைமட்டமாகிக் கொண்டிருப்பதை நினைத்து அதிர்ந்து போனாள். அதைச் சொல்லிப் புலம்புவதாக நினைத்துக்கொண்டு சாரங்கனின் காதுகளில் எதையெல்லாமோ பிதற்றினாள். சாரங்கனோ மிகமிக

மௌனமாகக் கமலத்தின்மேல் இயங்கிக்கொண்டிருந்தான். அவன் கண்கள் மீண்டும் மூடிக்கொண்டிருந்தன. விழித்தாலோ பேசினாலோ தன் கனவு கலைந்துவிடுமென்று கிலிகொண்டவனைப் போல அவளைத் தன் பிடிக்குள் இறுக்கித் தன் உடலோடு ஒட்டவைத்துக் கொண்டிருந்தான். கமலத்தின் உதடுகளும் முலைகளும் பெண்மையும் விடுபடும் விருப்பமின்றித் திணறின. இருவரில் ஒருவர் சாகப்போவது உறுதியென்று அவள் நினைத்துக் கொண்டாள். சாரங்கனின் உடல் மழையின் சூழ்ச்சி யால் திடீரென்று தொய்வடைந்தபோதுகூட அனுபவமின்மையே அதற்குக் காரணம் என்று அவள் நம்பியதால் உடல் குளிர்ந்து விறைக்கத் துவங்கிய ஆரம்ப கணங்களில் தன் பங்கைச் செவ்வனே செய்ய எண்ணி அவனை மேலும் அணைத்துக்கொள்ள முயன்றாள். துவளத் துவங்கிய கைகளை வாங்கித் தன் பிருஷ்ட மேடுகளைத் தாங்கிப்பிடிக்கும்வண்ணம் படுக்கையினிடையில் செருகினாள். ஆனால் அப்போது சாரங்கன் உடல் பலமாகக் குலுங்கவும் துவங்கியிருந்தது. கமலத்தால் மேற்கொண்டு செயல் பட முடியவில்லை. அவன் அவள் முகத்தைத் தன்னிடமிருந்து பிரித்துத் தூரத் தள்ளுவானென்றும் எதிர்பார்க்கவில்லை. பெருங்கூட்டத்தின் முன் அதேகோலத்தில் தூக்கி எறியப்பட்டு விட்டதைப்போல அவள் அவமானத்தால் கூசிப்போய்விட்டாள். அதற்குமேல் சாரங்கன் அடுத்துச் செய்த காரியம் அவளைப் பீதியின் எல்லைவரை கொண்டு சென்றுவிட்டது. அறையை நிறைத்திருந்த அந்தரங்கச் சூழலைச் சற்றும் லட்சியம் செய்யாமல் சாரங்கன் திடீரென்று எழுந்துபோய் அறைக்கதவை விரியத் திறப்பதைப் பார்த்ததும் கமலம் நடுங்கிப்போய்விட்டாள். பதற்றத்துடன் கட்டிலிலிருந்து பாய்ந்து இறங்கி அவிழ்த்துப் போட்டிருந்த உடைகளை வாரி எடுத்துக்கொண்டு மறைவிடம் நோக்கிப் பாய்ந்தாள். அவற்றை அவசர அவசரமாக அணிந்து கொண்டு வெளியே வந்தபோது சாரங்கன் அறைமுழுக்க எதையோ தேடுகிற பாவனையில் தனக்குள் முணுமுணுத்தபடி முழங்காலிட்டு ஊர்ந்து கொண்டிருந்தான். அதற்குமேல் அவன் தன்னிடம் திரும்புவான் என்று கமலத்தால் காத்திருக்க முடிய வில்லை. அறைக்குள் கனிந்துகொண்டிருந்த அந்தரங்கம் சிதறிப் போய்விட்டிருந்தது. அறையின் இளக்கமும் குளிர்ந்து இறுகிப்போய் விட்டிருந்தது. திடீரென்று இருவருமே உடல் பற்றிய பிரக்ஞையே அரும்பியிராத சிறு குழந்தைகளாக அவரவர் உலகத்தில் ஆளுக்கொரு விளையாட்டை விளையாடிக் கொண்டிருப்பதாக அவளுக்குத் தோன்றியது. அவ்வளவு சிறுபிள்ளைத்தனமாகத் தான் சம்பந்தப்படும் ஒரு நிகழ்வு சிறுத்துக்கொண்டு வருவதை அவளுடைய கர்வம் ஒத்துக்கொள்ள மறுத்தது. அவள் மௌனமாக அறையைவிட்டு வெளியேறினாள். பிறகு கமலம் சாரங்கனை எப்போதுமே பார்க்கவில்லை. ஆனால் பார்ப்போ

மென்று நினைத்துக்கொண்டிருந்தாள். பரமசிவம் பிள்ளை அவள்முன் எதிர்ப்பட்டபோது சாரங்கனின் காய்ச்சல் இனி மெதுமெதுவாக குணமாகிவிடுமென்றும் தான் நிச்சயமாக மீண்டும் ஒருமுறை அவனைப் பார்க்க வருவதாகவும் கூறிவிட்டுத் தன் இருப்பிடம் திரும்பினாள். சாரங்கனின் திடீர் மாறுதல் மேலன்றி சாரங்கன்மேல் அவளுக்கு வெறுப்போ பயமோ உண்டாகியிருக்கவில்லை. சாவதானமாக நிகழ்ந்தவற்றை அசை போட்டபோதுகூட சாரங்கனின் அணைப்பின் வலுவும் கதகதப்பும் அவளுடலை நெகிழ்த்தத்தான் செய்தன. அவனை நினைக்கும் போதெல்லாம் பரிவும் சந்தோஷமுமே அவளுக்குள் மேலோங்கி நின்றன. பலநாள் பசித்தவனின் தொண்டைக்கு விருந்தே விஷம் என்பதுபோல தன் திடீர் பிரவேசத்தை சாரங்கனின் பலவீனப்பட்டிருந்த உடல்நிலையும் பக்குவப் பட்டிராத மனநிலையும் ஜீரணித்துக்கொள்ள முடியாமல் போனதே அவனுடைய வினோதமான நடவடிக்கைக்குக் காரணம் என்று அவள் நம்பினாள். (சிறுவன்). எனவே உண்மையி லேயே அவள் மீண்டும் ஒருமுறை சாரங்கனைப் பார்க்கப் போகவேண்டுமென்றுதான் மனமார விரும்பிக் கொண்டிருந்தாள். அதற்கான சந்தர்ப்பத்தையும் எதிர்பார்த்துக்கொண்டிருந்தாள். ஆனால் அந்தச் சந்தர்ப்பம் பிறகு அவளுக்குக் கிடைக்கவேயில்லை. அவளுடைய வாழ்க்கைப் பேராறு அவளால் கட்டுப்படுத்த முடியாத வேகத்தில் சுழன்றோடிச் சென்றது. சாரங்கனைச் சந்தித்த பிறகு கமலம் அந்த ஊரில் ரொம்ப நாள் இருக்கவில்லை. ஆனேகல் மிராசு தன்னுடனேயே நிரந்தரமாகத் தங்கிவிட அவளை விரும்பி அழைத்தபோது மறைந்த தன் தாயின் அறிவுரைப்படியும் வழக்கப்படியும் அவள் அவருடன் ஆனேகல் சென்றுவிட்டாள். அவள் குடிபெயர்ந்த நாளில் ஊரே சென்று அவளை வழியனுப்பி வைத்தது. அந்த ஊரை மறக்காதிருக்கும்படி ஊரார் அவளைக் கேட்டுக் கொண்டார்கள். கமலம் அதைக் காப்பாற்றினாளோ இல்லையோ ஆனால் தன் வாழ்க்கையில் ஒரே ஒருமுறை உடல் வேட்கையைத் தாண்டி மலர்ந்த காதலுணர்வைக் கொஞ்ச நாட்களிலேயே மறந்துவிட்டாள். ஆனேகல் மிராசு அவளுக்கு வேறு நினைப்பே எழாதபடி அவளை எந்நேரத்திலும் அண்டியிருந்தார். ராணிபோல அவளைக் கவனித்துக்கொண்டார். தனி வீடும் ஏவலாட்களும் அமைத்துக் கொடுத்தார். கமலமும் உத்தனப்பள்ளியில் இருந்ததைப் போல இல்லாமல் வெளியார் கண்களுக்கு அபூர்வமாகவே தட்டுப்படும் அதிசயப் பொருளாகத் தன்னை ஆக்கிக்கொண்டு விட்டாள். மிராசுவின் மனைவி பிள்ளைகள் உட்பட அனைவரிடமும் அவளுக்கு நட்பும் செல்வாக்கும் இருந்தன. அங்கும் அவளைப்பற்றின கதைகள் பஞ்சமில்லாமல் வளர்ந்தன. யாரும் கண்ணெடுத்துப் பார்க்கப் பயப்படும் ஸ்தானத்தில்

இருந்தாலும் அவளுடலின் ஒளியும் தகிப்பும் மணமும் அவள் இருப்பை ஊராரின் மத்தியில் சதா அறிவித்தபடியேதானிருந்தன. கமலம் (கதைகளின் ராணி) தன்முன் குவிக்கப்பட்டிருந்த திகட்டாத அதிர்ஷ்டக் குவியலுக்குள் தன்னை அனுபவிக்காமலே தவறவிட்டுவிட்ட ஒரு வினோதமான காதலனைப்பற்றின ஞாபகங்களைப் புதைத்து வைத்துவிட்டாள். ஆறு வருடங் களுக்குப் பிறகு மிராசு மூலமாக ஒரு பெண் வாரிசையும் அவள் பெற்றுக்கொண்டாள். சிந்தாமணி என்று அவளுக்குப் பெயர். அம்மாவை அப்படியே உரித்து வைத்திருந்ததாகச் சொன்னார்கள். சிந்தாமணி பிறந்தபிறகு கமலம் பற்றின கதைகளில் ஏராளமான ஆண்கள் தைரியமாகத் தங்களைச் சேர்த்துக்கொள்ள ஆரம்பித்திருந்தார்கள். கமலம் அவற்றையெல்லாம் கேட்டு ரசித்துச் சிரித்தாள். சிரித்துச் சிரித்துச் சிரிப்பில் தன் ஞாபகங் களையும் வயதையும் அழகையும் விழுங்கினாள். சாரங்கனிடம் அவள் பட்டிருந்த காதல் கடன் ஞாபகத்திற்கு வந்தபோது காலம் அவள் இளமையைத் தின்றுவிட்டிருந்தது. சிந்தாமணி பெரியவளானபோது மிராசு உயிருடன் இல்லை. அவளுக்கு அப்போது பதினெட்டு வயது. அவள் ருதுவான வைபவத்தை மிராசுவின் மனைவியே தன் கணவருக்குப் பிறந்த குழந்தையென்று முன்னின்று நடத்தி வைத்தாள். அதோடு மிராசுவின் குடும்பம் கமலத்துடன் கொண்டிருந்த நட்பையும் அறுத்துக்கொண்டு விட்டது. தன்னையொத்த பெண்களுக்கு அது இயல்பாகவே எதிர்பார்க்கக் கூடிய ஒன்றுதானென்று கமலம் அதுபற்றிப் பிரமாதமாக அலட்டிக்கொள்ளவில்லை. மிராசுவும் அவளையும் அவள் பெண்ணையும் நிர்க்கதியாக நிற்க வைத்துவிட்டுப் போய்விடவில்லை. ஆனால் சிந்தாமணியின் நீராட்டு விழா அவள் மனதின் வேறு கண்களைத் திறந்துவிட்டு விட்டது. சாரங்கன் வீட்டு வைபவத்திற்குப் பிறகு கமலம் கலந்துகொண்ட வைபவம் அதுவாகத்தானிருந்தது. அங்கே நின்றிருந்தபோது தன் வாழ்வின் கவர்ச்சிமிக்க சாகசங்கள் நிறைந்த பயணம் அதன் முடிவிற்கு வந்துவிட்டதாக அவள் உணர்ந்தாள். வைபவத்திற்கு வந்திருந்த பெரிய மனிதர்கள் அனைவருக்கும் ஒரே நோக்கம்தான் இருக்கமுடியும் என்பது அவளுக்குத் தெரியும். ஒரே குரலில் அவர்களனைவருமே சிந்தாமணியின் அழகைக் குறிப்பிட்டுப் பேசப்பேச அது அவளுடைய இளமைக்கால நினைவுகளையும் சாரங்கன் வீட்டு வைபவத்தைப்பற்றின ஞாபகங்களையும் கிளறிவிட்டுக் கொண்டேயிருந்தன. தன் முக்கியத்துவம் குறைந்துவிட்டதென்கிற உண்மை அதிர்ச்சி யூட்டும்வண்ணம் புத்தியில் உறைத்தபோது அவள் அதை மௌனமாகவும் பெருந்தன்மையுடனும் ஏற்றுக்கொண்டாள். ஆனால் மிராசு அவளைத் தன் உடமையாக அறிவித்த பிறகும்கூட அவளுடன் பழகத் துடித்த பல பெரியமனிதர்கள் அவளுடன்

பா. வெங்கடேசன்

கூடவே தாங்களும் மூப்படைந்ததை ஒப்புக்கொள்ளாமல் தன் பெண்ணின் முன் குவிந்து கிடப்பதைத்தான் அவளால் தாங்கிக்கொள்ள முடியவில்லை. அவர்களனைவரும் அவளுடைய வாயிலிருந்து வரப்போகும் அதிகாரபூர்வமான அறிவிப்பிற்காகத் தான் காத்திருந்தார்கள். சிந்தாமணியின் வைபவம் அவளுக்குக் கசப்பான உணர்வுகளையே தந்தது. தன்னையும் தன் கடந்த காலத்தையும் தனியே நிறுத்தி சிந்தாமணி உட்பட அனைவரும் தன்னைக் கேலிசெய்து விளையாடுவதாக எண்ணி அவள் மனம் புழுங்கினாள். பலவருடங்களுக்குப் பிறகு சாரங்கனின் நினைப்பு தவிர்க்கவியலாதபடி திரும்பத் திரும்பத் தோன்றி அவளை அலைக்கழித்தது. அவனுக்குக் கொடுக்க வேண்டிய கடனின் பளு அவளை வாட்டியது. அதை இனித் திருப்பிக் கொடுக்கவே முடியாதபடி காலம் கடந்து போய்விட்டதென்பதையும் அவள் அதிர்ச்சியுடன் நினைத்துக் கொண்டாள். பெருந்துயரத்தின் அலைக்கழிப்பு வைபவ நிகழ்ச்சியிலிருந்து அவளை இன்னும் அன்னியப்படுத்தி ஒதுக்கிவிட்டது. அன்றிரவே அவள் சிந்தாமணியை அழைத்து இன்னும் ரொம்ப நாட்களுக்கு அவளைக் கன்னியாகவே காப்பாற்றி வைத்திருக்கத் தன்னால் முடியாது என்பதை எடுத்துச் சொன்னாள். தன் இடத்தில் தன் இன்மையைப் பூர்த்திசெய்யும்முன் ஒரு உதவியைத் தனக்காகச் செய்யும்படியும் கேட்டுக்கொண்டாள். சாரங்கன் என்பவனைப் பற்றின கதையையும் மழை வீட்டினுடைய வரலாற்றையும் சிந்தாமணி அறிய நேர்ந்தது அப்போதுதான். அவள் தன் தாயின் வேண்டுகோளின்படி ஆனேகல்லிலிருந்து ஒசூருக்கு மறுநாள் புறப்பட்டுப்போனாள். சாரங்கனிடம் தான் பட்டிருந்த கடனைத் தன்மகள் தீர்த்துவிடுவாளென்கிற நம்பிக்கையுடன் கமலம் அவளை அனுப்பி வைத்தாள். ஆனால் சிந்தாமணியால் கமலத்தின் மனோரதத்தை நிறைவேற்ற முடியவில்லை. அவள் போன வேகத்திலேயே திரும்பி வந்துவிட்டாள். வந்தவள் அதற்காய் ஒன்றும் பெரிதாக வருத்தப்படவில்லை. சாரங்கன் என்பவன் அவளைப் பொறுத்தமட்டில் இன்னொரு ஆண்பிள்ளை. அல்லது சுவாரஸ்யமான ஒரு கற்பனை. ஆனால் தான்பார்த்த மழை வீட்டைப்பற்றியும் அதன் நுட்பமான கட்டட அமைப்பைப் பற்றியும் அதை வடிவமைத்த மனதின் ரசனை பற்றியும் வாய் ஓயாமல் புகழ்ந்தாள். அவள் அதை வர்ணித்தபோது வருடங் களுக்குமுன் தான்பார்த்து வியந்த வீட்டைக் கமலம் மறுபடி தன் மனக்கண்ணில் பார்த்தாள். பொருள்களின்மேல் பொட்டுத் தூசி படியவில்லை. மழைப்புழைகளை மண் அடைக்கவில்லை. கதவுப்பிடிகளில் துரு ஏறவில்லை. செடிகொடிகளில் ஓர் இலை குறையவில்லை. வீட்டின்மேல் சதா படிந்திருக்குமென்று கமலம் சொன்ன ஈரப்பதமும் வழுவழுப்பும் மாறவில்லை. வாயிலில் வாழை மரங்களும் பூந்தோரணங்களும் கிரஹப்பிரவேசம் முடிந்து

மிகச்சில நாட்களே ஆகியிருக்கும் தோற்றத்தைக் கொடுத்துக் கொண்டிருந்தன. புதிய சுவர்களின் பொலிவும் மணமும் வீட்டின் முகத்தில் அப்படியே படிந்திருந்தன. (இதைவிடச் சிறப்பாக ஒரு வீட்டை வேறுயாரும் பராமரித்து வரமுடியாது). கமலம் சாரங்கனைப்பற்றிக் கூறும்படி கேட்டபோது அந்த வீட்டில் வயதான மனிதர் யாரையும் தான் பார்க்கவில்லையென்றாள் சிந்தாமணி. இருபது இருபத்திரண்டு வயது மதிக்கத்தக்க வாலிபன் ஒருவன் மட்டுமே அவ்வளவு பெரிய வீட்டின் மஹா தனிமைக்குள் நடமாடிக்கொண்டிருந்ததாகவும் தன்னைப்பற்றி எதையும் சொல்ல மறுத்துவிட்டதாகவும் அவன் கமலத்தின் கதையையும் அவளுடைய அடையாளங்களையும் ஆச்சரியப்படும் வகையில் கச்சிதமாக வர்ணித்ததாகவும் சொன்னாள். சிந்தாமணி ஊகித்தது: அந்த இளைஞன் சாரங்கனின் மகனாக இருக்க வேண்டும். தன்தாய் தனக்குச் சாரங்கனைப் பற்றிச் சொல்லி யிருந்ததைப்போலவே சாரங்கனும் தன்மகனுக்குக் கமலத்தைப் பற்றிச் சொல்லியிருக்கவேண்டும். அவன் உன் பெயரை நான் சொல்லக் கேட்டதுமே பரபரப்போடு என்னை வரவேற்று உபசரித்தான். என்னை நீயென்று முதலில் அவன் தவறாக எண்ணிவிட்டதாகச் சொன்னான். ஆனால் எவ்வளவு வற்புறுத்தி யும் என்னைத் தன் படுக்கையறைக்குள் மட்டும் அனுமதிக்க மறுத்துவிட்டான். கமலத்தால் சாரங்கன் இன்னொரு பெண்ணைக் கல்யாணம் செய்துகொண்டிருப்பான் என்பதை ஏனோ நம்ப முடியவில்லை. ஆனால் அது நடந்துமிருக்கலாம். தனக்கு வேறு வழிகளில் வாழ்க்கை சாத்தியப்பட்டதைப் போலவே சாரங்கனுக் கும் வேறுவழிகளில் வாழ்க்கை சாத்தியப்பட்டிருக்கக்கூடும். அவள் சிந்தாமணி பார்த்ததாகச் சொன்ன இளைஞனைப்பற்றி மேலும் கேட்டபோது சிலைக்கு எண்ணெய் தடவிவிட்டதைப்போல பளபளக்கும் கன்னங்கரேலென்ற ஆண்மை பொங்கும் உருவம் அகன்று புடைத்த மார்பு நெருப்பைப்போல ஜொலிக்கும் சிவந்த கண்கள் மின்வெட்டித் தெறிக்கும் பற்கள் என்று அவள் அவனை வர்ணித்தாள்.

(காலச்சுவடு)

ஆயிரம் சாரதா

ஆபத்தான மனவெளி

ஆயிரம் சாரதா – வாசிப்புக் குறிப்புகள்

தமிழ் இலக்கியத்தில் எழுதப்படாத கதைகள் எத்தனையோ இருப்பதுபோல இன்னும் எழுதப் படாத நிலப்பரப்புகளும் மீதமிருக்கின்றன. இருபதாம் நூற்றாண்டில் தமிழ் இலக்கியம் நகர்ப்புறத்திலும் கிராமங்களிலும் உட்புகுந்த நவீனத்துவத்தின் தாக்கத்தைப் பதிவு செய்வதாகவே இருந்தது. நவீன வாழ்க்கை இயற்கையிலிருந்து நம்மைப் பிரித்தெடுப்பதாகவும், வித்தியாசங்களை அழித்து ஒரே அச்சில் நம்மை வடிவமைப்பதாகவும், வரலாறு களை அழித்தொழித்து அன்றாட உற்பத்தித் தேவைகளுக்காக ஓர் இயந்திரத்தின்கீழ் நம்மை அடிமைப்படுத்துவதாகவும் இயங்குகிறது. எனினும், இயற்கையும் அதன் தன்மைகளும் இன்னும் நம்மீது பெரும் பாதிப்பைச் செலுத்துவதாக இருக்கின்றன. வரலாற்றின் புலப்படாத மர்மங்கள் நம்மை மறைந்திருந்து தாக்குகின்றன. நம் உடலின் தாங்கவொண்ணா ஆவேசங்களும் வலிகளும் வேட்கைகளும் பல தருணங்களில் அறிவுக்கு எட்டாத ரகசியங்களாக நம்மை அலைக்கழிக் கின்றன. நவீன வாழ்க்கையின் ஒழுங்கு விதிகளால் கட்டமைக்கப்பட்ட எண்ணங்களுக்கும் அவற்றின அடித்தளத்தில் கொந்தளித்துக்கொண்டிருக்கும் வரலாற்றுச் சுமைகளுக்கும் இடையே ஏற்படும் மோதல்களை நுட்பமாக விவரிக்கும் கதையாடல் தான் ‘ஆயிரம் சாரதா’.

தமிழ்நாடு – கர்நாடகா எல்லையை ஒட்டி, பங்களூருவி லிருந்து அறுபது கிலோமீட்டர் தொலைவில், உள்ள ஒசூர், தேன்கனிக்கோட்டை பகுதியில் கன்னட மொழி பேசும் கிராமவாசிகள் அதிகம். அறுபதுகளில் ஓசூர் தொழில்மயமாக்கப் பட்டதன் விளைவாகத் தமிழ்நாட்டின் பல பகுதிகளிலிருந்தும் நகர்ப்புறவாசிகளாகக் குடியேறிய வந்தேறிகளுக்கும் பெரும்பாலும் வேளாண்மையில் ஈடுபட்டிருந்த இப்பூர்வகுடி மக்களுக்கும் இடையே பெரும் இடைவெளியும் தவிர்க்கமுடியாத அண்மையும் ஒருங்கே நிலவிய காலகட்டத்தில் ‘ஆயிரம் சாரதா’ நிகழ்ந்தேறுகிறது. கதையில் இந்நிலப்பரப்பு நுட்பமாக அதன் ஏற்றச் சரிவுகளுடனும், காடு, மலை, கோவில்களுடனும், பிரிட்டிஷ் காலத்திய சிதிலமடைந்த கட்டடங்களுடனும், பேய்கள் உறைந்திருக்கும் மரங்களுடனும் விவரிக்கப்படுகிறது. நவீன உலகின் மூர்க்கமும் வன்முறையும் செய்து கொடுக்கும் வசதிகளை அறியாத, நிலம், நீர், வானம் மற்றும் இயற்கையின் மாண்புகளை மட்டுமே சார்ந்து வாழும், பூர்வகுடி மக்களின் வரலாறும் நம்பிக்கைகளும் இந்நிலப்பரப்பில் பொதிந்திருப்பதை, அனுமந்தப்பாவுக்கும் சாரதாவுக்குமிடையே ஏற்படும் நிறைவு காணமுடியாத அன்பின் மூலம் நிகழும் வேற்றுலகங்களின் மோதலை இயல்புவாதக் காரணிகளுக்கு அப்பாற்பட்ட, வரலாறு, நம்பிக்கை, எண்ணம் இவற்றின் மோதலாக, கதை யோட்டத்தினூடாக நாம் உணர்கிறோம். இக்காதலின் முறிவு ஒரு பின்கதைதான். ஆனால் அம்மோதல்களும் முரண்களும் தொடர்பவை. ‘ஆயிரம் சாரதா’ முறிந்துபோன ஒரு காதலின் பின்விளைவான மற்றொரு காதலின் கதை.

‘எண்ணம் போல்தான் வாழ்க்கை’ என்று சொல்லிக் கொள்கிறோம். யாருடைய எண்ணம் எனும் கேள்வி எழும்போது, நவீன உலகின் தனிமனிதவாதம் விளைவிக்கும் இறுமாப்பு ’அவரவர் எண்ணம்’ என்று விடையளிக்கிறது. இது ஒரு பம்மாத்து. காலங்காலமாக ஒவ்வொரு மனித சமூகமும் அதற்குரிய கூட்டு நினைவுகளின் தொகுதியால் நெறிப்படுத்தப்பட்டு வருகிறது. ‘ஆயிரம் சாரதா’ மனித மனங்களுக்கிடையே இருப்பதாகத் தோன்றும் இந்த, இடைவெளிகள் தகர்ந்த, ஓர் எல்லைகளற்ற மனவெளியில் பயணிக்கிறது. இது, ஆபத்தானதும் இடர்கள் நிறைந்ததுமான ஒரு வெளி. நம் எண்ணங்கள் நம் வாழ்க்கையை வடிவமைப்பதுபோலவே பிறரது எண்ணங்களும் இப் பொது மனவெளியில் நம்மீது தாக்கம் கொள்பவையாய் சுழன்றுகொண்டிருக்கின்றன. ஆவல், விழைவு, வேட்கை மற்றும் முழுமை நாடும் ஏக்கம் போன்ற மனிதவாழ்வின் அடிப்படை உந்துதல்களுக்கு உட்பட்ட எவரும் இவ்வகையான

ஆபத்துகளையும் இடர்களையும் தவிர்க்க இயலாது. பிறரது எண்ணங்களால் எப்போதும் தாக்கப்பட்டாலும் அவற்றால் விளையக்கூடிய வலியையும் அவலத்தையும் நாம் யாருமற்ற தனிமையில் அனுபவிக்கவே விதிக்கப்பட்டுள்ளோம். எத்தருணத்திலும் பிறரிடமிருந்து பிரிவேற்படும் சாத்தியங்கள் இல்லாத, நவீனத்துவத்துக்கு முந்தைய, வாழ்க்கையில் பிணி நீக்கிக் குணப்படுத்தும் சடங்குகளும் நம்பிக்கைகளும் உண்டு. நவீன உலகில் தனிமனிதன் ஆதரவின்றியே வாழ்கிறான். நோய்வாய்ப்படுத்தும் இவ்வுலகம் அவலத்தைத் தீர்ப்பதற்கான திராணியின்றியே சுழல்கிறது. சக மனிதரின் அக்கறையோ நிறுவனங்களின் மெத்தனமோ எட்டமுடியாத இடத்தில்தான் நம் ஆழ்மன அவலங்கள் நம்மைச் சிதைக்கின்றன. விளைநிலங்களை அழித்துப் பூர்வகுடி மக்களை விரட்டியடித்துத் தொழிற்சாலைகள் எழுப்பியுள்ள நம்மை இத் தனிமைதான் கொடிய பெருங்காடாய்ச் சூழ்ந்திருக்கிறது. 'ஆயிரம் சாரதா'–வின் அமானுஷ்யமான தருணங்களில் வாசகன் அன்றாட வாழ்க்கையில் புலப்படாமல் உள்ளுறைந்திருக்கும் இப்படியான ஒரு தர்க்கவோட்டத்தைக் கண்டுகொள்ள இயலும்.

வரலாறும் வாசனைகளும் மனித வாழ்வில் ஏற்படுத்தக்கூடிய தாக்கத்தை 'ஆயிரம் சாரதா' கதைப்படுத்தியிருக்கிறது. பொருண்மை உலகில் தோற்றமளிக்காத அனுமந்தப்பாவுக்கும் காணாமற்போன சாரதாவுக்கும் இடையே நுழைந்து வேற்றுலகத்துக்குரியதெனத் தோன்றும் காதல் ஏக்கங்களில் குறுக்கிடத் துணியும் மயில்வாகனனைச் செலுத்துவது எது? நவீன மனிதனின் மேம்பட்ட அறிவா? அல்லது துணிவா? கூட்டு நினைவுகளாலும் நம்பிக்கைகளாலும் நடத்திச் செல்லப்படும் பூர்வகுடி மக்களுக்கும் நமக்கும் பெரிய அளவில் வேறுபாடுகள் இருப்பதாகத் தெரியவில்லை. தற்கால உலகில் நாம் எதிர்கொள்ளும் கதையாடல்களே நம் பார்வையையும் உணர்வுகளையும் கட்டமைப்பதாக இருக்கிறது. சடங்குகளும் நம்பிக்கைகளும் தொன்மங்களும் நிகழ்த்திய செயல்பாட்டை இன்று திரைக் காவியங்களும் இலக்கியப் பிரதிகளும் நிகழ்த்துகின்றன. நம் லட்சியங்களும் விழைவுகளும் வாழ்க்கை பற்றிய கருத்தாக்கங்களும் பகுத்தறிவுக்கு அப்பாற்பட்ட ஒரு கற்பனையான வெளியிலிருந்துதான் பிறக்கின்றன. அனுமந்தப்பாவின் உலகத்துடன் நமக்கு இருக்கும் பொதுமைகளில் இதுவும் ஒன்று. காதல் என்பது 'தூய்மையை, புனிதத்தை, மென்மையை, ரகசியத்தை, மனதை' அடிப்படையாகக் கொண்டது என்று நம்பும் மயில்வாகனனுக்கு 'அன்பின் அசாதாரண வன்முறை' பற்றித் தெரிந்திருக்க நியாய

மில்லை. அனுமந்தப்பாவின் அன்பு வலையில் சிக்கியபின் தன்னுள் விரவியிருக்கும் சாரதாவைப் பல துண்டுகளாக, ‘ஆயிரம் சாரதா’க்களாக சிதைப்பதைத் தவிர அவனுக்கு வேறு வழியேதுமில்லை.

மயில்வாகனனுடன் ஒரே அறையில் வாழும் நண்பரான கதைசொல்லி நடுத்தர வயதினர்; நுட்பமான அரசியல் மற்றும் வரலாற்றறிவு படைத்தவர்; சகமனிதர்பால் அக்கறையும் அன்பும் மிகுந்தவர்; நவீன உலகின் ஒழுங்குவிதிகளை மனத்தளவிலும் மீறாதவர். இத்தன்மைகள் அவருக்கு வாய்த்திராவிட்டால் இக்கதையாடலே சாத்தியமாயிருக்காது. மயில்வாகனின் அனுபவங்கள் அவருக்குப் பேரச்சத்தை விளைவிக்கின்றன. மயில்வாகனனை மீட்டெடுக்க அவர் நிறுவனங்களின் உதவியை நாடுகிறார். இறுதியில் இக்கதையின் நிறைவுச் சாத்தியமே அவருக்கு ஓர் ‘அபத்தமான உள்ளீடற்ற பொக்கை’யாகத் தோற்ற மளிக்கிறது.

நாமும் (எப்போதும் போல) வதைக்குள்ளான, சிதிலமடைந்த நம் நவீன உலகை மீண்டடைகிறோம்.

கல்யாணராமன்

சென்னை

14.03.2012

“சூரர மகளிரின் நின்ற நீமற்
றியாரை யோவெம் அணங்கியோ யுண்கு”

(நல்வெள்ளியார், அகம்32)

1802 குளிர் பருவத்தில் ரயத்வாரிமுறை வரிவிதிப்பிற்கெதிராகக் கலகம் செய்து கைதான முப்பது தலைவர்களில் ஒருவரான அனுமந்தப்பா வழிவழியாகப் பயின்ற தனது வசிய சக்தியால் வெள்ளைக்காரர்களின் மனதை மாற்றி விடுவார் என்றுதான் ஒசூர் தேன்கனிக்கோட்டை வட்டாரங்களிலிருந்து தலைவர்களை விடுவிக்கக் கோரி ராயக்கோட்டை ஆட்சியர் அலுவலகத்தின்முன் திரண்ட ஆயிரக்கணக்கான விவசாயிகளும் நம்பினர். அவர்கள் நம்பியதுபோல அப்படி எதுவும் நடக்கவில்லை. என்றபோதிலுங் கூட அனுமந்தப்பாமீது அவர்கள் வைத்திருந்த அன்பு குறைந்து போய்விடவில்லை. கலெக்டர் காக்பர்ன் கோட்டைக்கு எழுதிய அதிகாரபூர்வமற்ற தனிப்பட்ட கடிதமொன்றில் அவர்கள் (விவசாயிகள்) பொதுவாகவே தங்கள் தலைவர்களை மனிதப் பிறவியாகப் பார்க்கப் பிரியப்படுவதில்லை என்றும் மாறாக அரசாங்கம் ஏதோ தங்கள் கலப்பைகளைப் பிடுங்கிக்கொண்டு வயிற்றில் அடித்துவிட்டதைப் போல துடித்துக்கொண்டிருந்தார்கள் என்றும் தலைவரை மீண்டும் பார்க்கும் வெறியொன்றே அவர்களுக்கு உயிர்வாழும் நியாயத்தைக் கொடுத்துக்கொண் டிருந்தது என்றும் அந்த அன்பு வெறியில் கலகத்தின் காரணம்கூட பின்தங்கிப்போய்விட்டது என்றும் விடுவிக்கப்பட்ட தலைவர் களுடன் அவர்கள் திரும்பிச்சென்ற வழியில் அவர்கள் முன்வைத்த கோரிக்கைகள் பிணமாகக் கிடந்ததைப் பார்த்தேன் என்றும் எழுதுகிறார். கலகம் அற்பாயுளில் முடிந்துவிட்டதென்றாலும் அனுமந்தப்பா பரம்பரைக்கு அவர்கள் அதுவரையில் சேர்த்து வைத்திருந்த நிலபுலன்களோடுகூட கணிசமான அளவு செல்வாக்கையும் பெற்றுத் தந்தது. வருடங்களுக்குப் பிறகு கர்நாடகத்தைப் பூர்வீகமாகக் கொண்டிருந்த அவர்கள் குடும்ப விருட்சம் மாநிலப் பிரிவினைப் பிரச்னைகளையும் தாண்டி பதற்றமின்றி தமிழ் மண்ணிலேயே வேரூன்றிக்கொள்ளவும் தளம் அமைத்துக் கொடுத்தது. அனுமந்தப்பாவிற்குப் பிறகு மூன்று தலைமுறைகள்வரை குறிப்பிடத்தக்க போராட்டங்கள் எதையும் அவரது சந்ததிகள் முன்நின்று வழிநடத்தியதாகவோ குறைந்தபட்சம் அவற்றில் கலந்துகொண்டதாகவோகூட சான்றுகள் ஏதும் இல்லையென்றாலும் கலக ரத்தம் அனுமந்தப்பா வின் பிதுரார்ஜிதச் சொத்துக்களில் ஒன்று என்பதான அபிப்பிராயம் பலகாலம் பாலக்காட் பாரமகால் வட்டாரங்களில்

நிலவி வந்தது. சுதந்திரத்திற்குப்பிறகு தமிழ்ச் சமுதாயத்தின் அறிவுத் தளத்திலும் அரசியல் மேடையிலும் நிகழ்ந்த தீவிர மாற்றங்களால் கருப்புத் துண்டணிந்த இளைஞர்களும் சிவப்புச் சட்டைக்காரர்களும் அதிகமாகத் தென்படத் துவங்கியபோதுதான் அனுமந்தப்பாவின் வாரிசுகள் பொருளாதார ரீதியாகப் பின்தங்கிப்போய்விடவில்லையாயினும் மெல்ல மெல்ல தங்கள் சமூக செல்வாக்கை இழந்து தனிப்பட்ட ஒரு குடும்பமாக உள்ளொடுங்கத் துவங்கினார்கள். அனுமந்தப்பா வம்சாவளியின் நான்காம் தலைமுறை இளைஞனான இரண்டாம் அனுமந்தப்பா தொழிற்சங்க நடவடிக்கைகளில் ஈடுபட்டுக் கொலைக் குற்றத்திற்காகவோ அல்லது கொலை முயற்சிக் குற்றத்திற்காகவோ கைது செய்யப்பட்டு ஒசூர்க் கிளைச்சிறையில் அடைக்கப்பட்ட போது அவனுடைய பெரும்பூட்டனார் பொருட்டுத் திரண்டது போல ஜனக் கூட்டமொன்றும் அவனை விடுவிக்கக் கோரி ஆர்த்தெழுந்து காவல்துறைக்குத் தலைவலி ஏற்படுத்திவிட வில்லை. அனுமந்தப்பா தன் தண்டனைக் காலம் முழுவதையும் அனுபவித்துவிட்டுத்தான் சிறையைவிட்டு வெளியே வந்தான். மனம் என்கிற வஸ்து உருவாவதன் முன்னேயே தாய் தந்தையரைப் பறிகொடுத்துவிட்ட அனுமந்தப்பா உறவினர்களால் சிறப்பாக வளர்க்கப்பட்டானென்று சொல்ல முடியாவிட்டாலுங்கூட கல்லூரிப் படிப்புவரை அவனால் செல்ல முடிந்தது. கல்லூரியை முடித்துவிட்டு வெளியே வந்த தினத்தில் ஒசூர் – மத்திகிரி சாலையிலிருந்த ஒருதுண்டு நிலப்பரப்பும் கூட்டுறவு வங்கியின் சேமிப்புக் கணக்கிலிருந்த சிறு தொகையும் (மொத்தச் சொத்தையும் ஒப்பிடும்போது) மட்டுமே அவனுடைய பூர்வீகச் சொத்தாக அடையாளம் காட்டப்பட்டபோது அவன் ஆச்சரியமோ பெரிய அளவில் ஏமாற்றமோ அடையவில்லை. ஆகவே உறவினர்களின் போக்கு பற்றி அவனிடமிருந்து பெரிய புகாரும் எழவில்லை. அவனுக்கு முந்தைய தலைமுறைகளைப்போலன்றி அவன் விவசாயத்தில் ஈடுபாடு இல்லாதவனாக இருந்தான். சேலம் உருக்காலையை நம்பி தர்மபுரி வட்டாரத்தில் வளர்ந்து கொண்டிருந்த ஏராளமான சிறு தொழிற்சாலைகளில் ஒன்றின் ஒசூர்க்கிளை அலுவலகத்தில் சரக்குக் கண்காணிப்பாளனாகச் சேர்ந்த பிறகு ஊரைவிட்டுச் சற்று தள்ளி ஒதுக்குப்புறமாக இருந்த தன் நிலத்தில் பாதியை விற்றுவிட்டு விற்ற பணத்தில் மீதி நிலத்தின் மீது ஒரு வீட்டைக் கட்டிக்கொண்டான். பிரம்மாண்டமான வீடுதான் அது. சக்திக்கு மீறிய முயற்சி. என்றாலும் அனுமந்தப்பா உடலில் ஓடிக்கொண்டிருந்த பரம்பரை ரத்தமும் அழகியல் உணர்வும் அவனை அதில் ஈடுபட வைத்தன. அதே ரத்தமும் உணர்வும்தான் அவனை ஆந்திர எல்லையின் வழியாகத் தமிழகத்தின் வடக்கு வடகிழக்கு மாவட்டங்களில்

அப்போது ஊடுருவத் துவங்கியிருந்த தீவிரவாத அமைப்பு களின்பால் அவன் ஈர்க்கப்படவும் நிலப்பிரபுத்துவப் பிரச்னை களை முன்னிறுத்தி வடிவமைக்கப்பட்ட அவற்றின் கொள்கை களை முதலாளித்துவப் போராட்டத்திற்கு ஏற்றபடி முன்னெடுத்துச் செல்ல அவன் பரீட்சார்த்தமாக முயன்று கடைசியில் இரு தரப்பினராலும் கைவிடப்படவும் காரணமாக அமைந்தது. அனுமந்தப்பா அவன் இயல்புப்படி தான் கைதானது பற்றியும் அதிகம் கவலைப்படவில்லை. கூட்டுக் கலகங்களும் அமைப்புகளும் அவன் மனதில் மனித ஒற்றுமை பற்றிய புதிய சிந்தனைகளை ஏற்படுத்தி வைத்தன. ஒற்றுமை அன்பு பரஸ்பர ஈர்ப்பு காதல் என்பதெல்லாம் இரத்தம் வியர்வை எச்சில் அழுக்கு கண்ணீர் போன்ற புறக் கழிவுகளின் மணத்தில் உண்டாகும் போதையினாலன்றி மனதின் வேதி மாற்றத்தால் உண்டாகிறதில்லை, உடலின் மணத்தை நுகராமல் காதல் மலர்வதென்பது அசாத்தியம், மேல் மற்றும் நடுத்தர வர்க்க வெள்ளைச் சட்டை அலுவலர்களிடையே இல்லாத மூர்க்கமான பிணைப்பை ஆலைகளில் உழைக்கும் வர்க்கத்தினிடையேயும் விவசாயிகளிடையேயும் சாத்தியமாக்குவது சக தொழிலாளியின் வியர்வை மணத்தை நுகரும் வேளைகளும் அடுத்தவர் காயங்களை ஸ்பரிசிக்கும் சந்தர்ப்பங்களுமன்றி வேறில்லை என்று இதுபோன்ற சிந்தனைகளை அவன் தன் மனதில் வளர்த்துக்கொண்டான். இவ்விதச் சிந்தனைகள்தான் சாரதாவைப் பாதித்துக் கொள்கை யளவில் இவற்றை ஏற்றுக்கொள்ளாவிட்டாலும் அவளை இவன்பால் ஈர்த்து வைத்தது. இந்தப்பெண் சாரதா தஞ்சாவூர் ஜில்லாவைச் சேர்ந்த பிராமண போலீஸ் அதிகாரி ஒருவருடைய சீமந்தப் புத்திரி. கர்நாடகா – தமிழ்நாடு எல்லைப் பகுதியில் அந்தக் காலக்கட்டத்தில் நடைபெற்று வந்த இனக் கலவரங்களைக் கட்டுக்குள் வைப்பதற்காகத் தற்காலிக இடமாற்ற உத்தரவின்மேல் இங்கே அனுப்பப்பட்ட அந்தக் கெட்டிக்கார அதிகாரி வனப்பகுதி களில் அதிகமாயிருந்த கடத்தல் மற்றும் கள்ளச்சாராயக் குற்றங் களின் நிமித்தமாகப் பிறகு நிரந்தர மாற்றல் உத்தரவை வாங்கிக் கொள்ளும் படியாகிவிட்டது. சாரதா அவருக்கு ஏகபுத்திரியுங்கூட. தந்தையின் நிரந்தர இடமாற்றத்திற்குப் பிறகு பெங்களூர் சர்வகலாசாலை மாணவர் விடுதியில் தங்கி உளவியல் படித்துக் கொண்டிருந்தாள். வாரம் ஒருமுறை சனி ஞாயிறுகளில் ஒசூர் வருவது தகப்பனோடு காவல் நிலையத்திற்கும் மலைக் கோவிலுக்கும் ராமநாயக்கன் ஏரிப் பகுதிக்கும் செல்வது ஆகிய நிகழ்வுகளில் அவளுக்கு நிரம்ப ஈடுபாடு இருந்தது எனலாம். அதிலும் சிறப்பாகத் தாலுகா அலுவலகத்தின் பின்புறம் இருக்கும் சிறைச்சாலைக்குச் செல்வதும் கைதிகளுடன் பேசுவதும் அவளுக்கு ஒருவிதமான சாகஸச் செயலைச் செய்யும்

சந்தோஷத்தைக் கொடுத்துக் கொண்டிருந்தன. கைதிகளை இறந்தவர்களாகத்தான் இந்தச் சமூகம் கருதுகிறது என்று ஒரு முறை பகிரங்கமாக அவள் தன் தந்தையிடம் காவல் நிலையத்தி லேயே வைத்து உரத்துச் சொன்னாள். துவைக்கும் கல்லின்மீது துணிகளை அடித்து அழுக்கைப் பிழிவதுபோல கைதிகளின் மீதான வன்முறையின் மூலம் காவலரும் சமூகமும் தங்கள் குற்ற உணர்வையும் இயலாமையையும் பிழிந்து அப்புறப்படுத்திக் கொள்கிறார்கள் என்று ஒரு வாசகம். எங்கே படித்தாளோ. சாரதா அனுமந்தப்பாவைச் சிறைக்கைதிகளில் ஒருவனாகச் சந்தித்தபோது அவன் தண்டனைக் காலம் கிட்டத்தட்ட முடிவடையும் தருவாயிலிருந்தது. விடுதலையாகச் சில மாதங்களே இருந்தன. உளவியல் படித்துக்கொண்டிருந்த துடிப்புமிக்க யுவதிக்கு இம்மாதிரி புரட்சி துப்பாக்கி என்று பேசும் ஆணிடம் ஈர்ப்பு ஏற்படுவதென்பது எதிர்பார்க்கக் கூடிய ஒன்றுதானே. அனுமந்தப்பாவின் தைரியம் ஊகத்திற்கு அப்பாற்பட்டதும் உச்சாடனங்களால் உருவேற்றப்பட்டதுமான பரம்பரை மாந்திரீகக் கூறுகளை அடிப்படையாகக் கொண்டது என்றும் தர்க்க நிலையிலியங்கும் மேல்மனம் அவன் சிந்தனை செல்லும் போக்கை கிரகித்துக்கொள்ளச் சக்தியற்றது என்றும் அவனுடைய பூர்வீகத்தைப்பற்றித் தெரிந்த வயதான பூர்வகுடிகள் சிலர் அவளை எச்சரித்தபோதுகூட அவள் அதைப் பொருட்படுத்த வில்லை. தன் பிரேமையைப் பயன்படுத்திக்கொண்டு அனுமந்தப்பா தன்னைச் சீண்டிப் பார்க்கிறான் என்பது தெரிந்த போதும் அதையும் பெரிதாக எடுத்துக்கொள்ளவில்லை. சிறையைச் சுற்றிப்பார்க்க வந்த ஒருசமயம் அவள் தகப்பனைப் பக்கத்தில் வைத்துக்கொண்டே தன்னை முத்தமிடும்படி சாரதாவைக் கேட்டான் அனுமந்தப்பா. உடன் வந்த உதவி யாளரும் சாரதாவும் அதிர்ந்துபோய் நிற்க சாரதாவின் தகப்பனோ அனுமந்தப்பா தனக்கு வயிற்றை வலிக்கிறது என்று சொல்லக் கேட்டவர்போல துளிச்சலனம்கூட முகத்தில் தோன்றாமல் நின்றுகொண்டிருந்தார். அனுமந்தப்பா பேசியதை அவரால் மட்டும் கேட்க முடியவில்லை என்பதை அவர்களால் அப்போது நம்ப முடியவில்லை. ஆனால் நிஜம் அதுதான். அவன் பேசுவதை அவன் விரும்பினாலொழிய மற்றவர்களால் கேட்க முடியாம லிருந்தது. அனுமந்தப்பா மேலும் சொல்கிறான்: என்மீது உனக்கு உண்மையாகவே காதல் இருக்கும்பட்சத்தில் இவ்வளவுபேர் கண்களையும் கட்டிவிட்டு இந்தச் சிறையறையைப் படுக்கை யறையாக்குவது நமக்குச் சாத்தியம்தான். இதைக் கேட்டவுடன் உதவியாளர் அவனைத் தாக்கினார். தாக்கியதற்குக் காரணம் அவன் சொன்ன வார்த்தைகளல்ல. மாறாக சாரதாவின் தகப்பனுக்குக் கொடுத்த மரியாதையை அவன் அவருக்கு

கொடுக்கவில்லை என்பதால். ஒரு பெண்ணிடம் பேசப்படும் தரக்குறைவான வார்த்தைகளைக் கேட்டுக்கொண்டு நிற்க அந்தப்பெண்ணின் தகப்பன் வயதுடைய தன்னையும் சிறைச் சுவர்களில் ஒன்று என அனுமந்தப்பா நினைத்து விட்டானே யென்கிற ஆத்திரத்தால். சாரதா உடலை முன்னிறுத்தி உருவாக்கப் படும் காதலை நம்பும் வர்க்கமில்லை. அதைப் பரிசோதிக்கும் சந்தர்ப்பமும் அனுமந்தப்பா சிறையிலிருந்ததால் வாய்க்கவில்லை. எனினும் துவக்கத்தில் சாரதா தன்மேல் கொண்டுள்ள அன்பைப் பருவக் கோளாறென்றும் பார்க்கும் எதையும் தன் அகம்பாவத்தால் திருத்த முன்னும் மேல்தட்டு மனோபாவம் என்றும் பழித்துத் தன் அதீதமான வார்த்தைப் பிரயோகங்களால் அவளைச் சீண்டியும் அவமானப்படுத்தியும் வந்த அனுமந்தப்பா நாளாவட்டத்தில் தானும் அவள்பால் ஈர்க்கப்படத் தன்னை அனுமதித்துக்கொண்டான். அப்போது அவனுக்கும் வயது முப்பதைக் கடக்கவில்லை. இங்கே கோடைப்பருவத்தில் மலை மீதிருக்கும் சந்திரசூடேஸ்வரருக்குத் திருவிழா நடப்பது வழக்கம். பெரிய நிகழ்வு. அக்கம்பக்கத்திலிருந்து பத்துப் பதினைந்து கிராமங்கள் மூன்றுநாட்கள் கலந்து கொள்ளும் வைபவம். இந்த வைபவத்திற்கு ஒரு வாரத்திற்கு முன்புதான் அனுமந்தப்பா விடுதலையானான். உற்சவத்தின் இரண்டாம் நாளன்று தோழி களுடன் வந்திருந்த சாரதாவைச் சிறைக்கு வெளியில் முதன் முதலாக மலையடிவாரத் தெப்பக்குளத்தின் கரையிலிருக்கும் கல் மண்டபங்களுள் ஒன்றில் வைத்து அவன் சந்தித்தான். சாரதா சம்மதித்தால் தோழிகளுடைய கண்களைத் தற்காலிகமாக குருடாக்கத் தன்னால் முடியும் என்றும் பேசினான். அனுமந்தப்பாவைப்பற்றி ஏற்கனெவே சாரதா சொல்லியிருந்தும் அவனுடைய அணுகுமுறையைப் பார்த்துவிட்டுத் தோழிகள் கலவரமடைந்துதான் போனார்கள். சாரதா தான் அனுமதிக்கும் வரையில் அனுமந்தப்பாவால் எந்த ஆபத்தும் இல்லையென்று கூறியும்கூட கேட்காமல் தோழிகள் விஷயத்தைச் சாரதாவின் தகப்பன் காதில் போட்டுவிட்டுப் போய்விட்டார்கள். பிறகென்ன. எல்லாக் காதல் கதைகளின் இரண்டாம் பகுதியைப்போலவே பயமுறுத்தல்களும் கெஞ்சல்களும் கண்ணீரும்தான். அனுமந்தப்பா இரண்டுமுறை காவல் நிலையத்திற்கு அழைத்து வரப்பட்டுத் தாக்கப்பட்டான். சாரதாவின் தகப்பனார் அனுமந்தப்பாவின் பாரம்பரைப் பெருமையின் பேராலும செல்வாக்கின் பேராலும் அவருடைய நலம் விரும்பிகளால் சமாதானப்படுத்தப்பட்ட பிறகு அவனைக் கண்டிக்கும் நடவடிக்கைகளை நிறுத்திக்கொண்டு பெண்ணிடம் அதைச் செயல்படுத்தத் துவங்கினார். கோடை விடுமுறைக் காலமாதலால் சாரதாவைக் கல்லூரி விடுதிக்கும் அனுப்ப முடியவில்லை. எனவே வீட்டோடு அவள் சிறை

வைக்கப்பட்டாள். கனத்த காவல்தான். முகம் நிறமிழந்தும் கண்கள் வெறிச்சிட்டபடியும் உடல் தளர்வடைந்தும் அந்தச் சின்னப்பெண் அடைக்கப்பட்டிருந்த விதம் விதியின் இரக்க மின்மையைப் பறையடித்துச் சொல்லிக்கொண்டிருந்ததாம். எனினும் அந்தி வேளைகளிலும் இரவு பிரியாத அதிகாலைப் பொழுதிலும் அனுமந்தப்பாவின் உருவம் தெருவில் தோன்றுவதாகத் தகவல்கள் வந்த வண்ணமிருந்தன. சாரதாவிடமும் மாற்றம் தெரியத் துவங்கியதை அவளை வீட்டிற்குச் சென்று பார்த்தவர்கள் உணர்ந்தார்கள். இந்த நாடகத்தின் உச்சக் கட்டமாகச் சாரதாவின் தகப்பனார் அனுமந்தப்பாவைக் கொன்றுவிடப் போவதாகத் தன் உதவியாளரிடம் சொல்லிப் புலம்பிக்கொண்டிருந்த தினத்திற்குப்பின் பல வாரங்களுக்கு அனுமந்தப்பாவைப்பற்றின செய்தி எதுவும் யார் காதையும் வந்தடையவில்லை. அனுமந்தப்பா திடீரென்று காணாமல் போய்விட்டான். ஆம். அப்படித்தான் சொல்லவேண்டும். அவன் ஓடிப்போகக் கூடிய கோழையல்லன் என்பது அவனையறிந்த ஒவ்வொருவருக்கும் தெரியும். ஆனால் அவன் உறவினர் இருப்பிடங்களிலோ பழைய தொழிற்சங்க நண்பர்களுடனோ ஒசூர் வீட்டிலோ இல்லை. தற்கொலை செய்துகொண்டானா அல்லது சாரதாவின் தகப்பனார் தான் சொன்னதைச் செய்து விட்டாரா இரண்டுமில்லாமல் தன் இருப்பைச் சாரதாவைத் தவிர மற்றவர்களுக்குக் காட்ட விருப்பமில்லாமல் அனுமந்தப்பாவே தன்னை மாயமாய் மறைத்துக்கொண்டு விட்டானா தெரியவில்லை. ஆனால் அனுமந்தப்பாவின் மறைவு ஊருக்கு உறைத்து அவர்கள் அதைப்பற்றி அரசல்புரசலாகப் பேசத் துவங்கிய சில தினங்களுக்குள்ளாகவே சாரதாவின் தந்தை மேலதிகாரிகளிடம் கெஞ்சிக் கூத்தாடி கோயமுத்தூருக்கு மாற்றல் வாங்கிக்கொண்டு போய்விட்டார். மிக நெருக்கமான ஓரிரு உதவியாளர்களைத்தவிர வேறுயாருக்கும் அவர் போகுமிடம் பற்றின விபரம் எதுவும் தெரிவிக்கப்படவில்லை. இரவோடிரவாக அவர் குடும்பம் வீட்டைக் காலி செய்துவிட்டுக் காணாமல் மறைந்துவிட்டது. முதல் நாளிரவு அவரை வீட்டில் பார்த்தவர்கள் மறுநாள் காலையில் பூட்டப்பட்ட வீட்டைத்தான் பார்த்தார்கள். மிக ஜாக்கிரதையாகவும் திட்டமிட்டும் ரகசியமாகவும் தொழில் திறமையுடனும் சிறிதுகாலம் ஊரின் கவனத்தை ஈர்த்துக் கொண்டிருந்த சாரதாவின் கதைக்கு முற்றுப்புள்ளி வைக்கப்பட்டு விட்டது.

அறுபதுகளின் துவக்கத்தில் சார்நிலைப் பதிவாளராக மதுரையிலிருந்து மாற்றல் பெற்று ஒசூருக்கு நான் வந்து

பா. வெங்கடேசன்

சேர்ந்தபோது அனுமந்தப்பா – சாரதா காதல்கதை முடிந்து சில வருடங்களாகியிருந்தன. இங்கே என்னைப்போல வந்தேறிகள் விரல்விட்டு எண்ணக் கூடிய அளவிலேதான் இருந்தார்கள். சில அடிகள் வித்தியாசத்தில் மலைப் பிரதேசமாகும் தகுதியையும் அதற்குண்டான அரசாங்கச் சலுகைகளையும் இழந்து இன்று தொழிற்சாலைப் புகையால் கருகிக்கொண்டிருக்கும் இவ்வூரின் நிலவெளியெங்கும் அப்போது வருடம் பூராவும் மூடுபனி தங்கி யிருக்கும். உலராது அழுகிக்கொண்டிருக்கும் கழிவுகள் பரப்பும் விஷக் காய்ச்சலுக்கும் மனப் பிறழ்வுகளுக்கும் பயந்து நானும் மற்ற வெளியூர்க்காரர்களைப்போலவே கண்களை மட்டும் விட்டுவிட்டு மற்ற எல்லா உறுப்புகள் மீதும் கம்பளிச் சட்டை கம்பளிக் கையுறை கம்பளிக் காலுறை கம்பளி முகமூடி என்று சாத்தியப்படும் துணிகளையெல்லாம் அள்ளிப்போட்டபடி நடந்துகொண்டிருந்தேன். உள்ளூர்க்காரர்களோ தலையிலிருந்து கால்வரை ஒற்றைக் கம்பளியை மட்டும் போர்த்துக்கொண்டு ஆள் வித்தியாசம் கண்டுபிடிக்க முடியாதபடி இருட்டுப் பறவைகளைப்போல அலைந்துகொண்டிருப்பார்கள். பெரும்பாலும் எல்லோரும் நிலச் சொந்தக்காரர்கள். பூர்வகுடிகள். தெற்குப்பகுதியின் பாறை வெய்யிலுக்குப் பயந்து நிழல் தேடி வந்த துரைமார்களுக்கு உல்லாச வீடுகள் கட்டிக்கொள்ள ஆதியில் தங்கள் நிலங்களில் ஒரு பாகத்தைத் தானமாகத் தந்தது பற்றி இன்னும் பீற்றிக்கொண்டு திரிபவர்கள். தொழிற்பேட்டையாக இப்பகுதி அறிவிக்கப்பட்டுத் தனியார் தொழிற்சாலைகள் சார்ந்த வரவுகள் அதிகமாகி இந்தப் பழம்பெருச்சாளிகளின் மேலாதிக்கம் சரியத் துவங்க இன்னும் பத்து வருடங்கள் இருப்பதால் இக்கதை நடக்கும் காலகட்டத்தில் வெளியாட்கள் என்பவர்கள் பெரும்பாலும் அரசாங்க ஊழியர்களாகவே இருந்தார்கள். சர்க்கார் உத்தியோகஸ்தர்கள் எல்லோருமே போலீஸ்காரர்கள் என்கிற அடிமைக்காலத்து மனோபாவம் இன்னும் ஊர்க் காரர்களை விட்டு முழுவதும் அகன்றிராமலிருந்தது. அதேபோல் உள்ளூர்க்காரர்கள் எல்லோருமே கடைத்தேற்றப்படவேண்டிய அல்லது தண்டிக்கப்படவேண்டிய திருடர்கள் என்கிற உபதேசம் வந்தவர்களின் கைகளிலும் பெட்டி படுக்கைகளோடு சேர்த்துத் திணிக்கப்பட்டிருந்தது. ஆகவே இரு தரப்பினரும் அதிகம் பேசிக்கொள்வது கிடையாது. ஒன்றை இன்னொன்றாக மாற்றும் மந்திர வித்தையில் இவர்கள் கைதேர்ந்தவர்கள் என்கிற நம்பிக்கை கைதொட்டுக் கையாகப் புதியவர்களிடையே பரவியிருந்ததும் அவர்கள் தரப்புத் தயக்கத்திற்கு ஒரு காரணம். எனக்கு இதில் நம்பிக்கை உண்டா இல்லையா என்கிற விவாதத்திற்குள் நாம் நுழையவேண்டாம். ஏனென்றால் என்னிடமே இந்தக் கேள்விக்கான திட்டவட்டமான பதில் கிடையாது. என்னைப்

பொறுத்தவரை வலியச் சென்று யாருடனும் நட்பு ஏற்படுத்திக் கொள்ளும் சுபாவம் எனக்குக் கிடையாது அவ்வளவுதான். தவிரவும் உள்ளூர்க்காரர்கள் பேசிய தமிழும் கன்னடமும் மற்றும் தமிழும் தெலுங்கும் கலந்த மணிப்பிரவாளப் பேச்சும் அவற்றிலிருந்து புடைத்துக்கொண்டெழும் கலைச் சொற்களும் எப்போதாவது வில்லங்கச் சான்றிதழுக்காக வருபவர்களிடம் சம்பாஷிக்கும் விருப்பத்தைக் கெட்ட கனவாக மாற்றிவிட வல்லனவாகவும் இருந்தன. அவர்களுக்கு ஒருவகை மனோபாவம் என்றால் இவர்களுக்கு இன்னோர் வகை மனோபாவம். மல்துணிச் சட்டையும் கால்சராயும் அணிந்து போர்வை போர்த்திய பெரும்பாலும் குளிக்காத வெறுங்காலும் வெற்றிலை உமிழும் வாயுமாய் உழலும் பூர்வகுடிகளின் நடுவே அகம்பாவத் துடன் நடந்துபோகும் ஒரு வந்தேறி தன்னைப்போலவே சட்டை யும் கையுறை மற்றும் குளிர்த் தொப்பியணிந்த இன்னொரு வந்தேறி எதிர்ப்படக் கண்டால் அசூயையும் தாழ்வுணர்ச்சியும் கொண்டவனாக மாறிவிடுபவனாய் இருந்தான். இருவரும் ஒருறையில் இரு வாள்கள்போல தங்களை உணர்ந்தார்கள். தான் தோற்கடிக்கப்பட்டுவிட்டதாய் பரஸ்பரம் இருவருமே உள்ளுக்குள் புகைந்துகொண்டார்கள். கற்பித்துக்கொள்ளும் இந்த முழு மனக்கசப்பையும் அவர்கள் தங்கள் சிரிப்பில் வெளிப் படுத்தினார்கள். காற்சட்டை அணிந்த இரண்டு மனிதர்கள் இப்படி ஒருவரையொருவர் பார்த்துச் சிரித்துக்கொள்ளும்போது சிரிப்பின் மோதலில் பொறி பறக்கும். தாள முடியாத துர்கந்தமும் பேரோசையும் வெடிக்கும். இரு புறமும் அவர்களைக் கடந்துபோய்க் கொண்டிருக்கும் உள்ளூர்வாசிகள் இந்த திடீர்ச் சூழல் மாற்றத்தின் காரணம் புரியாமல் திகைத்துப்போய் நிற்பார்கள். அல்லது பாதுகாப்பான இடம்தேடி ஓடுவார்கள். சிரிப்பின் வகைமை பற்றின அவர்களின் அறியாமை அப்போது அவர்களிடமிருந்து பூரணமாக வெளிப்படும். இந்தச் சிரிப்பிற் காகவே அவர்களும் வெளியாட்களிடம் ஒட்டிப் பழகப் பயந்தார்களாயிருக்கும். ஆக நான் சொல்லவருவது நான் தனிமையில் இருந்தேன் என்பதை. ஆஸ்த்துமா உபத்திரவம் உள்ளவளாதலால் என் மனைவியும் பள்ளிப் படிப்பின் இறுதிக் கட்டமென்பதால் இரு பிள்ளைகளும் வயதான உடம்பு பனி தாங்காதென்பதால் தாயாரும் இவ்வூருக்கு வரச் சம்மதிக்காமல் மதுரையிலேயே தங்கிவிட்டார்கள். நான் வசித்த அறையில் மயில்வாகனன் வந்துசேர்ந்த தினத்திற்கு முன்தினம்வரை எனக்காக அங்கே காத்துக் கொண்டிருந்தவர்கள் என்று யாரும் கிடையாதாகையால் அலுவலகத்திலிருந்து நான் தாமதமாகத்தான் கிளம்புவேன். பத்துநிமிட நடைக்குள் அகப்பட்டுவிடக்கூடிய என் இருப்பிடத்தை அடையக் குறைந்தபட்சம் நாற்பது நிமிட

நேர அவகாசம் எடுத்துக்கொள்வேன். பணியிடத்திலிருந்து என் இருப்பிடத்தை இரண்டு வழிகள் மூலமாகச் சென்றடையலாம். அப்போதைய மனோநிலைக்கேற்ப இரண்டிலொன்றைத் தேர்ந்தெடுத்துக்கொள்வது வழக்கம். எப்போதாவது அசம்பாவிதமாக நிகழ்ந்துவிடும் உள்ளூர் நிலத்தகராறுகள் அல்லது மாவட்ட ஆட்சியாளரின் திடீர் வருகை நிமித்தமாகத் தலைமேல் சரியும் கோப்புகளின் சுமை உடல் சோர்வையும் மனத் திருப்தியையும் ஏற்படுத்தும் நாட்களில் சாராட்சியர் கட்டடத்தின் நேரெதிரிலிருந்து நீளும் பிரதான சாலையில் இறங்கி அது முடியுமிடத்தைக் கத்தரிக்கும் நெடுஞ்சாலை எண் ஏழின் இடப்புறமாகத் திரும்பி ஐந்து நிமிட நடையில் அதிலிருந்து மீண்டும் இடப்புறமாகக் கிளைபிரியும் சிறிய தெருவிற்குள் நுழைந்து எனது அறையான கதவிலக்கம் பதினைந்தை அடைவது ஒரு வழி. இன்னொரு வழி ஊரிலிருந்து வாரமொருமுறை வரும் கடிதங்கள் (இவை பெரும்பாலும் என்னவளின் ஆஸ்துமா இரைப்பு அதிகமாகி அவளைப் பாடாய்ப்படுத்தின விவரணைகளையோ அல்லது மூத்தவனின் பாட மதிப்பெண்கள் அபாயக் கோட்டிற்குக் கீழே இறங்குவது குறித்த அவளுடைய முறையீடுகளையோ பிரதானமாய்க் கொண்டிருக்கும்.) பிரிவாற்றாமையையும் பதில் எழுதியாகவேண்டியதன் அவசியத்தையும் நிர்பந்திக்கும் வேளைகளில் மன உளைச்சலுக்கு ஆட்படுவதாகத் தோன்றும் போதுகளில் அலுவலக வாயிலிலிருந்து இடப்புறமாக ராமநாயக்கன் ஏரியை நோக்கிச் செங்குத்தாக இறங்கும் சாலையில் உருண்டு வலப்புறமாகத் திரும்பி பெரும் நீர்ப்பரப்பை ஒட்டி அதன் வடகரையில் அமைந்திருக்கும் கோட்டை மாரியம்மன் கோவில்வரை கால்களை நனைத்த படியே நடந்து கோவில் பாதையின் உள்புறமாக வலப்பக்கம் திரும்பி நாற்பத்து மூன்றாம் கதவைத் தொட்டு இறங்கு முகமாகச் சென்று கதவிலக்கம் பதினைந்தை அடைவது. தெரு மிக அமைதியானது. இரு மருங்கிலும் சேர்த்து அறுபது வீடுகளைக் கொண்டதாக இருந்தது. அதில் பாதிக்குமேல் வீட்டுச் சொந்தக்காரர்களால் கைவிடப்பட்டுப் பாழடைந்தவை. ஒரு சாரியில் நாற்பத்து மூன்று வீடுகளும் மிகுதி வீடுகள் மறு சாரியிலுமாக நடுவே ஒரு நல்ல விளையாட்டு வீரனின் தூரம் தாண்டும் இலக்குக்குள் அகப்பட்டுவிடக்கூடிய மண் சாலை. நான் வரும் நேரத்தில் தெரு அடங்கிவிடும் என்பது அதை நான் அமைதியாக உணர்ந்ததற்கு ஒரு காரணம். நெடுஞ்சாலை வழியாக நடந்து அறையை அடையும் நாட்களில் மனதிற்கு மிகுந்த ஆசுவாசத்தைக் கொடுக்கும் இந்த அமைதி ஏரிக்கரை வழியாக நடந்துவர நேரிடும் நாட்களில் பெருத்த தனிமையை என்மீது வேண்டுமென்றே ஏற்றும் மௌனமாய்த் தோற்றங்கொள்ளும். என் அறையின்

நேரெதிரே சாரதாவின் குடும்பம் முன்பு குடியிருந்த பூட்டின வீடு திரும்பத் திரும்ப ஊர் நினைவுகளைக் கொண்டு வந்து என்மேல் வாரி இறைக்கும். அப்போதெல்லாம் அந்த வீட்டை நோக்கியதாக இருக்குமாறு அமைக்கப்பட்டிருந்த என் அறைச் சன்னலைப் படாரென்று தொலைவில் எங்கோ இருக்கும் எதிர் வீட்டின் சொந்தக்காரர்களுக்குக் கேட்குமென்ற நம்பிக்கையுடன் அடித்துச் சார்த்திவிட்டு வாங்கி வந்திருக்கும் மாலைச் சிற்றுண்டியை வேண்டா வெறுப்பாகக் கொட்டிக்கொண்டு படுத்துவிடுவது வழக்கம். மயில்வாகனன் வரும்வரை இப்படியாகத் தனிமை என்னைக் கொன்றுகொண்டிருந்தது. ஒரு காலத்தில் போர்த் தளவாடங்களைக் கொண்டு செல்வதற்கென்றே ஆங்கிலேயர்களால் பிரத்யேகமாகக் கட்டப்பட்டுச் சுதந்திரத்திற்குப்பின் அந்தப் பரபரப்பையும் முக்கியத்துவத்தையும் இழந்துவிட்ட இவ்வூரின் சின்னஞ்சிறிய புகைவண்டி நிலையத்தில் மயில்வாகனன் அவன் கிழித்துப்போடும் காகிதக் குப்பைகளைப் பொறுக்கிப்போடவும் சுடுபானம் வாங்கி வரவும் நாளைக்கு இரண்டே தடவைகள் வந்து கடந்துபோகும் புகைவண்டிகளை நெறிப்படுத்தவும் ஒரேயோர் உள்ளூர் உதவியாளனைக் கொண்ட தலைமை அலுவலகனாக நியமனம் பெற்று வந்திருந்தான். சொந்த ஊர் திருநெல்வேலி. அலுவலக வாயிலிலிருந்து ஏரியை நோக்கி இறங்கும் பாதையில் உருண்டு வலப்பக்கம் திரும்பாமல் இடப்பக்கம் திரும்பி ஒசூர்–மத்திகிரி சாலையில் ஓர் ஒன்றரைப் பர்லாங் நடந்தால் மிகவும் தனிமைப் படுத்தப்பட்ட இடத்தில் புகைவண்டி நிலையம். எப்போதாவது நிலையத்தின் சிமெண்ட் இருக்கைகளிலும் புங்கைமரக் காற்றிலும் ஆசுவாசம் தேடி அங்கு நான் வருவதுண்டு. ஒரு வெளியூர்க் காரனுக்குரிய சகலவிதமான அடையாளங்களுடன் நான் மயில்வாகனனையும் மயில்வாகனன் என்னையும் பார்த்துப் பரஸ்பரம் சிரித்துக்கொண்டபோது நடுவே பொறி எதுவும் பறக்கவில்லை. வயது அதற்கொரு காரணம். ஒளிரும் நீலநிற விழிகளைப் பெற்றிருந்த மயில்வாகனன் சின்னப்பையன். நானோ அப்போது நரைக்கத் தொடங்கியிருந்தேன். துவைத்து நாட்களான சற்றே இற்றுப்போன என் உடையலங்காரம் இன்னொரு காரணம். ஆக எதிராளியை முக்கியமாக ஓர் இளைஞனைச் சவாலுக்கு அழைக்கும் அழகியல் கூறுகள் எதுவுமற்ற என் பணிவான தோற்றம் முதல் பார்வையிலேயே இவன் நமக்குப் போட்டியல்ல என்கிற மாதிரியான நிம்மதி உணர்வை மயில்வாகனன் மனதில் உண்டாக்கியிருக்கவேண்டும். அன்று நாங்கள் மனத்தடைகள் ஏதுமற்று எங்களை அறிமுகப்படுத்திக் கொண்டோம். அந்த இளைஞன் மிகச் சமீபத்தில்தான் உத்தியோகப் பொறுப்பேற்றுக்கொண்டு வந்திருந்தான். இங்கே

வருவதற்கு முன் தமிழ்நாட்டின் தெற்குக் கோடியில் பிறந்து வளர்ந்த தனக்கு இவ்வூரின் விந்தையான பெயர்கூடத் தெரியாது என்று என்னிடம் கூறி அவன் அலுத்துக்கொண்டான். தங்கு வதற்கு நம்பகமான வசதியான அறை எதுவும் அகப்படாததால் தற்காலிகமாக அலுவலக அறையையே தங்கும் விடுதியாகவும் மாற்றிக்கொண்டிருந்தான். வேலை சம்பந்தப்பட்ட கோப்புகள் மற்றும் கருவிகளும் தனிப்பட்ட உடுப்புகள் மற்றும் உபயோகப் பொருள்களும் கலந்து பணியிடம் என்று அவனால் வர்ணிக்கப் பட்ட அந்த அறை வினோதமான தோற்றம்கொண்டிருந்ததை நானும் கவனித்தேன். மேலும் இரண்டு தடவைகள் ஒருவார இடைவெளியில் நாங்கள் சந்தித்துக் கொண்டோம். மூன்றாவது சந்திப்பில் என் அறையில் தங்க விருப்பமா என்று நான் கேட்ட போது மயில்வாகனன் உடனே சம்மதித்தான். முதல் சந்திப்பி லேயே இந்த யோசனை எங்கள் இருவரின் மனதிலும் முடிவு செய்யப்பட்டுவிட்ட ஒன்றென்று அப்போது எனக்குத் தோன்றியது. வார இறுதியில் மயில்வாகனன் என் இடத்திற்குக் குடி வந்துவிட்டான். அவன் வரவிற்குப் பிறகு என் பொழுதுகளுங் கூட சுவாரஸ்யமும் புதிய அர்த்தமும் கொண்டவையாக மாறத் துவங்கின என்று தயக்கமில்லாமல் சொல்லலாம். என் வயது அதற்குரிய முழு மரியாதையையும் பெற்றுக்கொண்டதாய் திருப்தியுற்றது. வீட்டைச் சுத்தமாக வைத்துக்கொள்வதையும் வீதிக் குழாயிலிருந்து தினமும் புதிய தண்ணீரைப் பானையில் நிரப்பி வைப்பதையும் மயில்வாகனனே விடாமல் செய்தான். வீட்டினுள் இருக்கும்போது கதவை உட்புறம் தாளிட்டுக்கொள்ளும் ஜாக்கிரதை உணர்வு மட்டும் தெற்கத்திக்காரனாதலால் கைவர வில்லை என்பதைத் தவிர ஒடிசலான அவன் உருவம் வேலைகளில் சளைக்காத சுறுசுறுப்பை அவனுள் புகுத்தியிருந்தது. வயது புதிய செய்திகளைத் தெரிந்துகொள்வதிலும் அவற்றைப் பகிர்ந்துகொள்வதிலும் தணியாத ஆர்வத்தைக் கொடுத்திருந்தது. புகைவண்டி நிலையம் பற்றிச் சற்று முன்னால் நான் தெரிவித்திருந்த தகவல்கூட மயில்வாகனன் மூலமாக நான் பின்பு தெரிந்து கொண்டதுதான். ராமநாயக்கன் ஏரியின் விஸ்தீரணம் அதன் கரையில் அமைக்கப்பட்டிருந்த மழைவீடென்று அழைக்கப்பட்ட பழைய பிரம்மாண்டமான வீடொன்றின் கதை மாரியம்மன் கோவிலின் தல புராணம் உள்ளூர் திருவிழாக்களின் நிகழ்த்து முறைகள் திப்புசுல்தானின் குதிரை லாயம் கண்டத்தின் மிகப்பெரிய கால்நடைப் பண்ணை வெள்ளைக் காரர்களின் ஓய்வு விடுதிகள் சொல்லும் பிசாசுக் கதைகள் ஊரை முற்றிலு மாகப் போர்த்திய நிலையிலேயே உறைந்துபோன காலநிலை ஊருக்கே உரித்தான பிரத்யேக நோய்கள் அணில்களே கண்ணில் படாத அந்திவாடிக் காட்டின் வினோதம் காட்டுக்குள் புதைந்து

போன பழைய நகரமொன்றைப்பற்றின பூர்வகுடிகளின் தொல்கதைகள் முன்பொருமுறை நடந்த உழவர் எழுச்சி உணவுப் பழக்கங்கள் பேச்சுப் பழக்கம் மற்றும் ஒன்றைப் பிரிதொன்றாய் மாற்றுவதாய்ச் சொல்லப்படும் அவர்களின் மாந்திரீக சக்தி என்று இன்னும் பல விஷயங்களும் தகவல்களும் மயில்வாகனன் வந்த சில நாட்களுக்குள்ளாகவே அறையை நிரப்பிவிட்டன. பற்றாக்குறைக்கு அவன் தன்னில் பாதி உயரக் கள்ளிப்பெட்டி ஒன்றில் அடைத்துக்கொண்டு வந்திருந்த புத்தகங்கள். எல்லாப் புத்தகப் பிரியர்களையும்போலவே அவற்றை வாசிப்பதற்கு அவன் பின்னிரவு நேரம்வரை விழித்துக்கொண்டிருந்தான். ஆனால் அந்தப் புத்தகங்கள். கடவுளே. அவற்றைப் படிக்க ஆரம்பித்தவுடனேயே எப்படி அவனைத் தூக்கம் தாக்காம லிருக்கிறதென்று எனக்கு ஆச்சரியமாக இருக்கும். அவை பெரும்பாலும் தர்க்கம் மற்றும் தத்துவம் சார்ந்த புத்தகங்கள். பள்ளிப் பாடநூல்களில் சேர்க்கப் பெறுமளவிற்கு அவற்றில் அயர்ச்சியை உண்டாக்கும் வார்த்தைச் சேர்க்கைகளும் நடையில் மந்தகதியும் இருந்தன. அவனோ அவற்றை அவ்வளவு சுவாரஸ்ய மாகப் படித்துக்கொண்டிருந்தான். நான் என் வியப்பை அவனிடம் தெரிவிக்கும்போது அது ஒன்றும் நீங்கள் நினைப்பது போல அல்ல என்று என்னிடம் சிரித்தபடி சொல்வான். சொன்ன கையோடு புத்தரின் தத்துவமொன்றையோ அப்போது உச்சரிப்பு மோஸ்தராகிக்கொண்டிருந்த ரஸ்ஸல் அல்லது இங்கர்சாலின் ஏதாவதொரு வாசகத்தையோ சொல்லித் தன் கூற்றை மெய்ப்பிக்க முயலுவான். திரைப்படக் கதை ஒன்றைச் சொல்லும் லாவகத்தோடு அவன் அவற்றைப் பிட்டு வைக்கும்போது இதை ஏன் இவ்வளவு சிக்கலாக இந்தப் புத்தகங்கள் காண்பிக்கின்றன என்று எனக்குத் தோன்றும். மயில்வாகனன் தான் கொண்டுவரும் தகவல்களைத் தான் படிக்கும் புத்தகங்கள் சொல்லும் தேற்றங் களோடு ஒப்பிட்டுப் பார்த்துத் தன் வழியில் நிகழ்வுகளுக்கு ஏதாவதொரு புதிய அர்த்தத்தைக் கொடுத்துக்கொண்டிருப்பான். சில விஷயங்களைக் கேலி செய்வான். சில விஷயங்களுக்குக் கண்டனம் சொல்வான். தொன்மங்களையும் நம்பிக்கைகளையும் தர்க்கப்படுத்தவும் அவனுக்குத் தெரிந்திருந்தது. முன்னால் அமர்ந்திருப்பவன் பற்றின பிரக்ஞையின்றி தன் பேச்சில் அவன் லயித்துவிடும்போது அவன் கண்ணெதிரிலேயே அவன் சட்டைப் பையிலிருக்கும் சம்பளப் பணத்தைச் சிறிதும் தயக்கமின்றி கைவிட்டு நீங்கள் எடுத்துக்கொண்டுவிட முடியும். அவன் பேசும்போது கூடவே பேசும் அவனுடைய நீலநிறக் கண்கள் உரையாடலின் நடுவே விழும் இடைவெளிகளை இட்டு நிரப்பும் வகையில் தங்களைத் தகவமைத்துக்கொள்ளும் நெகிழ்வுத் தன்மை கொண்டிருந்தன. மயில்வாகனனின் தேடலுக்கு அந்தச் சிறிய

ஊரில் கிடைக்கும் தகவல்கள் போதாதனவாக இருந்ததென்பது வாஸ்தவம்தான். அந்த முனைக்கு அவன் விரைவிலேயே வந்து சேர்ந்து விடுவானென்பதை அவனைவிட சில வருஷங்கள் அதிகமாக யதார்த்த உலகின் பரிச்சயம் பெற்றவன் என்கிற பெருமிதத்துடன் நான் முன்பே அவதானித்து வைத்திருந்தேன். செவிக்கும் விழிக்குமான பெரிய பெரிய விருந்துகளையெல்லாம் விழுங்கித் தீர்த்த பிறகு மயில்வாகனனுடைய தேடல் வேறு வழியின்றி கைக்குக் கிடைக்கும் விஷயங்களில் அது எவ்வளவு சிறியதாக பொருட்படுத்தவேண்டாததாக இருந்தாலும் ஈடுபாடு கொள்ளத் துவங்கியது. வரவேற்பறையின் கண்காணா மூலை யொன்றில் தோண்டப்பட்டிருந்த எலி வளையொன்றின் மறுமுனை எங்கே சென்று முடியக் கூடுமென்று அவன் ஒருநாள் என்னிடம் கேட்டான். அதைப்பற்றி அதுவரையில் நான் யோசித்திருந்ததேயில்லையாதலால் அவனுக்குச் சொல்லவென்று எனக்குக் கிடைத்த ஒரே ஒரு வாய்ப்பையும் நான் தவற விட்டு விட்டேன். பிறிதொரு நாள் மண்பானை ஓட்டையைப் பழைய செருப்பின் தோலால் அடைக்க ஏதோ ஒரு பசைக் கலவையுடன் முயற்சித்துக்கொண்டிருந்தான். இவ்விதமான அபாயமற்ற சிறு பிள்ளைத்தனங்களில் அவன் ஈடுபாடுகொள்வதற்கான தர்க்கங் களையும் புத்தகங்களிலிருந்து மேற்கோள் காட்டி அவனால் விளக்க முடிந்தது. அது என்னைத் திருப்திப்படுத்துவதாகவும் இருந்தது. மயில்வாகனனின் குழந்தைத்தனத்தையும் மேதமையை யும் இணைத்து அவனுடைய மொத்த குணாம்சமாக்கும் உள்சரடை அதைப்பற்றி நாங்கள் வெளிப்படையாகப் பேசிக் கொள்ளவில்லையானாலும் என்னால் உணர்ந்துகொள்ள முடிந்தது.

இந்தக்கதை துவங்கிய அன்று மாலை நெடுஞ்சாலைப் பாதையின் இடப்பக்கத் திறப்பு வழியைக் கடந்து அறையை நான் அடைந்தபோது எப்போதும்போலவே மயில்வாகனன் எனக்கு முன்பே வந்துவிட்டிருந்தானானாலும் வழக்கத்திற்கு மாறாக அவன் கைவசமிருந்த மாற்றுச் சாவியால் கதவைத் திறக்காமல் அறை வாசற்படியிலேயே தெருவில் நின்றுகொண்டிருந்தான். அவன் பார்வை எதிர் வரிசையிலிருந்த பூட்டிய வீட்டின் முன்பாக அதைப் பார்த்தபடி நின்றுகொணடிருந்த ஓர் ஆறு ஏழு வயது மதிக்கத்தக்க சிறுமியின்மேல் பதிந்திருந்தது. வீட்டைப் பார்த்தவாறு நின்றிருந்ததால் அவன் பார்வைக்கு அவள் தன் முதுகைத்தான் காட்டிக்கொண்டிருந்தாளென்றாலும் அவள் முகத்தைப் படிக்கும் பாவனையை மயில்வாகனன் முகம் கொண்டிருந்தது. நான் அருகே சென்று அவனுடன் பேச

எத்தனித்தபோது சற்று பொறுக்கும்படி சைகை காட்டி என்னை அடக்கினான். எனக்கோ அங்கே நிற்க சுவாரஸ்யப் படவில்லை யாதலால் அறைக்கதவை என்னுடைய சாவியால் திறந்துகொண்டு உள்ளே போய்விட்டேன். பல நிமிடங்கள் கழித்து மயில்வாகனனும் உள்ளே வந்தான். வந்தவன் நான் கேட்காமலேயே தெருவில் நின்றிருந்த சிறுமி பூட்டப்பட்ட வீட்டின்முன் நின்று எதையோ பேசிக்கொண்டிருந்ததாகச் சொன்னான். ஆறு வயதுக் குழந்தைகள் கண்ணில் பார்க்கும் பொருள்கள் யாவற்றுடனும் தன்னுடனேயும் தன் மனப்போக்கில் பேசிக்கொண்டிருப்பது வியப்புக்குரிய விஷயமல்லவே என்று நான் மூத்தவனை மனதில் நினைத்தபடி பதிலிறுத்தேன். வியப்புக்குரிய விஷயமல்லைதான் என்று என்னை ஒத்துக்கொண்ட மயில்வாகனன் ஆனால் இந்தப்பெண் தொடர்ந்து நாலைந்து நாட்களாக அந்தக் கதவின் முன்பாக அதேவிதமான முக பாவத்துடன் நின்று பேசிக்கொண் டிருக்கிறாற்போல படுகிறது. ஒருவேளை அதற்கும் முன்பிருந்தே கூட அவள் அந்தச் செயலைச் செய்துகொண்டிருந்திருக்கக் கூடும். இதைச் சொல்லிக்கொண்டிருக்கும்போதே நடுவே ஓரிரு நாட்கள் அவளை இந்தப் பிரதேசத்தில் இதே சூழ்நிலையில் பார்த்த ஞாபகம் என்னுள் பொறி தட்டுகிறது. நான் கவனித்த தில்லை என்று நான் அவனுக்குச் சொன்னேன். ஒருவேளை மனநிலை பிறழ்ந்த குழந்தையாகக்கூட அவள் இருக்கலாம். எதுவாக இருந்தாலும் இது பொருட்படுத்தவேண்டிய அளவிற்குப் பெரிய விஷயமல்ல என்றேன் மேலும் மயில்வாகனனின் குணாதிசயம் பற்றின பயத்துடன். அவனும் அன்று அதைப்பற்றி மேற்கொண்டு எதுவும் பேசாமல் விட்டுவிட்டான். ஆனால் சரியாக நாற்பத்தெட்டு மணி நேரத்திற்குப் பிறகு மேலும் ஒரு புதிய தகவலுடன் அந்த விஷயத்தைக் கிளறத் துவங்கிவிட்டான். அந்தச் சிறுமி வயதிற்குரிய குழந்தைமையோடல்ல பிரக்ஞை பூர்வமாகவே எதிர்வீட்டின் பூட்டப்பட்ட கதவுகளுக்கு எதையோ சொல்லிக்கொண்டிருக்கிறாள். நாளுக்கொரு விஷயமுமல்ல. மாறாக அது ஒரு வார்த்தை அல்லது ஒரு சொல் அல்லது ஒரு சிறிய செய்திக் கூறு. ஒற்றை வாக்கியம். திரும்பத் திரும்ப. விடாமல் தினமும் ஒரேவிதமான ஒலியதிர்வுகளுடனும் சப்த அடங்கலுடனும் மாத்திரைப் பிறழ்வு ஏற்பட்டு விடாதபடி அத்தனை கவனமாக ஓர் உச்சாடனம்போல. அவனை நான் அலட்சியப்படுத்துவதாக நினைத்துக்கொண்டுவிடப்போகிறானே யென்கிற பயத்துடன் வினோதம்தான் என்று பொத்தாம் பொதுவாகச் சொல்லிவைத்தேன். மயில்வாகனனின் உபரிப்புலன் வேலை செய்யத் துவங்கிவிட்டது என்பது எனக்குப் புரிந்துவிட்டது. நடக்கவிருப்பவற்றை நான் ஊகிக்கவும் துவங்கினேன். ஆச்சரியப் படும் வகையில் அது சரியாகவும் இருந்தது. ஆறாம்நாள் மாலை

யில் ஏரிக்கரை வழியாக நடந்து சட்டைப்பையிலும் மனதிலும் ஊரிலிருந்து வந்த கடிதம் கனக்க நான் நுழைந்தபோது அறையின் மத்தியில் அந்தச் சிறுமி நின்றுகொண்டிருந்தாள். அவளுக்கு எதிரே முக்காலியில் மயில்வாகனன். நான் அறைக்குள் நுழைந்ததைப் பார்த்ததும் அவன் தன் பேச்சைத் துவக்கத் தயாரானான். தர்க்கம் பற்றியும் ஸ்தூலப் பொருள்களின் தத்துவம் பற்றியும் வாசிக்கும் புத்திசாலி அதோடுகூட சகமனிதனின் மனோநிலையைத் தெரிந்துகொள்ளும் பாலபாடங்களையும் எங்கேனும் படித்துப் புரிந்துகொள்வது நல்லது என்று நான் அவனுக்குக் கூற நினைத்தேன். ஆனால் மூன்றாவது நபரின் இருப்பு அது சிறு பெண்ணே என்றாலும்கூட அறையின் சமூகச் சூழலைக் குலைக்கும் அந்த யோசனையை நான் கைவிடும்படி செய்திருந்தது. ஏற்கனெவே பின்னந்திப் பொழுதின் ரெண்டுங் கெட்டான் வெளிச்சம் அறையை ரத்தசோகை பீடித்த பெண் போல மாற்றி வைத்திருந்தது. மயில்வாகனனின் நீலப்பார்வை என்னைத் தொடர்ந்து உடை மாற்றும் அறைக்கும் தண்ணீர்ப் பானைக்கும் முகங்கழுவும் மூலைக்குமாக அலைபாய்வதை என்னால் அவதானிக்க முடிந்தது. வரவேற்பறையைப் பார்வை மறைக்கும் சமையலறையின் உள்புறம்வரை சென்று காய்ச்சப்பட்ட பாலைத் தேடும் பாவனையில் நான் பதுங்கிக்கொண்டபோதும் என் கழுத்தின் பின்புறம் இரண்டு நீல நிறப் புள்ளிகள் சுழன்று கொண்டிருந்ததைக் கண்டவுடன் நான் பேசாமல் முன்னறைக்கு வந்து மயில்வாகனன் அருகே இன்னொரு முக்காலியை இழுத்துப் போட்டுக்கொண்டு அமர்ந்தேன். பேச்சு என்பது தன்னைப் பொறுத்தவரை பார்வையின் தொடர்ச்சியே என்பதில் உறுதியா யிருக்கும் மயில்வாகனன் பீடிகை எதுவும் போடாமலும் அந்தப் பெண்ணை எனக்கு அறிமுகம் செய்து வைக்காமலும்விட்ட இடத்திலிருந்து துவங்கும் உபன்யாசகனைப்போல கனைத்தபடி இப்போது பிரபலமாகிக்கொண்டு வரும் ஒருவகைக் கவிதைப் பாணியைப்பற்றிக் கேள்விப்பட்டிருக்கிறீர்களோ என்று பேசத் துவங்கினான். எனக்கு கல்யாணசுந்தரம் கண்ணதாசன் ஆகியோரின் திரை இசைப் பாடல்களைத் தாண்டிப் புதிய பாணியில் வேறேதும் கவிதை என்ற பெயரில் இருக்கக்கூடிய சாத்தியங்களில் அறிவும் நம்பிக்கையும் கிடையாது. ஆனால் மனதை நடுங்கச் செய்யும் சில கோர்வையான சொற்பட்டியல்கள் கவிதைகளென்ற பெயருடன உருவாகி வளர்ச்சி பெற்றுக் கொண்டிருப்பதாகவும் அவற்றின் இருப்பை நாம் உதாசீனம் செய்துவிட முடியாதென்றும் நான் கேள்விப்பட்டிருந்தேன். மயில்வாகனனும் என்னிடம் அதையே சொன்னான். ஒரு சிறுமியை நடுவே வைத்துக்கொண்டு அவன் என்ன மாதிரியான விவாதத்தில் இறங்க என்னையும் தயாரிக்கிறான் என்பது மீதான

கிலி என்னைத் தொற்றிக்கொண்டது. சற்று தள்ளித் தொங்கிக் கொண்டிருந்த என் சட்டைப் பையிலிருந்து துருத்திக்கொண்டிருந்த புதிய கடிதம் வேறு என்னை இம்சித்துக்கொண்டிருந்ததால் நான் குளிர்க் காய்ச்சல் கண்டவனைப்போல நடுங்கத் துவங்கினேன். மயில்வாகனன் அதைக் கண்டுபிடித்து என்னை உசாவினால் ஒத்துக்கொண்டு பேசாமல் படுக்கையில் சாய்ந்து விடுவதென்றும் காத்திருந்தேன். ஆனால் கவிதை பற்றின பேச்சை அவன் மேற்கொண்டு தொடரவில்லை. பதிலாக அறையின் மத்தியில் வெளியேறும் பரிதவிப்புடன் நின்றிருந்த சிறுமி நான் அறைக்குள் நுழைவதற்கு முன் அவனிடம் சொல்லிக்கொண்டிருந்த வாசகங்களை என் முன்னே திரும்பச் சொல்லும்படி அவளிடம் கூறினான். அவளோ அதற்குச் சற்றும் விருப்பமில்லாதவளாய் இருந்தாள். மேலும் எதனாலோ மிகவும் பயந்து போயிருந்தாள். அப்பகுதியின் பூர்வீகக் கன்னட வகுப்பைச் சேர்ந்த பெண் என்பது அவளைப் பார்த்த மாத்திரத்தில் தெரிந்தது. புலம் பெயர்ந்தவர்களிலோ அப்பகுதியைச் சேர்ந்த தமிழ் தெலுங்குக் குடும்பங்களிலோ மார்புவரையிலும் பாவாடையும் மிகமிகக் குட்டையான மேற்சட்டையும் அணியும் வழக்கம் கிடையாது. மேலும் அவள் பற்கள் வெற்றிலைக் காவியால் பழுப்பேறியிருந்தன. நான் அவளை வெளியேற அனுமதிக்கும்படி மயில்வாகனனுக்குச் சொன்னேன். நான் அப்படிச் சொன்ன மாத்திரத்தில் அதை அவனே அவளுக்குச் சொல்லிவிட்டதைப்போல அந்தச் சிறுமி வாசலை நோக்கி விரைவாக நகரத் தலைப்பட்டாள். மயில்வாகனன் அவளைத் தடுத்து நிறுத்தாமல் ஆனால் உரத்த குரலில் கல்மழை பொழியும் செவ்வரளித் தோட்டத்தில் யார் வருகைக்காகவோ யாரோ காத்திருப்பதை அறிவிக்கும் ஒரு சிக்கலான சொற்றொடரை முழங்கி அவன் சொன்னது சரிதானா என்று அவளிடம் கேட்டான். அவள் பதில் சொல்லவில்லை. ஆனால் திரும்பி என் குருதி சில்லிடும்வண்ணம் அவனைப் பார்த்துத் தன் சிவந்த பற்களால் சிரித்தாள். வாசலுக்குச் சென்று தெருவின் பனியில் கரைந்துவிட்டாள். அதற்குப் பிறகு அவள் என் கண்களில் என்றுமே தட்டுப்படவில்லை. தலை மறையும்வரை அவளைக் கவனித்துக்கொண்டிருந்த பின் மயில்வாகனன் என்னைப் பார்த்துத் திரும்பினான். அவன் சற்றுமுன் சொன்ன குழப்பமான செய்தி அனுமந்தப்பா என்பவன் சாரதா என்கிற பெண்ணுக்குச் சொல்லிவிடும் தகவலாம். யார் சாரதா. யார் அனுமந்தப்பா. அனுமந்தப்பா யாரென்று எனக்கும் தெரியாது. ஆனால் சாரதா என்கிற பெண் கொஞ்ச நாட்களுக்கு முன்புவரை எதிர்ச்சாரியிலிருக்கும் பூட்டிய வீட்டில் குடியிருந்த ஒரு தமிழ் பிராமணக் குடும்பத்துப் பெண். இப்போது அவர்கள் எங்கே. அதுவும் தெரியாது. ஆனால் இந்தச் சாரதாவிற்குத்தான்

அனுமந்தப்பா விடாமல் தினமும் சிறுமியைத் தூதுவிட்டுக் கொண்டிருக்கிறான். அவள்தான் இல்லையே. இல்லைதான். ஆனால் செவ்வரளிக் காட்டில் தினமும் தான் அவளுக்காகக் காத்திருக்கும் செய்தியைச் சாரதா வீட்டுக் கதவிடம் சொல்லி விட்டு வரும்படி அனுமந்தப்பா இந்தச் சிறுமியைப் பணித்திருக்கி றானாம். பைத்தியக்காரத்தனமாய் இருக்கிறதே என்றேன் நான். கதவு எப்படி முறையீடுகளைக் கேட்கும். இதற்கு மயில்வாகனன் உடனே பதில் சொல்லவில்லை. அனுமந்தப்பா என்பவன் ஒரு பைத்தியக்காரனாய்த்தான் இருக்கவேண்டும் என்று நான் சொன்னதை அவனும் தன் மௌனத்தின் மூலமாக அங்கீகரிக் கிறான் என்றுநான் நம்பத் துவங்கியபோது கல் நம் குறைகளைக் கேட்டுத் தீர்த்துவைப்பதாக நாம் நம்புவதில்லையா என்று அவன் திடீர்க் கேள்வியொன்றை எழுப்பினான். நான் திடுக்கிட்டுப்போனேன். மயில்வாகனன் பிறகு முற்றிலும் வினோதமான முறையில் மௌனமாகிவிட்டான். மறுநாள் காலையிலும் அவன் யோசனையிலேயேதான் இருந்தான் என்பது தெரிந்தது. உடனே பதில் சொல்லிவிட்டானானாலும் என் கேள்வி அவனை அலைக்கழிக்கத் துவங்கியிருந்திருக்கவேண்டும். எங்கள் அலுவலகங்களை நோக்கி ஏரியின் பனி விலகாத பாதையினூடே நடந்தபோதுகூட அவன் எதையாவது பேசுவான் என்று எதிர்பார்த்து ஏமாந்தேன். நாங்கள் பிரியும் முனைக்கு வந்தவுடன் என்னிடம் அவன் பார்ப்போம் என்று வழக்கம்போல சொல்லிவிட்டுத் திரும்பிப் பார்க்காமல் நடந்து போனான். மயில்வாகனனின் இந்த மௌனம் எதிர்வீட்டு சாரதா பற்றின விஷயங்களைத் தெரிந்துகொள்ளும் பொறுப்பு அந்தக்கணம் முதல் என்னைச் சேர்ந்தது என்று அவன் பிரகடனப்படுத்தியதைப் போல எனக்குத் தோன்றத் துவங்கிவிட்டது. அன்று நான் வழக்கமாகப் பார்க்கும் பழகும் ஆட்களிடம் சாரதா என்கிற பெண்ணைப்பற்றி விசாரிக்கத் துவங்கிவிட்டதைக் கண்டு நானே ஆச்சரியப்பட்டேன். அனுமந்தப்பா என்கிற வெறும் பெயரை மட்டும் வைத்துக்கொண்டு ஓர் ஆளை அடையாளம் விசாரிப்பது துர்லாபமாகத் தோன்றியது. அவனைப்பற்றின மேல்விபரம் எதுவும் எனக்குத் தெரியாத நிலையில் ஆயிரம் அனுமந்தப்பாக்கள். (ஆனால் அது ஒன்றும் அசாத்தியமான காரியம் அல்ல என்று பின்பு மயில்வாகனன் நிரூபித்தபோது என் சுணக்கம் தகவல் பற்றாக்குறையால் அல்ல மாறாக வயதிற்குரிய மெத்தனத்தால் என்று உணர்ந்து வெட்கப்பட்டேன்). சாரதா என்கிற பெண்ணுக்கு ஏகதேசமாக சில அடையாளங்கள் தமிழ்க்குடும்பம் பிராமணப் பெண் இன்ன தெருவில் இன்ன எண்ணுள்ள வீட்டில் குடியிருந்தவள் இப்போது இல்லாதவள் என்பதுபோல இருந்ததால் சாரதாவின் திசையில் முன்னேறுவது எனக்கு

எளிதாக இருந்தது. முதல் இரண்டு தினங்கள் தகவல் எதுவும் கிடைக்கவில்லை. சாரதாவின் குடும்பமும் வந்தேறிகளாக இருந்ததும் ஒரு காரணம் என்று நான் பின்பு ஊகித்தேன். இரண்டு நாட்களும் மயில்வாகனனும் நானும் சரியாகப் பேசிக் கொள்ளவில்லை. காரணம் அவன் வழக்கத்திற்கு மாறாக அறைக்குத் தாமதமாக வந்துகொண்டிருந்தான். முதல்நாள் முகத்தில் இருந்த அழுத்தம் மறைந்துவிட்டதென்றாலும் அவனுடைய இயல்பான தேடல் அவனை மற்ற அன்றாடங் களிலிருந்து பிரித்துவிட்டிருப்பதை என்னால் உணர முடிந்தது. மூன்றாம் நாள் என் விசாரிப்புகளில் எனக்குச் சலிப்பு ஏற்படத் துவங்கிய தருணத்தில் சாரதாவைப்பற்றின விபரங்கள் நம்ப முடியாத வகையில் நிலவிபரக் கோப்புகளுக்கு எண்களிட்டுப் பாதுகாக்கும் அதிகம் என்னோடு பேசத் தயங்கும் என் அலுவலகத்தின் கடைநிலை ஊழியன் ஒருவன் மூலமாக எனக்குக் கிடைத்துவிட்டன. அவனும் ஒசூரின் பூர்வகுடிகளின்வழி வந்தவன்தான். (சாரதாவின் கதையை அவன் சொன்ன முறை என்னை இப்படி ஊகிக்க வைத்தது. கதை முடிந்ததும் நான் என் சந்தேகத்தைக் கேட்டு ஊர்ஜிதப்படுத்திக்கொண்டேன். அவர்களுக்கு எந்தத் தகவலையும் தங்கள் நிலப்பகுதியின் வழிவழி நம்பிக்கைகளை முன்னிறுத்தியே புரிந்துகொள்ளும் பழக்கம் இருந்தது). நிலப்பத்திரம் பதிய வந்த ஓர் உள்ளூர்க்காரரிடம் நான் சாரதாவைப்பற்றி விசாரித்துக்கொண்டிருந்ததைக் கவனித்துக்கொண்டிருந்த அப்பண்ணா என்னும் பெயருடைய அந்த ஊழியன் அவர் கையை விரித்துவிட்டுப்போன பிறகு என்னருகே வந்து தயக்கத்துடன் நான் குடியிருக்கும் அறைக்கு எதிரேயுள்ள பூட்டப்பட்ட வீட்டில் முன்பு குடியிருந்த பெண் பற்றியா நான் விசாரித்துக்கொண்டிருப்பது என்று கேட்டான். அதை ஆமோதித்த நான் அவனுக்கு அவளைத் தெரியுமா என்று திருப்பிக் கேட்டேன். அவ்வளவு நீண்ட வாக்கியத்தை நான் அவனிடம் பேசுவது அதுவே முதல் தடவையாக இருந்தது. அப்பண்ணா பிரகாசமாகி விட்டான். ஓ நன்றாகத் தெரியும். சுடர் தெறிக்கும் நீலநிற விழிகளைப் பெற்றிருந்த பிராமணப் பெண். தமிழ்க்குடும்பம். கும்பகோணம் சொந்த ஊர். நன்றாகத் தெரியும். இரண்டு முறை அந்தப் பெண்ணோடு பேசக்கூட செய்திருக்கிறேன். ஆனால் ரொம்ப பரிதாபகரமானதாயிற்றே அவள் கதை. அவள் அப்பா ஒரு போலீஸ்காரர். லஞ்சம் வாங்கியதாலோ அல்லது ரொம்ப நேர்மையாக இருந்து விட்டதாலோ மாற்றம் பெற்றுச் சபிக்கப்பட்ட இந்த ஊருக்கு வந்தவர். அந்தப்பெண் சாரதா பெங்களூரில் தங்கிப் படித்துக் கொண்டிருந்தது. பள்ளி இறுதிப் படிப்போ கல்லூரியோ ஏதோ ஒன்று. வாரம் ஒருமுறை இரண்டு நாட்கள் இங்கே வந்து அப்பா

அம்மாவுடன் தங்கிவிட்டுப்போகும். ஒரே பெண். படு புத்திசாலி. நான் சின்ன தெருச்சண்டை ஒன்றில் சம்பந்தப்பட்டு அவள் அப்பாவால் விசாரிக்கப்பட்டுக்கொண்டிருந்த சமயத்தில் அருகே அந்தப்பெண்ணும் இருந்தாள். என்னை அவர் விசாரித்த முறையைக் கண்டித்தாள். அது அவளுக்கு சம்பந்தம் இல்லாத விஷயம் என்று அவள் அப்பா எச்சரித்தும் கேட்கவில்லை. காவல் நிலையத்தில் என் பொருட்டாகப் பேசும் பெண் மன வருத்தப்படுவாளேயென்று நானும்கூட அவளை அமைதியாய் இருக்கச் சொன்னேன். விசாரணைச் சடங்குகளில் இம்மாதிரி வழிகளெல்லாம் சகஜம் என்பது விசாரிக்கப்படுபவர்களுக்கே தெரியும். நான் வெளியேறும் சமயத்தில் என் குடும்பத்தைப்பற்றி அக்கறையுடன் விசாரித்து குடிக்கக் கூடாதென்று சிறுகுழந்தை போல என்னைச் சத்தியம் செய்துதரச் சொன்னாள். வயதிற்குரிய வேகம். அனைத்தையும் உடனே மாற்றிவிடத் தன்னால் முடியு மென்னும் அசட்டு நம்பிக்கை. நானும் அவள் திருப்திக்காகச் சத்தியம் செய்து கொடுத்துவிட்டு வந்தேன். என்னால் அதைக் காப்பாற்ற முடியவில்லை என்று வைத்துக்கொள்ளுங்கள். நானும் காப்பாற்றும் நோக்கத்துடன் சத்தியம் செய்து தரவில்லையே. ஆனால் பிறர் நன்றாக இருக்கவேண்டுமென்பதில் உண்மையாகவே விருப்பமுள்ள தங்கமான பெண். அவள் இப்படியாகவேண்டுமென்று எழுதியிருக்கும்போது அதை எப்படி மாற்ற முடியும். விதிக்கு நல்லவர் ஏது பொல்லாதவர் ஏது. சூடேஸ்வரர் சுவாமி பிரம்மோத்சவ காலத்தில் அவளுக்கும் கோடை விடுமுறை துவங்கியிருந்தது. திருவிழா பார்க்க பெங்களூரிலிருந்து சில தோழிகளையும் கூட்டிக்கொண்டு வந்திருந்தாள். விழா பத்துநாள் நடக்கும். ஊரே களைகட்டியிருக்கும். மலைக்கோவிலைச் சுற்றி அடிவாரம் நிறைந்து வழிய அக்கம்பக்கத்து கிராமத்திலிருந்து வந்த ஜனங்கள் ராப்பகலாகத் தங்கியிருப்பார்கள். அங்கேயே சமைத்துச் சாப்பிடுவார்கள். நேர்த்திக்கடன் கழிக்கப்பட்ட செப்பு ஆயுதங்களும் கண்களும் பாதங்களும் மூலையில் அம்பார மாகக் குவிந்திருக்கும். அலகு குத்திக்கொண்ட இளைஞர்கள் தங்களின் தாங்கும் சக்தியைத் தன் சகாவிற்கு நிரூபித்துக் காட்டவென்று உயர்த்தப்பட்ட நுகத்தடிகளிலும் தாழ்ந்த மரக்கிளைகளிலும் தங்களைத் தொங்கவிட்டுக்கொண்டு ராப்பூராக் கிடப்பார்கள். வலியையும் பனியையும் தொங்கிக் கொண்டிருப்பவர்களின பிரக்ஞையிலிருந்து அகற்றும் நிமித்தமாக விசேஷ அலங்காரங்களுடன் அவர்களைப் பார்க்கவரும் பெண்களைத் தாங்களும் கவர்வோமென்று அவர்கள் கண்களில் மட்டும் படும்படி வேதாளங்களும் மரக்கிளைகளில் தலைகீழாகத் தொங்கிக்கொண்டிருக்கும். பேய் விரட்டும் பூசாரிகளுக்கு ஓய்வே இருக்காது. வெடிகளென்ன வாண வேடிக்கைகளென்ன இங்கே

அப்போதிருந்த ஒரேயொரு கூரைக் கொட்டகையில் தினம் ஒரு திரைப்படமென்ன தட்சண் யாகக்கூத்தென்ன என்று பத்துநாட்களும் ஊர் அமர்க்களப்படும். நீங்கள் அவசியம் ஒருமுறை இருந்து பார்க்கவேண்டும். போனமுறை திருவிழா சமயத்தில் ஊருக்குப் போயிருந்தீர்கள். உங்கள் ஊரிலும் கோடைப்பருவம் உற்சவ காலம் இல்லையா. இருந்தாலும் இங்கே திருவிழா முடிந்து பத்துநாட்கள் தெருக் கூட்டுபவர்களுக்கு இடுப்பை நிமிர்த்தும் வேலையிருக்கும். ஊர் பழைய நிலைக்குத் திரும்ப வாரக்கணக்காகும். அந்தப்பெண் சாரதா இரண்டாவது தடவையாக என்னிடம் பேசியது அந்தச் சந்தர்ப்பத்தில்தான். தேர்ப்பேட்டை துவக்கத்தில் தோழிகளோடு தேர் பார்க்க வந்துகொண்டிருந்தவள் பார்த்துவிட்டுத் திரும்பிக்கொண்டிருந்த என்னைப் பார்த்ததும் மறக்காமல் நின்று என் உடல்நலம் பற்றி விசாரித்தாள். நான் இப்போது குடிப்பதில்லையென்று மறுபடி பொய் சொன்னேன். அவளுக்கு ரொம்ப சந்தோஷம். கால் ரூபாய் நாணயம் ஒன்றை எடுத்து என் கையில் திணித்தாள். நானும் அவளிடம் அக்கறை உள்ளவனாக என்னைக் காட்டிக் கொள்ளவேண்டுமென்கிற எண்ணத்துடன் பலதரப்பட்ட மக்கள் புழங்கும் இம்மாதிரி வைபவ நேரங்களில் அம்மா அப்பா துணையில்லாமல் இப்படித் தனியாக வரக் கூடாதென்று அவளைக் கண்டிப்பதுபோல பாவனை செய்தேன். தனியாக வரும் இளம்பெண்களைக் கவர்ந்து அவர்களின் ரத்தத்தைக் குடிக்கும் காட்டேரிகளும் இவ்வுற்சவத்திற்கு வருவதுண்டா என்று அவள் என்னைத் திருப்பிக் கேட்டாள். எந்த நேரத்தில் அப்படிக் கேட்டாளோ அவள் வாக்கு அப்படியே பலித்துவிட்டது. சிரிப்பும் சிங்காரிப்புமாக திருவிழா பார்க்கச் சென்ற பெண்ணை இரண்டு நாட்கள் கழித்து அரைமயக்க நிலையில் டெங்கனிக் கோட்டை ராமர்கோவில் வாசலில் உட்கார்ந்திருக்கக் கண்ட தாகச் சொல்லி வீடு கொண்டுவந்து சேர்த்தார்கள். உடம்பெல்லாம் ஒரே கீறல் சிராய்ப்பு. ஆனால் காயங்களிலிருந்து ஒரு பொட்டு ரத்தம்கூட வெளியே வந்திருக்கவில்லையாம். உடைகள் முழுவதிலும் அழுக்கும் புழுதியும் மண்டிக் கிடந்திருக்கிறது. ஆனால் புடவைத் தலைப்பின் நுனியில்கூட ஒரு கசங்கலைப் பார்க்க முடியவில்லை என்றார்கள். அந்திவேளை துர்தேவதை களின் பொழுதாகையால் அந்தப்பெண் எதையோ கண்டு பயந்திருக்கிறாள் என்று விபூதி மந்திரித்து இட்டுவிட்டுப்போனார் கோவில் பூசாரி. பித்துப் பிடித்த வேகத்தில் தன் தோழிகளிடமிருந்து அறுத்துக்கொண்டு கால்போன போக்கிலெல்லாம் இரண்டு நாட்கள் ஊனுறக்கமின்றி அலைந்து திரிந்துவிட்டுக் களைத்துப் போய்க் கோவில் வாசலுக்கு வந்தபோது சில யோக்கியர்கள் கண்ணில் பட்டிருக்கிறாள். பூசாரி வந்துவிட்டுப்போனதற்கு

மறுநாள் காலையில் சரியாகிவிடும் என்று ஊரார் நம்பினார்கள். சரியாகவில்லை. ஒரு காய்ச்சலுக்குப் பிறகு சரியாகிவிடும் என்று வீட்டார் நம்பினார்கள். சரியாகவில்லை. சாரதா முதல் நாள் வீடு வந்து சேர்ந்த ஸ்திதியிலேயேதான் இருந்தாள். சாப்பிடுவ தில்லை. சிரிப்பதில்லை. பேசுவதில்லை. எப்போதும் கூரை முகட்டை வெறித்தபடி அந்தப் பளபளக்கும் நீலவிழிகளால் ஒரு பார்வை. நானும் போய்ப் பார்த்தேன். அன்று திருவிழாவின் போது மலையடிவாரத்திலிருக்கும் ஈஸ்வரன் கோவிலுக்குச் சொந்தமான அரளி மண்டபத்தின் பக்கம் சாரதா போனதை விசாரித்துத் தெரிந்து வைத்திருந்ததாக அவள் அப்பா சொன்னார். வேறென்ன ருசுவேண்டும் அவளை துர்தேவதைகள் பிடித்துக் கொண்டிருக்கின்றன என்பதைத் தெரிந்துகொள்வதற்கு. அரளி மண்டபம் ஒரு கைவிடப்பட்ட இடம். மாயச் சித்தர்கள் உலாவும் இடம். அந்தி வேளைகளில் என்ன கூட்டம் என்ன துணை யிருந்தாலும் யாரும் அங்கே போக மாட்டார்கள். சாரதாவிற்கு இதெல்லாம் தெரியாதோ அல்லது அசட்டு தைரியமோ. பட்டணத்தில் படிக்கிற பெண்பிள்ளைக்குத் தைரியக் குறைச்சல் இருக்குமா. அந்த மட்டிலும் இது மனிதப் பிறவியின் கை வரிசையல்ல என்பது குறித்து அவள் குடும்பத்தினருக்கு ஓரளவு ஆறுதல் ஏற்பட்டிருந்தது உண்மைதான். ஆனாலும் சாரதா சாபமோ துர்தேவதைகளின் பிடியோ இரண்டில் எதால் பாதிக்கப்பட்டிருந்தாலும் பிறகு அதிலிருந்து மீண்டு வரவேயில்லை. அதிலும் பாருங்கள் பிற பேய்பிடித்த பெண்களைப்போல கத்தி ஆர்ப்பாட்டம் செய்வதோ தலையை விரித்துப்போட்டுக்கொண்டு கிடப்பதோ கிடையாது. பிராமணப் பெண்ணில்லையா. அவள் அம்மா பின்னிவிட்ட அழகும் உடுத்திவிட்ட நேர்த்தியும் துளியும் குலையாமல் உட்கார்த்தி வைக்கப்பட்ட இடத்தில் உட்கார்ந் திருப்பாளாம் பதுமைபோல. சாரதாவின் அப்பா ஆங்கில வைத்தியம் சித்த வைத்தியம் மாந்திரீகப் பிரயோகம் என்று எதையும் விட்டு வைக்காமல் முயன்று பார்த்தார். பிரயோசன மில்லை. கடைசியில் இடமாற்றம் பலனளிக்கும் என்று யாரோ சொன்னதன்பேரில் கெஞ்சிக் கூத்தாடி தெற்கே எங்கேயோ மாற்றல் வாங்கிக்கொண்டு குடும்பத்தையும் அழைத்துக்கொண்டு போய்விட்டார். யாரிடமும் சொல்லிக்கொள்ளவில்லை. தெருவாசிகளுக்கேகூட அவர் போய்விட்டாரென்கிற விஷயம் ரொம்பச் சுற்றி வாய் வார்த்தையாகக் கேட்டுத்தான் தெரிந்தது.

அப்பண்ணா சொன்ன சாரதாவின் கதை என்னைச் சஞ்சலப் படுத்தத்தான் செய்தது. அன்று(ம்) பிரமாத வேலைகள் எதுவும் செய்ய வாய்க்காததால் சாரதா பற்றின கற்பனைகளுக்குள்

நான் அலுவலக நாற்காலியில் உட்கார்ந்தபடியே மூழ்கி எழுந்துகொண்டிருந்ததை யாரும் தடை செய்யவில்லை. மனதளவில் மயில்வாகனனின் பொருட்டாகத்தான் சாரதா பற்றின தகவல்களைத் தேட நான் முனைந்தேனென்றாலும் என் அலுவலக ஊழியன் எனக்குச் சொன்ன சாரதாவின் கதையை மயில்வாகனனிடம் சொல்ல எனக்குத் தயக்கமாக இருந்தது. இம்மாதிரிக் கதைகளை அவன் எவ்விதமாக எதிர்கொள்ளுவான் என்பது நான் அறிந்திருந்த ஒன்றாகையால் அவன் என்னைக் கேலிசெய்யும் நிலையில் என்னை இருத்திக்கொள்ளக் கூடா தென்று முடிவு செய்து பேசாதிருந்துவிட்டேன். அது ஒரு சரியான முடிவுதான் என்பதையும் இரண்டு நாட்கள் கழித்து மயில்வாகனன் விசாரித்துத் திரட்டிக்கொண்டு வந்திருந்த சாரதா – அனுமந்தப்பா காதல் கதையைக் கேட்டபோது தெரிந்துகொண்டேன். நிகழ்வுகளையும் நிகழ்வுகளுக்கான காரணங்களையும் கொண்டு கோவையாக மயில்வாகனனுக்கு சாரதாவின் தகப்பனாருடைய அன்றைய உதவியாளரால் சொல்லப்பட்ட கதை பேய்கள் உலாவும் அப்பண்ணாவின் கதையைக் காட்டிலும் கூடுதலாகவே யதார்த்தத்திற்கு அருகில் உள்ளதாக எனக்குப் பட்டது உண்மைதான். என்றாலும் நான் கேள்விப்பட்ட கதையையும் ஏனோ என்னால் என் மனதிலிருந்து ஒதுக்க முடியவில்லை. மயில்வாகனன் சொன்ன கதைக்குள்ளிருந்து தொலைந்துபோன இரண்டு நாட்கள் என் மனதை உறுத்தத்தான் செய்தன. இரண்டு கதைகளுக்கும் நடுவில் இரண்டையும் இணைக்கும் வேறோர் கதை இருக்கலாமென்றே எனக்குத் தோன்றியது. ஆனால் மேற்கொண்டு யோசிப்பதை நான் விரும்பவில்லை. சாரதாவின் கதைகளுக்கு முற்றுப்புள்ளி வைத்துவிடவே பிரியப்பட்டேன். மயில்வாகனனும் சாரதாவைப் பற்றியோ அனுமந்தப்பா என்பவனைப்பற்றியோ பிறகு பிரஸ்தாபிக்கவில்லை. இம்மாதிரி தேவையற்ற தேடல்களில் என் வீட்டிலிருந்து வந்த இரண்டு கடிதங்கள் பதில் பெறாமல் தேங்கிக் கிடக்கின்றன என்பதுவும் என்னை உறுத்திக்கொண்டிருந்தது. வேலை இருக்கிறதோ இல்லையோ அலுவலகத்தில் புத்தகங்கள் படிப்பது வீட்டுக்குக் கடிதம் எழுதுவது போன்ற தனிப்பட்ட வேலைகளைச் செய்துகொள்வதை நான் எப்போதும் தவிர்த்து வந்தேன். அடுத்துவரும் வார விடுமுறை தினத்தன்று ஓர் அஞ் சலட்டையிலாவது நான் உயிருடன் இருக்கும் விஷயத்தை ஊருக்குத் தெரிவித்துவிடவேண்டுமென்று முடிவு செய்து காத்திருந்தேன். மயில்வாகனனைப் பொறுத்தவரையில் அவனும் மறுபடி தன் புத்தகங்களுக்குத் திரும்பிவிட்டான் என்றும் நம்பினேன். பணியிலிருந்து அவன் (எப்போதும் எனக்கு முன்னதாக) வீடு திரும்பும் நேரமும் பழையபடி சீர்பட்டுவிட்டிருந்தது. அவனுடைய

பின்னிரவுப் படிப்பு வழக்கம்போல என்னை ஆச்சரியப்பட வைத்துக்கொண்டிருந்தது. அவன் நடவடிக்கைகளிலிருந்த ஒரே ஒரு மாற்றம் படிக்கும் நேரங்களில் அறையின் உள்பகுதிக்குள் பனி தாக்காவண்ணம் தன் இருக்கையை இழுத்துப்போட்டுக் கொண்டு உட்கார்ந்துகொள்ளும் பழக்கமுள்ளவன் இப்போது அறை விளிம்பில் தெருவைப் பார்த்திருந்த சன்னலை ஒட்டித் தன் நாற்காலியை இழுத்துப்போட்டுக்கொண்டதும் பற்றாக்குறைக்குச் சன்னலை அகலத் திறந்துவைத்துக் கொண்டதும்தான். இதனால் நடந்தது என்னவென்றால் அதிகாலை மூன்று நான்கு மணியளவில் உள்ளே பனி இறங்கி அறை குளிர்சாதனப் பெட்டியின் உட்புறம் போல உறைந்து போகத் துவங்கிவிட்டது. உறைபனி அறைக்குள் அசையாமல் வீற்றிருக்க நான் பிணமோ காய்கறியோ அல்லவே. என் அசௌகரியத்தைப்பற்றி நான் மயில்வாகனனிடம் முணுமுணுத்தபோது அவன் அதைப் பரிசீலிப்பதாகச் சொன்னானேயன்றி நடைமுறைப்படுத்தவில்லை. சில்லிப்புத் தாங்கமுடியாமல் எனக்கு விழிப்புக் கண்டுவிடும் இரவுகளில் சுவர்ப் புறத்திலிருந்து புரண்டுபடுத்து நான் மயில்வாகனனை நோக்கித் திரும்பும் போதெல்லாம் அவன் கண்கள் புத்தகத்தினுள் புதைந்து போயிருப்பதையும் அவனிருக்கும் திசையிலேயே என் படுத்த நிலையிருக்க அரவமில்லாமல் விழிப்பு நேரும் சந்தர்ப்பங்களில் மயில்வாகனனுடைய கண்கள் சன்னலுக்கு வெளியே தெருவெளியை உற்றுப் பார்த்துக்கொண்டிருப்பதையும் பிறகு நான் கண்டுபிடித்தேன். அதிகாலைத் தூக்கத்தின் சுழல்வெளியில் ஒரு கனவுப் பழத்தைப்போல பழுத்துத் தொங்கிக்கொண்டிருந்த அந்தக்காட்சி விடிந்ததும் நல்ல வெளிச்சத்தில் தன் அடர்த்தியையும் மர்மத்தையும் இழந்து வெளிறிக்கொண்டிருந்தபடியால் காலை வேளைகளில் நான் அதுபற்றிக் கேட்பது தன்னுடைய தனிப்பட்ட விஷயங்களுக்குள் நான் அளவிற்கதிகமாக பிரவேசிக்கிறேனென்பதான எரிச்சலை மயில்வாகனனுக்குக் கொடுத்துவிடக் கூடுமென்று எனக்குத் தோன்றியது. பின்னிரவுப் படிப்பையும் உடல்நலத்தையும் இணைத்து பரஸ்பரம் நாங்களிருவரும் அதற்கு முன்பே பல தடவைகள் பேசிவிட்டிருந்தபடியால் அதை முன்னிறுத்தியும் நான் அவனை எதுவும் சொல்ல முடியாமலிருந்தது. ஆக தூக்கம் கெடுகிறது என்கிற ஒற்றைக் காரணம் மட்டுமே மயில்வாகனனின் புதுப்பழக்கத்தை நிறுத்த என் கையிலிருந்த ஒரே ஆயுதமாக இருந்தது. அதை அவன் அலட்சியப்படுத்தி வந்தான். என் அதிகாலைத் தூக்கமோ நானே ஆச்சரியப்படும் படி எலும்புக்குருத்து உறையும் சில்லிப்பிற் கிடையிலும் என் மீது தன் ஆளுமையைச் செலுத்திக்கொண்டிருந்தது. விழிப்பினூடே நான் மயில்வாகனனிடம் பேசவேண்டும் என்கிற நினைப்பு எழும்

வேகத்திலேயே காலம் புலர்வை நோக்கி நகர்ந்துவிட்டிருந்தது. மயில்வாகனன் என் பார்வைக்கு நேரே அமர்ந்திருக்கும்வரை அவன் என் கனவுகளின் ஒரு பகுதியாக மட்டுமே நீடித்திருப்பான் என்றும் நான் நினைத்துக்கொண்டேன். இதையொட்டி என் நினைவிற்கு வரும் ஒரு சம்பவத்தையும் சொல்லவேண்டும்.

மயில்வாகனனின் போக்கில் ஏற்பட்டிருக்கும் மாற்றங்களைச் சிந்தித்தபடி நான் ஏரிக்கரை வழியே நடந்து வந்துகொண்டிருந்த ஒரு மாலையில் உடலைத் துளைக்கும் விஷப்பனிக்குக் காப்பாகக் குளிருடைகளைப் போட்டுக்கொள்ளாமலே பெரும்பகுதி தூரத்தைக் கடந்து வந்துவிட்டதை உணர்ந்து நான் திடுக்கிட்டுப்போனபோது எனக்கு முன்னே ஒரு முப்பதடி தொலைவில் மயில்வாகனன் நடந்துபோய்க்கொண்டிருப்பது என் கண்களில் பட்டது. முதலில் கூப்பிடவேண்டுமென்ற எத்தனிப்புடன் வாயைத்திறந்த நான் பிறகு வேண்டாமென்று வாளாவிருந்துவிட்டேன். என்னுடைய யோசனைகள் தடைப் படாதிருக்கட்டும் என்று நான் விரும்பினேன். அவனுடைய மெல்லிய உடல் கருக்கலிலும் பனியிலும் மூழ்கித் தெரிந்தும் மறைந்தும் வெளிப்பட்டுக்கொண்டிருந்தது. குளிருடைகள் எதையும் அவனும் அணிந்து கொள்ளவில்லையென்பதையும் என்னால் அவதானிக்க முடிந்தது. பனியோடு அவன் உடல் இழைந்தவிதம் பனியின் ஒரு துகளென அவனை எனக்குக் காட்டியது. முப்பதடி இடைவெளிக்கு அந்த உடல் தேவைக்கதிக மாகவே சுருங்கிய தோற்றத்தைக் கொண்டிருப்பதாக எனக்குப் பட்டது. நான் என் நடையை இன்னும் குறைத்து இடைவெளியை அதிகப்படுத்திக்கொண்டேன். சில நிமிடங்களுக்குப் பிறகு மயில்வாகனன் உடல் வலப்புறமாகத் திரும்பி அறைக்குச் செல்லும் வளைவில் மறைந்துபோனது. நான் சற்று நின்று ஏரியைப் பார்க்கத் தாமதித்தேன். ஆனால் ஏரி கண்களுக்குத் தெரியவில்லை. வானத்தையும் பூமியையும் தொட்டுப் பெரிய திரைபோல பனிதான் கண்களுக்குத் தெரிந்தது. நான் அறைக்குள் நுழைந்தபோது மயில்வாகனன் உடைகளை மாற்றிக்கொண்டு வழக்கம்போல கையில் ஒரு புத்தகத்துடன் உட்கார்ந்திருந்தான். அறை வாயிலிலிருந்து நீர்ச் சொட்டுகள் நீர்ப் பானைவரை சென்றிருந்ததைப் பார்த்தேன். இப்போதுதான் வாசற் குழாயிலிருந்து தண்ணீர் பிடித்து வைத்தேன் காலையில் மறந்துவிட்டது என்று என் பார்வையைத் தொடர்ந்தவன் நான் அது பற்றி வினவியதைப்போல பேசினான். நான் உடைகளை மாற்றிக்கொண்டு அடுக்களைப் பக்கம் நடந்தபோது பால் ஆறியிருக்கும் இன்னொருமுறை சுட வைத்துக்கொள்ளவேண்டும்

என்று அவன் குரல் கேட்டது. உள்ளே சமையலடுப்பின் பக்கத்தில் காலையில் புழங்கிய பாத்திரங்களும் அவனுடைய சாப்பாட்டுப் பாத்திரமும் கழுவி வைக்கப்பட்டிருந்தன. நான் பாலை அருந்தாமல் அதை எஞ்சியிருந்த மோரிலேயே விட்டுவிட்டு சமையலறையைவிட்டு வெளியே வந்து மயில்வாகனனிடமிருந்து அதிகபட்ச தொலைவை ஏற்படுத்துமென்ற நம்பிக்கையுடன் அறை மூலையிலிருந்த கட்டிலில் அமர்ந்துகொண்டேன். ஏரிக்கரைப் பாதையில் மயில்வாகனனைத் தவிர்க்க நான் எடுத்துக்கொண்ட கால இடைவெளி நிமிடக் கணக்கிலா மணிக்கணக்கிலா என்று எனக்குக் குழப்பமேற்பட்டுவிட்டது. அங்கே நான் பார்த்தது அவனைத்தானா என்றும் என்னை நானே கேட்டுக்கொண்டேன். மேலும் அறையில் எங்களிருவரைத் தவிர நானில்லாத சமயங்களில் மயில்வாகனனுக்குத் துணையாக வேறு ஒரு நபரின் இருப்பையும் நான் கற்பனை செய்துகொண்டு அவதிப்பட்டேன். அன்று என் தூக்கம் கனவுகளால் தடைப்பட்டுக்கொண்டிருந்தது. பற்றாக்குறைக்கு அதிகாலை விழிப்பினூடு பார்த்தபோது சன்னலருகே மயில்வாகனனைக் காணவில்லை. நான் எழுந்து அடுக்களையிலும் கழிவறையிலும் அவனைத் தேடினேன். ஏற்கனெவே குழப்பத்திலிருந்த என் புத்தியில் அவனைக் காணவில்லையென்கிற செய்தி உறைத்த கணத்தில் தீப்பெட்டி அளவேயான அந்த வீடு எல்லை காணவியலாத பெரிய கோட்டையாக மாறிப்போனது. காணாமல் போகவும் தேடிக் களைக்கவும் ஏராளமான ஒளிவிடங்களும் புதிர் வழிகளும் என் முன்னே திடீரென முளைத்தன. முறிந்தும் மழுங்கியும் சுவர்கள் நான் நெருங்க நெருங்க விலகிப்போய்க்கொண்டிருந்தன. அறைகள் அறைகளுக்குள் சொருகப்பட்டிருந்தன. நான் புறப்பட்ட இடத்திற்கே திரும்பத் திரும்ப வந்து சேர்ந்துகொண்டிருந்தேன். புதிய கதவுகளைத் திறக்கும் தருணங்கள் என்னை அச்சுறுத்தின. தவறான கதவுகளின் பின்னே என் தோல்வியின்மேல் பாயத் தயாராக உறுமிக்கொண்டிருந்தன மிருகங்கள். ஒரு தப்படிப் பிசகலில் என்மேல் ஊர்ந்து என்னை உறிஞ்சக் காத்திருக்கும் விஷப்பூச்சிகள். பாம்புகள். மயில்வாகனன் என் கண்களில் தெரிந்தும் மறைந்தும் நிரந்தரப்படுத்தப்பட்ட தொலைவில் விளையாட்டுக் காட்டிக்கொண்டிருந்தான். அவனுடைய புத்தகங்கள் எனக்கும் அவனுக்குமிடையே பெரிய சுவராக உயர்ந்து நின்றன. எங்கும் கரையான் மயம். ஒரே துருப்புச் சீட்டாக தெருவெளியை நோக்கித் திறந்திருந்த ஒற்றைச்சன்னல். தெரு ஆளரவமற்றிருந்தது. வீடோ தெருவிலிருந்து பலகாத தூரம் விலகியிருந்தது. எதிர்வீட்டின் பூட்டிய கதவு அனுமந்தப்பா சாரதாவிற்குச் சொன்ன செய்தியை பனியும் இருளும் அதிர்ந்து உதிரும் வண்ணம் திரும்ப முழங்கிக்கொண்டிருந்தது. நான்

வாசற் கதவைத் திறக்கும் தைரியத்தை இழந்து தவித்தேன். காலம் தன்போக்கில் கொண்டுவரும் சம்பவங்களுக்குக் காத்திருப்பதைத்தவிர வேறு மார்க்கம் புலப்படவில்லை. காத காதங்களுக்கு அலைந்து திரிந்ததைப்போல என் கால்கள் அயர்ந்துபோய்விட்டிருந்தன. படுக்கை ஒன்று மட்டுமே என் பாதுகாப்பை உத்திரவாதம் செய்யும் இடமென்று நான் அதில் போய்விழுந்தேன். இந்தப் பிரமை ஒரு சில நிமிடங்கள்தான் நீடித்திருந்ததாக ஞாபகம். பிறகு என்னருகே மயில்வாகனன் படுத்திருந்தான். மெல்லிய குறட்டையுடன் அயர்ந்து உறங்கிக் கொண்டுமிருந்தான். வீடு முழுக்கத் தேடியவன் எப்படிக் கையருகே பார்க்காமல் விட்டேன் என்று நான் ஆச்சரியப்பட்டேன். பயமும் சந்தேகமும் என் கண்களைக் கட்டிவிட்டதாக எனக்குத் தோன்றியது. அல்லது அனைத்தும் தத்ரூபமான கனவா. மயில்வாகனன் இப்படித்தான் நடந்துகொள்ளப்போகிறான் என்று நானே என் மனதிற்குள் வளர்த்துக்கொண்ட கற்பிதங்களின் விளைவே இந்தக்குழப்பம் என்று என்னைச் சமாதானப் படுத்திக்கொள்வதைத் தவிர வேறு மார்க்கம் எனக்குப் புலப்படவில்லை. அன்று காலை விடிந்தபோது மயில்வாகனன் வழக்கத்திற்கு மாறாக நெடுநேரம் தூங்கிக்கொண்டிருந்தான். வேறொன்றையும் கவனித்தேன். ஒருக்களித்துப் படுத்திருந்த அவனுடைய கழுத்தின் பின்புறம் காய்ந்து உறைந்து போயிருந்த இரண்டு ரத்தப் பொட்டுக்களிருந்தன. காயத்தின் வாய் கணிசமான ஆழம் கண்டிருந்த அந்த இடம் லேசாக நீலம் பாரித்திருந்ததுடன் மெலிதாக வீங்கியுமிருந்தது. நெடுநேரத்திற்குப் பிறகு எழுந்தபோது தன்னுள் காய்ச்சலை உணர்வதாகவும் அன்று வேலைக்குப் போகப்போவதில்லை எனவும் மயில்வாகனன் அறிவித்தான். நான் அந்தக் கணத்திலேயே எனக்கும் உடல்நிலை சரியில்லையென்றும் நானும் அலுவலகம் செல்லவியலாதவனாக இருப்பதாகவும் அறிவித்தேன். இந்தப் பதில் மயில்வாகனன் முகத்தில் சலனமெதையும் ஏற்படுத்தவில்லை. நாங்களிருவரும் குளித்துவிட்டுச் சந்தைக்குப் போய்வந்தோம். அன்று நான்தான் சமைத்தேன். மயில்வாகனன் கொஞ்சமாக சாப்பிட்டான். கழுத்தின் பின்புறமிருந்த காயப் பொட்டுகளைப்பற்றி நான் கேட்டபோது தன் கையால் அங்கே தடவிப் பார்த்தவன் வலியையோ புண்ணையோ தன்னால் உணர முடியவில்லையே என்றான். அவன் அதை வேண்டுமென்றே ஒத்துக்கொள்ள மறுக்கிறான் என்று எனக்குப் பட்டது. அசிரத்தையாக சற்று முயற்சி செய்த பிறகு ஏதாவது பூச்சி பொட்டு கடித்திருக்கும் என்று சொல்லிப் பேச்சைக் கத்தரித்துவிட்டான். என்னுடைய அதீதக்கற்பனைகள்மீது எனக்குமே சந்தேகமிருந்ததால் அவன் சொல்வதை நம்பவேண்டு மென்றே நானும் விரும்பினேன்.

இப்படியே பயத்தாலோ ஒதுங்கும் மனோபாவத்தாலோ மயில்வாகனன் சொல்வதையெல்லாம் நான் நம்பவேண்டுமென விரும்பியதால் அனுமந்தப்பா சொல்லச் சொன்ன சேதிகளைச் சாரதா வீட்டின் பூட்டிய கதவுகளிடம் சொல்லிக்கொண்டிருந்த சிறுமியுடன் அவன் தொடர்ந்து தொடர்பு வைத்துக்கொண்டிருந்த விஷயமும் அவன் சொல்லும் நாள்வரை எனக்குத் தெரியாமலே போய்விட்டது. அவள் மூலமாக அனுமந்தப்பா எனும் இறந்த மனிதனுடன் அளவளாவ மயில்வாகனனின் தேடல் இயல்பு அவனைத் தூண்டியிருக்கிறது. இந்த விஷயங்களை என்னிடம் சொல்லியழுத தருணத்தில் அவன் தன் பாதுகாப்பு எல்லையைத் தாண்டி வெகுதூரம் போய்விட்டிருந்தான். மீளமுடியாத குற்றச் சுழலுக்குள்ளிருந்து பாவமன்னிப்பு ஒன்றே தன்னைக் கைதூக்கி விட்டுவிடுமென்று நம்பும் பாவாத்மாவை ஒத்திருந்தது அப்போது அவன் மனநிலை. அனுமந்தப்பாவைப்பற்றிச் சொல்லும்படி அவன் அந்தச் சிறுமியை வற்புறுத்திய போதெல்லாம் சாரதாவைத் தவிர வேறுயாரும் அனுமந்தப்பாவை அறியமுடியாது என்று கூறி அவளும் தொடர்ந்து மறுத்து வந்திருக்கிறாள். இந்த மறுப்பு மயில்வாகனனை வேறொரு துணிச்சலான காரியத்தையும் செய்யத் தூண்டியிருக்கிறது. சாரதா திரும்பி வந்துவிட்டதாக அனுமந்தப்பாவிடம் போய்ச் சொல்லும்படி சிறுமியை அவன் வற்புறுத்தியிருக்கிறான். அவள் அனுமந்தப்பாவிடம் போய் அதைச் சொன்னாளோ இல்லையோ தெரியாது. ஆனால் அதற்கப்புறம் ஒருவார காலத்திற்கு மயில்வாகனன் கண்களில் தென்படவில்லை. தடயத்தை அழித்துவிட்டதாக அவன் கலவரப்படத் துவங்கிய தருணத்தில் அனுமந்தப்பா கொடுத்தனுப்பியதாக ஒரு துண்டுக் காகிதத்துடன் அவள் அவனை மீண்டும் சந்தித்தாள். அது சாரதாவிற்கு அனுமந்தப்பாவால் எழுதப்பட்ட காதல்கடிதம். மோக லஹரியின் உச்சத்திலும் அதன் காரணமாக மிக விரசமாகவும் எழுதப்பட்டிருந்த அந்தக் கடிதத்தைப் பல நாட்கள் கழித்து மயில்வாகனனின் கைப்பெட்டிக்குள்ளிருந்து மிக எதிர்பாராத விதமாக நான் கண்டெடுத்தேன். சாரதா என்கிற பெண்ணின் பிறப்புறுப்பில் கச்சிதமாகப் பொருந்திக்கொள்ளத் தானொரு தலைகீழாகத் தொங்கும் வௌவாலாகப் பிறப்பெடுத்திருப்பதாக அக்கடிதம் புலம்பியிருந்தது. எனக்கு அந்த வாசகங்கள் மிகுந்த அதிர்ச்சியையும் அருவருப்பையும் கொடுத்தன. இந்தக் கடிதத்தைக் கண்ட அன்று நான் மயில்வாகனனுடன் இது பற்றிப் பேசவேண்டுமென்று நினைத்தேன். வீடு அதற்குச் சரிப்பட்டு வராது என்று தோன்றியதால் மயில்வாகனனைப் பார்க்க நெடுநாட்களுக்குப் பிறகு புகைவண்டி நிலையத்திற்குச் சென்றேன். அங்கும்கூட அவன் கோப்புகளில் சுறுசுறுப்பாயிருந்த காரணத்தால் பேச

முடியவில்லை. அவன் என்னைச் சற்று காத்திருக்கச் சொன்னான். தண்டவாளங்களையும் தூரத் தெரிந்த மலைக் கோவிலையும் வெறிக்கப் பார்த்தபடி நான் அப்படிக் காத்திருந்த தருணத்தில் அவனுடைய உதவியாளனிடமிருந்து மயில்வாகனன் சரியாக உத்தியோகத்திற்கு வருவதில்லை என்கிற புதிய தகவலையும் கவலையளிக்கும் விதத்தில் தெரிந்துகொண்டேன்.

புகைவண்டி நிலையத்திலிருந்து வெளிப்பட்டு நாங்கள் வீதியில் இறங்கி நடக்கத் துவங்கியபோது நான் மிகத் தயக்கத்துடன் அவன் கைப்பெட்டியிலிருந்து கண்டெடுத்த கடிதத்தைப்பற்றிச் சொல்லி சாரதா பற்றின துப்பறிதலை அவன் இன்னும் கைவிடவில்லையா எனக் கேட்டேன். அவன் உடைமையை அனுமதியின்றித் திறந்தது பற்றி அவன் கண்டனம் தெரிவிக்கும் பட்சத்தில் நான் சமாதானத்திற்காகத் தயாரித்து வைத்திருந்த பதிலை உபயோகிக்கச் சந்தர்ப்பம் தராமல் மயில்வாகனன் நேரடியாக என் இரண்டாவது சந்தேகத்திற்கான பதிலுக்கு வந்துவிட்டான். உண்மைதான். ஆனால் என் கரிசனம் சாரதாவைப்பற்றியதல்ல. மாறாக அனுமந்தப்பா பற்றியது. சாரதா போன பிறகும் அவள் மீதான காதலும் அவள் இல்லை என்னும் நிதர்சனத்தின் மீதான தீர்மானமான மறுப்பும் அவளைத் தன்னிடம் மீட்டுத் தந்துவிடும் என்று நம்பும் வெறித்தனமான காதல் தர்க்கங்களின் இறுக்கப்பட்ட பாதைகளைத் தகர்த்துப்போடுகிறது. கல்லின்மேல் தொடர்ந்து பொழியும் பாலும் உச்சாடனங்களும் கல்லுக்குள் உயிரைக் கொண்டு வந்து விடுமெனச் சொல்லும் கீழை நம்பிக்கை கதவிடம் காதலைச் சொல்லும் அனுமந்தப்பாவிற்குச் சாரதாவை எப்படி மீட்டுத் தரப்போகிறது என்பதை நான் பார்க்கவேண்டும் என்றான் மயில்வாகனன். ஆனால் அனுமந்தப்பா என்பவன் இப்போது உயிருடன் இருக்கிறானா என்பதே சந்தேகமாக இருக்கும்போது ஓர் இரண்டுங்கெட்டான் சிறுமியை நம்பித் தேடலில் இறங்குவது வியர்த்த முயற்சி என்று நான் அவனுக்குச் சொன்னேன். அவன் பதில் பேசவில்லை. நாங்களிருவரும் ஏரிக்கரைப் பாதைக்குச் செல்லும் முனைக்கு வந்தவுடன் மயில்வாகனன் அறைக்குச் செல்லும் நேர்ப்பாதையில் நடையைத் தொடராமல் வலப்புறமாகத் திரும்பி என் அலுவலகத்திற்குப் போகும் சாலையில் ஏறத் துவங்கினான். அலுவலகத்தைத் தாண்டி அதன் வலப்புறமாக நீளும் பாதையில் தொடர்ந்து சென்று தேர்ப்பேட்டையுள் நாங்கள் நுழைந்தோம். நன்றாக இருட்டிவிட்டிருந்தது. தேர்ப்பேட்டைத் தெருவின் கடைசியில் விரியும் மலையடிவார வெளியில் கோவில் தெப்பக்குளத்தின் பின்னணியில் அரளி மண்டபத்தை நான்

முதல் தடவையாகப் பார்த்தேன். அந்த வரிசையில் அதைப் போல நிறைய மண்டபங்கள் எழுப்பப்பட்டிருந்தன. அவற்றின் பின்னே கன்னங்கரேலென்று வானைப் பிரதிபலித்துக் கொண்டிருந்தது தடாகம். அதன் மேற்பரப்பிலிருந்து ஆயிரக் கணக்கான பாம்புகள் படமெடுத்ததைப்போல பனிப்புகை நெளிந்து மேலெழும்பிக்கொண்டிருந்தது. ஆட்களற்ற பிரதேசம் மண்டபங்களின் இருப்பை அச்சுறுத்தும் விதத்தில் முக்கியப் படுத்திக்கொண்டிருந்தது. சூழலின் அமைதி என் வயிற்றில் புளியைக் கரைக்க நான் மண்டபத்தை உற்றுப் பார்த்துவிட்டு ஏற்கனெவே உள்ளே யாரோ நிற்கிறார்கள் போலிருந்ததைச் சொன்னேன். ஆனால் மயில்வாகனன் மௌனமாகவும் சற்றும் தயங்காமலும் தொடர்ந்து உள்ளே செல்லத் தலைப்பட்டு விட்டான். நான் வேறுவழியின்றி அவனைப் பின் தொடர்ந்தேன். உண்மையில் அரளி மண்டபத்தில் யாருமில்லை. அதன் விசாலமான உள்பகுதியில் ஆளுயரத்திற்குக் கோரை வளர்ந் திருந்தது. இடுக்குகளிலிருந்து நிறைய செடிகள் தலையை நீட்டிக்கொண்டிருந்தன. அவை செவ்வரளிச் செடிகள் என்பதை இருட்டிலும் பளபளத்துக்கொண்டிருந்த பூக்களை வைத்துத் தெரிந்துகொள்ள முடிந்தது. மயில்வாகனன் என்னைப்போல மண்டபத்தைச் சுற்றிப் பார்த்துக் கொண்டிராமல் அதன் இடப்பக்க விளிம்பிலிருந்து தொலைவை மறித்து நிற்கும் பனியையும் இருட்டையும் உற்றுப் பார்த்தபடி நின்றுகொண்டிருந்தான். அவன் இந்த இடத்திற்கு வருவது இது முதல் தடவையல்ல என்பதை நான் ஊகித்துக்கொண்டேன். மண்டபத்திலும் மண்டபத்தைச் சுற்றியும் பார்க்கும் காட்சிகள் மயில்வாகனன் என்னுடன் பேசும் உணர்வை எனக்குத் தந்ததால் அவன் என்னை அங்கே கூட்டிக்கொண்டு வந்ததன் காரணம் பற்றி நான் அவனைத் தனியாகக் கேட்க அவசியப்படவில்லை. அதன் உட்புறம் இன்னும் இருட்டாயிருந்ததுதான். ஆனால் அதன் சிற்பங்கள் தங்களை மறைத்துக்கொள்ளாமல் மங்கலான சுய வெளிச்சத்தில் தம் இருப்பைப் புலப்படுத்திக்கொண்டிருந்தன. மீனாட்சியம்மன் சிற்பம் ஒன்று. மகாபாரத போர்க்காட்சி இரண்டு பிரம்ம ராட்சஸர்கள் சில அடையாளம் காணவியலாத காவல் தெய்வ உருவங்கள் பிறகு பெயரறியாத புராண காலப் பறவைகள் மற்றும் விலங்குகள். விதானத்தில் மிகப் பெரியதாக கோவர்த்தன மலையைச் சுண்டு விரலால் உயர்த்திப் பிடித்தபடி இந்திரனின் தந்திர மழையிலிருந்து ஆயர்களையும் கால்நடைகளையும் காத்து நிற்கும் கிருஷ்ணனின் சிற்பம் ஒன்று வடிக்கப்பட்டிருந்தது. கிட்டத்தட்ட அந்தச் சிற்பமே விதானமாக இருந்தது. அனுமந்தப்பாவும் சாரதாவும் சந்தித்துக்கொண்ட அந்த இடத்தை மயில்வாகனனின் பேதைப்பருவம் பெரிய காதல்

சின்னமாக மனதிற்குள் உருவகப்படுத்திக் கொண்டிருந்ததை நினைத்து நான் உள்ளுக்குள் சிரித்துக்கொண்டேன். அவன் பேச்சைக் கேட்டுக்கொண்டு இந்த மாதிரி இடங்களில் இந்த மாதிரி வேளைகளில் அலையவும் என் புத்தி இடம் கொடுத்ததே என்று எண்ணி வெட்கமும் அடைந்தேன். உண்மையில் அவன் நிலைக்கு நான் இரக்கப்பட விரும்பினேன். ஆனால் ஏனோ கோபம்தான் வந்தது. நாங்கள் அன்று மிகத் தாமதமாகத்தான் அறைக்குத் திரும்பினோம். வழியிலேயே சாப்பிட்டுவிட்டோம். எனவே அறையில் வேலை எதுவும் இருக்கவில்லை. நான் வீட்டுக்குக் கடிதம் எழுதும் மனோநிலையில் இல்லை என்று முடிவு செய்தபடி படுக்கையில் விழுந்துவிட்டேன்.

ஆனால் நாளொரு மேனியும் பொழுதொரு வண்ணமுமாக மயில்வாகனனுக்குள் இறங்கிக் கொண்டிருந்த மாற்றங்கள் என் கவனத்தில் படாமல் போய்விடவில்லை. ஏற்கெனவே ஒடிசலான அவன் உடல் மேலும் மோசமாக இளைக்கத் துவங்கியது. கண்களுக்குக் கீழே சுழன்ற கருவளையங்கள் கண்களை முகத்தின் வெகு ஆழத்திற்குள் தள்ளிக்கொண்டு சென்றுவிட கிணற்றுக்குள் அலைபாயும் ஊற்றுநீரைப்போல மின்னிய இரண்டு நீலப்புள்ளிகள் அவற்றைச் சந்திக்க நேரும்போதெல்லாம் என்னுடலை அதிரச் செய்துகொண்டிருந்தன. உடலைப்போலவே மயில்வாகனனின் பேச்சும் மெலிந்துபோனது. மூடியிட்ட சிறிய உணவுப் பாத்திரத்தில் அவன் கொண்டு செல்லும் மதிய உணவு உண்ணப் படாமலேயே திரும்பி வந்தது. இரவு உணவை எலி கொறிப்பது போல கொறித்தான். இத்தனைக்கும் நடுவில் அன்றாட அலுவல் களையோ வீட்டு வேலைகளையோ செய்வதில் அவனிடம் சுணக்கம் ஏற்படவேயில்லை. நான் கலவரப்படுவேனென்று அந்தப் பையன் தன்னை எப்போதும்போல காட்டிக்கொள்ள அதிகப் பிரயத்தனப்பட்டு நடித்துக்கொண்டிருந்திருக்கிறான். அவனாகச் சொன்னாலொழிய நாம் தலையிடுவது அநாகரீகமாகப் போய்விடுமோ என்கிற தயக்கத்தின் விளிம்பில் நான் தத்தளித்துக் கொண்டிருந்தேன். அதே சமயத்தில் நான் பார்த்துக் கேட்டு விட்டால் கொட்டிவிடக் கூடிய ஏக்கத்துடன்தான் மயில்வாகன னும் வளைய வந்து கொண்டிருந்தானென்பதைப் பிறகொரு நாள் தெரிந்துகொண்டேன். நான் முன்பே சொன்னபடி அப்போது காலம்தான் கடந்துபோய்விட்டிருந்தது. அந்தநாள் நான் கேட்கவும் மயில்வாகனன் சொல்லவுமான அவசியத்தைக் களைந்து நாங்களிருவருமே திடுக்கிட்டுப்போகும்படியான உண்மையின் முன் எங்களை எங்கள் அனுமதியின்றியே கூட்டிப் போய் நிறுத்திவிட்டது. அன்று நான் நெடுஞ்சாலை வழியே

நடந்து அறையை அடைந்தபோது வழக்கம்போல எனக்கு முன்பே மயில்வாகனன் வந்துவிட்டானென்பதை வெறுமே சார்த்தப்பட்டு காற்றினால் ஒரு கீற்றாகத் திறந்திருந்த கதவு எனக்குச் சொன்னது. திறந்திருக்கும் கதவுகள் அஜாக்கிரதை உணர்வை எழுப்பிவிடுகின்றன. நான் கதவைத் தட்டாமலேயே திறந்துவிட்டேன். அறையின் மத்தியப் பகுதியில் மயில்வாகனன் முக்காலியில் அமர்ந்திருந்தான். நான் கதவைத் திறந்ததும் உள்ளே பாய்ந்த வெளிச்சம் நான் அவன் மீது கல்லெறிந்ததுபோல அவனைப் பதறி எழச் செய்தது. எழுந்த வேகத்தில் இடுப்பிலிருந்து நழுவி விழுந்த வேட்டியை அவன் கை பதற்றத்துடனும் அதிக விரைவுடனும் பற்றிக்கொள்ள முயன்றது. கிட்டத்தட்ட பற்றியும் விட்டது. ஆனால் அதற்குள் உச்சக்கட்டப் பிதுக்கலுக்கு ஆட்பட்டு விட்ட அவனுடைய குறி மிக விகாரமான முறையில் வெண்ணிற திரவத்தைத் தரையிலும் வேட்டியிலும் அவன் தொடையிலுமாகப் பீய்ச்சியடித்தது. என்னையும் கட்டுப்படுத்தமுடியாது விரைத்துக் கொண்டிருந்த தன் குறியையும் திகிலுடன் மாறிமாறிப் பார்த்தபடி நரம்புகளைச் சுண்டியிழுக்கும் ஒழுக்கு மட்டுப்படும்வரை செய்வதறியாது நின்றுகொண்டிருந்த மயில்வாகனன் இருக்கைக்குக் கீழே அவிழ்த்துப் போட்டிருந்த தன் உள்ளாடைகளைப் பொறுக்கிக்கொண்டு அரைகுறையாக இடுப்பில் தவித்துக் கொண்டிருந்த வேட்டியை இன்னொரு கையில் பற்றிக்கொண்டு நூலாய் வடிந்துகொண்டிருந்த ஸ்கலிதம் வழி நெடுக ஈரப்படுத்த சமையலறையை நோக்கி ஓடினான். நான் நான்தான் ஏதோ மிகப்பெரிய தவறைச் செய்துவிட்டவன்போல உள்ளே நுழையவும் இயலாமல் வெளியே பாயவும் தோன்றாமல் நுழைவாயிலிலேயே நின்றுவிட்டேன். என்முன்னே ஆடிக்கொண்டிருந்த மயில்வாகனனின் ஒழுகும் ஆண்குறி முற்றிலுமாகக் கண்களைவிட்டு அகலப் பல நிமிடங்கள் பிடித்தன. என்னால் நான்கண்ட காட்சியை ஜீரணிக்க இயலவில்லை. மயில்வாகனன் சமையலறையைவிட்டு வெளியே வரவில்லை என்னும் ஞாபகம் என்னை மீண்டும் பிரக்ஞை உலகிற்குக் கொண்டுவந்து சேர்த்தது. கண்களைத் தவிர உணர்வற்றுப் போயிருந்த என் பிற புலன்கள் யாவும் தங்கள் பழைய கதியையும் நிதானத்தையும் மெதுமெதுவாகத் திரும்பப் பெற்றன. நான் முதலில் எனக்குப் பின்னே விரியத் திறந்து கிடந்த கதவைச சார்த்தி உட்புறம் தாளிட்டேன். அறையெங்கும் தூய விந்தின் கிளர்ச்சியூட்டும் இளநீர் மணமும் உப்புச்சுவையும் பரவி நிறைந்திருந்தது. அதன் வழவழப்பு அறையின் இருள் முழுவதிலும் அப்பிக்கொண்டதைப்போல என் நடையை நிதானமிழக்கச் செய்தது. என்னுள் கனன்று கொண்டிருந்த உணர்வு கோபமா அருவருப்பா இரக்கமா துக்கமா என்று என்னால் சரியாக ஊகிக்க முடியவில்லை.

நான் சமையலறைக்குச் சென்றபோது பால்பாத்திரத்தின் கீழே எரிந்துகொண்டிருந்த அடுப்பினுள் மயில்வாகனன் தன் தலையை நுழைத்துக்கொண்டிருந்தான். நெருப்பின் கதகதக்கும் வெளிச்சத்தில் அவன் முகம் ததும்பிக்கொண்டிருந்தது. அவமானத்தில் அவன் உடல் கூசிப்போயிருந்தது. நான் அவன் பின்னேபோய் நின்றேன். என் அருகாமை அவனுடலை இன்னும் உள்ளொடுங்கச் செய்தது. சில வினாடிகளுக்குப் பிறகு நான் அவன் தோளை மெதுவாகத் தொட்டபோது மயில்வாகனனின் உடல் என் பக்கமாகத் திரும்பியது. தலை என் தோளில் சரிந்தது. அவன் முழுவதுமாக உடைந்துபோய்ப் பெருங்குரலெடுத்து அழத் துவங்கினான். என்கைகள் அவனை அணைத்துக்கொண்டன. அவன் அழுகை அதிகமாகிக்கொண்டிருந்தது. சில நிமிடங்கள் அழ விட்டுவிட்டு நான் அவனை என்னிலிருந்து பிரித்து எதிரே நிறுத்தி குனிந்திருந்த அவன் முகத்தை நிமிர்த்தினேன். விந்தின் நிறமொத்த சளியும் கண்ணீரும் வியர்வையும் அவன் முகம் முழுவதையும் ஈரப்படுத்தியிருந்தன. நெருப்பில் முகம் பளபளத்தது. அவன் கேவினான். கேவல்களுக்கிடையே எனக்குப் பயமாயிருக்கிறது என்று சொன்னான். எனக்குப் பயமாயிருக்கிறது. நான் சாரதாவாகிக்கொண்டிருக்கிறேன். நான் அவனை சமையலறையிலிருந்து வெளியே கூட்டி வந்து வசிப்பறை இருக்கையில் உட்கார வைத்தேன். அடுப்பை அணைத்துவிட்டுப் பாலை இரண்டு கோப்பைகளில் விட்டுக்கொண்டு நான் மீண்டும் வசிப்பறைக்குத் திரும்பியபோது மயில்வாகனன் தன் கைப்பெட்டியிலிருந்து ஒரு கற்றைக் காகிதங்களை வெளியே உருவிக்கொண்டிருந்தான். அறைவிளக்குப் போடப்பட்டிருந்தது. அவன் சுவாசம் இன்னும் விசும்பிக்கொண்டிருந்தது. நான் கொடுத்த பாலைக் குடிக்காமல் அருகில் வைத்தான். மீண்டும் எனக்குப் பயமாயிருக்கிறது என்ற பல்லவியைத் துவக்கினான். எனக்குப் பயமாயிருக்கிறது. நான் சாரதாவாக மாறிக்கொண்டிருக்கிறேன். அனுமந்தப்பாவின் அன்பு என்னை அவன் காதலியாக மாற்றிக்கொண்டிருக்கிறது. நான் சாரதா இல்லை என்பதை அவன் நம்ப மறுக்கிறான். காரணம் சாரதாவைத்தவிர வேறு யாராலும் அவனை அறிய முடியாதே. சாரதாவால் அனுமந்தப்பாவின் அன்பு வலையிலிருந்து ஒருபோதும் தப்பிக்கவும் முடியாது. காலத்தைக் கேலிசெய்து சாரதா மயில்வாகனனாக இன்று இங்கு இருக்க முடியுமென்றால் மயில்வாகனனும் சாரதாவாக அன்று அங்கு இருப்பான். எனில் ஒருவேளை அனுமந்தப்பா சொல்வது உண்மைதானோ. மயில்வாகனன் தன் கையிலிருந்த காகிதக் கற்றையை என் கைகளில் எறிந்தான். அனுமந்தப்பாவைப்பற்றி எச்சரிக்கப்பட்ட அன்று நான் அதை ஒரு பொருட்டாக எடுத்துக்கொள்ளவில்லை. அன்பின்

அசாதாரண வன்முறையைக் குறைவாக எடை போட்டுவிட்டேன். அது நான்படித்த புத்தகங்களின் குற்றம். அவை எனக்கு அன்பெனப்படுவதை மலரினும் மெலிதானதாகக் காட்டின. அனுமந்தப்பாவை நான் முதன்முதலில் சந்தித்தபோது அவன் ஒரு பிணம். வதைகளுக்கும் வசவுகளுக்கும் இரக்கப்படவும் ஒதுக்கப்படவும் மற்றும் கதைகளுக்கும் மட்டுமே உபயோகப்பட்ட பிணம். நான் அவனுக்கு மீண்டும் உயிர் கொடுக்க நினைத்தேன். பேய்களின் உலகில் அல்ல. மாறாக அவனை மீண்டும் சமூகத்தின் ஏதாவதொரு கண்ணியுடன் இணைத்துவிட நான் முயன்றேன். சமூகம் என்பது என்னைப் பொறுத்தவரையில் ஓர் அரண். வாழ்விற்கு ஒரு பாதுகாப்பு. அதன் அழகியலுக்குள் உயிர்ப்பிக்கப் பட்ட ஒரு பிணம் உயிருள்ள சக மனுஷியின் சிபாரிசிருக்குமானால் அங்கீகரிக்கப்பட்டு விடுமென்று நினைத்தேன். அன்பு அத்தனையையும் சாதிக்குமென்று திடமாக நம்பினேன். அதில் தவறொன்றும் இல்லையே. நான் அறிந்த அன்பு தூய்மையை புனிதத்தை மென்மையை ரகசியத்தை மனதை அடிப்படையாகக் கொண்டது. காதல் தாய்மை பாசம் பற்று பக்தி நட்பு ஆண் பெண் என்று பலவாகச் சிதறிப் பலவீனப்பட்டுக் கிடப்பது. நான் இந்தப் போதிக்கப்பட்ட அன்பை முன்னிறுத்தி அனுமந்தப்பா என்னும் கற்பனையை மீண்டும் ஸ்தூல வடிவாகப் படைக்க முயன்றேன். ஆனால் படைப்பைக் கருக்கொள்ளும் வலியை முன்னூகிக்கத் தவறிவிட்டேன். பிணங்களின் அன்பு உயிருள்ள மனிதர்களின் அன்பிலிருந்து வேறுபட்ட அர்த்தமும் வலுவும் கொண்டது என்பதை நான் எதிர்பார்க்கவில்லை. அந்த அன்போ வலியாலும் நிணத்தாலும் அழுக்காலும் ரத்தத்தாலும் கண்ணீராலும் வடுக்களாலும் உருப்பெறுவது. உடலைப் பிரதானமாய்க் கொண்டது. யதார்த்தத்திலிருந்து பிரிந்து சாகடிக்கப்பட்டவர்களின் உலகிற்குள் தொலைந்துபோன அனுமந்தப்பாவை மீண்டும் யதார்த்த மனிதனாகப் படைக்க முனைந்த என்னை இதோ அவன் அன்பின் மூர்க்கம் கட்டி எழுப்பிக்கொண்டிருக்கிறது. அனுமந்தப்பா என்னை அவன் உலகிற்குள் அழைத்துச் செல்கிறான். அதன் அழகுகளை என் கண்முன் விரிக்கிறான். அந்தப் பரவசம் தாங்கவொண்ணாதது. கைவிடப்பட்ட கல் மண்டபங்கள் காலத்தின் அன்பை எனக்குச் சொல்கின்றன. கல்லறைகளின் உட்புறம் காரைக் கட்டடங்களின் தட்டை விதிகளைக் கேலிசெய்யும் சிலந்திகளின் மகோன்னதமான பின்னல்களை நான் என் வாழ்க்கையில் முதன்முதலாகப் பார்த்து வியக்கிறேன். நிலவறைகள் விகசித்து என்னை யதார்த்த உலகின் குறுகிய வசிப்பறைகளிலிருந்து விடுவிக்கின்றன. கால்கள் தொய்வுறும்வரை நடக்கவும் ஓடவும் புரளவும் அனுமந்தப்பா என்னை அனுமதிக்கிறான். புழுதியும் தூசியுமான பெரும்

சரித்திரம் என்னை முற்றிலும் சுற்றி வளைக்கும்வரை நான் தரையில் புரள்கிறேன். கல்லறையின் உத்திரத்தைக் கால்களால் பற்றிக்கொண்டு தலைகீழாகத் தொங்கிப் பார்க்கிறேன். சில்லிடும் அறைகளினுள்ளே மூச்சையடக்கிப் பிணம்போல் இருந்து பார்க்கிறேன். வெண்ணிற ரத்தம்கொண்ட வினோதப் பூச்சி வர்க்கங்கள் என்னை ஆசையோடு நக்கிப் பார்க்க அனுமதிக்கிறேன். புல்லரிப்பை ஏற்படுத்தும் அந்த ஸ்பரிசம் எனக்கு நிதர்சன உலகம் காட்டித் தராத ஒன்று. சுவர்களின் விரிசலில் முளைத்திருக்கும் தாவர வர்க்கங்கள் எனக்கு விசிறுகின்றன. நான் விரிசல்களை ஆசையோடு தடவுகிறேன். உயிர்களைப் பிறப்பிக்கும் பிளவுகளை முத்தமிடுகிறேன். அவற்றில் கசியும் வலியை இப்போது என்னால் அனுமந்தப்பாவிற்கு நன்றியுடன் உணர முடிகிறது. என் உருவத்தைப் பிரதிபலிக்கும் பிரம்மாண்ட மான ஆளுயரக் கண்ணாடியை சந்தோஷ வெறியுடன் என் கைகளால் குத்தி ரத்தம் தெறிக்க நான் உடைப்பதை அனுமந்தப்பா தடுக்கவில்லை. வலி. அன்பின் வலி. அதன் குரூரம். அனுமந்தப்பா என்னைப் பின்புறமிருந்து எலும்புகள் நொறுங்கிப்போகும்படி அணைத்துக்கொள்கிறான். என்னுடைய பின்கழுத்தில் தன் முன்பற்களைப் பதித்துச் சுவைக்கிறான். என் முலைகளை அவன் கரங்கள் சிறைப்படுத்துகின்றன. உடலல்லவா மனம் என்கிறான். சிதறிப்போன கண்ணாடி தரைமுழுக்கச் சிரிக்கும் ஆயிரம் சாரதா அதை ஆமோதிக்கிறேன். உலகம் முழுவதும் இப்போது சாரதா. பிரபஞ்சம் முழுவதும் ஒற்றைச் சாரதா. தர்க்கங்களின் உலகிலிருந்து கதறும் மயில்வாகனனின் கூக்குரல் எனக்குக் கேட்கிறது. அனுமந்தப்பாவின் கையைப் பிடித்துக் கொண்டு மயில்வாகனன் வேண்டாம் வேண்டாம் என்று கதறக்கதற நான் அலைகிறேன். மயில்வாகனனின் கையாலாகாத் தனம் என் கழுத்தை நெரித்துக் கொல்லக் கைகளாகி நீள்கிறது. ஆனால் துப்புத்துலக்கும் புத்தி மீண்டும் புத்தகங்களின் செல்லரித்த பக்கங்களுக்குள் சாரதாவைப் பாடம் பண்ணிவிட முடியாதென்று கெக்கலிக்கிறான் அனுமந்தப்பா. சாரதாவை மயில்வாகனனுக்குள்ளிருந்து அவனை அழித்து மீட்கும் வெறி அனுமந்தப்பாவையும் சாரதாவிற்குள்ளிருந்து மயில்வாகனனை சாரதாவைக் கொன்று மீட்டுக்கொள்ளும் பிரயத்தனம் மயில்வாகனனையும் அலைக்கழிக்கிறது. பிணங்களின் வலிமை உடல்சார்ந்த உக்கிரத்தின்முன் இந்தக் கையாலாகாத மயில்வாகனன் தன்னை நிரூபித்துக்கொள்ளப் பரிதாபமாகத் தன் குறியைப் பிதுக்கிக்கொண்டு தேம்புகிறான். மயில்வாகனன் தோற்றுக்கொண்டிருக்கிறான். இதைச் சொல்லிவிட்டு மயில்வாகனன் மீண்டும் என் கைகளில் தன் முகத்தைப் புதைத்துக்கொண்டு கதறி அழுதான். ஆம். காலமின்மையாக

என்னுள் புரண்டுகொண்டிருக்கும் சாரதாவிடம் நான் தோற்றுக் கொண்டிருக்கிறேன். என்னால் திரும்பி வர இயலவில்லை. நான் இங்கே இருந்தாகவேண்டும். நானாக. மயில்வாகனனாக. சாரதாவின் காதல் மயில்வாகனனின் அழிவில்தான் சாத்தியப் படுமென்றால் சாரதா செத்துப்போகட்டும். சாரதாவைக் கொல்லுங்கள். சாரதாவைத் தயவுசெய்து கொன்றுவிடுங்கள். அவனைத் தேற்றி ஒரு நிலைக்குக் கொண்டுவர நான் மிகப் பிரயத்தனப் படவேண்டியதாயிருந்தது. அவனுடல் வலிப்புக் கண்டதைப்போல வெகுநேரம் துடித்துக்கொண்டிருந்தது. கடைசியில் ஒரு வழியாக அழுகையும் புலம்பலும் வடிந்து அவன் தூங்கத் துவங்கும்போது பின்னிரவும் கடந்துபோய் விட்டிருந்தது. தூக்கத்திலும்கூட அவன் விசும்பல் நிற்கவில்லை. குழந்தையைப் போல சுருண்டு படுத்துக்கிடந்தான். அவன் உதடுகள் தடித்தும் சிவந்தும் கன்றிப் போயிருப்பதையும் என்னால் பார்க்க முடிந்தது. முன்னங்கையிலும் கழுத்திலும் தென்பட்ட பற்குறிகள் உடைகளால் மறைக்கப்பட்ட பகுதிகளிலும் அவற்றின் வியாபகத்தை ஊகிக்க வைத்தன. என் கண்களில் ஒரு கணம் நீர் திரையிட்டது. தூக்கம் வரவில்லை. மயில்வாகனன் என் கைகளில் எறிந்த காகிதக் கற்றையை ஒவ்வொன்றாக எடுத்துப் படிக்கத் துவங்கினேன். கனமான வலப்புறம் சாய்ந்த எழுத்துக்கள். பச்சைநிற மசியால் எழுதப்பட்டிருந்தன. எனக்குத் தெரிந்தவர் களில் பச்சைநிற மசியால் எழுதும் பழக்கமுடையவர்கள் யாரும் கிடையாது. எனினும் அந்த நிற எழுத்துக்களை எங்கோ பார்த்த ஞாபகம் வருவதை என்னால் தவிர்க்க இயலவில்லை. கவிதை யென்று ஒருமுறை மயில்வாகனன் சிலாகித்த வடிவில் அக்காகிதங்கள் முழுவதும் பிதற்றல்களும் உளறல்களும் விரவிக் கிடந்தன. அப்பட்டமான பாலியல் விவரணைகள் மனதைக் கூசிப்போகும்படி செய்தன. நினைத்தே பார்த்திராத உடற் சேர்க்கைகள் பற்றின கற்பனைகள் என்னைப் பெரும் அதிர்வுக் குள்ளாக்கின. எல்லாக் கற்பனைகளிலும் பீய்ச்சியடிக்கும் பெண் குருதி. மூச்சையடைக்கும் கலவி நாற்றம். நான் சகித்துக்கொள்ள முடியாமல் அந்தப் பிதற்றல்களை மீண்டும் மயில்வாகனனின் கைப் பெட்டிக்குள்ளேயே எறிந்து மூடிவிட்டு விளக்கை அணைத்துப் படுத்தேன். எப்போது தூங்கினேனோ கண் விழித்த போது வெய்யில் ஏறிவிட்டிருந்தது. அறை முழுக்கப் பினாயிலின் மணம் கமழ்ந்துகொண்டிருந்தது. மயில்வாகனன் குளித்து முடித்து அலுவலகம் செலலத் தயாராகக் கண்ணாடியின் முன் நின்று தலை சீவிக்கொண்டிருந்தான். நான் எழுந்ததும் என்னைப் பார்த்துச் சிரித்தான். இரவு அழுகையாலும் சரியான தூக்கமின்மை யாலும் முகம் அதைத்திருந்தது. ஆயினும் துக்கம் பயத்தைக் கரைத்துவிட்டிருந்ததென்று சொல்லும்படி பிரகாசமாயிருந்தது.

ஆயிரம் சாரதா

அவன் சிரிப்பு நிறைந்த சிரிப்பாக இருந்ததைக் கண்டு நானும் நிம்மதியாகப் பெருமூச்சு விட்டேன். ஏற்கனெவே தாமதமாகி விட்டிருந்தபடியால் தான் முன்னதாகக் கிளம்புவதாகச் சொல்லி விட்டு அவன் கிளம்பினான். நான் அனைத்தையும் சரிசெய்து விடுவதாகவும் அவன் எதற்கும் பயப்படத் தேவையில்லையென்றும் கூறி அவனை அனுப்பி வைத்தேன். அன்று நான் அலுவலகம் செல்லவில்லை. காலை உணவை முடித்துக்கொண்டபின் நேராகக் காவல் நிலையத்திற்குச் சென்றேன்.

காவல் அதிகாரி இளைஞனாயிருந்தார். வடக்கத்திக்காரர்போல தோற்றம். பெயர் இளம்வழுதி என்றார். இந்தக்கதை நடக்கும் காலகட்டத்தில் இம்மாதிரிப் பெயர்களுக்கென்று தனிக்கவர்ச்சி இருந்தது. ஓரளவு பெயருக்குரியவரது குடும்பப் பின்புலத்தை மற்றும் அவர் சார்ந்து நிற்கும் கொள்கை அடிப்படைகளை எதிராளி ஊகித்துக்கொள்ள ஓர் அடையாளமாகவும் பயன் பட்டது. அந்த இளைஞர் நான் சொன்னதைப் பொறுமையாகக் கேட்டது எனக்கு மிக திருப்தியளிப்பதாயிருந்தது. என்னுடன் அறையில் தங்கியிருக்கும் என் நண்பரை யாரோ தொந்தரவு செய்கிறார்கள். அவர் புத்தி பேதலித்துப்போகும் அபாயத்தி லிருக்கிறார் என்று இந்த ரீதியில் என் புகாரைப் பதிவுசெய்ய நான் எத்தனித்தேன். ஆனால் எனது கூற்றைப் பதிவு செய்து கொள்ளும்முன் இளம்வழுதியின் சந்தேகங்கள் சிலவற்றை நான் எதிர்கொள்ள வேண்டியிருந்தது. முக்கியமாக மயில்வாகனன் எந்த முறையில் தொந்தரவிற்குள்ளாகிறான் என்று அவர் என்னைக் கேட்டபோது என்னால் தெளிவாகப் பதில் சொல்ல முடியவில்லை. எனக்கே குழப்பமாக இருக்கும் சாரதாவின் முரண்பட்ட கதைகளைத் துவக்கத்திலிருந்து அந்த இளைஞருக்குப் புரியும்வண்ணம் மீண்டும் சொல்ல முடியுமா என்கிற சந்தேகமும் என்னை அலைக்கழித்தது. நான் அன்றுமாலை மயில்வாகன னுடனேயே அவரை மீண்டும் சந்திப்பதாகக் கூறி விடை பெற்றுக்கொண்டேன். ஆனால் சொன்னபடி என்னால் காவல் நிலையத்திற்குப்போக முடியவில்லை. காரணம் மயில்வாகனன் அன்று இரவு அறைக்கு வரவில்லை. மறுநாளும் வரவில்லை. நான் அவன் உதவியாளனிடம் விசாரித்தபோது அலுவலகத்திற்கும் அவன் வரவில்லையென்பது தெரியவந்தது. கலங்கும் மனதோடு மேலும் ஒருநாள் காத்திருந்தபின் மூன்றாம் நாள் பிற்பகலில் மீண்டும் நான் இளம்வழுதியைச் சரணடைந்தேன். இம்முறை என் அறை நண்பரை மூன்று நாட்களாகக் காணவில்லை என்பதாகப் புகார் பதிவுசெய்ய வேண்டியிருந்தது. மயில்வாகன னின் கைப்பெட்டிக்குள் அவனுக்கு வந்த கவிதைக் குப்பைக்

கற்றையும் அவனுடன் கூடவே காணாமல் போயிருந்தது. மயில்வாகனனைத்தவிர வேறு யாருடைய ஊகத்தின்பேரிலும் அவன் தொந்தரவு செய்யப்படுவதாக நடவடிக்கை எடுக்க முடியாது. ஆனால் அவன் காணாமல் போனானென்கிற புகாரின்பேரில் செயல்பட முடியும். என் அறையிலிருந்து காவலர் களால் மயில்வாகனனின் உடைகளையும் புத்தகங்களையும் தவிர வேறெதையும் உபயோகமாய்க் கண்டுபிடிக்க முடியவில்லை. அவன் படிக்கும் புத்தகங்களைக் கையிலெடுத்த இளம்வழுதி உயர்த்திய புருவங்களுடன் அவற்றின் தலைப்பைப் படித்தபடியே அடிக்கடி தயங்கி நின்றுகொண்டிருந்தார். புகைவண்டி நிலையத்திலும் எங்கள் தெருவிற்குள்ளும் மைய மண்டபத்திலும் ஓரிரு தினங்கள் அலைந்து களைத்த பிறகு நான் வேண்டிக் கொண்டதன்பேரில் ஒசூர் – மத்திகிரி சாலையில் இருப்பதாகத் தெரிவிக்கப்பட்ட அனுமந்தப்பாவின் வீட்டை அணுகிப் பார்த்துவிடக் காவலர் தரப்பில் சம்மதம் தெரிவிக்கப்பட்டது. அந்தவீடு ஊரிலிருந்து இடரீதியாக வெகுதொலைவு தள்ளி யிருக்கவில்லை யென்பது உண்மைதான் என்றாலும் காலரீதியாக பலப்பல காதங்களுக்கு அப்பால்தான் இருந்தது. அது ஓர் ஈரடுக்கு மாடிக் கட்டடம். ஓட்டு முகப்பும் உயர்ந்த திண்ணையும் மரத் தூண்களும் விளக்குப் பிறைகளும் பின்புறம் தொழுவமுமாக ஒரு பண்ணை வீட்டிற்குரிய சகல லட்சணங்களுடனும் திகழ்ந்தது. ஆனால் கூரையில் அநேக இடங்கள் பொக்கை விழுந்திருந்தன. சுவர்களின் மேல்விளிம்புகளும் கூரையும் சந்திக்கும் இடங்கள் இடிந்தும் சுவர்கள் விரிசல் கண்டும் விகாரப்பட்டிருந்தன. வீட்டைச் சுற்றிலும் செவ்வரளிச் செடிகள் காடாய் வளர்ந்து மண்டிக் கிடந்தன. தொழுவக் கட்டுகள் குலைந்துபோய் விட்டிருந்தன. வீட்டின் வாயிற்கதவு பூட்டப்பட்டிருந்ததைப் பார்த்துவிட்டு இளம்வழுதியும் உதவியாளர்களும் பரஸ்பரம் சிரித்துக்கொண்டனர். எனினும் பூட்டை உடைத்துவிட்டு நாங்கள் வாயிற்பக்கமிருந்துதான் வீட்டினுள் நுழைந்தோம். நுழைந்ததும் எங்களைத் தாக்கியது வெளியிலிருந்து பார்த்தபோது தன்னைச் சற்றும் மிகைப்படுத்திக்கொள்ளாத அந்த வீட்டின் உட்புறம் எங்கள் முன் விரித்த அதன் ஆழமும் விரிவும். அவ்வளவு பெரிய வீடாக அதை நான் எதிர்பார்க்கவில்லை. எதிரெதிர் சுவர்கள் நம்ப முடியாத அளவிற்கு ஒன்றையொன்று விலக்கியிருந்தன. முகப்பிலிருந்தும் சுவர் விரிசல்களிலிருந்தும் பீறியடித்த வெளிச்சம் வீட்டின் பரப்பளவிற்கு ஈடுகொடுக்க முடியாமல் விழுந்த இடத்திலேயே உறைந்துபோய்க் கிடந்தது. எனவே வீடு முழுவதும் இருள் கோலோச்சிக்கொண்டிருந்தது. ஏராளமான மர இருக்கை களும் மேசைகளும் வரவேற்பறை முழுவதும் சிதறிக் கிடந்தன. ஆனால் அனைத்துமே உதிர்ந்தும் தூசியடைந்தும் மேல்துணி

விரிப்புகள் உபயோகிக்க முடியாத அளவிற்குக் கிழிந்தும் சிதைந்து போயிருந்தன. சுவர்களில் மட்டும் மீசைகளுடன் இறந்தவர்களின் படங்கள் பெரிய அளவில் சட்டமிடப்பட்டுத் தொங்கிக் கொண்டிருந்தன. நாங்கள் நுழைந்ததும் தலைக்கு மேலே படபடத்தபடி நூற்றுக் கணக்கான வெளவால்கள் வெளிக்கிளம்பிப் பறக்கத் துவங்கின. வீட்டின் பிற அறைகளுக்குள் நுழைந்து பதுங்கிக்கொண்டிருந்த நாய்களின் குரைப்பு எங்களைச் சற்று நிதானமிழக்கச் செய்துவிட்டது. அவற்றை நாங்களோ எங்களை அவைகளோ அறைகளின் கதவுகள் உட்புறமாகத் தாழிடப் பட்டிருந்ததால் பார்க்க முடியவில்லை. அறைகளின் உட்புறம் விரிசல்விட்ட சுவர்களின் வழியே வெளியிலிருந்து அவை உள்ளே புகுந்திருக்கவேண்டும். ஆனால் எங்கள் காலடி யோசைகளுக்கு எதிராக மூடியிருந்த கதவுகளுக்குப் பின்புறமிருந்து அந்தச் சூழலில் தங்களுக்குள்ள முக்கியத்துவத்தையும் உரிமையையும் அவை தொடர்ந்து முழங்கிக்கொண்டிருந்தன. வெளவால்களின் தாக்குதலாலும் நாய்களின் திடீர்க் குரைப்பாலும் சமனிலை குலைந்துபோய்விட்ட இளம்வழுதி அதன் பிரதிபலிப் பாக தன்னருகே நின்ற காவலர்களைப் பிரிந்து சென்று தேடும்படி உறுமினார். நாங்களிருவரும் தரை முழுக்கச் சிதறிக் கிடந்த குப்பைக் கூளங்கள் புழுதி காய்ந்த நரகல்கள் மற்றும் கரப்பான் பூச்சிகளுக்கு நடுவே வெகுநேரம் நடந்து அறையின் மறுகோடியில் மேல்தளத்தை நோக்கி உயர்ந்திருந்த படிகளை அடைந்து மேலேறினோம். புழுதியின் மூச்சடைக்கும் அடர்த்தியும் துர்கந்தமும் வேர்வை கொப்பளிக்கும் புழுக்கத்தை எங்கள் மேல் வாரியிறைத்தன. வெளிச்சத்தைப்போலவே வீட்டிற்குள் பனியும் பலவீனப்பட்டுப்போயிருந்தது. புழுதியில் நிறைய காலடித் தடங்கள் பதிந்திருப்பதை இளம்வழுதி எனக்குச் சுட்டிக் காட்டினார். மாடியில் கீழே இருந்த அறைகளுக்குக் கூரையாக ஒரு நீண்ட வராந்தாவையும் பக்கவாட்டில் கீழே இருந்த அறைகளுக்குச் சமமாக மேலும் அறைகளையும் காண முடிந்தது. தட்டுமுட்டுச் சாமான்கள் ஓர் அறையில் சிதறிக் கிடந்தன. அவை பெரும்பாலும் உழவுக் கருவிகளாகவேயிருந்தன. இரண்டு மூன்று வகைக் கலப்பைகள் நுகத்தடி உரமருந்துப் புட்டிகள் சாக்குப்பை இப்படி. மற்றோர் அறை இரண்டு மூன்று பொடியாகிப்போன நாற்காலிகளுடன் அங்கும் மரத்தூசியும் கரையான் நடமாட்டமும் நீங்கலாக வெறுமையாகக் கிடந்தது. எஞ்சியிருந்த இரண்டு அறைகளில் ஒன்று வாசிப்பறை. உள்ளே அலமாரிகளில் அடுக்கி வைக்கப்பட்டிருந்த மக்குதலின் வேதனை யும் உதிர்தலின் அவமானமும் தாளாமல் முனகிக்கொண்டிருந்த புத்தகங்களின் எண்ணிக்கை என்னை மூச்சடைத்துப் போகச் செய்தது. காரல் மார்க்ஸின் அத்தனைப் படைப்புகளும் வெளியே

பார்த்ததும் தெரியும்படி அடர்த்தியான வண்ணக் காலிகோ துணியில் தைக்கப்பட்டு அடுக்கப்பட்டிருந்தன. உலக நாடுகளின் வரலாறும் கண்டுபிடிப்புகளின் சரித்திரமும் பல புத்தகங்களாக நிரம்பி வழிந்தன. தொழிலாளர் நலச்சட்டங்கள் அடங்கிய தொகுதிகள் இன்னோர் அலமாரியை நிரப்பிக்கொண்டிருந்தன. நிறைய பதிப்புகளில் காமசாஸ்திரமும் கொக்கோகமும் மட்ட ரகமான பாலியல் கதைப் புத்தகங்களும் மஞ்சள் சஞ்சிகை களும் அவற்றுக்கான இடங்களை அடைத்துக்கொண்டிருந்தன. இதிகாசங்களில் கூறப்படும் உபகதைகளின் தொகுதிகள் பலவற்றைப் பார்க்க முடிந்தது. ஆனால் இரண்டு இதிகாசங் களுமே முழுவதுமாக எங்கேயும் என் கண்களுக்குக் காணக் கிடைக்கவில்லை. ஆங்கிலம் மற்றும் கன்னட மொழி நூல்கள் தமிழ் நூல்களைவிட அதிகமான அளவில் வாங்கிச் சேர்க்கப் பட்டிருந்ததாக எனக்குத் தோன்றியது. ஆங்கில நூல்கள் பெரும்பாலும் இலக்கியம் குறிப்பாக கவிதை சம்பந்தப்பட்டவை யாக இருந்ததாகவும் தோன்றியது. ஆண்டாள் பாசுரங்களைப் பல பிரசுரங்களின் வெளியீடுகளில் பார்க்க முடிந்தது. அறைநடுவே இடப்பட்டிருந்த மேசைமேல் ஆங்கிலக் கவிதைத் தொகுதியொன்று படிக்கப்பட்ட பக்கம் அடையாளமாய்க் கவிழ்ந்த நிலையில் குப்புறக் கிடந்தது. அதனுள் தன் ஒற்றை விரலைச் செலுத்திக் கையிலெடுத்த இளம்வழுதி அந்தப் பக்கத்தில் தன் கண்களை ஓடவிட்டபின் சிரித்ததைப் பார்த்துவிட்டு நான் அவரருகில் வந்தபோது அவர் ஒரு சில வரிகளை உரக்க வாசித்தார்: கோடைக்காக ஏற்கனெவே பொறுமையிழந்த நான் அதன் மலர்களுக்காக அழுகிறேன். அவை நிறமிழக்க நேருமென்று தெரிந்தும். இவ்வரிகளை வாசித்த இளம்வழுதி நான் கேளாமலேயே அவற்றை எழுதிய கவிஞனை எனக்கு அறிமுகப்படுத்தினார்: இவன் பெயர் ரிகார்டோ ரெயிஸ். முப்பது வருடங்களுக்குமுன் வாழ்ந்த போர்ச்சுக்கீசியப் புலவன். புரட்சிகளுக்குப் பயந்து பிரேசிலுக்கும் போர்ச்சுக்கீசிலிருந்த தன் சொந்த ஊருக்குமாக மாறி மாறி அலைந்துகொண்டிருந்த கோழை. பக்கவாதம் பீடித்த பெண்ணின் காதலைப் பெறக்கூட அருகதையற்றவனாக வாழ்ந்து மறைந்த பைத்தியக்காரன். பிறகு சற்று பொருள்பொதிந்த மௌனத்தைச் சிதற விட்டுவிட்டு இளம்வழுதி ஆவிகளுடன் பேசுபவனாகவும் அறியப்பட்டவன் என்றார் கேலியில் குரல் குழற. உடனே தான் நிற்கும் சூழல் நினைவிற்கு வந்தவராகக் கைவிடப்பட்ட வீடில்லை இது ஆட்கள் புழங்குகிறார்கள் என்றார். சுத்தமும் அழகுணர்ச்சியும் சூழல் பிரக்ஞையும் அற்ற அபாயகரமான ஆட்கள். மற்றொரு அறையை நாங்கள் திறந்ததும் அறையின் மத்தியில் போடப்பட்டிருந்த பெரிய மிகப் பழைய இரட்டைக் கட்டில் என் கண்களைத் தாக்கியது. அதன் கீழே

தரையில் சிதறிக் கிடந்த உள்ளுடை மற்றும் மேலுடைத் தொகுதியைப் பார்த்ததும் அது மயில்வாகனனுடையது என்பது உடனே எனக்குத் தெரிந்துவிட்டது. கடைசியாக அவன் என்னிடம் விடை பெற்றுக்கொண்டபோது அணிந்திருந்த உடை அது. என் மனம் துணுக்குற்றது. தரையிலேயே கட்டிலுக்குச் சற்று தொலைவில் மயில்வாகனனின் காலணிகளும் சிதறிக் கிடந்தன. கட்டிலின்மேல் இற்று நைந்து பஞ்சு துருத்திக் கொண்டிருந்த படுக்கையில் மேலும் ஓர் உள்ளுடை மற்றும் மேலுடைத் தொகுதி கிடந்தது. அவையும் ஆணுக்கானவை. இளம்வழுதி கட்டிலின் தலைப்பகுதிச் சுவரில் தொங்கவிடப் பட்டிருந்த சிற்றின்பக் காட்சியைச் சித்தரிக்கும் ராஜஸ்தானியப் படமொன்றைப் பார்த்தபடி தயங்கியபோது நான் படுக்கை யறையுடன் இணைக்கப்பட்டிருந்த கழிப்பறைக்குள் ஓடினேன். அங்கே நான் மயில்வாகனனின் பெயரைச் சொல்லிக் கூப்பிட் டேனோ என்னவோ. அறையில் நின்றுகொண்டிருந்த இளம்வழுதி ஆள் இருக்கிறானா என்று கேட்டபடி என்னை விரைந்து நெருங்கிவந்தார். ஆனால் கழிப்பறையில் யாருமில்லை. படுக்கை யறையைச் சுற்றிலும் அதன் வெளிப்புறம் பார்த்த வராந்தாவிற்கும் பக்கத்து அறைக்கும் மற்றும் உடைமாற்றும் உள்ளுக்கும் போக என்று நான்கு சுவர்களும் கதவுகளாலேயே கட்டப்பட்டிருந்தன. எந்தக் கதவின் பின்னாலும் யாரும் இல்லை. கட்டிலின் கால்பகுதிக்கு எதிரே சுவரில் கட்டிலையும் எதிர்ச்சுவர் ஓவியத்தையும் பிரதிபலிக்கும்படி பதிக்கப்பட்டிருந்த ஆளுயர நிலைக் கண்ணாடியின் (அதன் பின்னே ரகசிய அறை ஏதேனும் மறைந்திருக்கிறதா என்று இளம்வழுதி அசட்டுத்தனமாக அதன் விளிம்புகளைச் சுரண்டிப் பார்த்துக்கொண்டிருந்தார்.) மத்திய பாகம் வலுவான ஆயுதத்தால் தாக்கப்பட்டதைப்போல வெடித்துப் பள்ளங்கண்டிருந்தது. குழந்தைகள் வரைந்த சூரியனைப்போல விரிசல்கள் அந்த வெடிப்பிலிருந்து கிளம்பி கண்ணாடியின் விளிம்புவரை நீண்டிருந்தன. ஒரு விரிசல்கூட பாதியில் நின்றுபோய்விடாதபடி அத்தனை பலமான வெறித்தனமான கோபமோ சந்தோஷமோ அந்த உணர்வின் உச்சக்கட்ட போதையில் செலுத்தப்பட்ட தாக்குதல். பெயர்ந்து தெறித்த கண்ணாடிச் சில்லுகள் அறையெங்கிலும் பீறிட்டுக் கிடந்தன. மிகுதிச் சில்லுகள் பாளம் பாளமாக ஒட்டிக்கொண்டு கண்ணாடியை விகாரப்படுத்திக்கொண்டிருந்தன. மேற்கொண்டு பார்ப்பதற்கு அறையில் எதுவுமில்லை. இளம்வழுதி எதையும் தொடவில்லை. நாங்கள் வெளியேவந்து கதவைச் சார்த்தும்போது ரகசியமான நம்பிக்கையுடன் நான் மீண்டும் ஒரு தடவை கட்டிலை நோக்கினேன். ஆனால் கட்டில்மேல் மயில்வாகனனைப் பார்க்க முடியவில்லை. வீட்டின் பிறபகுதிகளை நோக்கிச்

சென்றிருந்த உதவியாளர்களும் வெறுங்கையோடுதான் திரும்பி வந்தனர். சூதாடிகளுக்கும் குடிகாரர்களுக்கும் ஸ்திரீ லோலர்களுக்கும் சொர்க்கமாக அந்த வீடு உபயோகப்பட்டுக் கொண்டிருப்பதைச் சொல்லும் பொருட்களை அவர்கள் இளம்வழுதியின் முன் இறைத்தார்கள். இளம்வழுதி அவர்களில் ஒருவனைத் தேர்ந்தெடுத்து அங்கேயே இருக்கும்படி சொன்னார் போலிருக்கிறது. பிற உதவியாளர்களிடமும் ஏதோ உத்தரவிட்டுக் கொண்டிருந்தார். என்னிடம்கூட என்னவோ கேட்டதுபோல இருந்தது. என் காதில் எதுவும் விழவில்லை. நான் யாரையும் எதிர்பார்க்காமல் கட்டடத்தின் வாயிற்புறத்தைப் பார்க்க நகர்ந்து வந்துவிட்டேன். நாங்கள் காவல் நிலையத்திற்குத் திரும்பிய பிறகு என்னிடம் மேலும் கேள்விகள் கேட்கப்பட்டன. நான் முன்பு குறிப்பிட்டிருந்த சிறுமியைப்பற்றியும் கேட்கப்பட்டதாகவும் நான் இளம்வழுதியின் முகத்தில் அவநம்பிக்கையும் எரிச்சலும் தோன்றும்படிக்கு எதுவும் தெரியாது என்று சொன்னதாகவும் ஞாபகமிருக்கிறது. அன்று நான் ஏரிக்கரை வழியே நடந்து என் அறைக்குத் திரும்பியபோது இரவு நெடுநேரமாகிவிட்டிருந்தது என்பதோடு இந்தக் கதை இதன் முடிவிற்கு வருகிறது. இதற்குப்பின் நடந்த நோய்க்கூறு பீடித்த விசாரணைகள் சோதனைகள் சந்தேகங்கள் அலைச்சல்கள் பற்றின விவரணைகள் வாசக வாசகிகளுக்கு அனாவசியம். ஏனெனில் அவற்றில் ஒன்றுகூட மயில்வாகனனையோ அவன் இருக்குமிடம் பற்றின குறைந்த பட்சத் தகவலையோ திரும்பக் கொண்டு வரவில்லை. ஆனால் நான் மயில்வாகனன் இல்லாத வெறுமையிலிருந்தும் காவல்துறை தொந்தரவிலிருந்தும் மீண்டுவர பலநாட்கள் பிடித்தன. நடுவே வாரக்கணக்காக ஊருக்குக் கடிதம் போடாமலிருந்தது நினைவிற்கு வந்து செய்தியே இல்லாமல் அட்டை ஒன்றை மசியால் நிரப்பி அஞ்சல் செய்து வைத்தேன். மயில்வாகனனின் உடைகள் புத்தகங்கள் சான்றிதழ்களுக்காக அவன் என்றாவது ஒருநாள் திரும்பி வரக் கூடுமென்று எனக்கு நம்பிக்கையிருந்தது. இளம்வழுதியால் கலைத்துப்போடப்பட்ட அவன் உடைமைகள் எதையும் நான் அறையைச் சுத்தம் செய்தபோதுகூட தொட்டு விடவில்லை. அவனுடைய புத்தகங்களின்மேல் தூசியும் பனி ஈரப்பதமும் பூழுதியும் படிந்து அவை பூச்சிகளின் வாசஸ்தலமாகிக் கொண்டிருக்கின்றன. முன்னர் பார்த்திராத வினோதமான ஜந்துக்கள் அறைக்குள் மெதுமெதுவாகத் தென்படத் தொடங்கு வதையும் என்னால் காண முடிகிறது. புத்தக வரிசைகளின் அடர்த்தி ஒரு முழுப் பாம்பை உள்ளே பதுக்கிக்கொள்ளச் சாத்தியமுடையதாய்த் தானிருக்கிறது. ஆனால் நான் அவற்றைப் பற்றிக் கவலைப்படவில்லை. பல மாதங்கள் கடந்த பின்னும் மயில்வாகனனின் செல்லரிக்கும் உடைமைகளை வெளியே வீச

மனம் வரவில்லை. அவை மயில்வாகனனை நினைவுபடுத்தும் குறியீட்டுத் தன்மையிலிருந்து கொஞ்சங்கொஞ்சமாக விலகி தங்களின் ஜடத் தன்மைக்குத் திரும்பிக்கொண்டிருக்கின்றன. அறைச்சுவர்களின் ஒரு பகுதியாகிவிட்டன. இனி அவற்றை அப்புறப்படுத்துவது என்பது வீட்டை இடிப்பதுபோலத்தான். நாளை எனக்கு மாற்றல் வந்து இந்த ஊரைவிட்டுப் போகும்போதும் மயில்வாகனனின் உடைமைகளை என் முதுகைப்போல சுமந்து கொண்டே நான் அலைவேனென்றுதான் தோன்றுகிறது. மயில்வாகனன் தன் இருப்பை நான் பிரித்து உணர்ந்துகொள்ள முடியாதபடி என்னில் ஒரு பகுதியாகிவிட்டான். நடுவே இரண்டு தடவைகள் தனியாக அவனை மீண்டும் ஞாபகப்படுத்திய சம்பவங்கள் நடந்தன. ஒன்று சாரதா வீட்டையும் சோதனையிட இளம்வழுதி வந்தபோது. நான் விரும்பினால் அப்போது தன்னுடன்கூட இருக்கலாம் என்று அவர் தன் உதவியாளர் ஒருவரிடம் சொல்லியனுப்பியிருந்தார். நான் போகவில்லை. அவர்களாலும் அங்கே தூசியையும் புழுதியையும் பூச்சிகளையும் தவிர வேறெதையும் கண்டுபிடிக்க முடியவில்லை என்று பின்னர் கேள்விப்பட்டேன். இரண்டு மயில்வாகனனின் புத்தகம் ஒன்றில் பதுங்கிக்கொண்டிருந்த பச்சை நிற மசியால் எழுதப்பட்ட விடுபட்டுப்போன கடிதம் ஒன்றைத் தற்செயலாகக் கண்டெடுத்தது. அந்தக் கடிதமும் அவன் என்முன்னே விட்டெறிந்த கடிதக் கற்றையிலிருந்து உள்ளடக்க ரீதியாக வேறுபடவில்லை. சாரதா வின் உடல் வனப்பு பற்றிய வழக்கமான விரசத்துடன் கூடிய முழு நீள வர்ணனையைக் கொண்டிருந்த அந்தக் கடிதத்தைப் பார்த்ததும் முதலில் எனக்கேற்பட்ட பரபரப்பை வார்த்தைகளில் சொல்லி உணரவைக்க முடியாது. இளம்வழுதி என்னைக் கேட்ட கேள்விகளில் ஒன்றுக்காவது பதில் கண்டுவிடும் வெறியுடன் அன்று நான் அறைமுழுவதையும் தலைகீழாகப் புரட்டிப் போட்டேன். மயில்வாகனன் தன் கைப்பட எழுதிய ஒரு துண்டுக் காகிதம்கூட நான் காணக் கிடைக்கவில்லை. அன்று இரவு படுக்கப் போகும்போது விடிந்ததும் அந்தக் கடிதத்தை இளம்வழுதியிடம் சேர்க்கவேண்டும் அல்லது முடிந்தால் புகைவண்டி நிலையத்திற்கு நானே சென்று பார்க்க வேண்டும் என்று முடிவு செய்துகொண்டேன். ஆனால் மறுநாள் பொழுது புலர்ந்தபோது அந்த முடிவு ஏனோ அபத்தமானதாகவும் உள்ளீடற்ற பொக்கையாகவும் தோன்றிவிட்டது. எதை நிரூபிக்க இத்தனை பரபரக்கிறோம் என்று தோன்ற அந்தக் கடிதத்தைக் கிழித்து நெருப்பில் போட்டுவிட்டேன்.

(புது எழுத்து)

நீல விதி

கதையால் அமைந்த மணற்கடிகை

நீல விதி – வாசிப்புக் குறிப்புகள்

தமிழில் புதிய கதை ஒன்று சொல்லப்படும் போதெல்லாம் நாம் அறிந்த பழைய கதைகள் ஒவ்வொன்றையும் நினைவுபடுத்திக்கொள்கிறோம். பழைய கதைகள் என்பவை கதையென்பதனாலேயே பழைமையடையாமல் இருப்பவை என்பதும் நம் நினைவுக்கு வருவதுண்டு. கதைகளில் எதுவும் புதிதில்லை என்று கூறப்படுவது எந்த அளவுக்கு பொருள் பொதிந்ததோ அந்த அளவுக்குப் பொருள் பொதிந்ததுதான் கதைகள் எப்போதும் பழையன ஆகிவிடுவது இல்லை என்பதும். கதைகள் இருவிதத் தன்மை கொண்டவை என்று எனக்கு தோன்றிக்கொண்டே இருக்கிறது. எந்த ஒரு கதையையும் ஒரு முறைக்குமேல் சொல்ல முடியாது என்று ஒரு வரி ஓடிக்கொண்டிருக்கும் அதேவேளையில் மனிதர்கள் புதிதாக ஒரு கதையை யும் சொல்லிவிடவும் முடியாது என்ற மற்றொரு வரி அதனூடாக ஓடிப் பாய்கிறது. இந்த இரு வரிகளும் ஏற்படுத்தும் மன அழுத்தம்தான் நம்மை ஓயாமல் கதை சொல்ல வைக்கிறது என்ற 'மெய்யறிவு' ஒரு கதைசொல்லியாக யாருக்கும் தேவைப்படுகிறது.

ஒவ்வொரு கதையும் மிகமிகப் பழமையானது, ஆனால் சொல்லுதல் முறையும் நிகழ்த்துதல் முறையுமே ஒவ்வொரு முறையும் புதுப்பிக்கப்படுகிறது என்ற 'கலையியலின் மறைபொருள்' உண்மை தமிழில் அதிகம் விவாதிக்கப்படாததாக இருந்து

கொண்டிருக்கிறது. இந்தச் சொல்லுதல் மற்றும் நிகழ்த்துதல் வழி அமைந்த கதைகளின் காலம் கடந்த இருபத்தைந்து ஆண்டு களாகத் தமிழில் பயிலப்பட்டு வருவதற்கு பல்வேறு காரணங்கள் இருந்தாலும் தமிழின் ‘மெய்யறிவு’ மற்றும் ‘மெய் வரலாறு’ குறித்த கேள்விகளில் நிகழ்ந்த குழப்பமே முதன்மையான காரணமாக அமைந்திருந்தது.

ஒரு ‘மாற்றுக் கதைசொல்லி’ என்ற வகையில் எனது அரசியல், மெய்காண்முறை, பொருளுரைப்புமுறை என்பவற்றில் நிகழ்ந்த சிக்கல்கள் மற்றும் விலகுதல்களே கதைகளின் ‘செயல் நிகழ்வு’ வடிவத்தை மாற்றியமைக்க என்னைத் தூண்டின. அனுபவங்களில் இருந்துதான் கலை – இலக்கியம் உருவாகிறது, கலை – இலக்கியம் என்பது வாழ்வைப் போலி செய்வது என்னும் நம்பிக்கை எனக்கும் என் பதின்பருவ காலம்வரை இருந்து வந்திருக்கிறது. தமிழின் இலக்கிய அறிஞர்கள் இதனை இறைநம்பிக்கைபோல கடைப்பிடித்து வந்ததுடன் இதற்கு மாறான பார்வைகளை நோய்க்கூறாக அடையாளப்படுத்தி வந்திருக்கிறர்கள். இறைநம்பிக்கை என்பதன் புனைவைப் புரிந்துகொள்ளும் ‘தெளிவு’ நமக்கு வந்தெனில் ‘மெய்நடப்பு’ ‘முழுமுதல் உண்மை’ என்பவற்றின் புனைவுத் தன்மைகளையும் புரிந்துகொள்ள அதிக முயற்சி தேவைப்படாது. அனுபவங்கள் என்பவை அறியப்படும்முன்பு அறிதலுக்கான கருவியென ஒன்று அமைந்திருக்கிறது என்பது மொழியனுபவம் என்பதைப் புரிந்துகொள்வதின் தொடக்கம். அனுபவம் – மெய்மை என்பவை பல்வேறு துணைக்கருவிகளால் கட்டப்படும் ‘தோற்ற நிலைகள்’ என்ற புரிதல் நமக்குப் ‘பன்மெய்கள்’ பற்றிய ‘தெளிவை’ உணர்த்தித் தரக்கூடியது. முற்றுண்மை *(fact, truth)* மெய்நிகழ்வு *(reality)* என்பவற்றின் இடத்தில் பொருள் தரும் நிலை *(meaning)* செயலுறும் நிலை *(function)* என்பவற்றைப் பொருத்திக் கொள்ள நாம் பழகிக்கொள்ளும்போது ‘கதை சொல்லுதல்’ என்பது நிகழ்ந்த வற்றைச் சொல்லும் ஒரு செயல் அன்று நிகழ்வுகளின் பல்வேறு சாத்தியப்பாடுகளை அடையாளம் காட்டும் செயல்பாடுகளில் ஒன்று என்பது புரிய வரும். வரலாற்றில் ‘மையம் கொண்ட வன்முறையை’ நாம் கதைகளின்வழி எதிர்கொள்ளத் தமிழில் இவ்வகையாகத்தான் பழகிக்கொண்டோம்.

பா. வெங்கடேசனின் ‘நீலவிதி’ கதையைப் படிக்கிறபோது கதைசொல்லியென்ற வகையிலும் கதை கேட்போன் என்ற வகையிலும் எனக்கு இருவிதமான உணர்நிலைகள் உருவாகின்றன. அந்த இரு உணர்நிலைகளை வகைப்படுத்த ‘கதைகளை ஆய்கிறவன்’ என்ற இன்னொரு அடையாளம் என்னை வழிநடத்துகிறது. இத்துடன் கதைகளைப் படித்தலின்வழி வரலாற்றை அறிதலும்,

கதைகள் படிக்கப்படுவதன் வரலாற்றை அறிதலும் என்பவை எனக்குமுன் வந்து நிற்கின்றன. ஏனெனில் 'நீலவிதி' கதை வரலாற்றை சொல்வதாகத் தொடங்கி வரலாறு சொல்லப்பட முடியாமை என்பதில் முடிகிறது. எதிர்ப் புனைவுகள் வழியாக வரலாற்றின் மையத்தை தகர்த்தல் அல்லது வரலாற்றின் மறைக்கப்பட்ட பக்கங்களைக் குறியீடாக்கி வெளிக்கொண்டு வருதல் என இதன் தொடர்ச்சிகள் அமைகின்றன. இவற்றின் செயல்பாடுகளில் ஒன்று 'வரலாறு உருவாதல்' 'மெய்மைகள்' மற்றும் 'விளக்கங்கள்' கட்டமைக்கப்படுதல் என்பதை நிகழ்த்திக் காட்டுதல் என்பதாக உள்ளது. இந்த நிகழ்த்துதல் என்பதைச் செய்வதற்கு 'கதைசொல்லும் கதைக்குரல்' அரசியல் தன்மை உடையதாக இருக்கவேண்டியுள்ளது, அல்லது அரசியல் அழிந்த குரலாக நடிக்க வேண்டியுள்ளது. அறிவுருவாக்கத்தின் ஒரு பகுதியாகக் கதைசொல்லுதல் அமைந்திருக்கிறது என்பதை நாம் ஒப்புக்கொண்டவர்களாக இருந்தால் 'கதை'யல்ல எதுவும், 'கட்டமைப்பு' என்பது புரிந்துவிடும். என்னுடைய கதை வாசிப்பும் கதையெழுத்தும் இவ்வகையானவையே என்பதைச் சொல்லி விட்ட பின் 'நீலவிதி' கதையை நான் வாசிப்பதும் வாசிப்பது பற்றி எழுதுதலும் இலகுவாகிவிடக்கூடும். தற்போது ஒரு வாசிப்பாளனாக மட்டும் நீலவிதிபற்றிப் பேசும் பாத்திரத்தை நான் ஏற்றுக்கொள்கிறேன்.

'நீலவிதி' கதையைப் படிக்கும்போது அது யாருடைய கதையைச் சொல்வதாக நடிக்கிறது என்பதைக் கண்டுபிடிப்பது தான் முதல் விளையாட்டு. அது சுஜாதா என்ற பெண்ணைப்பற்றி சுஜாதாவிடமே சொல்லும் கதை என்று தொடங்கினால் நமக்கு ஜோர்ஜ் லூயி போர்கஸ், காப்பிரியேல் கார்ஸியா மார்க்வெஸ், மிலோராத் பாவிக் ஆகியோரின் எழுத்துகள் முன் குறிப்புகளாக வந்து சேரக்கூடும், இவை நவீன எழுத்துகளின் முன்குறிப்புகள். ஆனால் மகாபாரதம், ராமாயணம், விக்ரமாதித்யன் கதைகள் தொடங்கி கதாசரித சாகரம் வழியாக இந்தியக் கதைவழி மரபுகள் இவ்வகையான சுழல்முறைக் கதைசொல்லுதலையும் திருகமைவுக் கதைசொல்லலையும் கொண்டிருப்பவையே என்பதை நினைவுகொண்டால் நாம் ஏன் நவீன மேற்கின் கதைமுன்புலங்களைத் தேடிச்செல்ல வேண்டும் என்ற கேள்வி எழலாம். ஆயிரத்தோரு இரவுகள் கதையின் கதைவழி நிகழும் 'காலம்' என்ற உத்தியில் 'நீலவிதி' அமைந்துள்ளது என்பதை ஒரு குறிப்பாகக் கொண்டால் இந்தக் கதை ஒரு 'கதைமணற்கடிகை' வடிவில் அமைந்துள்ளது என்பதும் நமக்குத் தெரியவரும். "அரவிந்த் சொல்லிக்கொண்டிருந்த கதை வஸந்த்ராம் தான் சொல்லிக்கொண்டிருந்த கதையை நிறுத்திய இடத்தைத் தொட்ட

போது மேலும் நாற்பது இரவுகள் கழிந்து போயிருந்தன” என்ற வரிகளுடன் நிகழும் இக்கதை இந்தியக் கதை சொல்லும் மரபுகளின் தொடர்ச்சியாக அமைந்திருந்தாலும் தற்காலத் தன்னினைவுக் கதையெழுத்தின் கட்டமைப்பைக் கொண்டது தான் என்பதைப் புரிந்துகொள்ளும்பொழுது ‘தன்னெழுச்சி’ மற்றும் ‘இயல்புத்தன்மை’ என்பதை மறுத்த, திட்டமிடப்பட்ட, இதன் நிகழ்த்துதல் முறையை நாம் அடையாளம் காண்கிறோம். இந்தத் திட்டமிடப்பட்ட கட்டமைப்புதான் ‘எழுதுதலின் அரசியல்’ மற்றும் ‘சொல்லுதலின் அரசியல்’ பற்றிய கதையாக இதனை மாற்றுகிறது.

சுஜாதா, ஸ்ரீவத்ஸனாகிய வஸந்த்ராம், அரவிந்த், கங்காராம், லிண்டா, ராஜகோபால், பராசரன் என்ற மனிதர்கள், பூரணி, போத்தி என்ற யானைகள் மற்றும் வித்தைக் குழுவின் விலங்குகள், கனடா, கல்கத்தா, மைசூர், மதுரை, திருநெல்வேலி, ஓசூர், சென்னைப்பட்டினம், தூத்துக்குடி, விசாகப்பட்டினம் போன்ற தேசங்கள், திலகர், வ.உ. சிதம்பரம்பிள்ளை, கர்ஸன் போன்ற வரலாற்று உருவங்கள் என்பவற்றைப் பின்னிப்பின்னிச் சொல்லப்படும் இக்கதையில் வித்தைக் கூடாரமும் தேசிய நிகழ்வுகளும் ஒன்றன்மேல் ஒன்றாகப் படிந்த கதை ஏடாக நழுவிக்கொண்டுள்ளன. இவற்றை உருவகமாகக்கொண்டு தனிமனிதர்களின் கதையைச் சொல்வதாகக் கொண்டாலும், தனி மனிதர்களின் செயல்களையும் கனவுகளையும் உருவகமாக்கித் தேசத்தின் கதையைச் சொல்வதாகக் கொண்டாலும், இக் கதையைப் பருண்மையாகவே – பனுவலாகவே இரண்டு முறை வாசிப்பதைத் தன் உள்ளடக்கிய உத்தியாக வைத்திருக்கிறது. இதற்குக் கால – இட வளைவுப் பாதைகள் காரணமாக அமைந்தாலும் இந்தக் கதையின் கட்டமைப்பிலேயே நேர்க் கோடு என்ற புனைவுத்தளம் தவிர்க்கப்பட்டுள்ளது. இதற்கு வழியமைத்துத் தர வசதியாக தனிமனிதர் – வரலாறு என்ற எதிர்மைகள் ஊடமைவாகப்பட்டுள்ளதைப்போலவே உள் – வெளி மற்றும் இயல்வு – விந்தை என்ற எதிர்மைகளும் ஊடமைவாகப்பட்டுள்ளன. வித்தை மற்றும் வாழ்க்கை, மேல் – கீழ், கூண்டு – வெளியிடம், வாழிடம் – ஊரிடம், ஊன்றி வாழ்தல்–பெயர்ந்து வாழ்தல் என்ற இருமைகளும்கூட வலைப் பின்னலாக்கப்பட்டபின் நிகழ்வு – பிரம்மை என்ற நிலைகளைக் கலந்துவிடுதல் கதையில்பாக மாறிவிடுகிறது. இந்த ‘இயல்பு கடந்த இயல்பு நிலை’யை நாம் தோப்பில் முஹம்மது மீரானின் ‘சாய்வு நாற்காலி’யில் தென்பத்தன் கிராமமாகவும் திருவிதாங்கூர் வரலாறாகவும் கண்டு மருண்டிருக்கிறோம். ‘நீலவிதி’யில் இந்திய வரலாறாகவும் கல்கத்தா ஸ்டேட் சர்க்கஸ் கம்பெனியின் துயரக்

கதையாகவும் சுருண்டுள்ளதை எதிர்கொள்கிறோம். இந்தச் சுருள்தன்மை மீளவும் சொல்லப்படும் வேறு ஒரு கதைபோல இதனைத் தோன்றச் செய்வதுடன், இதன் நிகழ்வுகள் வேறு கதைகளில் இருந்து திரைமீது வீசப்படும் 'தோற்பாவைக்' கூத்தின் தன்மையையும் அடைகின்றன. இந்த நிழல் மற்றும் சுருள் தன்மை 'நீலவிதி' கதையைத் துண்டு துண்டாகவும் அதே நேரத்தில் கண்ணியாகவும் வாசிக்க நமக்கு வழியமைத்துத் தருகிறது, அதனால் இக்கதை பழங்காலத் தன்மைகொண்ட ஒரு தற்காலக் கதையாக உருவம் கொள்கிறது. மேல்கீழாகத் திருப்பினால் ஒரு மணற்கடிகைபோல மீண்டும் தற்காலத் தன்மை கொண்ட பழங்காலக் கதையாகவும் இது மாறும், வாசிப்பவர்கள் இடையீடாக இணைக்கும் எதிர்காலக் கதைகளுடன் தன்னை இணைத்தபடி.

புது தில்லி   பிரேம்
03.12.2011

"நாதனில்லாத சகோதரிக்குச் சகோதரன் சகோதரனோ?
நிர்ருதி சகோதரனை அணுகுங்கால் சகோதரி சகோதரியோ?"

(ரிக்:10:10:11 (யமியின் கேள்வி))

இது தனக்குச் சொல்லப்படாத உண்மைகளைத் தேடிப் பின்னாளில் கல்கத்தா வந்து சேர்ந்த ராஜகோபாலுக்கு சுஜாதா தன் முத்தத்தின் மூலமாக உணர்த்திய கல்கத்தா ஸ்டேட் சர்க்கஸ் கம்பெனியின் பூர்வகதை. படிப்புக்காகக் கனடா சென்று தங்கியிருந்த காலத்தில் ஒரு மாலைப் பொழுதைக் கழிக்கவென்று நார்ட்டன் மற்றும் நார்ட்டன் சர்க்கஸ் கம்பெனியின் வித்தைக் கூடாரத்திற்குள் நுழைந்த கங்காராம் என்ற இந்தியர் பின்பு தங்கும் விடுதிக்குத் திரும்பி வரவில்லை. வித்தைக் கூடாரத்திலேயே நிரந்தரமாகத் தங்கிவிட்டார். ஊசியின் காதுக்குள் பணக்காரர்களை நுழைக்கும் வக்கீல் படிப்பைக் காட்டிலும் சுழலும் தீ வளையத்திற்குள் மிருகங்களை நுழைத்து வெளியேற்றும் ரிங்மாஸ்டரின் வித்தை சவால் உள்ளதாகவும் சுவாரஸ்யமானதாகவும் தனக்குப் படுவதாகக் கூறித் தன்னுடன் வந்த நண்பர்களைத் திருப்பியனுப்பிவிட்டார். பின்னாளில் உரிய வயதைக் கடந்தபிறகு காரியார்த்தமாக மட்டுமே லிண்டாவைக் கல்யாணம் செய்துகொண்ட அன்று அவர் கொடுத்த விருந்தில் கலந்துகொண்ட அவருடைய முன்னாள் கல்லூரி நண்பர்கள் லிண்டாவுக்காகத்தான் அவர் சர்க்கஸ் கம்பெனியில் சேர்ந்தார் என்பதை ஒப்புக்கொள்ளும்படி செல்லமாக வற்புறுத்தினார்கள். கங்காராம் சிரித்துக்கொண்டாரே தவிர உண்மையான காரணத்தை அவரே தன் அந்திமக் காலம் வரை யோசித்துக்கொண்டுதானிருந்தார். மிருகங்களின் வாயைத் திறந்து ஜீரணமாகாத பச்சை மாமிசத்தின் வாடையடிக்கும் மூச்சுக்காற்றைச் சுவாசிப்பதற்கு வித்தைக்குழுவில் ஏற்கெனவே இரண்டுபேர் இருந்ததால் கங்காராம் நினைத்ததுபோல அவரால் ரிங் மாஸ்டராக முடியவில்லை. ஆறரை அடி உயரமிருந்த அவர் காட்சி மாற்றங்களுக்கு நடுவே குதித்துக்கொண்டு ஓடிவரும் குள்ளர்களை ஆற்றுப்படுத்தும் மேய்ப்பராக அரங்கத்தில் வேடந்தாங்க முழுமனதுடன் ஒத்துக்கொண்டார். வருடங்கள் சென்றபோது சுயமுற்சியில் மந்திரஜால வித்தைகளைக் கற்றுக் கொண்டு கோமாளி வேடத்திலேயே – ஆனால் ஏமாறும் கோமாளியாக இல்லாமல் – தந்திரசாலியான கோமாளியைப் பார்வையாளர்களுக்கு அறிமுகப்படுத்தினார். தந்திரம் கீழைத்

தேசத்தவரின் பாரம்பரிய குணம் என்று கங்காராமின் வளர்ச்சி பற்றிக் கேலியாகவும் பெருமையாகவும் அடிக்கடி குறிப்பிடும் பழக்கமுடையவராயிருந்த மிஸ்டர் நார்ட்டன் தன்னுடைய எழுபதாவது வயதில் இறந்தபோது பத்தொன்பதாம் நூற்றாண்டின் முற்பகுதி துவங்கி தன்னிகரில்லாத வித்தைக்குழுவாக வளைய வந்துகொண்டிருந்த நார்ட்டன் மற்றும் நார்ட்டன் சர்க்கஸ் கம்பெனியின்முன் தொழில் போட்டிகள் பிரச்னையாக விஸ்வரூபம் எடுக்கவாரம்பித்தன. புகைகக்கும் வாகனங்களையும் பலநிறம்கொண்ட நிழல்களையும் பெருக்கி அரங்கத்தினுள் வளையவிடும் நவீன தொழில் நுட்பத்துடன் களத்தில் இறங்கிய பிங்க்ஹில் சர்க்கஸ் கம்பெனியின் பிரபலம் 1881இல் பேரிடியாக நார்ட்டன் குழுவின் தலைமேல் விழுந்தது. அது தன் வித்தைக் கலைஞர்கள் கையில் கொடிகளைக் கொடுப்பதற்குப் பதிலாகக் கைத்தடிகளைக் கொடுக்கலாம் என்று ரசிகர்கள் முணுமுணுக்கவாரம்பித்தார்கள். நிபுணர்களின் உதவியுடன் இரவுபகலாகத் திட்டமிட்டுப் பல புதிய அம்சங்களையும் அழகிகளையும் சேர்த்துத் தன் அபிமானிகளைத் தன்னிடமே தக்க வைத்துக்கொள்வதற்கு நார்ட்டன் குழு பிரம்மப் பிரயத்தனம் செய்ய வேண்டியிருந்தது. இருந்தும் அதற்கடுத்த வருடம் நியூயார்க்கில் அது முகாமிட்டிருந்தபோது முதன்முறையாக அதன் சரித்தரத்திலேயே கண்டிராத அளவுக்குப் பார்வையாளர்களின் புறக்கணிப்பைச் சந்திக்க நேர்ந்தது. இம்முறை பிரச்னைக்குக் காரணம் பிட்டி பார்மன் சர்க்கஸ் கம்பெனியின் வருகை. உலகின் முதல் சர்க்கஸ் யானையான ஜம்போவைக் கண்டுகளிக்க அழைக்கும் அதன் வண்ண விளம்பரங்களினடியில் நியூயார்க் நகரமே தவம் கிடந்தது. நார்ட்டன் தன் வாழ்நாளில் அனுபவப் பட்டிராத – முற்றிலும் புதிதான – இந்த வகைப் பிரச்னைகளைச் சமாளிக்க கம்பெனி நிறைய சக்தி விரயம் செய்யவேண்டியிருக்கும் என்று கங்காராம் எதிர்பார்த்தார்தான். ஆனால் எதிரிக்கு எதிரி நண்பன் என்று சொல்லிக்கொண்டு போட்டிக் குழுவான பிங்க்ஹில் கம்பெனியுடனேயே தன்னை இணைத்துக்கொள்வதன் மூலம் தன் இருப்பைத் தக்கவைத்துக்கொள்ளும் முடிவை நார்ட்டன் குழு மேற்கொள்ளும் என்று அவர் எதிர்பார்க்கவில்லை. சேர்த்துக்கொள்ளும் குழுவினர் மத்தியில் சேர்ந்துகொள்ளும் குழுவினரின் மரியாதை எந்த அளவிற்குச் சிலாகிக்கக்கூடியதாக இருக்கும் என்பதைக் கற்பனை செய்து பார்த்து அவர் நிம்மதி யிழந்தார். 1887இல்தான் இந்த இணைப்பு நடைமுறைக்கு வந்ததென் றாலும் பேச்சு மேல்மட்டத்தில் அடிபடத் துவங்கிய நாளிலிருந்தே குழுவைத் துறந்து செல்லும் விருப்பம் கங்காராமை அரிக்கத் துவங்கியிருந்தது. விளைவாக 1883 கோடையில் குழுவிடம் விடைபெற்றுக்கொண்டு அவர் இந்தியா திரும்பினார். திரும்பியவர்

வெறுங்கையோடு திரும்பவில்லை. நார்ட்டன் குழுவிலிருந்த அவருடைய நெருங்கிய நண்பரும் பிரசித்திபெற்ற குள்ளருமான மேன்மைதங்கிய சார்லஸ் ஷெர்வுட் ஸ்டார்ட்டன் அவர்களின் ஆலோசனையின்பேரிலும் சிபாரிசின்பேரிலும் பதினாறு குள்ளர்களுடனும் இரண்டு மணிநேர மாயஜாலக் காட்சிக்கான முழு உபகரணங்களுடனும் இரண்டு புலிக்குட்டிகள் மற்றும் ஒரு மனிதக்குரங்குடனும் சர்க்கஸ் பற்றின தெளிவான அறிவுடனும் இதற்கு மேலாக பிரபலக் கயிற்றாட்டக்காரியாவதற்குரிய எல்லா அறிகுறிகளுடனும் வளர்ந்துகொண்டிருந்த லிண்டா எனும் ஆங்கில மாதுவுடனும் அவ்வளவாக மோசமில்லாத பொருள் வசதியுடனும்தான் அவர் தன் சொந்தமண்ணில் திரும்பக் கால்வைத்தார். இந்தியா அவரை ஏமாற்றவில்லை. கல்கத்தா ஸ்டேட் சர்க்கஸ் கம்பெனி தன் துவக்கப் பாய்ச்சலிலேயே புகழின் உச்சியைத் தொட்டுவிட்டது. லிண்டாவைத் தவிர அவருடன் வந்துசேர்ந்த மற்ற எல்லா முதலீடுகளும் தத்தம் பங்கிற்கான கடமையைச் செவ்வனே செய்து கம்பெனியின் வெற்றிக்குத் துணைநின்றன. லிண்டா மட்டும் திருமணத்திற்குப் பிறகு அவர் எதிர்பாராதவிதமாக வித்தைமேல் ஆர்வமிழக்கத் துவங்கிவிட்டாள். துவக்கத்தில் அவரோடு ஒத்துழைப்பதைத் தன் கடமையென்றும் சந்தோஷமென்றும் வரிந்துகொண்டிருந்த லிண்டா இதற்காகத்தான் கர்ப்பமுறுவதைக்கூட மூன்று நான்கு வருடங்களாகத் தள்ளிப்போட்டுக்கொண்டிருந்தாள்தான். ஆனால் நாளாக ஆக குழந்தையொன்றைப் பெற்றுக்கொள்ளும் விருப்பம் மேலோங்கிக் கயிற்றூஞ்சலின் மீதான விருப்பமும் புகழ் மீதான ஆசையும் அவள் மனதினுள் மங்கிப் போகுமளவிற்கு விஸ்வரூபம் எடுத்துவிட்டன. இதுதவிர இன்னொரு காரணமும் இருந்தது. அது நார்ட்டன் கம்பெனிக்கு அச்சுறுத்தலாக பிங்க்ஹில் கம்பெனியின் வரவு அமைந்ததுபோல கல்கத்தா ஸ்டேட் சர்க்கஸ் கம்பெனியின் வரவு அவளுடைய புகுந்த வீடான இந்தியாவின் புராதன வித்தை நிகழ்வான கழைக்கூத்துக்கு எமனாகிவிட்டதாக எண்ணி லிண்டா கொண்ட குற்ற உணர்வு. தாயத்துகளுக்கு முடிதரும் கரடிக்குட்டிகளும் கரணம் அடிக்கும் செம்முகக் குரங்குகளும் திறந்தவெளியில் மேனியில் குத்தும் பார்வைகள் மரத்துப்போனவர்களாகப் பத்தடி உயரத்தில் கயிற்றின்மேல் தள்ளாடும் நாடோடிப் பெண்களும் புராதனப் பாம்பு வர்க்கங்களுமாக வளைய வந்துகொண்டிருந்த கீழைத் தேசத்துக் கழைக்கூத்தாடி மரபுக்கெதிராகக் கல்கத்தா ஸ்டேட் சர்க்கஸ் கம்பெனியின் பிரம்மாண்டமான கூடாரங்களும் காணுதற்கரிய விலங்குகளும் பிரமிக்க வைக்கும் குள்ள மனிதர் களின் சாகசங்களும் விலாநோகச் சிரிக்க வைக்கும் பபூன் காட்சிகளும் பின்னணியில் அதிரும் தோலிசைக்கருவிகளும்

கண்ணைப்பறிக்கும் வண்ணங்களுடன் சரிகை பளபளக்கும் படுதாக்களும் கத்தியால் இரண்டாக அறுபடும் பெண்களும் தொப்பிக்குள்ளிருந்து வெளிவரும் முயல்களும் புறாக்களும் அழகிய பெண்களை ஏற்றிச்செல்லும் வெண்புரவிகளும் உலகப்பந்தையே இடக்கையால் எடுத்து வீசும் பலசாலிகளின் எக்காளமும் பிரமிக்கத்தக்க வகையில் வரவேற்பைப் பெற்றன. தேசம் முழுவதும் கம்பெனியின் பெயர் சூறாவளியாய்ச் சுற்றிப் பரவிக்கொண்டிருந்த வேளையில் அதன் பிரம்மாண்டமான இருப்பைச் சற்றும் மதிக்காது தெருவோரங்களிலும் சிறு திடல்களிலும் கழைக்கூத்தாடிகள் தரையில் உண்ணுவதையும் காட்சிகளுக்காக அல்லாது மெய்யாகவே அவர்கள் மிருகங்களை முத்தமிடுவதையும் பணத்தை எண்ணாமலேயே தங்கள் கலயங் களுக்குள் போட்டு அவற்றைப் பலர் பார்வைபடத் திறந்தே வைப்பதையும் கண்ட லிண்டாவின் குற்றவுணர்வு அதிகப்பட்டது. அவர்கள் தங்கள் வரவை அறிவிக்க அடிக்கும் மேளத்தின் ஒலி அவளைக் கவைரப்படுத்தியது. உடல் வித்தைகளை ஓர் அறிவியலாகப் பயின்று வளர்ந்த ஆங்கிலப் பெண்ணான லிண்டாவை அதைத் தவமாக உபாசிக்கும் கழைக்கூத்தாடிகள் ஆச்சரியப்படுத்தினார்கள். தரையிலிருந்து வெறும் பத்தடி உயரத்தில் உள்ளாடைகள் அணியும் வழக்கமற்ற பெண்கள் கயிற்றின்மேல் நடப்பது ஏனோ அவளுக்கு வியப்பான காட்சியாக இருந்தது. புவனேஷ்வர் நகரத் தெருவில் ஒருமுறை இப்படிக் கட்டப்பட்டிருந்த கயிற்றில் தானும் நடக்க முற்பட்டு எவ்வளவு முயற்சி செய்தும் நான்கடிக்குமேல் நடக்கவியலாமல் லிண்டா கீழே விழுந்துவிட்டாள். கால்களை லகுவாக எடுத்து வைக்கவியலாத அளவிற்குக் கயிறு அழுக்கால் பிசுபிசுப்பேறியிருக்கிறது என்று அவள் தன் முழங்கைக் காயத்தையும் முகத்தில் வெட்கத்தையும் மறைக்க முயற்சி செய்யாமல் கூத்தாடிகளிடம் சொன்னபோது அவர்கள் அவளைப் பார்த்துச் சிரித்தார்கள். அந்தரத்தில் நடப்பதற்கு அம்மணி கயிறு ஒரு சாக்கேயன்றி நீங்கள் நடந்து போவது உண்மையில் கயிற்றின் மேலாக இருக்கக்கூடாதே. லிண்டா இந்தியாவிற்கு வந்துசேர்ந்த மூன்றாவது வருடம் இந்தச் சம்பவம் நடந்தது. அவளுக்குக் கூத்தாடிகள் சொன்ன வார்த்தைகளின் அர்த்தம் புரியவில்லை. ஆனால் தேர்ந்த கயிற்றாட்டக்காரியான தன்னை புவனேஷ்வர் நகரத்தெருவில் பலர் பார்த்துச் சிரிக்கும்வண்ணம் கால் கீழே நழுவச் செய்தது எது என்கிற கேள்வி அவள் மனதை அரிக்க ஆரம்பித்துவிட்டது. அதற்கான விடையைச் சொல்வதில் கங்காராம் அதிக ஆர்வம் காட்டவில்லை. அதற்கு ஈடாக வயிற்றில் ஒரு கருவைச் சுமக்க அவர் அவளுக்கு அனுமதியளித்துவிட்டார். லிண்டா அடுத்த வருடமே சுஜாதாவைப் பெற்றெடுத்தாள். கணவனிடம்

கேட்டுக்கேட்டு அலுத்துப்போன தன் பழைய கேள்வியைத் தன் குழந்தையிடம் பதிலைப்பற்றிக் கவலைப்படாமல் கேட்டுக் கொண்டிருக்கவும் அவள் பழகிக்கொண்டுவிட்டாள். கயிறை வெறும் சாக்காகமட்டும் வைத்துக்கொண்டு பிடிகளற்ற அந்தரத்தில் ஒருவரை நடக்கச் செய்வது எது.

சுஜாதா கைக்குழந்தையாயிருக்கும்போது மட்டுமல்ல வளர்ந்து பெரியவளான பிறகும்கூட தன் பதினோரு வயதுவரை லிண்டாவின் கேள்விக்குப் பதில் சொல்லவில்லை. பதில் சொல்லப் பிரயத்தனப்படவுமில்லை. பின்னாளில் மடந்தைப் பருவத்தைத் தாண்டுவதற்குள்ளாகவே இந்தியாவின் மிகப் பிரபலமான கயிற்றூஞ்சல் தாரகையாகப் புகழ்பெற்ற சுஜாதா தன் பதினைந்தாம் வயதுவரை அந்த வியப்பூட்டும் வித்தையைக் கற்றுக்கொள்வதில் விருப்பமோ முயற்சியோ இல்லாதவளாக இருந்தாள் என்பது ஓர் ஆச்சரியப்படத்தக்க விஷயந்தான். பிறந்தது முதல் ஏழு வருடங்கள்வரை அவளின் உலகம் கல்கத்தா ஸ்டேட் சர்க்கஸ் கம்பெனியின் அசையும் சொத்துக்களான சிங்கம் புலி கரடி இத்யாதிகளுடனேயே பிணைக்கப்பட்டிருந்தது. நிரந்தர நண்பர்கள் என்று சொல்லிக்கொள்ளும்படியான மனித உயிர் எதுவும் அவளுக்கு விளையாடக் கிடைக்கவில்லை. தனிமையை உணராவண்ணம் ஒரு சகோதரனையோ சகோதரியையோ லிண்டா மூலமாக சுஜாதாவுக்குக் கொடுக்கவேண்டுமென்ற ஆசையோ ஆசுவாசமோ கங்காராமுக்கும் துரதிஷ்டவசமாக இருக்கவில்லை. லிண்டா கங்காராமைத் தொடர்ந்து வற்புறுத்தி ஒரு கல்லில் இரண்டு மாங்காய்களாக சுஜாதாவின் ஆறாவது வயதில் அவளுக்கு அடிப்படைக் கல்வியைப் போதிக்கவென்று ஓர் உபாத்தியாயரை வரவழைக்க ஏற்பாடு செய்தாள். வந்தவர் பெயர் அரவிந்த். முப்பது வயது பிரம்மச்சாரி. பிரிட்டிஷ் அரசை முறைத்துக்கொண்டு குமாஸ்தா உத்யோகத்தைக் கைகழுவிவிட்டு வந்தவர். அந்நியரான அரவிந்தின் அண்மை சுஜாதாவைத் தன் தனிமை உணர்விலிருந்து விடுவித்து உதவும் என்று லிண்டா எதிர்பார்த்தாள். ஆனால் உபாத்தியாயரால் சுஜாதா புரிந்துகொள்ளும் வண்ணம் பாடங்களை எளிமையாக நடத்த முடிந்ததேயொழிய அவளுக்குச் சமமாக ஓடியாடி விளையாடச் சாத்தியப்படவில்லை. அன்பையும் அறிவையும் பகிர்ந்துகொள்ள சகவயதுத் தோழமை கிடைத்திராத நிலையில் கற்றல் என்பது பெருந்தண்டனையாகவே தோன்றி சுஜாதாவைத் துன்புறுத்தியது. அரவிந்தின் குரல் அவளை இரவு பகல் எந்நேரமும் மருட்டிக்கொண்டிருந்தது. முடிவில்லாமல் புரண்டுகொண்டிருந்த புத்தகப் பக்கங்களின் நெடும்பரப்பில் அவள் இன்னும் தன்னைச்

சிறுத்துப்போனவளாக உணர்ந்தாள். ஆனால் அதிர்ஷ்டவசமாக இந்த நிலை ரொம்ப நாட்கள் நீடிக்கவில்லை. அரவிந்த் வந்து சேர்ந்த சில மாதங்களுக்குள்ளாகவே அவருக்கு இன்னொரு மாணவனும் சுஜாதாவுக்கு ஒரு நல்ல துணையுமாக வஸந்த்ராம் கிடைத்துவிட்டான். அப்போது கல்கத்தா ஸ்டேட் சர்க்கஸ் கம்பெனி கன்னட நாட்டில் முகாமிட்டிருந்தது. பொதுவாகக் கலைக்குழுக்கள் பெரிய நகரங்களில் முகாமிடும் காலங்களில் தங்கள் ஜமீன் மக்களுக்காகப் பக்கத்துப் பள்ளிகளின் (கிராமங் களின்) ஜமீன்தார்கள் பிரத்யேகமாகச் சில நிகழ்ச்சிகளைத் தங்கள் ஊருக்கு வந்து நடத்திக் காட்டி மகிழ்விக்குமாறு அவர்களை அழைப்பது உண்டு. சிறப்பாக ஒசூர் கெலமங்கலம் சீமைகளைச் சேர்ந்த அதன் சுற்றுப்பட்ட பள்ளிகளின் நிலக்கிழார்களுக்கும் ராஜாக்களுக்கும் இப்படி பெங்களூர் அல்லது இந்தப்பக்கம் சேலம் போன்ற நகரங்களில் எது நடந்தாலும் அதைத் தங்கள் பகுதிக்கும் அழைத்து வந்து நிகழ்த்திக்காட்டித் தங்கள் செல்வாக்கைத் தம்பட்டம் அடித்துக் கொள்ளும் குணம் அதிகம் உண்டு. ஒரு சிலரைத் தவிர ஏனைய பெரும்பாலான ஜமீன்தார் களுக்குத் துரைமார்களிடம் பொதுவாகவே சுமுகமான உறவு நீடித்து வந்ததால் அவர்கள் தங்களை இந்தியாவுக்கே ராஜா என்பதுபோலத்தான் நினைத்துக்கொண்டு செயல் படுவார்கள். ஒசூருக்கு அப்பகுதி ஜமீன்தாரின் வேண்டுகோளின்பேரில் மாலைக்காட்சி முடிந்ததும் தன் குழுவின் ஒரு சிறுபகுதியை அதிக உபகரணங்கள் தேவைப்படாத சில வித்தைக் காட்சி களை நடத்திக் காண்பித்துவிட்டு வரும்படி கங்காராம் அனுப்பி வைத்தார். இம்மாதிரி செல்லும் கலைக்குழுக்கள் ஜமீனுக்குச் சொந்தமான மைதானம் ஒன்றில் திறந்த வெளியில் – தெருக்கூத்து நாடகங்கள் நடத்துவதுபோல – தங்கள் காட்சிகளை அமைத்து நடத்திக் காட்டுவார்கள். இரவெல்லாம் தங்கள் திறமைகளைக் காண்பித்துவிட்டு அவ்வூரில் அவர்கள் பொருட்டாகத் திறந்திருக்கும் பிரத்யேக சந்தையில் அலைந்து திரிந்து தேவையானதை வாங்கிக்கொண்டு மறுநாள் பகலில் தங்கள் சொந்த முகாமுக்குத் திரும்புவார்கள். (அவர்கள் வாங்கும் பண்டங்கள் யாவும் அவர்களுக்குச் சன்மானமாகவே கொடுக்கப்படும். அவற்றுக்கான விலையை அவர்கள் போனதும் அந்தக் கடைக்காரர்கள் தங்கள் ஜமீன்தாரிடமிருந்து பெற்றுக் கொள்வார்கள்). இப்படி அழைப்பின்பேரில் சென்றுவிட்டுத் திரும்பும் குழுக்களுக்கு முகாமுக்குள்ளும் பலத்த வரவேற்பும் மரியாதையும் இருக்கும். பெரும்பாலும் அந்தக் குழுக்களில் மிகக்குறைந்த உபகரணங்களைக்கொண்டு மிகப் பிரமாதமான அபூர்வமான வித்தைகளை நிகழ்த்தவல்ல பண்பட்ட பழைய வித்தைக் கலைஞர்களே இருப்பார்கள். அவர்கள் எதைச்

சொன்னாலும் செய்தாலும் அது குழுவின் நல்லதுக்காகவே இருக்குமென்று அதை அப்படியே குழுவின் தலைவர் ஏற்றுக் கொண்டு விடுவார். கங்காராமும் இதற்கு விதிவிலக்கல்ல. ஒசூரிலிருந்து மறுநாள் காலை பெங்களூர் திரும்பி வந்த குழு ஏராளமான சன்மானங்களுடனும் பட்டயங்களுடனும் மூன்று வயதுடைய கரியநிறச் சிறு குழந்தை யொன்றையும் தங்கள் முகாமுக்குக் கொண்டு வந்தது. பெற்றோரால் கைவிடப்பட்ட அந்தக் குழந்தையின் பூர்வீகப் பெயர் ஸ்ரீவத்ஸன். அனாதைகள் எப்போதுமே வித்தைக் கலைஞர்களின் அன்புக்கும் அரவணைப்புக்கும் உடனே பாத்திரமாகிவிடுகிறார்கள். கல்கத்தா ஸ்டேட் சர்க்கஸ் கம்பெனியிலோ அதன் உறுப்பினர்களில் பாதிப்பேர்களாவது பிறப்பறியாத அனாதைகளாகத் தெருக்களில் சுற்றியலைந்து தங்கள் இளமையைக் கழித்தவர்களாக இருந்தார்கள். யாரையும் தேடி அழாமல் கண்களில் மிரட்சியின்றி புலப்படாத தந்தையின் சுட்டுவிரலைப் பிடித்துக் கொண்டு முழுக்க நனைந்து நடுங்கிக்கொண்டிருந்த பூஞ்சை உடலுடனும் சர்வ நிச்சயத்துடனும் கடைத்தெருவில் அலைந்துகொண்டிருந்த ஸ்ரீவத்ஸன் வித்தைக் குழுவின் கவனத்தை உடனே ஈர்த்துக்கொண்டதில் வியப்பில்லை. ரௌத்ரம் துயரம் தண்மை ஆகிய மூன்று ரசங்களும் ஒரே சமயத்தில் சுடர்விட்டுப் பிரகாசிக்கும் ஸ்ரீவத்ஸனின் முகம் எந்த ஒரு பிரமாதமான வித்தையையும்விட அதிக அதிசயமும் ஈர்ப்பும்கொண்டிருந்ததாக அவர்களுக்குப் பட்டது. அவர்கள் சைகைகள் மூலம் கேட்ட கேள்விகளை ஸ்ரீவத்ஸன் உடனே புரிந்துகொண்டு சிறிதும் குழப்பமோ பயமோ கூச்சமோ அடையாமல் தெளிவாகப் பதில் சொல்லிவிட்டான். ஆனால் பெரியவர்களைப்போல கைகால்களைக் குழப்பமற்ற முறையில் அபிநயிக்க மூன்று வயதுக் குழந்தையான அவனுக்குத் தெரிய வில்லை. அதற்காக அவர்கள் வருத்தப் படவுமில்லை. ஸ்ரீவத்ஸன் பேசிய பாஷை அவர்களுக்குப் புரியாவிட்டாலும் அவன் தன் பாஷையை முப்பது வயதுக்காரனொருவனின் தேர்ச்சியுடன் கையாள்கிறான் என்பது அவர்களுக்குத் தெளிவாகப் புரிந்தது. குழந்தையைத் தேடி யாராவது அன்று இரவுக்குள் வரும்வரையில் அது தங்களிடமே இருக்கவும் யாரும் உரிமை கொண்டாட வராதபட்சத்தில் அதைத் தங்களோடு தங்கள் இருப்பிடத்திற்கு எடுத்துச் செல்லவும் அவர்கள் ஒசூர் ஜனங்களிடமும் ஜமீன்தாரிடமும் அனுமதி பெற்றார்கள். அந்த இரவில் துவங்கி பிறகு பதின்மூன்று வருடங்கள் ஸ்ரீவத்ஸன் அவர்களுடனேயே உண்டு உறங்கி வளர்ந்தான். அவனை ஒசூரிலிருந்து பெங்களூர் முகாமுக்கு வித்தைக் குழுவினர் கொண்டு வந்து சேர்த்ததுமே தன்னை அவனுடைய வளர்ப்புத் தந்தையாகக் கங்காராம் பிரகடனப்படுத்திக்கொண்டுவிட்டார். லிண்டாவும் சுஜாதாவும்

அதிகப் பிரியம் காட்டி அவனைத் தங்கள் குடும்பத்தில் ஒருவனாகச் சேர்த்துக்கொண்டனர். ஸ்ரீவத்ஸன் என்கிற பெயர் அவர்களுக்குப் புரியாததாலோ அல்லது உவப்பாக இல்லாததாலோ வஸந்த்ராம் என்கிற பெயரை வைத்து ஸ்ரீவத்ஸனை அவர்கள் அழைக்கத் துவங்கினார்கள். வருடங்கள் உருண்டபோது வஸந்த்ராமுக்கு அவனுடைய சிறுவயதில் வேறொரு பெயரும் இருந்தது என்பது அவனைத் தவிர பிற மனிதர்களுக்கு மறந்தே போய்விட்டது. நினைவுகளில் பிறரால் அறியப்பட முடியாத ஸ்ரீவத்ஸனாகவும் செயல்களில் வஸந்த்ராமாகவும் ஸ்ரீவத்ஸன் தன் வாழ்க்கையை வாழ்ந்து கொண்டிருந்தான். பதினாறு வயது முடிவதற்குள் இந்தியாவில் பார்க்காத இடங்களே இல்லையென்று சொல்லும்படி தன் குழுவோடு நூற்றுக்கணக்கான இடங்களுக்கு வஸந்த்ராம் சுற்றித் திரிய ஸ்ரீவத்ஸனோ எப்போதும் தென்னிந்தியாவின் ஒரு மூலைக் குக்கிராமத்தில் இருந்த தன் வீட்டினுள்ளேயே தன்னைப் பூட்டிக்கொண்டு கிடந்தான். பதினாறு வருடங்களில் வஸந்த்ராம் மருந்துக்குகூட ஒரு வித்தையைக் கற்றுக்கொள்வதற்கு அவனை ஸ்ரீவத்ஸன் அனுமதிக்கவில்லை. கங்காராம் உள்பட யாரும் அவனை வித்தையேதும் கற்றுக்கொள்ளும்படி வற்புறுத்தவும் இல்லை. ஒரு வித்தைக்காரனாக ஸ்ரீவத்ஸனால் தன் குழுவுக்கு உதவ முடியவில்லையே தவிர முற்றிலும் பிரயோஜனமற்றவனாக அவன் இருந்துவிடவில்லை. வளர்ப்புத் தந்தையின் அறிமுகம் கிடைத்த நாளிலிருந்தே அவன் எப்போதும் அவர் கூடவே இருக்கவேண்டுமென்று விரும்பினான். அவர் போகுமிடங்களுக்கெல்லாம் தவறாமல் தன்னையும் கூட்டிக்கொண்டு போகவேண்டுமென்று பிடிவாதம் பிடித்தான். பெரும்பாலான நேரங்களில் அதில் வெற்றியும் கண்டான். தவிர்க்க முடியாத சமயங்களில் தவிர பிறநேரங்களில் கங்காராமும் அவன் தன்கூட இருப்பதைச் சந்தோஷமாகவே அனுமதித்துவந்தார். பத்து வயதுவரை தன் வளர்ப்புத் தந்தையைப் பிரிந்து அவன் தனியே இருந்த நேரங்கள் எண்ணிக்கைக்கு அகப்படும் அளவுக்கு மிகக் குறைவாகவே இருந்தன. நாட்கள் சென்றபோது கண்ணுக்குத் தெரிந்த வஸந்த்ராமின் உருவத்திலும் நடையுடை தோரணையிலும் கங்காராமின் சாயல் ஒரு நிழலைப்போல படிந்து கொண்டிருந்ததை அனைவருமே உணர முடிந்தது. வித்தைக்குழுவின் பிற தொழிலாளர்கள் அவனைக் கண்டால் தங்கள் தலைவரைக் கண்டதுபோல அச்சமும் மரியாதையும் கொள்ளவாரம்பித்தார்கள். தன் வளர்ப்புத் தந்தையின் ஒவ்வொரு சிந்தனைத் துணுக்கையும் நடவடிக்கையையும் பத்து வயதுக்குள் வஸந்த்ராம் அற்புதமாகத் தன்னுள் அத்துப்படியாக்கிக் கொண்டிருந்தான். முன்னூறுக்கும்

மேற்பட்ட அங்கத்தினர்களைக்கொண்ட கல்கத்தா ஸ்டேட் சர்க்கஸ் கம்பெனியின் ஒவ்வொரு தேவையும் அதன் வருடாந்திரச் சுற்றுப்பயண வழிகளும் வரவுசெலவுத் திட்டங்களும் அவன் மனதில் உபநிஷத்துகளின் சாயலுடன் வரைபடமாகப் பதிந்திருந்தன. அவனால் தான் மிகவும் நேசித்த சுஜாதாவிடம்கூட பத்துவயதுச் சிறுவனைப்போல பேச முடியவில்லை. தலைவர் இல்லாத சமயங்களில் சில சிக்கலான பிரச்னைகளுக்கு வஸந்த்ராமின் குரலில் ஸ்ரீவத்ஸனே முடிவெடுப்பது யாரும் சொல்லாமலேயே வழக்கமாகிவிட்டிருந்தது. குழந்தைப்பேச்சு என்று வித்தைக்குழுவின் மூத்த உறுப்பினர்கள் யாரும் அலட்சியப்படுத்திவிட முடியாதபடி அவ்வளவு பக்குவத்தோடும் தொலைநோக்கோடும் அந்த முடிவுகள் அமைந்திருந்தன. எந்தப் பிரச்னையானாலும் அதன் சுழல் மையத்திற்குள் ஸ்ரீவத்ஸன் தன்னை ஒப்புக் கொடுத்துக் கொள்ளாமலிருந்தான். அதன் வெளி விளிம்பிலேயே மிதந்துகொண்டிருந்தான். எந்த நேரத்திலும் அதிலிருந்து வெளியே மீண்டு வரவும் சுழலுக்குள் தங்களைச் செலுத்திக்கொண்டு அமுழ்ந்திப்போகிறவர்களை வெளியே இழுத்துவிடவும் அவனால் முடிந்தது.

ஸ்ரீவத்ஸனாக வஸந்த்ராம் எப்படி நடந்துகொண்டிருந்தாலும் வஸந்த்ராமாக அவன் வருகை சுஜாதாவின் உலகத்தையும் பசுங்காடாக்கியது என்றே சொல்லவேண்டும். அவள் அவனை வெறியுடன் நேசித்தாள். அது சகோதர வாஞ்சை என்று கங்காராமும் லிண்டாவும் நினைத்தார்கள். அவன் அனாதை என்பதால் ஏற்பட்ட பரிவு என்று கம்பெனி ஊழியர்கள் எண்ணிக்கொண்டார்கள். வஸந்த்ராமின் ஞானத்தின்பால் சுஜாதா கொண்ட மரியாதை என்று அவர்களுக்கு உபாத்தியாயராக நியமிக்கப்பட்டிருந்த அரவிந்த் எண்ணினார். அரவிந்தின் கவனிப்பின்கீழ் குழந்தைகள் இருவரும் நன்றாகவே கல்வி பயின்றார்கள். தொடர்ந்த பயணங்கள் அவர்கள் தங்கள் பாடங்களை அனுபவப்பூர்வமாக உள்வாங்கிக் கொள்ள உதவின. வித்தைக்குழு முகாமிட்டுத் தங்கும் எந்த நகரமானாலும் அந்நகரத்தின் சிறப்புகள் அனைத்தையும் தெரிந்துகொள்ளும்பொருட்டு உடனே அவர்களிருவரையும் அரவிந்தோடு அனுப்பிவிடுவது என்பது லிண்டாவின் வற்புறுத்தலின்பேரில் அரைகுறை மனதோடு கங்காராமால் அங்கீகரிக்கப்பட்டிருந்தது. முப்பத்தொன்பது வகைத் தூண் களையும் நூற்றுப் பதினாறு வகைக் குதிரைகளையும் பதினாறு வகை யாளிகளையும் மனித உடல் கொண்ட நூறு மிருகங் களையும் எண்பத்தாறு விதமான நிர்வாணத்தையும் பதினெட்டு

வகை தேவதருக்களையும் நூற்றுக்கும் மேற்பட்ட உலர்ந்து மறைந்த நதிகளையும் எண்வகை அரண்மனைகளையும் தொள்ளாயிரம் ஆபரண மாதிரிகளையும் பத்தொன்பது வகையாகப் பரிமளிக்கும் சூர்யக்கதிர்களையும் பத்தொன்பது வகைச் சந்திரக் கிரணங்களையும் முப்பது வகை நடனங்களையும் முன்னூறுக்கும் மேற்பட்ட பாடல் வகைகளையும் மறைந்து போன ஆயிரம் பாஷைகளையும் கல்லுருவங்களாக சுஜாதா தன் பதினொரு வயதிற்குள்ளும் வஸந்த்ராம் தன் ஏழு வயதிற்குள்ளும் பார்த்து முடித்திருந்தார்கள். வித்தைக் காட்சிகளுக்குச் சிறப்பு விருந்தினர்களாக அழைக்கப்பட்ட பல்வேறு முக்கியப் பிரமுகர்களின் முகதரிசனங்களும் அவர்களிடமிருந்து நினைவுப் பரிசுகளும் குழந்தைகளினுடைய நினைவுகளையும் அறைகளையும் அலங்கரித்தன. அவர்களுடைய அனுபவத்தையும் ஈடுபாட்டையும் லிண்டா வித்தைக்குழுவிற்குப் பயன்படும்வண்ணம் பதப்படுத்தினாள். சுஜாதாவுக்குச் சித்திரம் வரையும் கலையில் இயல்பாகவே பிரமிக்கும் அளவிற்கான கைப்பழக்கமிருந்தது. ஒவ்வொரு பிரதேசத்திலும் குழு முகாமிடும்போது அப்பிரதேசத்தின் பிரத்யேக மணத்தையும் நிறங்களையும் காட்சிகளுக்குப் பின்புலங்களாகப் படுதாக்களில் அரவிந்தின் உதவியோடு சுஜாதா வரைந்து கொடுத்தாள். மதுபானி அல்பானா வோர்லி லினோகட் பஹாடி சஞ்சி பாணியிலான ஓவியங்களை நுணுக்கமாக வேறுபடுத்தும் தீற்றல்களும் வெளிக்கோடுகளும் வண்ணச்சேர்க்கைகளும் கொண்ட அரங்க அமைப்புகள் குழு முகாமிடும் ஒவ்வொரு இந்திய நகரமும் அதைத் தன் உள்ளூர் கலைக்குழுவாக உணரும்படி செய்தன. காட்சிகளிலும்கூட கயிற்றாட்ட அசைவுகள் அவ்வப்பிரதேசங்களுக்கேயான நடன அடவு களைப் பிரதிபலிக்கும்படி பயிற்றுவிக்கப்படவேண்டுமென்பது சுஜாதாவின் விருப்பமாக இருந்தது. (அதற்குத் தேவைப்படும் கால அவகாசமும் கடும்பயிற்சி முறைகளும் கங்காராமை அச்சுறுத்தியதால் அந்த யோசனையை அவர் நிராகரித்துவிட்டார்). ஆக வேறு வேறு பாஷைகளையும் முகங்களையும் வாசனைகளையும் நிலவெளிகளையும் அந்நிலவெளிகளை அப்போது குருதிக் காடாக்கிக் கொண்டிருந்த வன்முறை வடிவங்களையும் கொண்ட விந்தை பூமியான இந்தியாவின் ஒவ்வொரு பகுதியும் சுஜாதாவுக்கும் வஸந்த்ராமுக்கும் அத்துப்படியாகியிருந்தன. இவை தவிர அவரவருடைய மன உலகம் வார்க்கப்பட்ட விதத்தில் தத்தமக்கென்று தனியான ஈடுபாடும் ரசனைகளும் கொண்டவர்களாகவும் அவர்கள் வளர்ந்துவந்தார்கள். ஒவ்வொரு நூற்றைம்பது காட்சிகளுக்கும் ஒருமுறை கண்முன்னே புதிய நகரங்கள் சுழலும்போது ஒவ்வொரு நகரத்திலும் பிரத்யேக

மாகப் பொழுதைக் கழிக்கவான இடங்களை அவர்களே தேர்ந்து கொண்டார்கள். சென்னைப் பட்டணமென்றால் அங்கே குழு முகாமிடும் காலம் முழுவதும் கடற்கரையில் ஓங்கி அமைக்கப்பட்டிருந்த நூலகத்தின் அலமாரிகளினுள் கருப்பர்களிலேயே ஒரு சாராருக்கான சிறப்பு அனுமதியில் வஸந்த்ராம் நிரந்தரமாக குடியிருக்கத் துவங்கியிருப்பான். சுஜாதா கட்டடத்தின் வாசலில் தெறிக்கும் கடலலைகளில் கால்களை நனைத்தபடி மணிக்கணக்காகத் தவமிருப்பாள். கோவா என்றால் விஷக்காய்ச்சலால் பூண்டற்றுப்போன பழைய நகரத்தைத் தன்னுள் புதைத்துக்கொண்டிருந்த வனத்தைத் தன்னிடமாக வஸந்த்ராம் தேர்ந்தெடுப்பான். சுஜாதா போர்ச்சுக்கீசியப் பழங்குடிகளிடம் அஃபோன்ஸோ டி ஆல்பகுவேயின் இந்திய முற்றுகை பற்றின கர்ண பரம்பரைக் கதையைக் கேட்டுக்கொண்டிருப்பாள். அலகாபாத்தென்றால் அங்கே சிறப்புக் காட்சி ஒன்றுக்கு விஜயம் செய்திருந்த பயோனீர் பத்திரிக்காதிபதியான ருத்யார்த்கிப்ளிங் அறிமுகம் செய்து வைத்த ஓநாய்களின் மகனான மோக்லியை பழைய அலகாபாத்தின் மரங்கள் மண்டிய தெருக்களினுள் தேடுவது வஸந்த்ராமுக்குப் பொழுதுபோக்காக இருக்கும். சுஜாதா அலகாபாத்தின் கழைக்கூத்தாடிகளையும் மாயநதியான சரஸ்வதியையும் தேடி நதிக்கரையில் மாலைப் பொழுதுகளைக் கழித்துக்கொண்டிருப்பாள். அரவிந்த் அரைப்பைத்தியங்கள் என்று வர்ணிக்கும் பக்கிரிகளின் சித்து வேலைகள் மீதும் அவளுக்கு ஒரு தனிப் பிரேமை உண்டாகியிருந்தது. பதினொரு வயதில் ஒரு நாளிரவு திடீரென்றுதான் சுஜாதா தன் தாயிடம் தான் ஒரு கயிற்றாட்டக்காரியாக விரும்புவதாக அறிவித்தா ளெனினும் அதற்குப் பலநாட்களுக்கு முன்பே அந்த முடிவை நோக்கிக் கொஞ்சங்கொஞ்சமாக இந்தப் பக்கிரிகளால் அவள் பக்குவமாக நகர்த்தப்பட்டிருந்தாள் என்றுதான் சொல்லவேண்டும். பக்கிரிகளை வஸந்த்ராமுக்கு ஏனோ பிடிக்கவில்லை. அவர்களைப் பார்க்கத் தன் தமக்கையோடு அவன் போவதுமில்லை. சங்கம் கோட்டையின் வாசலில் தன்னைச் சித்தன் என்று சொல்லிக்கொண்ட ஒரு பக்கிரி தன்முன் கூடியிருந்த ஜனங்களின்முன் தரையிலிருந்து இரண்டு அங்குலங்கள் உயர்ந்தெழும்பிக் காற்றில் சில தப்படிகள் நடந்து காட்டியதைப் பார்க்க சுஜாதாவின் வற்புறுத்தலின்பேரில் வேண்டா வெறுப்பாகச் சென்ற வஸந்த்ராம் அந்தப் பக்கிரி நடந்தது காற்றில் அல்ல மாறாக சுஜாதாவின் பிரமிப்பின்மேல் என்று சொல்லிவிட்டான். வயதில் சிறியவனானாலும் விஷயங் களைக் கிரகித்துக்கொள்வதிலும் காட்சிகளை அவற்றின் உள்புறமிருந்தும் தலைகீழாகவும் பார்ப்பதில் தன்னைக் காட்டிலும் வஸந்த்ராம் அதிக சாமர்த்தியம் பெற்றவனென்று சுஜாதாவும்

பிறரைப்போலவே நம்பியதால் அவனுடைய பதில் அவளைத் திடுக்கிட்டுப்போகும்படி செய்துவிட்டது. உடலினுள்ளிருந்து கொண்டு அவனை அதுவரை சந்தோஷமாக வைத்திருந்த சிறுமியையும் அதேகணத்தில் துளையிட்டுக் கொன்றுவிட்டது. அன்றிரவு சுஜாதா ருதுவெய்தினாள். சடங்குகள் முடிந்த ஆறாம் நாள் இரவு அவள் தன் தாயருகே படுத்திருந்தபோது தான் நடந்து செல்லவேண்டிய பாதையை வஸந்த்ராம் தனக்குத் தெளிவாகக் காட்டிவிட்டதாகவும் தான் கயிற்றாட்ட வித்தைகளைக் கற்றுக்கொள்ள விரும்புவதாகவும் கூறி லிண்டாவை மகிழ்ச்சி வெள்ளத்தில் ஆழ்த்தினாள். மறுநாளிலிருந்தே வித்தைகளை அப்பியாசிக்கவும் ஆரம்பித்துவிட்டாள். பின்னாளில் தன் வித்தையால் இந்தியா முழுவதையும் பிரமிக்கச் செய்த சுஜாதா தன் குருவென்று யாரையும் தேர்ந்துகொள்ளவில்லை. வித்தைகளை அவள் சுயமாகவே கற்றுக்கொண்டாள் என்பது ஓர் ஆச்சர்யப்படத்தக்க செய்தி. இரண்டடி நீளத்திலும் பத்து விரற்கடைப் பருமனிலும் தரையிலிருந்து மூன்றடி உயரத்திலு மிருந்த கயிற்றிலிருந்து முப்பதடி நீளமும் ஒரு விரற்கடைப் பருமனிலும் தரையிலிருந்து இருபத்தைந்தடி உயரத்திலுமிருந்த கயிறுக்கு முன்னேற சுஜாதா எடுத்துக்கொண்டது மூன்று மாதகால அவகாசம்தான். உணவு வேளைகளை இரண்டாகவும் உணவின் அளவை பன்னிரண்டு உள்ளங்கையளவாகவும் அவள் குறைத்துக்கொண்டாள். கயிற்றாட்டத்துடனும்கூட இந்திய மாகாணங்களின் பல்வகைப்பட்ட நடன அடவுகளையும் – முழுவதுமாகக் கற்கச் சாத்தியப்படவில்லை எனினும் காண்பவர் அடையாளங் கண்டுகொண்டு சந்தோஷப்படும் அளவு – அவள் முழு முயற்சியெடுத்துக்கொண்டு பயிற்சி செய்தாள். செலவையும் கால விரயத்தையும் காரணம் காட்டி சில வருடங்களுக்கு முன் தகப்பன் மறுத்த தன் யோசனைகளைத் தானே நடைமுறைப்படுத்தினாள். நான்காவது வருடம் மதுரையில் துவங்கிக் கயிற்றின்மேல் நடப்பது மட்டுமின்றி அடவுகள் தவறாத நடனங்களையும் அவள் கயிற்றின்மேல் நிகழ்த்திக் காட்டவாரம்பித்தாள். கயிற்று வளையங்களுக்குள் புகுந்துகொண்டு தன்னைத் தலைகீழாகச் சுழற்றிக் காட்டினாள். கயிற்று முடிச்சுகளினூடே நுழைந்து காற்றைப்போல வெளியே வந்தாள். இதற்காகக் கடுமையான பயிற்சிகளை யாரும் பார்க்க வியலாத குரலொலிகள் கேட்காத மற்றும் இறுகச் சார்த்தப்பட்ட நீண்ட கித்தான் அறைகளினுள் வஸந்த்ராமின் மேற்பார்வையில் மேற்கொண்டாள். வருடங்களுக்குப் பிறகு தன் கழுத்தைக் கயிறால் சுருக்கிட்டுத் தன்னை மாய்த்துக்கொள்ள ஒருமுறை முயன்றபோது எவ்வளவு முயன்றும் முடியாதபடி தன் உடல் பாகைப்போல இளகிப்போய்விட்டிருந்ததைக் கண்டு தன்

அப்பியாச காலங்களைச் சபித்துத் தீர்க்குமளவுக்கு அவள் தன் வித்தையுடன் ஒன்றிப்போனாள். பத்தொன்பது வயதை சுஜாதா தொட்டபோது இந்தியாவில் அவளைப்பற்றிக் கேள்விப்பட்டிராத தனிநபர் கிடையாது என்று சொல்லும்படி அவளே நினைத்துப் பார்த்திராத அளவுக்குப் பிரபலமாகியிருந்தாள். மதுரையிலும் பம்பாயிலும் அவளுக்கு ரசிகசபைகள் இருந்தன. பல முக்கியப் பிரமுகர்களின் பிரத்யேக அறிமுகங்களும் வாழ்த்துகளும் அவளை மேலும் மேலும் தன் வித்தையில் வெறியுடன் ஈடுபடும்படி செய்தன. சுஜாதாவை இந்தியப் பரப்பிற்கு வெளியேயும் கொண்டுவந்து அவளை உலகம் வியக்கும்வண்ணம் மிக உன்னதமான வித்தைக்காரியாக ஆக்க லிண்டா திட்டமிட்டாள். கங்காராம் அவள் திறமையைக் கல்கத்தா ஸ்டேட் சர்க்கஸ் கம்பெனியின் நிரந்தரச் சொத்தாக்க எண்ணங்கொண்டிருந்தார். சுஜாதாவோ ஒரு விரற்கடைப் பருமனுள்ள கயிற்றிலிருந்து தான் நடந்துசெல்லும் வழியை ஒரு தலைமுடிப் பருமனுள்ள கம்பிக்கு மாற்றிக்கொள்ளும் முனைப்பிலிருந்தாள். மட்டுமல்ல கம்பியோ கயிறோ அற்ற காற்றின் பாதைதான் தன் அப்பியாசத்தின் இலக்கென்றும் அவள் வரிந்துகொண்டிருந்தாள். லிண்டாவின் கனவோ கங்காராமின் திட்டமோ சுஜாதாவின் இலட்சியமோ இவற்றில் எதுவானாலும் வஸந்த்ராம் மட்டும் கல்கத்தா ஸ்டேட் சர்க்கஸ் கம்பெனியைவிட்டு விலகிச்செல்வது என்கிற திடீர் முடிவை எடுக்காதிருந்திருந்தால் விரைவிலேயே சாத்தியமாகி யிருந்திருக்கக் கூடும்.

வங்கப்பிரிவினையைத் தொடர்ந்து லார்ட் கர்ஸானை எதிர்த்து எழுந்த கலவரங்கள் இந்தியா முழுவதிலும் சட்டத்திற்கு உட்பட்ட மற்றும் சட்டத்திற்குப் புறம்பான பல மிதவாத இயக்கங்களையும் தீவிரவாதப் புரட்சி அமைப்புகளையும் மழைநீர் வட்டங்களைக் கிளப்புவதைப்போல கிளப்பிவிட்டன. கங்காராம் தீவிரவாதிகளின் தலைவரான பாலகங்காதர திலகருடன் போத்தி என்கிற வெள்ளை யானையை முன்னிறுத்திப் பல வருடங்களாகவே தனிப்பட்ட நட்பை வளர்த்துக்கொண்டிருந்தார். இவர்களிருவருடைய அவ்வப்போதைய சந்திப்புகளினாலும் எண்ணிக்கைக்குட்பட்ட கடிதப் போக்குவரத்துகளினாலும் ஏற்கனவே சலனமடைந்திருந்த வஸந்த்ராமின் உள்ளத்தை வங்கப் பிரிவினைக்குப் பின்னான பரபரப்பான தேசிய நிகழ்வுகள் மிக எளிதில் கவர்ந்து தன்வசப்படுத்திக்கொண்டன. அவனுடைய வயதையும் எதிர்காலத்தையும் உத்தேசித்து அரசின் வெறுப்புக்கும் சந்தேகத்துக்கும் உள்ளான இந்தியத் தலைவர்களுடன் பழகுவதைக் கங்காராம் தடைசெய்திருந்தார். வஸந்த்ராம் அவருக்குத்

தெரியாமல் அவ்வப்போது தனிப்பட திலகருக்குக் கடிதங்கள் எழுதினான். அவற்றுக்கு அவரிடமிருந்து பதிலேதும் வரவில்லை. கங்காராமுக்கு அவர் அபூர்வமாக எழுதும் கடிதங்களிலும் வஸந்த்ராமைப்பற்றியோ அவன் அவருக்குக் கடிதங்கள் எழுதுவதுபற்றியோ ஏதும் குறிப்பிடப்பட்டிருக்கவில்லை. ஆனால் சில வருடங்களுக்குப்பின் வஸந்த்ராம் புனேயில் திலகரைச் சந்தித்தபோது அவன் கடிதங்கள் தமக்குக் கிடைத்ததாகவும் தம் இடைவிடாத பணிகளுக்கிடையில் அவசர அவசரமாக ஓரிரு பக்கங்களில் பதில் எழுதிவிட முடியாதபடிக்கு மிக அருமையான கேள்விகளையும் விஷயகனத்தையும் உள்ளடக்கியவை அவை என்றும் திலகர் வஸந்த்ராமை வெகுவாகப் பாராட்டினார். எப்படியிருந்தாலும் வஸந்த்ராம் திலகருக்கான கேள்விகளைத் திரட்டும் பொருட்டாக இந்தியாவின் பரபரப்பான சூழல் மாற்றங்களைக் கூர்ந்து நோக்கவும் படிக்கவும் துவங்கி விரைவில் அதில் ஆழ்ந்தே போனான். 1905 டிசம்பரில் காசியில் அவர்கள் முகாமிட்டிருந்தபோது வழக்கம்போல அரவிந்துடனும் சுஜாதா வுடனும் வெளியே சுற்றிப்பார்க்கவென்று புறப்பட்டவன் பாதிவழியில் தன்னைத் தொலைத்துக் கொண்டுவிட்டான். நள்ளிரவுக்குமேல் உடலில் ஏகப்பட்ட புழுதியுடனும் பதைபதைப் புடனும் முகாமுக்கு வந்து சேர்ந்தான். கங்காராமும் லிண்டாவும் எவ்வளவு வற்புறுத்தியும் தான் சென்ற இடத்தையும் புழுதிக்கான காரணத்தையும் சொல்ல மறுத்துவிட்டான். அரவிந்தைத் தவிர வேறு யாருக்கும் அவன் அன்று காசியில் கூடிய காங்கிரஸ் மாநாட்டில் கலந்துகொள்ளச் சென்று ரகளையில் அகப்பட்டுக்கொண்டிருந்திருக்கலாம் என்று சம்சயப்படத் தோன்றவில்லை. இதற்குப் பிறகு இயல்பிலேயே வெள்ளையர்பால் வெறுப்புக்கொண்டவரும் வஸந்த்ராமின் மனப்போக்கைச் சிறுவயது முதலே கவனித்துக்கொண்டிருந்தவருமான அரவிந்த் தீவிரமாக தேசீயப்பிரச்னைகள் பற்றின விவாதங்களில் அவனுடன் ஈடுபடலானார். ஏட்டுப் படிப்பை விட்டுவிட்டு வித்தைகளின்பால் சுஜாதாவின் ஈடுபாடும் திசைதிரும்பிச் சென்றுவிட்டதால் அவர்களிருவரும் தனித்திருக்கவும் நிறைய சந்தர்ப்பங்கள் வாய்த்தன. அரவிந்த் சேகரித்துத் தந்த சோனார் பங்களாவின் ரகசிய துண்டுப் பிரசுரங்கள் வஸந்த்ராமைப் பலநாட்கள் முழு உபவாசத்தில் கிடத்தி இளைக்க வைத்தன. பிரிட்டிஷாருக்கு எதிராகக் குறைந்தபட்சம் ஐம்பதினாயிரம் இந்தியர்களாவது தங்களுயிரைத் தத்தம் செய்யவேண்டியிருக்குமென்று சோனார் பங்களா தோராயமாக ஒரு கணக்கைக் கொடுத்திருந்தது. என்றாலும் அது தன் பெயரைத் தனிப்பட உச்சரித்துத் தன்னை அழைப்பதாகவே வஸந்த்ராம் உறுதியாக நம்பினான். பிரிட்டிஷ் இந்தியாவில் உயிரோடு இருப்பது என்பது ஒரு சர்வப்பிரபஞ்சக்

குற்றம் என்பதான உணர்வு அவனை வாட்டி வதைக்கத் துவங்கியது. சாவதற்கான ஒரு காரணத்தைச் சாவைத் தொடும் ஓர் இலக்கை அல்லது சாவின் திட்டவட்டமான பாதையில் தன்னை நகர்த்தும் சரியான ஒரு நபரைக் காண அவன் மனது ஏங்கியது. தெளிவான இலக்கு எதுவும் புலப்படாத நிலையிலும் 1906ஆம் வருடம் வேனிற்பருவத்தில் காரணம் எதுவும் சொல்லாமல் தன் தாய் தந்தையையும் சுற்றத்தையும் விட்டுப் பிரிந்துசெல்லும் கட்டாயத்தில் தானிருப்பதாக அவன் அறிவித்துவிட்டான். கங்காராமின் தனியறையில் கிசுகிசுப்பான குரலில் வெளிப்பட்ட அவனுடைய முடிவு அவன் சொன்ன வினாடியில் அறைச் சுவர்களைப் பிளந்துகொண்டு சுஜாதாவின் காதுகளை நோக்கி விரைந்து சென்று எட்டிவிட்டது. அந்த நடுநிசிப் பொழுதில் அதன் அமைதியைத் துண்டாடும்வண்ணம் வஸந்த்ராமின் முடிவை மறுத்தும் கண்டித்தும் அவன் பொறுப்புகளை உதறப் பார்ப்பதாக அன்பில் வலிந்து புனையப்பட்ட குற்றச்சாட்டுகளால் துவேஷித்தும் பெரும் சர்ச்சைகள் எழுந்து ஒலித்தன. லிண்டாவும் சுஜாதாவும் அவனைக் கெட்டியாகக் கட்டியணைத்துக்கொண்டு அவன் இறந்துவிட்டதைப்போல ஓவென்று கதறியழுதார்கள். கங்காராம் அதிர்ச்சியால் பேசும் திறனை இழந்துவிட்டார். அன்று இரவு அதற்குப் பிறகு ஒருவர்கூட திரும்பத் தூங்கச் செல்லவுமில்லை. வஸந்த்ராம் தங்களிடமிருந்து பிரிந்துசெல்லும் முடிவை மேற்கொண்டதற்குக் காரணம் என்னவென்பதை வெளியே சொல்ல வேண்டுமென்று லிண்டா வாதாடினாள். வஸந்த்ராம் சொல்லவில்லை. எந்தவொரு காரியத்தின் காரணத்தையுமே வெறும் வாய்விளக்கங்களிலிருந்து வெகுதூரத்தில் பிரித்து வைத்திருப்பதுதான் சிருஷ்டியின் மகத்துவம். சொல்லப் படாதிருக்கும்வரையில் உண்மையாக மட்டுமே இருக்கும் எதுவும் சொல்லப்படும்போது தவிர்க்கவியலாதபடி பொய்யுடன் கலந்துவிடுகிறது. நான் பொய்சொல்ல விரும்பவில்லை. ஏற்கனவே அந்த நாட்களில் வித்தைக் குழுவின் அதிர்ஷ்ட தேவதை எனப் போற்றப்பட்டு வந்த போத்தி என்கிற வெள்ளையானையின் இறப்பால் கங்காராம் மனமொடிந்து போயிருந்தார். இந்நிலையில் அன்புக்குரிய மற்றொரு நபரின் பிரிவு என்பது நிவர்த்திக்க முடியாத அபசகுனமாக அமையும் என்றே அவருக்குத் தோன்றியது. வஸந்த்ராம் மீண்டும் பிரிந்து போவது என்கிற பேச்சை எடுக்கும் பட்சத்தில் தன் கைத் துப்பாக்கியைத் தனக்கெதிராக உபயோகப்படுத்திக்கொள்ளத் தான் தயங்கப்போவதில்லை என்று சொல்லி அவனைப் பயமுறுத்தி வைத்தார். குழுவின் மூத்த உறுப்பினர்கள் அவனைத் தனிமையில் சந்தித்து அறிவுரையும் ஆதரவும் தர முனைந்தார்கள். வஸந்த்ராம் தன் முடிவை மாற்றிக்கொள்ளவில்லையே தவிர

கங்காராமின் அச்சுறுத்தலாலும் தன் இலக்கு எது தான் எங்கே செல்லவேண்டும் ஆகியவற்றைப்பற்றின தெளிவான சித்திரம் ஒன்று அவனிடமே அப்போது இல்லாதிருந்தாலும் அவன் பிரிவு தாமதப்பட்டுக்கொண்டிருந்தது. இந்நிலையில் அவர்கள் பம்பாயை நெருங்கிக்கொண்டிருந்தபோது சுஜாதா ஒருநாள் வஸந்த்ராம் தனித்திருந்த சமயத்தில் திடீரென்று அறைக்குள் நுழைந்து பைத்தியம் பிடித்தவள்போல தன் உடைகளையெல்லாம் களைந்து தன்னை நிர்வாணமாக்கிக்கொண்டு அவனைக் கட்டியணைத்து மேலெங்கும் முத்தமழை பொழிந்தபடியே அவனுடன் படுக்கையில் சேர்ந்து புரளத் தலைப்பட்டாள். வஸந்த்ராமை இந்தச் சம்பவம் மிக ஆழமாகப் புண்படுத்திவிட்டது. அந்த அதிர்ச்சியிலிருந்து அவனால் மீண்டும் வரவே முடியவில்லை. அவள் கண்ணீரிலும் வியர்வையிலும் தன்னை உருவாக்கிய மாமிசவாடையை அவனுள்ளிருந்த ஸ்ரீவத்ஸன் மீண்டும் சுவாசித்தான். முனகல்களிலும் விசும்பலிலும் கர்ப்பத்தினுள்ளிருந்தபோது கேட்ட கடும் வசைச்சொற்கள் ஸ்ரீவத்ஸன் செவிகளில் மீண்டும் ஒலித்தன. இந்தப் பயங்கரம் சிலநிமிட நேரந்தான் நீடித்தது. வஸந்த்ராம் செய்வதறியாமல் ஓவென்று பெருங்குரலெடுத்து அழவாரம்பித்துவிட்டான். அவன் அலறிய அந்தக் கணத்திலேயே சுயபிரக்ஞையை அடைந்துவிட்ட சுஜாதாவும் தன் செய்கையின் விரசத்தை உணர்ந்து கூசிப்போனாள். பெண்ணுடலை ஒரு முறை அனுபவித்தவன் பிறகு வெளியேறிச் செல்லும் விருப்பத்தை உதறி விடுவானென்று தான் அறிவுரைக்கப்பட்டதாக அவள் அவன் முகத்தைப் பாராமல் சொல்லிப் புலம்பினாள். தமக்கையின் நிர்வாணம் வஸந்த்ராமுக்கு அவன் பிறப்பின் ஞாபகத்தோடு இலட்சியத்தின் தெளிவான வரைபடத்தையும் தந்தது. தான் செல்லவேண்டிய இடம் தென்னிந்தியா என்று அவன் அன்று முடிவுசெய்தான். ஓட்டப்பிடாரம் சிதம்பரம் பிள்ளை தூத்துக்குடியில் இந்தியா ஸ்டீம் நேவிகேஷன் கம்பெனியைத் துவங்கியிருந்த நேரம் அது. திலகர் சிதம்பரம் பிள்ளையின் நெருங்கிய நண்பர் என்பதை அறிந்திருந்த வஸந்த்ராம் வித்தைக்குழு புனேயில் முகாமிட்டிருந்த சமயத்தில் கங்காராமுக்குத் தெரியாமல் அரவிந்துடன் போய் அவரைச் சந்தித்தான். திலகரின் பேச்சு அவனுள் பல புதிய நரம்புகளைக் கிளைக்கச் செய்தது. சிதம்பரம்பிள்ளைக்கு முகவரியிடப்பட்ட வேலையில் சேர்வதற்கான சிபாரிசுக் கடிதம் ஒன்றைத் திலகரிடம் பெற்றுக்கொண்டபின் 1907 வஸந்தகாலத் துவக்கத்தில் அரவிந்தின் ரகசிய சம்மதத்துடனும் கங்காராமின் இரண்டு கைத்துப்பாக்கிகளில் ஒன்றுடனும் வஸந்த்ராம் தெற்கு நோக்கிச் செல்லும் புகைவண்டியில் ஏறிக் கிளம்பிவிட்டான். அவன் பிரிவில் தனக்குச் சம்பந்தமிருந்ததை வெளியே

சொல்லிக்கொள்ள அரவிந்த் அஞ்சினார். வஸந்த்ராமைக் காணாமல் வித்தைக்குழு பரபரத்தபோதெல்லாம் அவரும் அவர்களுடன் சேர்ந்து தவித்தார். அவர்கள் அவனைத் தேடிய இடங்களிலெல்லாம் அவரும் அவனைத் தேடினார். அவன் ஏற்கனவே பிரிந்துசெல்லும் முடிவை அறிவித்திருந்ததைச் சுட்டிக்காட்டி காவல்துறைக்குச் செய்தி தெரிவிக்கும் யோசனையையும் லிண்டா கைவிடும்படி அவளைச் சமாதானப்படுத்தி வைத்தார். வஸந்த்ராம் இறந்தசெய்தி கங்காராம் குடும்பத்தை விரைவிலேயே வந்தடையும் என்பது அவருக்குத் திட்டவட்டமாகத் தெரிந்திருந்தது. அந்தச் சமயத்தில் லிண்டா – கங்காராமின் வசைச் சொல்லுக்குத் தப்பி விட்டாலுங்கூட மனச்சாட்சியின் கொலைவாளுக்குத் தன்னால் தப்ப முடியாதென்று அவர் அஞ்சினார். ஆக ஸ்ரீவத்ஸன் விரும்பியதைப்போலவே அவன் சாவுக்குக் காரணகர்த்தாவாக ஓர் ஆகிருதி அரவிந்துக்கும் தேவைப்பட்டது.

அரவிந்த் அப்படி ஒரு நபரை எதிர்பார்த்துக்கொண்டிருந்த அதேநேரத்தில் அதேநபரை சுஜாதாவும் எதிர்பார்த்துக் கொண்டிருந்தாள். அவமானம் நிரந்தரமாகவே அவள் முகத்தில் செம்மையையும் கண்களில் நீரையும் உடலில் நடுக்கத்தையும் தோலில் சுருக்கங்களையும் குரலில் பிதற்றலையும் வரவழைத் திருந்தது. படைப்பின் ஆகச் சிறந்த பொக்கிஷமும் ஆகப் பெரிய ரகசியமுமான பெண்ணுடலைப் புலன்களால் ஸ்பரிசிக்கும் அதிர்ஷ்டம் காதலனைத் தவிர பிறருக்கு வாய்க்காதிருக்கக் கடவது என்னும் வரத்தைக் கடவுளிடம் வாங்கி வந்திருந்த பெண்களைத் தன் பிரயாண காலங்களில் சந்தித்து அதிசயப்பட்டிருந்த சுஜாதா ஓர் அந்நியன் அதிலும் தன் சகோதரன் தன்னைப் பிறந்தமேனியாகப் பார்க்க நேர்ந்துவிட்ட அவலத்தை நினைத்து நினைத்து மருகினாள். சம்பவம் நடந்த மூன்றாம் நாள் கயிற்றில் சுருக்கிட்டுத் தன்னை மாய்த்துக்கொள்ளவும் முயன்றாள். ஆனால் தன்சாவு எப்படி வஸந்த்ராமின் மனதில் பதிந்துபோயிருக்கும் தன்பிம்பத்தை அழிக்குமென்பது அவளுக்குத் தெரியவில்லை. மார்பு மேடிட்ட பெண்ணின் முதல் நிர்வாணம் ஆணின் மனதில் காலத்தால் தூர்த்துவிட முடியாத அளவு ஆழமான பள்ளத்தைப் பறிக்க வல்லது என்பதையும் அவள் கேட்டுத் தெரிந்துகொண்டிருந்தாள். அது உண்மையாக இருக்கும் பட்சத்தில் வஸந்த்ராம் அந்தத் துரதிர்ஷ்டவசமான சம்பவத்தை மறந்துவிட்டாலும் வஸந்த்ராமின் மனமாயிருக்கும் ஸ்ரீவத்ஸன் அதை மறந்துவிட மாட்டான் என்றே அவளுக்குத் தோன்றியது. அவள் வஸந்த்ராமின் கண்களின் வழியே தன்னைத் தன்

உடைகளினுள்ளே எட்டிப் பார்த்தபடியேயிருக்கும் ஸ்ரீவத்ஸனைக் கற்பனை செய்துகொண்டு பயந்து போனாள். பயம் ஸ்ரீவத்ஸன் மேல் அவளுக்கு வெறுப்பை வளர்த்தது. அவள் அவன் வெளியேறுவதைத் தடுக்காதிருந்துவிட்டாள். ஸ்ரீவத்ஸனோ விதிவசத்தால் காதலியல்லாத ஒரு பெண்ணின் உடலை அவள் காதலனுக்கு முன்பே அறிய நேர்ந்த சாபத்திற்குள்ளாகிவிட்டான். இரக்கத்தின் பெருந்துயரம் மனதைக் கவ்விப் பிடிக்க சுஜாதா பாவாத்மாவாகிய ஸ்ரீவத்ஸன் அவனுடைய மோட்சத்திற்காகச் சாகவேண்டுமென விரும்பினாள். அவன் உயிரோடு இருக்கும்வரை காதலோ சாவோ இரண்டில் எந்த அனுபவமாயிருந்தாலும் அது அர்த்தமற்றதாகவே தனக்கும் நிகழ்ந்து முடிந்துவிடுமென்று அவளுக்குத் தோன்றியது. கங்காராமின் கைத்துப்பாக்கியை ஸ்ரீவத்ஸன் எடுத்துச் சென்றுவிட்ட செய்தி பிறரைப் பீதிக் குள்ளாக்கிய அதேஅளவு அவளை ஆசுவாசப்படுத்தவும் செய்தது. ஸ்ரீவத்ஸனின் சாவு அல்லது அவனுக்கு மரணத்தின் திசையைக் கைகாட்டிவிடும் ஆகிருதி தன்னை அவமான உணர்விலிருந்து விடுவித்துவிடக்கூடும் என்றும் அவள் நம்பினாள். பெண்ணை அவளின் அந்தரங்கத்தின் மீதான அவமான உணர்விலிருந்து விடுவிப்பவன் அவள் காதலனைத்தவிர வேறு யாராக இருக்க முடியும் என்று அவளை ஒரு பக்கிரி முன்பு கேட்டிருந்தார். அரவிந்தைப்போலவே ஸ்ரீவத்ஸனின் சாவையும் முகமறியாத தன் காதலனின் வருகையையும் கொண்டுவரும் நாளை நோக்கி சுஜாதாவும் ரகசியமாகக் காத்திருக்கலானாள். துக்கமாகவும் சந்தோஷமாகவும் பிளந்து நிற்கும் ஒற்றைச் செய்திக்கான இந்தக் காத்திருப்பு அவளை அடிக்கடி சித்தஸ்வாதீனத்திற்கும் சித்தப்பிறழ்வுக்கும் இடையே அல்லாட வைத்தது. தன்னிலையில் இருக்கும்போது வித்தைகளிலும் அப்பியாசங்களிலும் ஆர்வமற்று சதா அழுதுகொண்டிருப்பதையும் புத்தி பேதலித்துப்போகும் கணங்களில் தனியறையில் தன்னைப் பூட்டிக்கொண்டு உடைகளைக் களைந்துவிட்டுப் பெண்மையை விதானம் பார்க்கக் கட்டிலில் மலர்த்தியபடி முகட்டை வெறிக்கப் பார்த்துக்கொண்டிருப்பதையும் அவள் தன் வழக்கமாக்கிக் கொள்ளவாரம்பித்திருந்தாள். நாட்கள் மாதங்களாகப் பறந்தபோது இந்த வழக்கம் அவளுடைய மற்ற அன்றாடச் செயல்களைக் கடுமையாகப் பாதிக்குமளவிற்கு வலுப்படவும் ஆரம்பித்தது. ஒரு சந்தர்ப்பத்தில் தன் உடை மாற்றும் அறைக்குள் யாரோ இருந்துகொண்டு தன்னை உற்றுப் பார்ப்பதாகச் சொல்லி மேசை மேலிருந்த கங்காராமின் இன்னொரு கைத்துப்பாக்கியால் திரைச்சீலை மறைவை நோக்கி அவள் சுட்டதில் அருமையான சீனப் பூக்குவளையொன்று சிதறிப்போய்விட்டது. இதற்கு நேர்மாறாக இன்னொரு சந்தர்ப்பத்தில் அவள் தன் அறைக்கும்

வெளிக்குமான வித்தியாசத்தை மறந்துபோய் காண்பவர் கண்கூசிப்போகும்படி அம்மணமாகவே அறையைவிட்டு வெளியே வந்துவிட்டாள். இதற்குப் பிறகு லிண்டா சுஜாதாவுக்காக ஒதுக்கப்படும் அறைகளின் சன்னல்களின் உட்புறத் தாழ்ப்பாழ்களை நீக்கிவிடவும் அவள் அறைக்குள் சென்று உட்பக்கம் தாளிட்டுக்கொண்டதும் வெளிப்பக்கம் தானும் அதைத் தாளிட்டு வைக்கவும் துவங்கினாள். தன் மகளின் நிலையை முன்னிறுத்தி அவள் வஸந்த்ராமை வாயாரச் சபித்தாள். ஆனால் கங்காராம் வஸந்த்ராமைப்போன்ற ஒரு விவேகி தம்மிடையே தங்குவானென்று எதிர்பார்த்தது தங்களின் முட்டாள்தனமேயன்றி வஸந்த்ராமின் தவறல்ல என்று சொல்லிக்கொண்டிருந்தார். சுஜாதாவின் போக்கில் கவலைதரும் மாற்றங்கள் வலுப்படத் துவங்கியபோது லிண்டா உதவிக்காகக் கங்காராமை அணுகுவது வியர்த்தம் என எண்ணி அரவிந்தை அணுகினாள். ஊகமாக வஸந்த்ராமின் பெயரை விளித்துத் தூத்துக்குடி ஸ்டீம்நேவிகேஷன் கம்பெனிக்கு அவ்வப்போது ரகசியமாக எழுதிய கடிதங்களெதற்கும் அவனிடமிருந்து பதிலெதுவும் வராததால் அரவிந்தையும் வஸந்த்ராமின் விதி என்னவாயிற்று என்பதைத் தெரிந்துகொள்ளும் குறுகுறுப்பு அல்லது அவனை ஒருமுறை பார்க்கவேண்டு மென்கிற ஆசை – இரண்டில் ஏதோ ஒன்று – அலைக்கழித்துக்கொண்டுதானிருந்தது. தூத்துக்குடியில் வஸந்த்ராமின் நண்பன் ஒருவன் இருப்பதாக அவன் தன்னிடம் முன்பொரு முறை தெரிவித்திருந்ததாகவும் அவன் அங்கே இருக்கும் சாத்தியத்தைத் தான் கண்டறிவதாகவும் அரவிந்த் லிண்டாவுக்கு உறுதி கூறினார். வித்தைக்குழு அப்போது புவனேஷ்வரில் முகாமிட்டிருந்தது. அடுத்ததாக மத்தியதெற்கு நோக்கியும் அங்கிருந்து தெற்கு நோக்கியும் அதன் பிரயாண திசை திட்டமிடப்பட்டிருந்தது. புவனேஷ்வரிலிருந்து அரவிந்த் முன்னதாகவே கிளம்பி தூத்துக்குடிக்குச் சென்று விடுவதென்றும் அங்கே வஸந்த்ராமைச் சந்தித்து சுஜாதாவின் நிலையை விளக்கி ஒருசில நாட்களாவது மீண்டும் தங்களோடு தங்கிச் செல்லும்படி அவனை வற்புறுத்தித் தயாராக வைத்திருப்பது என்றும் குழு திருநெல்வேலியில் முகாமிடும் காலம் முழுக்க சுஜாதாவின் அருகில் வஸந்த்ராமை இருத்தி வைக்கவும் முடிந்தால் வஸந்த்ராமைத் திரும்பத் தங்களோடேயே அழைத்துக்கொண்டுவிடவும் அதன் மூலம் வாய்ப்பு ஏற்படும் என்றும் முடிவு செய்யப்பட்டது. 1911ஆம் ஆண்டு மழைப்பருவத்தின் இறுதியில் லிண்டாவிடம் வழிச்செலவுக்கான பணத்தை வாங்கிக்கொண்டு அரவிந்த் தென்னிந்தியா புறப்பட்டுப் போனார். அவர் புறப்பட்டுப் போனதும் லிண்டாவின் கவலைகள் இரட்டிப்பாக வளர்ந்தன. கங்காராம் நோய்ப்படுக்கையில் வீழ்ந்தார். நிர்வாகத்தில்

அவருடைய ஆளுமை பிரகாசமிழந்துகொண்டே வந்தது. பவானிப்பட்டினம் முகாமில் அவர் தன் கனவில் வஸந்த்ராமைப் பிணமாகப் பார்த்ததாகவும் அவனுடல் ஒரு யானையைப்போல் பதினாறடி நீளமும் ஐந்தடி அகலமுமான குழியில் இறக்குமளவு பெருத்துப்போய்விட்டதாகவும் வஸந்த்ராமுக்கு துர்மரணம் சம்பவிக்கப்போகிறதென்றும் சொல்லிப் பெரிதாக ஆர்ப்பாட்டம் செய்துவிட்டார். மகனின் பிரிவோடுகூட மகளின் நிலையையும் உள்வாங்கிக்கொள்ள முடியாமல் அவர்பட்ட அவஸ்தையை லிண்டாவால் கண்கொண்டு பார்க்க முடியாமலிருந்தது. இந்தக் களேபரத்திற்குப் பிறகு குழுவின் இளைய உறுப்பினர்கள் கங்காராமைப் பார்க்கும் பார்வையே மாறிப்போய்விட்டது. ரசிகர்களைச் சிரிக்கச் செய்யும்வண்ணம் நிகழ்த்தப்படும் அங்கதக் காட்சிகளில் நடிக்கும் கோமாளிகளின் கற்பனையிலும் அவர்களின் ரப்பர் மூக்கு மின்னும் சுவரொட்டிகளிலும் கங்காராமின் சமீபத்திய நடையுடை பாவனைகள் பிரதிபலிப்பதைக் கண்ட லிண்டாவைச் சொல்லொணாத அவமான உணர்வு ஆட்டிப்படைத்தது. இன்னும் சிலநாட்களில் மகளையும் கணவரையும் கவனிக்க முடியாதபடி தானும் அவர்களுடன் நோய்ப்படுக்கையில் வீழ்ந்து விடுவோமென அவள் பயந்து போனாள். தொடர்ந்து குழுவுடன் சேர்ந்து பயணங்களை மேற்கொள்ள முடியாது என்று வைத்தியர் சொன்னதன்பேரில் கங்காராமைப் பத்திரமாக ஒரு துணையுடன் கல்கத்தாவிலிருந்த அவர்கள் இருப்பிடத்திற்கு லிண்டா அனுப்பிவைத்துவிட்டாள். வித்தைக்குழுவின் நிர்வாகப் பொறுப்புகள் அனைத்தும் இதனால் அவள் தலையில் வந்து விழுந்தனவெனினும் கங்காராமைக் கல்கத்தா அனுப்பிய பிறகு நோய்கள் பற்றிய மன உளைச்சல்களிலிருந்து ஒருவாறாக விடுபட முடிந்தது குறித்து அவள் சந்தோஷமே அடைந்தாள். சொந்தமண் கங்காராமின் நினைவுகளிலிருந்து வஸந்த்ராமைப் பிரித்து அவரை ஆறுதல் படுத்துமென்று நம்பி அவள் நிம்மதிப் பெருமூச்செறிந்துகொண்டிருந்தாள்.

ஆனால் விதி கங்காராமை அப்படி ஆசுவாசங்கொள்ளும்படி விட்டு வைக்கவில்லை. கல்கத்தா போய்ச் சேர்ந்த இரண்டாம் நாள் அவரைப் பார்க்க அந்தப் பொல்லாத விதி தன் உடல் முழுவதையும் ஒற்றைக் கருப்புப் போர்வையால் மறைத்துக் கொண்டும் தொப்புளை எட்டும் வகையில் அருவிபோல் கொட்டும் வெண்தாடியை தன் முகத்திலிருந்து வழியவிட்டுக்கொண்டும் போர்வைக்கு வெளியே பீறிட்டு எதிரிலிருப்பவரை உறையச் செய்யும் அளவில் பனிபோல சில்லிட்ட உடலுடனும் வந்து

சேர்ந்தது. அது தன்னைத் தென் தமிழ்நாட்டுக்காரன் என்றும் ராஜகோபால் என்பது தன் பெயர் என்றும் அறிமுகப்படுத்திக் கொண்டது. கங்காராம் இல்லத்தின் படுக்கையறையில் சுற்றிலும் யாருமில்லை என உறுதி செய்துகொண்டு சதையை உருக்கும் வேனிற்காலங்களிலும் போர்வையைத் தன் உடலிலிருந்து எடுத்துவிட முடியாத சாபம் தன்மேல் கவிந்திருப்பதாகச் சொல்லிக்கொண்டே அது தன் போர்வையைக் களைந்தபோது உச்சந்தலையிலிருந்து உள்ளங்கால்வரையிலும் நாட்பட்டு உலர்ந்த பிணத்தைப்போல அதன் உடல் வெளுத்துப்போயிருந்ததைக் கண்டு கங்காராம் தன் நோயையும் மறந்து பரிதாபப்பட்டார். ராஜகோபாலின் நிழல் தண்ணீரைப்போல தனிநிறம் அற்றதாக விழுகின்ற வஸ்துவின் நிறத்தைத் தன் நிறமாக ஏற்றுக்கொண்டு மறைந்துபோய்விடக் கூடியதாக இருந்தது. ஆனால் காற்றைப் போல நிழலற்றிருப்பது பிறவியிலேயே ராஜகோபாலைத் தொற்றிக்கொண்டுவிட்ட நோயல்ல. சில மாதங்களுக்கு முன்புவரை அவரும் மற்ற மனிதர்களைப்போல இயற்கை நிறங்களுடனேயேதான் வாழ்ந்துவந்தார். தன்னைத்தானே சுட்டுத் தற்கொலை செய்துகொண்ட ஸ்ரீவத்ஸன் என்னும் இளைஞனொருவனின் பிரேதத்தைப் பார்த்த கணத்திலிருந்து அவர் உடல் நிறையையும் எடையையும் நிறத்தையும் இழந்து நிழல்களற்ற கூடாகிவிட்டது. ஸ்ரீவத்சன் இறந்தான் என்னும் செய்தியைத் தன் காதால் கேட்டதும் கங்காராமின் கண்கள் நினைவுச் சுழலின் பாதாளத்தில் விழுந்துவிட்டன. அவர் இரண்டாம் முறையாகப் பேசும் சக்தியை இழந்துவிட்டார். கண்ணீர் கங்காராமின் முகத்தை நனைத்து வழிந்துகொண்டிருந்தது. பக்கவாதநோயால் தாக்கப்பட்டு விட்ட அவரை இரண்டு நாட்கள் மருத்துவப்பரிசோதனை செய்த மருத்துவர் அவருடைய குடும்பத்தார் திரும்பி வரும்வரை பகல்வேளைகளில் நோயின் வேதனை தெரியாமலிருக்க ராஜகோபாலை அவர் கதையைத் தொடர்ந்து சொல்லிக்கொண்டிருக்கும்படி ஆலோசனை தந்து விட்டுப் போனார். அதேவேளையில் வஸந்த்ராமைத் தேடித் தெற்கேபோன அரவிந்த் புவனேஷ்வரிலிருந்து புறப்பட்ட தொண்ணூற்று மூன்றாம் நாளன்று வித்தைக்குழு தெற்கிலிருந்து மேலெழுந்து மைசூர் சமஸ்தானத்தில் முகாமிட்டிருந்தபோது மீண்டும் வந்து சேர்ந்துகொண்டார். சொன்னபடி திருநெல்வேலி யில் அவரை வஸந்த்ராமுடன் எதிர்பார்த்த லிண்டா மிகுந்த ஏமாற்றமடைந்து போயிருந்தாள். குழு திருநெல்வேலியில் முகாமிட்டிருந்த இருபது நாட்களிலும் வஸந்த்ராம் பற்றின தகவல்களை அறியச் சென்ற அரவிந்த் பற்றின தகவல்கள் ஏதேனும் கிடைக்கிறதா என்று அறிந்து வர யாரையாவது வெளியே அனுப்புவதென்பது அவள் வழக்கமாகிவிட்டிருந்தது.

அரவிந்த் அங்கே தன்னைச் சந்திக்க வராதது அவள் மனதில் விபரீதக் கற்பனைகளை வளர்த்துக்கொண்டிருந்தது. அவள் எந்த நேரத்திலும் கெட்ட செய்தியை எதிர்பார்த்த வண்ணமிருந்தாள். திருநெல்வேலியிலிருந்து மேற்கே மலையாளதேசம் செல்லும் மார்க்கங்களனைத்தும் துர்சகுனங்களால் நிரம்பியிருந்ததை அவள் கண்டாள். சாலையோர மரங்களில் பிணங்கள் தொங்கிக்கொண்டிருந்ததையும் விலங்குகள் குடிக்க தகுதியற்று வனநீரூற்றுகள் நீலம் பாரித்துப்போயிருந்ததையும் கண்டு அவள் கலவரமடைந்தாள். மலையாள தேசத்தில் அறுபது நாட்களைக் கழித்துவிட்டுக் குழு மைசூர் சமஸ்தானத்தை வந்தடைந்தபோது பித்துப்பிடித்த மகளையும் வெக்கை வியாதியால் பீடிக்கப்பட்டுத் துயருறத் துவங்கியிருந்த விலங்குகளையும் பரிதாபத்தைக் காட்டித் தன்னைக் கோழையாக்கிக்கொண்டிருந்த குழுவின் மூத்த உறுப்பினர்களையும் கடைத்தேற்றும் கவலையில் லிண்டா சாகும்நிலைக்கு வந்துவிட்டிருந்தாள். மைசூரில் மீண்டும் அரவிந்தைக் கண்டவுடன்தான் அவளுக்குப் போன உயிர் திரும்பிவந்தது. அரவிந்த் அவள் எதிர்பார்த்தபடி வஸந்த்ராமைப் பார்த்துவிட்டு வரவில்லை. ஆனால் சுஜாதா எதிர்பார்த்த அவன் சாவுச் செய்தியை அவர் கொண்டு வந்துவிட்டார். ஸ்ரீவத்ஸனைச் சாவின் தனியறைக்கு அனுப்பிய ராஜகோபால் என்னும் மனிதரைப்பற்றிய விவரணையிலிருந்து கல்கத்தாவில் கங்காராமின் அறையில் தன்கதையை ராஜகோபால் சொல்லத் துவங்கிய அதேநேரத்தில் அரவிந்தின் கதை துவங்கியது.

திருநெல்வேலி பாளையங்கோட்டை தூத்துக்குடி வட்டாரங்களில் திருட்டு கொலை கலவரம் போன்ற குற்றச்செயல்களில் தற்செயலாகவோ அல்லது தொழில் ரீதியாகவோ ஈடுபடு பவர்கள்கூட பொய்சொல்லப் பயந்த காலம் ஒன்று இருந்தது. உமிழ்நீரிலிருந்து பொய்யைப் பிரித்தெடுக்கும் அன்னம் என்னும் சிறப்புப்பெயரால் அறியப்பட்ட நாற்பது வயதை நெருங்கிக்கொண்டிருந்த ராஜகோபால் அப்போது பாளையங் கோட்டைச் சிறையதிகாரியாகப் பொறுப்பேற்றிருந்தார். குற்றவாளிகளிடமிருந்து உண்மையை வரவழைப்பதற்கு நான்காம் வகை உபாயத்தைக் கைக்கொள்ளும் இயல்பினரல்லர் அவர். ஒரே சமயத்தில் சர்க்காருக்கு உண்மையான விசுவாசமும் அதே சமயத்தில் ஜனங்கள்மேல் உண்மையான பரிவும்கொண்ட அதிகாரியாகப் பணியாற்றுவதென்பது கயிற்றின்மேல் நடப்பதைபோல ஆபத்தான வித்தையாகக் கருதப்பட்டு வந்த அந்த நாளில் பன்னிரண்டு வருடங்கள் தர்மபுரியில் இடைநிலைக் காவல் அதிகாரியாகப் பணியாற்றிவிட்டு

தெற்குப்பக்கம் அதிக அளவில் முளைவிடத் துவங்கியிருந்த தலைமறைவு இயக்கங்களையும் மக்கள் எழுச்சிகளையும் உத்தேசித்து இடமாற்றம் பெற்றுப் பாளையங்கோட்டை வந்து சேர்ந்த ராஜகோபால் அந்த வித்தையில் கரைகண்டவராகப் புகழப்பட்டார். பத்தொன்பதாம் நூற்றாண்டின் இறுதியில் சேலம் தர்மபுரி வட்டாரங்களில் நிர்வாக மாறுதல்களும் நிலச் சீர்திருத்தங்களும் செய்யப்பட்டபோது முன்யோசனையாக அங்கே கொண்டுவந்து குவிக்கப்பட்ட ஆங்கிலேயக் காவல் அதிகாரிகளுடன் ஏற்பட்ட தொடர்பு ராஜகோபாலுக்குக் குற்றவாளிகளைக் கையாளும் ஆயிரத்தெட்டு வழிமுறைகளில் அனுபவப் பயிற்சியைக் கொடுத்தது. அவருக்கு இயல்பாகவே இருந்த பரிவுணர்ச்சி காரணமாக இந்த வழிமுறைகளில் உடன்பாடு இல்லாதிருந்தபோதிலும் சாட்சியாகவேனும் விசாரணைக் கூடங்களில் நின்றிருந்தாகவேண்டிய கட்டாயத்தில் அவர் இருந்தார். ஆங்கிலேயரின் விசாரணை கட்டபொம்மன் காலந்தொட்டே குற்றம் சாட்டப்பட்டவன் உண்மையிலேயே தவறிழைத்தானா இல்லையா என்பதைக் காட்டிலும் பெரும்பாலும் அவன் குற்றத்தை ஒப்புக்கொள்கிறானா மறுக்கிறானா என்பதி லேயே குறியாக இருந்ததானது அவர் சிந்தனையைத் தாக்கி அவரை நிம்மதியிழக்கச் செய்தது. செய்தானோ இல்லையோ குற்றவாளி உண்மையைச் சொல்லிவிட்டானென்றே வைத்துக் கொண்டாலுங்கூட அது விசாரிப்பவர் உண்மையென்று ஊகம் செய்து வைத்திருக்கும் தகவலுக்கு மிக நெருக்கமாக வரும்வரை உண்மையென்பதாக ஒப்புக்கொள்ளப்படுவதில்லை என்பதையும் அவர் கண்டார். தண்டனை என்பது குற்றச் செயலின் தன்மையைப் பொறுத்ததாக இல்லாமல் விசாரணை செய்பவர் உண்மையை வெளிக்கொண்டுவர மேற்கொள்ளும் பிரயத்தனத்தைப் பொறுத்ததாக அமைவது ஆங்கிலேயர் பாணியாக இருந்தது. பசி பொறுக்காது கிளப்புக்கடையில் பண்டம் திருடியதை அவமான உணர்வால் வெகுநேரம் மறைத்துப் பேசியவனுக்கு உடல்சதை அறுந்து தொங்கும்படியாக நூறு கசையடிகள் கிடைத்ததையும் ஜாதி எல்லையைக் கடந்தவனைக் கடவுளின் பெயரால் வெட்டிக் கொன்றதாக அதிகாரியின்முன் பெருமிதம் பொங்கக் காவல் நிலையத்தினுள் நுழைந்த கையோடு ஒப்புக்கொண்டு கெக்கலித்தவன் மேம்போக்காக ஓர் எச்சரிக்கையை மட்டும் வாங்கிக்கொண்டு தண்டனைக் கூடத்திலிருந்து சிரித்தபடி வெளியேறிப்போனதையும் கண்ட ராஜகோபால் திடுக்கிட்டுப்போய்விட்டார். குற்றச் செயல்களின் அடிப்படைக் காரணங்களைப் பொறுத்தே தண்டனை அமைய வேண்டுமானால் குற்றவாளிகளைப் பேசவைக்கும் பிரயத்தனம் குறையவேண்டுமென்று அவருக்குப் பட்டது. விசாரணைக்காகக்

நீல வீதி

கொண்டுவந்து நிறுத்தப் படுகிறவன் உண்மை சொல்கிறானா பொய் சொல்கிறானா என்பதை அவன் உச்சரிப்பைக் கொண்டே கண்டுபிடிக்கும் வித்தையை ராஜகோபால் அப்போதிருந்து உபாசிக்கலானார். தொழில்ரீதியான பொய்யர்களைத் தேடிக் கண்டுபிடித்து அவர்களுடன் நெருங்கிப் பழகினார். பொய்களைப்பற்றின சரியான வரைபடத்தைத் தருபவை எனப் பரவலாக நம்பப்பட்ட நூல்களை வாங்கிப் படித்தார். (இந்த நம்பிக்கையின் அடிப்படையில் அவருக்குச் சிபாரிசு செய்யப்பட்ட நூல்களில் ஒன்று சுப்பிரமணிய பாரதியின் தேசபக்திப் பாடல்கள். இன்னொன்று வாத்ஸ்யாயனரின் காமசாஸ்திரம்.). வேண்டுமென்றே பணத்தைத் தவற விடுவது தவறான ஆனால் சுவாரஸ்யமான விஷயங்களைப்பற்றின உரையாடல்களையும் விவாதங்களையும் தூண்டி வளர்ப்பது உள்ளிட்ட பொய்களை உருவாக்கும் சிலபல சூழ்நிலைகளை நாடகபாணியில் தன் வீட்டுக்கூடத்திற்குள் சிருஷ்டித்துத் தன் மனைவியையும் இரண்டு ஆண் குழந்தைகளையும் அவர்களறியாமல் அவற்றில் பங்கேற்கச் செய்து பரிசீலித்தார். கடுமையான முயற்சிக்குப் பிறகு பொய் என்பது பொருந்தி வராத எதிரெதிர் உண்மைகளின் கூறுகளாகவே இருந்ததையும் பொய் தான் உச்சரிக்கப்படுவதற்கான சூழலைத் தானே உருவாக்கிக் கொள்வதையும் யதார்த்த உலகிற்கு மாற்றான இன்னொரு கண்ணுக்குத் தெரியாத அற்புதமான உலகத்தைப் பொய்யர்கள் தங்களின் பிரத்யேக சந்தோஷத்திற்காகக் கட்டிக்கொள்கிறார்கள் என்பதையும் ராஜகோபால் கண்டுபிடித்தார். பொய்யைச் சொல்கிறோமென்பதால் அல்ல மாறாகக் கேட்பவருக்குத் தங்கள் உலகத்தைச் சரியாக அறிமுகப்படுத்தவேண்டுமே என்கிற தவிப்பினால்தான் பொய்யர்களுக்குப் பொய்சொல்லும் வேளையில் தடுமாற்றம் ஏற்படுகிறது என்னும் ஞானம் ராஜகோபாலுக்கு அவர் தன் வீட்டின் புழக்கடை வேப்பமரத்தடியில் அமர்ந்து ஒரு நூலைப் படித்துக்கொண்டிருந்தபோது திடீரென்று உண்டானது. விரைவிலேயே பொய்யை மறுக்காமல் ஏற்றுக்கொண்டு குரலின் நடுக்கத்தையும் வாக்கியங்களின் நீளத்தையும் திரும்பத்திரும்ப ஒரேசொல் பேச்சில் இடம்பெறுவதையும் அவதானிப்பதன் மூலம் குற்றவாளியின் ஒப்புதலில் உண்மையின் சேர்மான விகிதத்தைக் கண்டறியும் கலையில் அவர் தேர்ச்சி பெற்றார். இந்த வித்தையைக் கற்றுக்கொள்வதில் அவர் ஈடுபட்டிருந்த காலத்தில் பல நாட்கள் அவர் பாம்புக்கடியால் அவதிப்படுகிறவர் போன்ற முகபாவத்தையும் புணர்ச்சி விருப்பத்தைப் பொசுக்கி விடும்படியான துர்நெடியையும் கொண்டவராக இருப்பதைக் கூறி அவர் மனைவி உறவுப்படுக்கையை அவரிடமிருந்து தள்ளிப்போட்டுக்கொண்டு தனியே படுத்துக்கொள்ள

ஆரம்பித்தாள். அவள் குரலில் நடுக்கமோ வாக்கியங்களின் நடுவே இடைவெளியோ சொல் விரயமோ இல்லாதிருந்ததைக் கண்ட ராஜகோபால் அவள் சொல்வது உண்மை தானென்பதை உணர்ந்தார். பொய்க்குத் தனி மணமும் நிறமும் உண்டென்பதும் இந்நிகழ்ச்சியால் அவருடைய அறிவுக்குப் புலனாயிற்று. தன்முன் சொல்லப்படும் ஒரு கூற்றை அறிவு கிரகித்துக்கொள்ளும் முன்பே அதன் மணத்தைத் தன் நாசி தன்னிச்சையாக அடையாளங் கண்டுகொள்கிறது என்பதையும் பொய்கலந்த காற்றை நுகர்ந்ததுமே தன்முகம் இயற்கை நிறம்மாறி நீலம் பாரிக்கத் தொடங்கிவிடுகிறதென்பதையும் அறிந்த ராஜகோபால் அப்பியாசத்தின் உச்சத்தைத் தான் அடைந்துவிட்டோமென்பதாக எண்ணி அளவற்ற மகிழ்ச்சி அடைந்தார். துரதிர்ஷ்டவசமாக ராஜகோபாலுடைய இந்த அபூர்வத் திறமை பிரிட்டிஷ் காவல் துறையால் அதிகாரப்பூர்வமாக அங்கீகரிக்கப்படவில்லை. இதில் அவருக்குக் கொஞ்சம் வருத்தம்தான் என்றாலும் பெரிதாக அவர் அதனால் பாதிக்கப்படாதிருந்தார். பூரணமான வித்தை பிறர் அங்கீகரிப்பை எதிர்பார்ப்பதில்லை என்னும் மூதுரையை நினைத்துப் பார்த்து அவர் சஞ்சலத்தைத் தவிர்த்துவிட்டார். ஆனால் எரியும் விளக்கைக் கைகளால் மறைத்து வைக்க முடியாதென்றும் ஒரு சொல் உண்டல்லவா. தன் திறமையில் பூரணத்துவம் பெற்றுவிட்டதை ராஜகோபால் தெரிந்துகொண்ட கொஞ்சநாளிலேயே அவர் தர்மபுரியிலிருந்து திருநெல்வேலிக்குப் பதவி உயர்வுடன் மாற்றப்பட்டார். மாற்றப்பட்ட புதிதில் அவர் சம்பந்தப்பட்ட ஒரு சிறிய வழக்கு நெல்லைப் பிரதேச ஜனங்களுக்கு அவரை அடையாளம் காட்டி உதவியது.

காவல்துறையால் தாமிரபரணி ஆற்றங்கரையிலிருந்து கண்டெடுக்கப்பட்ட விலையுயர்ந்த கல் அட்டிகை ஒன்றுக்கு உரிமை கொண்டாடி வந்த இளம்பெண் ஒருத்தி கற்களின் இடைவெளிகளில் ஒட்டிக்கொண்டிருக்கும் தூத்துக்குடி கோரல் மில்லின் சன்னமான பஞ்சுத் துகள்களால் அதன் பிரகாசம் எந்த அளவிற்கு மங்கித் தெரியுமென்கிற விபரம் உள்பட அதன் அடையாளங்கள் அனைத்தையும் மிக நுணுக்கமாகச் சொல்லியும் கூட நகை தன்னுடையது என்று அவள் சொல்லும்போதெல்லாம் அப்படிச் சொன்ன கணத்திலேயே ராஜகோபாலின் முகம் நீலநிறத்திற்கு மாறிக்கொண்டிருந்தது. அந்தப்பெண் எவ்வளவோ மன்றாடியுங்கூட நிறம் இறங்கவில்லை. திருமணப்பரிசாக அவளுக்கு அந்த அட்டிகையைக் கொடுத்த அந்தப் பெண்ணின் மாமியார் தனக்குத் தன் கணவரால் தன் திருமணநாளின்போது போடப்பட்ட அவருடைய குடும்பத்தினரின் பரம்பரை

அட்டிகை அது என்று தன் உற்றார் உறவினர்களைச் சாட்சியாகக் கொண்டுவந்து நிறுத்திச் சொல்லியும்கூட ராஜகோபாலின் முகம் நீலநிறமாகவே தொடர்ந்து நீடித்தது. இந்த அதிசயம் அதற்குள் ஊர்முழுக்கப் பரவிவிட்டதில் அட்டிகையைத் தொலைத்த மூன்றாம் தலைமுறைப் பெண்ணின் தொண்ணூற்றேழு வயதுப் பாட்டியையும் கொண்டுவந்து ராஜகோபாலின் முன் நிறுத்தி காவல்துறையினர் விசாரித்ததைத் திருநெல்வேலி நகரமே திரண்டு வந்து வேடிக்கை பார்த்தது. எவ்வளவு சொல்லியும் நீலநிறம் இறங்காததைக் கண்ட அக்குடும்பத்தின் மூத்த கிழவர் கடைசியில் இரண்டு நாட்களுக்குப் பிறகு வேறு வழியின்றி அந்த நகை தன் இளமைக்காலத்தில் ஓர் ஆனித்தேரின்போது வேறோர் பெண்ணின் கழுத்திலிருந்து திருடப்பட்டுத் தன் மனைவிக்குப் பரிசாக அளிக்கப்பட்டது என்பதை ஒப்புக்கொண்டார். அவர் அதைச் சொன்ன கணத்திலேயே அந்தத் தொண்ணூற்றேழு வயது மூதாட்டி காவல் நிலையத்தின் செங்காவித் தரையில் தன் மண்டை மோதி உடையும் வண்ணம் கீழே விழுந்து உயிரை விட்டுவிட்டாள். வினோதமான இந்த வழக்கு திருநெல்வேலி உள்பட தென்தமிழ்நாடு முழுவதிலும் மற்றும் திருவிதாங்கூர் சமஸ்தானத்தின் எல்லைப் பகுதிகளிலும் இரண்டு உடனடி விளைவுகளை ஏற்படுத்தியது. ஒன்று காணாமல்போன நகைகளை அடையாளம் சொல்லி மீட்கக் காவல்துறையினரை அணுகுவோரின் எண்ணிக்கை அதற்குப் பிறகு கணிசமான அளவில் குறைந்துபோய் காவல்நிலையத்தில் ஆயுதங்களை வைக்க இடமின்றிப் போகுமளவுக்கு அட்டிகைகளும் ஒட்டியாணங்களும் வளையல்களும் மோதிரங்களும் புல்லாக்கு களும் மேகலைகளும் நெற்றிச்சுட்டிகளும் ராக்குடிகளும் அறைகளை நிரப்பி வழிந்தன. இரண்டு ராஜகோபாலின் கியாதி அவரே நினைத்துப் பார்த்திராத அளவில் பிரசித்தி பெற்றுவிட்டது. நெல்லை ஜனங்கள் பிரியத்தால் சில்லரைக் குடும்பத் தகராறுகளுக்கும் சிறுசிறு பஞ்சாயத்துகளுக்கும்கூட ராஜகோபாலை மத்தியஸ்தத்திற்கு அழைக்கத் துவங்கினார்கள். அவரைப்போலவே சில இதயமுள்ள அதிகாரிகள் அரசாங்கத்திற் கெதிரான கலகக்காரர்கள் மற்றும் குற்றவாளிகள் எனச் சந்தேகத்தின்பேரில் கைது செய்யப்பட்டவர்களை அவர்கள் பாணியில் விசாரிக்கும்முன் ராஜகோபாலின் முன் கொண்டுவந்து நிறுத்துவதும் வழக்கமாகிவிட்டது. ராஜகோபாலின் முகமாறுதலை வைத்தே அதிகாரப் பூர்வமற்ற முறையில் சட்டத்திற்கு வெளியே சில வழக்குகளைக் கமுக்கமாகப் பைசல் செய்து தங்கள் வேலைப்பளுவைக் குறைத்துக்கொண்டவர்களும் இருந்தார்கள். பொய் சொல்பவர்கள் குறைந்து போனார்கள். மாற்று உலகம் எதுவும் பொய்யர்களால் சிருஷ்டித்துக்கொள்ள முடியாத

நிலையில் யதார்த்த உலகில் மனித சஞ்சாரம் நெருக்கடி மிகுந்ததாக அதனால் புழுக்கம் மிகுந்ததாக ஆகிப்போனது. இரத்த அழுத்தம் என்கிற புதியவகை நோய் இந்தக் காலத்தில் உருவாகி சர்க்கார் நோய்த்தடுப்பு நடவடிக்கைகளைச் சட்டமாக்குமளவுக்குப் பிரசித்தி பெற்றது என்றாலும் திருடியவர்கள் திருடிய பொருள்கள் முழுவதையும் செலவழித்த பிறகு தாங்களாகவே முன்வந்து திருடியதை ஒத்துக்கொண்டு குறைந்த தண்டனை பெற்றுச் சென்றார்கள். கலகக்காரர்கள் என்று சந்தேகத்தின்பேரில் கைதானவர்களைப் பகிரங்கமாக மக்கள் மன்றத்தின்முன் நிறுத்தி விசாரிக்கவேண்டுமென்று கோரி கோவில்பட்டி சரகத்தில் நடைபெற்ற மக்கள் ஆர்ப்பாட்டத்திற்கு ராஜகோபாலின் முகம் நிறம் மாறுவதைக் காணவேண்டுமென்கிற ரகசிய ஆவலும் ஒரு காரணம் என்று கலெக்டர் வின்ச்சின் உதவியாளராய் அப்போது வேலை பார்த்து வந்த – ஓட்டப்பிடாரம் சுதேசி சிதம்பரம் பிள்ளையின் தூரத்து உறவினரான – நெல்லையப்பன் என்பவர் எழுதுகிறார். பொய்யின் நிறம் நீலம் என்பதாக ஒரு வழக்குப் பேச்சும் தென்தமிழ்நாடு முழுவதும் அப்போது பரவியிருந்தது என்பதையும் அவருடைய குறிப்பு ஒன்று தெரியப்படுத்துகிறது. சுயராஜ்ய உணர்வைத் தூண்டிவிட்ட குற்றத்திற்காக சுப்பிரமணிய சிவாவையும் சிதம்பரம் பிள்ளையையும் அரசு கைது செய்ததைக் கண்டித்து நெல்லையில் 1908 மார்ச் 13 அன்று எழுந்த மிகப்பெரும் கலவரத்தில் கைது செய்யப்பட்ட அறுபத்துச் சொச்சம்பேர்களிலிருந்து உண்மையான கலகக்காரர்களையும் அப்பாவி ஜனங்களையும் பிரித்தெடுக்கும் வேலை எழுச்சி அடக்கப்பட்ட மூன்றாம் நாளிலிருந்து துவங்கியபோது ஒரு கொத்துக் கைதிகள் தனிப்பட்ட முறையில் ராஜகோபாலுடைய விசாரணைக்காவும் அனுப்பி வைக்கப்பட்டிருந்தார்கள். கேள்விகள் நேரடியாகக் கலவரத்தில் கலந்துகொண்டாயா என்பதுபோல அமையாமல் மறைமுகமாகச் சுற்றி வளைத்துக் கலவரம் பற்றின அபிப்பிராயம் மற்றும் ஆள்வோர் பற்றின தனிப்பட்ட கருத்துக்கள் முதலியவற்றை வளைத்தும் அமைக்கப்பட்டிருந்தன. கலவரத்திற்கான காரணங்களைப்பற்றின கேள்விகளுக்கு ஒவ்வொருவரும் தத்தமக்குத் தோன்றிய பதில்களைச் சொன்னார்கள். சிலர் அரசைக் குறை சொன்னார்கள். சிலர் கலவரங்களும் ஆர்ப்பாட்டங்களும் தமிழ் மண்ணுக்கேயுரித்தான குணாம்சங்கள் என்றார்கள். நெல்லையில் சுதேசி ஜவுளிக்கடை வைத்திருந்த ஒருவர் கலெக்டர் துரை என்னைச் சவுக்கால் அடித்தது ஏன் என்று பாதி அழுதபடியும் பாதி பயந்தபடியும் கேட்டார். வேறுசிலர் கலவரமென்பதாக ஒன்று நடைபெறவேயில்லை எனவும் அனைத்தும் அரசின் கற்பனை எனவும் சொல்லிச்

நீல வீதி

சென்றார்கள். இந்தக் கைதிகளில் ஒருவனாகத்தான் ஸ்ரீவத்ஸனை ராஜகோபால் முதன்முறையாகச் சந்தித்தார். தூத்துக்குடி ஸ்டீம்நேவிகேஷன் கம்பெனியின் துறைமுக ஊழியனான ஸ்ரீவத்ஸன் கம்பெனியின் முதலாளியான சிதம்பரம்பிள்ளை கைதானதையொட்டி அறிவிக்கப்பட்ட விடுமுறையில் காந்திமதியம்மனைத் தரிசிக்க வந்திருந்தான். வந்தவன் சற்றும் எதிர்பாராமல் கலவரத்தின் மத்தியில் சிக்கிக்கொள்ள நேர்ந்துவிட்டது. ஸ்ரீவத்ஸன் கலவரத்திற்குக் காரணம் உதவிக்கலெக்டர் மிஸ்டர் ராபர்ட் வில்லியம் டெஸ்டிகார்ட் ஆஷின் இடது மார்பில் பதிந்துபோன ஆறாத தீக்காயம் தான் என்று சொல்லிச் சுற்றி நின்றுகொண்டிருந்தவர்களைப் பதற்றத்தில் ஆழ்த்திவிட்டான். அந்தக் காயத்திலிருந்து பீறிட்டு எழும் சீழ்நாற்றம் சூழலெங்கும் பரவி மக்களைத் தங்கள் தினசரிகளில் நிம்மதியாக ஈடுபடாவண்ணம் அவர்களைப் புத்திபேதலித்துப் பொதுஇடங்களில் வந்துநின்று ஓலமிடும்படி செய்துவிடுகிறது. அதுதான் அரசின் கண்களுக்குக் கலகமாகக் காட்சியளிக்கிறது என்று அவன் கூறியதைக் கேட்ட ராஜகோபால் உள்ளிட்ட அனைத்து காவல்துறை ஊழியர்களும் ராஜகோபாலின் முகம் அப்போது நீலநிறத்திற்கு மாறப்போவதை எதிர்பார்த்துக் கொண்டிருந்தனர். மாறியதும் பெரிதாகச் சிரித்துவிட்டு அவன் புத்திசுவாதீனத்தைக் கேலிசெய்து வெளியே தள்ளத் தயாராகவும் இருந்தனர். பொதுமக்களோ ராஜகோபால் தன் பிரக்ஞை தப்பிக் கீழே விழுமளவிற்கு அவர் முகத்தில் ஸ்ரீவத்ஸனின் கூற்று விஷமேற்றப்போகிறதென்று எதிர்பார்த்துக்கொண்டிருந்தனர். ஆனால் ராஜகோபால் முகத்தில் கூடியிருந்தோர் வியக்கும்படி நிறமாற்றம் ஏற்படவில்லை. ராஜகோபாலுக்கே இது ஆச்சரியத்தை ஏற்படுத்தியது. ஸ்ரீவத்ஸன் கூற்றில் நீலநிறம் இல்லை என்று தெரிந்த கணத்திலேயே பரங்கித்துரை தன் மார்பில் ஆறாத காயத்துடன் அலைகிறார் என்கிற பேச்சு முழுக்கக் காட்டுத்தீப்போல பரவிவிட்டது. அதிகாரிகளோ கலவரத்தைத் தூண்டியது கலெக்டர் துரையின் மார்புப்புண் என்று எப்படி எழுதுவதென்கிற குழப்பத்தில் ஆழ்ந்து போனார்கள். இதற்கு மேலாகத் துரையிடம் சென்று உங்கள் மார்பின் இடப்பக்கத்தில் இருக்கும் ஆறாத புண்ணை உடனே குணப்படுத்திக்கொள்ளும் பட்சத்தில் இந்தியாவில் வெள்ளையருக்கெதிரான கலவரங் களைக் கட்டுக்குள் கொண்டு வந்துவிட முடியுமென்னும் ஆலோசனையை யார் சொல்வது. துரைமார்கள் இந்தியர்களைப் போல காட்டுமிராண்டித்தனமாகக் காயங்களை வெளியே காட்டிக்கொள்வதையும் உடைகளில் கறைப்பட்டு பார்ப்பவர் கண்களை உறுத்தும்வண்ணம் பச்சிலைச் சாற்றைக் காயங்களின் மேல் அப்பிக்கொள்வதையும் உடுப்புகளுக்குள் மார்பு

இரண்டாகப் பிளவுபட்டுப்போயிருந்தாலுங்கூட வலியை முகத்தில் காட்டிக் கொள்வதையும் விரும்பாதவர்களாதலால் புண்ணைப்பற்றிச் சொன்னவனிடமே தொடர்ந்து விசாரணையை மேற்கொள்வதைத் தவிர காவல்துறையினருக்கு வேறுவழி தெரிய வில்லை. ராஜகோபால் கலெக்டர் துரையை வெற்றுடம்புடன் ஒரு கறுப்பன் பார்த்திருக்க வாய்ப்பேயில்லை என்று சாதித்தார். ஆனால் பிரச்னை அதுவல்லவே. துணைக்கலெக்டர் தனியாகவோ அல்லது வின்ச் துரையுடனோ செல்லுமிடங்களிலெல்லாம் துயரம் கவிழ்ந்து கொள்வதும் மக்கள் அவர் குரலைக் கேட்கும் போதெல்லாம் சாவுக்கு ஒப்பான வெறுமையை உணர்வதும் ஆஷ்துரையின் ஆளுகைக்கு உட்பட்ட பிரதேசங்களில் சிசுக்கள் தங்கள் தாயின் கருவறையைவிட்டு வெளியே வரப் பிரியப்படுவதில்லை என்பதுவும் பெண்களோ சூல் தரிக்கப் பிரியப்படுவதில்லையென்பதுவும் உண்மையா பொய்யா. இந்தக் கேள்வியை ஸ்ரீவத்ஸன் கேட்டபோதுங்கூட ராஜகோபாலின் முகத்தில் நீலநிறம் ஏறும் என்று யாரும் எதிர்பார்க்கவில்லைதான். ஆனால் வேடிக்கை பார்க்க வந்த ஜனங்கள் திடுக்கிடும்படியாக சகதியை ஒத்த கருத்த நிறம் அவர் முகத்தின் மீது மட்டுமல்லாமல் சுற்றியிருந்த பிற காவல் அதிகாரிகளின் முகங்களின் மீதும் வெகுவேகமாக வந்து கவிந்துகொள்ளவே உண்மையின் நிறம் கருப்பு என்பதாக ஒரு வழக்குச்சொல் திருநெல்வேலி ஜில்லாவில் புழங்கத் துவங்கியது. காயத்தைப் பாராமல் துர்கந்தத்தைக்கொண்டே உடலில் அதன் இருப்பிடத்தையும் அளவையும் விஸ்தீரணத்தையும் வயதையும் சொல்லிவிடும் வைத்திய சாஸ்திரம் எதையும் அறிந்தவனாக ஸ்ரீவத்ஸன் தன்னை நிரூபித்துக்கொள்ள வழியற்ற நிலையில் தன் கூற்றை நியாயப்படுத்தும் வகையில் மார்புத்துடிப்பை லயம் தப்ப வைக்கும் தீக்காயம் ஒன்றின் பிரத்யேக மணத்தையும் அது நிகழ்த்திய மாயங்களையும் சொல்லும் கதை ஒன்றை அவன் தன்னைச் சுற்றியிருந்த காவல்துறையினருக்கும் திருநெல்வேலி நகர மக்களுக்கும் சொல்லத் துவங்கினான்.

கல்கத்தா நகரை நிலைக்களனாகக்கொண்ட பிரபலமான வித்தைக்குழு ஒன்று இருந்தது. கல்கத்தா ஸ்டேட் சர்க்கஸ் கம்பெனி என்பது அதன் பெயர். அந்தக் கம்பெனிக்குச் சொந்தமாகப் போத்தி என்று ஒரு வெள்ளையானை இருந்தது. போத்தியின் தாய் பூரணி. லும்பினி என்கிற நேபாள எல்லைக் கிராமத்திலிருந்த நிலச்சுவான்தாருக்குச் சொந்தமான பூரணி ஓர் உழவு யானை. அர்ச்சுனன் எனும் பெயர்கொண்ட அந்த நிலச்சுவான்தாருடைய வேட்டையாட்கள்

யானைகள் பிடிப்பதில் சமர்த்தர்கள். ஆனால் யானைகளின் குணநலன்கள் பற்றின அறிவில் அவர்களுக்கு ஞானம் குறைவு. பூரணி ஒரு ராணியானை. காட்டையே பார்வையாகவும் மோப்பமாகவும் ருசியாகவும் கொண்டது. காட்டின் வெகு ஆழத்திலிருந்து பலவந்தமாக வெளிக் கிளப்பப்பட்ட அது புத்தம் புதிய சிசுவைப்போல லும்பினியின் வயல்வெளிகளில் பேந்தப்பேந்த விழித்துக்கொண்டிருந்ததேயொழிய கலப்பைகளை இழுத்துக்கொண்டு ஓடவில்லை. நெற்போரின்மேல் களக்கட்டை களை வாரியடிக்கவில்லை. வந்த சில நாட்களிலேயே பூரணி உழவு வேலைக்குப் பழக்கப்படுத்த முடியாத தன்னறிவுள்ள மிருகம் என்பதைப் புரிந்துகொண்ட அர்ச்சுனன் அதைப் பிடித்துக்கொண்டு வர வேட்டைக்காரர்களுக்கு அழுத பணத்தை யாவது ஈடாகப் பெற்றுக்கொண்டு யாருக்காவது அதை விற்று விடும் யோசனையிலிருந்தபோது கல்கத்தா ஸ்டேட் சர்க்கஸ் கம்பெனியின் தலைவரான கங்காராம் தன் வித்தைக் குழுவிற்காக யானைகள் தேடி லும்பினிக்கு வந்து சேர்ந்தார். லும்பினி ஆதிக்காலம் முதலே வெள்ளை யானைகளுக்குப் புகழ் பெற்றது. என்றாலும் துரதிஷ்டவசமாகக் கங்காராம் வந்து சேர்ந்தபோது அங்கே வெள்ளை யானைகள் எதுவும் காணக் கிடைக்கவில்லை. கங்காராம் லும்பினியில் மூன்று நாட்கள் தங்கிப்போகும் உத்தேசத்தோடு வந்திருந்தார். அவர் அர்ச்சுனனிடமிருந்தும் வேறொரு நிலக்கிழாரிடமிருந்தும் மொத்தமாக – உழவு வேலை களில் நன்கு பழக்கப் படுத்தப்பட்டு கட்டளைக்குக் கீழ்ப்படிதலைத் தன் குணமாக ஏற்றுக்கொண்டுவிட்ட – ஆறு யானைகளை வாங்கினார். அவற்றோடுகூட ஏழாவதாகப் பூரணியும் சர்க்கஸ் கம்பெனிக்கு வந்துசேர்ந்தது. அர்ச்சுனன் பூரணியைப்பற்றின விபரங்களைதையும் கங்காராமிடமிருந்து மறைக்கவில்லை. கங்காராமும் இனவிருத்திக்காக அல்லாது வேறு வித்தைக் காட்சிகளுக்காகப் பூரணியைப் பயன்படுத்திக்கொள்ளும் எண்ணங்கொண்டிருக்கவில்லை. அப்போது கல்கத்தா ஸ்டேட் சர்க்கஸ் கம்பெனியிலிருந்த பதின்மூன்று யானைகளில் பூரணி மட்டுமே பெண் யானையாக இருந்தது. உடல் வலுவிற்காகவும் வனப்பிற்காகவும் பதினைந்து வயதுக்குட்பட்ட யானைகளையே கங்காராம் தேர்ந்தெடுத்து வாங்கியிருந்ததால் பிடிக்குச் சினை தரும் முப்பது வயதுக்கு மேற்பட்ட – கண்களின் ஓரத்திலிருந்து மதநீரை ஒழுக்கும் – முதிர்ந்த களிறுக்காக அவர் லும்பினி கிராமத்தில் மேலும் சிலநாட்கள் தங்கவேண்டியிருந்தது. கடைசியில் சினையேற்றப்பட்ட பூரணியுடன் அவர் கல்கத்தா திரும்பினார். எதிர்பார்த்தபடியே பூரணி தன் வலது முன்னங் காலால் தோல்பந்து ஒன்றை உக்கிரத்துடன் உதைத்துச் சுவரிலடித்துச் சிதைத்ததற்குமேல் வேறெந்த வித்தையையும்

செய்ய மறுத்துவிட்டது. மிருகங்கள் வெறுமே உறங்கி விழித்து உண்டு செரிப்பது அவற்றின் இனத்தை முடமாக்கி விடுமென்று கங்காராம் பூரணியை விளம்பர வேலைகளுக்கு உபயோகப் படுத்திக்கொண்டார். இந்தியாவின் அனைத்துப் பெரிய நகரங்களின் பிரதான சாலைகளிலும் வித்தைக்குழுவின் வரவை அறிவித்தபடி பூரணி பன்னிரண்டு ஆண் யானைகள் பின்தொடர கம்பீரமாக வலம் வந்துகொண்டிருந்தது. கங்காராம் அதைத் தன் பெண் சுஜாதாவிற்கு நிகராகக் கவனித்துப் பராமரித்தார். பூரணியின் விலாப்புறம் வலப்பக்கமாகத் தொங்கிக்கொண்டிருந்ததால் பிறக்கப்போவது ஆண்யானை என்பதும் அவருக்குப் பரம சந்தோஷத்தைக் கொடுத்திருந்தது. பதினேழாவது மாதம் வித்தைக்குழு நாட்டின் தென்மேற்குப் பிரதேசங்களில் தன் முகாம்களை அமைத்துக்கொண்டிருந்தபோது திருவிதாங்கூரில் – அந்நகரை விட்டுப் புறப்படுவதற்கு இரண்டு நாட்கள் இருக்கையில் – பூரணி வெப்பம் மிகுந்த ஒரு கோடை நாளின் விடியற்பொழுதில் போத்தியை ஈன்றது. போத்தி ஒரு வெண்ணிற யானை என்பதை அறிந்த வித்தைக்குழு அடைந்த மகிழ்ச்சிக்கு அளவேயில்லை. போத்தி பிறந்த அன்று காட்சிகள் ரத்து செய்யப்பட்டு வித்தைக்குழுவிற்கு விடுமுறை அளிக்கப்பட்டது. செய்தியைக் கேள்விப்பட்ட திருவிதாங்கூர் சமஸ்தானாதிபதியின் சார்பாக பத்மநாபசுவாமி கோவிலில் போத்திக்கான விசேஷ பூஜைகள் நடத்தப்பட்டு முகாமுக்குப் பிரசாதக்கூடை அனுப்பி வைக்கப்பட்டது. திருவிதாங்கூர் ஜனங்கள் போத்தியைத் தங்கள் நகரத்தின் மகன் என்னும் பொருள்படும்படி பத்மநாபன் என்றே அழைத்து மகிழ்ந்தார்கள். போத்தியின் பெயரால் வந்து குவிந்திருந்த பரிசுப் பொருட்களை எடுத்துக்கொண்டு வித்தைக்குழு திருவிதாங்கூரில் தங்கள் தங்கலை முடித்துவிட்டு ஊர்வலமாகப் புறப்பட்டபோது தங்களுடைய தயாள குணத்தைப் பார்த்துத் தாங்களே பிரமித்துப்போய் நின்றிருந்த மலையாள தேசத்து மக்களைப் பிளந்துகொண்டு ஊர்ந்து சென்ற கூண்டுவண்டித் தொடரின் கடைசிவண்டி ஊர்வலத்தின் முதல்வண்டி கொல்லம் நகரைத் தொட்டபோதுதான் திருவனந்தபுரத்தைக் கடந்தது. கால்தண்டைகளும் முகபடாம்களும் காதுவளையங்களும் தந்தப்பூண்களும் மேனியில் வரைந்து அழகுபார்க்க உதவும் வண்ணப்பொடிகளும் கணமை வகைகளும் பதாகைகளும் வாலோடு சேர்ந்து பிரிபிரியாகத் தொங்கும் சவுரிகளும் குஞ்சலங் களும் கொற்றக்குடையொன்றும் அம்பாரிகள் இரண்டும் நான்கு வெள்ளி அங்குசங்களும் பாகனுக்குப் பட்டுப் பீதாம்பரம் மற்றும் அங்கவஸ்திரங்களும் ஓரிரு மாதங்கள்வரை கெட்டுப்போகாமல் தாங்கக்கூடிய உலர வைக்கப்பட்ட உணவுப்பொருட்களும்

போத்தி பிறந்த இடத்தின் சார்பாக வண்டிகளை நிரப்பி வழிந்தன. போத்தியின் தாயான பூரணியும் போத்தியை முன்னிறுத்திச் சிறப்பான கவனிப்பைப் பெற்றது. பூரணியிடமிருந்து இன்னொரு வெள்ளை யானையை விருத்திசெய்யக் கங்காராம் முயன்றார். ஆனால் போத்தி தன் வனப்புக்கும் கம்பீரத்திற்குமான அதிகபட்ச சக்தியைத் தன் தாயிடமிருந்து உறிஞ்சிக்கொண்டே பிறந்ததால் அதன் பிறப்புக்குப் பிறகு பூரணி முன்பிருந்ததைக் காட்டிலும் அதிகமான மந்தப்புத்திக்கு ஆளாகிப்போனது. அடிக்கடி வெறித்துப் பார்க்கவும் தனியே ஊளையிடவும் சாப்பாட்டைத் தள்ளிவிடவுமாகத் தளர்ந்து கிடந்தது. பூரணியைக் கையாலாகாத நிலையில் தொடர்ந்து பார்த்துக்கொண்டிருக்க மனமற்று கங்காராம் அதை வனத்தினுள் கொண்டுபோய்விட்டுவிட ஏற்பாடு செய்தார். ஆண்யானைகளின் இயல்புப்படி போத்திக்கு அன்னையின் ஞாபகம் வந்து தொந்தரவு படுத்தும் பிரச்னைகள் இல்லையாதலால் சில நாட்களிலேயே பூரணியைப் போத்தியோடு சர்க்கஸ் கம்பெனியும் மறந்துவிட்டது. அதேசமயம் போத்தியின் பிறப்பு இந்தியாவின் கவனத்தை மட்டுமல்லாது உலக வித்தைப் பிரியர்களின் கவனத்தையும் கல்கத்தா ஸ்டேட் சர்க்கஸ் கம்பெனியின்பால் திருப்பியது. உலகின் முதல் சர்க்கஸ்யானை யான ஜம்போ (பி.ட்டி.பார்மன் சர்க்கஸ் கம்பெனி நியூயார்க்)வின் புகழை மிக விரைவில் போத்தி ஒன்றுமில்லாமல் செய்துவிடப் போகிறது என்று ஸ்டேட்ஸ்மென் எழுதியது. இந்தியா வரும் அயல்நாட்டுச் சுற்றுலாப் பயணிகளுக்கோவெனில் போத்தி நடமாடும் இந்தியப் புராணிகமாக நின்றிருந்தது. பிறந்த ஐந்தாவது மாதத்திலிருந்து அது பார்வையாளர்களை மகிழ்விக்கும் பொருட்டாக அரங்கத்தினுள் உலா வர ஆரம்பித்தது. தோராய எண்ணிக்கைக்கும் உட்படாத ஜனத்திரளைத் தன்பால் ஈர்த்தது. இரும்புப்பந்தின்மேல் தலைகீழாகநிற்றல் முதுகில் எழுதப்பட்ட வாசகங்களோடு மிருகங்கள் படிக்கும் பாவனைப் பள்ளியின் உபாத்தியாயராக வீற்றிருத்தல் தரையில் கிடத்தப்பட்ட பயில்வான் நசுங்கிப்போய்விடாதபடி தன் எடை முழுவதும் காற்றில் பதிய மூச்சடக்கிக்கொண்டு அவனை மிதித்துக் கடந்துபோதல் மத்தளம் வாசித்தல் தாளவாத்தியக் கச்சேரிக்கு இசைய ஆடுதல் அழகிகளை இடுப்போடு அணைத்துத் தும்பிக்கையால் தூக்குதல் என்றிப்படி வழக்கமாக யானைகள் செய்யும் வித்தைகளைப் போத்தியும் திறம்படச் செய்ததுதான் என்றாலும் அதை நேரில் பார்ப்பதொன்றே பார்வையாளர் களை முழுத் திருப்தியடைச் செய்ய போதுமானதாக இருந்தது. கங்காராம் போத்தியை முன்னிறுத்திக் காட்சிகளுக்கான நுழைவுக்கட்டணத்தைக் கணிசமான அளவு உயர்த்தியபோது பார்வையாளர்களிடமிருந்து எந்த மொழியிலும் முணுமுணுப்பு ஏதும் எழவில்லை. போதிய

பணவசதி இல்லாதவர்கள் போத்தியை மட்டும் பார்த்துவிட்டு முழுக்காட்சியையும் கண்ட திருப்தியுடன் திரும்பிப்போகும் தவிப்பிலிருந்ததால் அரங்கிற்கு வெளியே போத்தியைக் காட்சிக்கு நிறுத்தி அந்தக் கூட்டத்திடமிருந்தும் கம்பெனிக்குக் கணிசமான வருமானம் வந்து சேர்ந்தது. இதோடுகூட போத்தி தனிப்பட்ட முறையில் சுயராஜ்யம் பேசுவோர்களிடையே கங்காராமுக்கு செல்வாக்கு ஏற்படவும் வழிசெய்து கொடுத்தது. 1897 பம்பாய்ச் சிறை வளாகத்தில் கைதிகளுக்கெனப் பிரத்யேகமாக ஏற்பாடு செய்யப்பட்டிருந்த காட்சியொன்றில் போத்தியைக் காணநேர்ந்த பாலகங்காதர திலகர் அதிகாரிகளின் அனுமதியுடன் இந்துப் புராணிகத்திலும் பௌத்தபுராணிகத்திலும் வெள்ளையானையின் முக்கியத்துவத்தைப்பற்றிக் கங்காராமிடம் பரஸ்பரம் பேசிக் கொள்ள கங்காராமின் அந்திமக் காலம்வரையிலும் நீடித்த நட்பு அன்று முளைவிட்டது. திலகர் நடத்திகொண்டிருந்த இயக்கங்களுக்கும் ஆர்ப்பாட்டங்களுக்கும் பிரத்யேக வித்தைக் காட்சிகளின்மூலம் பொருள் திரட்டிக்கொடுத்து உதவுவதற்குக் கங்காராமைத் திலகர் ஒத்துக்கொள்ள வைத்தார். கங்காராமுக்கு அப்போது கனன்றுகொண்டிருந்த சுயராஜ்ய அலையின் மத்தியில் ஆபத்து அதிகமற்ற ஓர் எல்லைக்குள் தன் பெயர் உச்சரிக்கப்படுவதில் ஒரு வீரச்செயலைச் செய்யும் பயங்கலந்த சந்தோஷம் இருக்கத்தான் செய்தது. இந்தச் சந்தோஷம் சில தினங்களுக்குப்பின் இன்னும் சிறிது விஸ்தாரப்பட்டுக் காட்சிகள் நடந்துகொண்டிருக்கும் அரங்கில் அரசுக்கெதிரான சொற்பொழிவுகளை இடையில் நிகழ்த்த அனுமதிப்பது பின்னணியில் பங்கிம் சந்திரரின் பாடல்களை இசைப்பது கண்கட்டு வித்தைக்காட்சிகளில் வெள்ளைக்காரர்போல வேடமிட்டவரை வாளால் இரண்டாகப் பிளப்பது துப்பாக்கியால் சுடுவது அவர் மாயப்பெட்டியில் பிணமாக பெட்டியினுள்ளிருந்து கருப்பர் ஒருவர் சுதேசி உடையுடன் வெளிவருவது விதேசி உடைகளை மாயமாய்த் தீப்பற்றி எரியச் செய்வது போன்ற துணிச்சலான சில – அரசின் கவனத்தையும் அச்சுறுத்தலையும் பெற்ற – அம்சங்களையும் நிரலில் சேர்த்துக்கொள்ள இசையுமளவிற்குக் கங்காராமை இளக்கி வைத்தது. திலகரின் பரிச்சயம் கங்காராமைப் பிரமாதமான தேசாபிமானியாக்கிவிடவில்லை. ஆனால் கர்சான் பிரபுவின் துரதிர்ஷ்டக்காற்றை சுயராஜ்யக்காரர்களுடன் சேர்ந்து தன்னுடைய அதிர்ஷ்டக காற்றாக மாற்றிக்கொள்ளுவதை வியாபார தர்மமாக லோகாயதம் அவருக்கு உபதேசித்தது. திலகரின் நட்புக்குக் காரணமான போத்தியை அவர் தலையில் தூக்கி வைத்துக்கொள்ளாத குறையாகக் கொண்டாடினார். அது ஒரு பத்து வருடகாலம் கல்கத்தா ஸ்டேட் சர்க்கஸ் கம்பெனிமேல் அதிஷ்ர்டத்தைத் தன் தும்பிக்கையால் வாரிக் கொட்டியது.

போத்தி ஒரு கனவென்றும் காண்பவர் இருக்கும்வரை அதற்குச் சாவில்லை என்றும் இந்தியா நம்பி வந்தது. போத்தியின் மூலமாகக் கல்கத்தா ஸ்டேட் சர்க்கஸ் கம்பெனியும் இவ்வுலகம் உள்ளளவும் நிலைத்து நிற்கும் வரத்தைக் கடவுளிடமிருந்து வாங்கி விட்டதென்றும் பரவலான நம்பிக்கை எங்கும் தழைத்திருந்தது. போத்திக்கென்றே தனிக் கூடாரமும் உடை வகைகளும் ஏற்பாடு செய்யப்பட்டிருந்தன. உணவுவகைகளும் அளவும்கூட பிரத்யேக கவனத்துடன் தயாரிக்கப்பட்டன. அதன் கண்கள் எப்போதும் சிவந்த நிறத்தைக் கொண்டிருக்கும்படி எலுமிச்சை இலைகள் மசியவைத்துக் கொடுக்கப்பட்டன. கழிவின் மணம் நுகர்பவர் சிலாகித்துக்கொள்ளும்படி பனித்துளி மறையாத நுனிப்புல் அதிகாலையில் புகட்டப்பட்டது. சோற்றில் மிளகும் கரும்பில் வேப்பங்கொழுந்தும் தேங்காயோடு வெற்றிலைச் சாறும் அதன் கம்பீரத்தைத் தூக்கத்திலும் அது இழந்துவிடாமல் காப்பாற்றிக் கொடுத்தன. மற்ற மிருகங்களுக்குப்போலல்லாது போத்தி நிற்பதற்கென்று மென்மையான சவுக்கம் பிளாச்சுகளாலும் பச்சைமணம் வீசும் மூங்கில் தப்பைகளாலும் உருவாக்கப்பட்ட – சுற்றிலும் வண்ணத் துணிகளாலும் காகிதங்களாலும் அலங்கரிக்கப்பட்ட – சிரிக்கும் மெழுகு பொம்மைகள் தொங்க விடப்பட்ட – மற்றும் மேற்புறம் திறந்த கூரையுடன் கூடிய – தனித்துவமிக்க கூண்டு ஒன்று தயாரிக்கப்பட்டது. இந்தக் கூண்டு பின்பு இந்தியர்களின் நம்பிக்கையைச் சிதைக்கும்வண்ணம் விசாகப்பட்டினம் தீவிபத்தின்போது போத்தியின் வாழ்வுக்கு எமனாகவும் வந்து சேர்ந்தது.

கடற்காற்று வலுத்துவீசும் காலமொன்றில் வித்தைக்குழு விசாகப்பட்டினம் நகரத்தில் முகாமிட்டிருந்தபோது தங்கும் கூடாரங்களில் ஒன்றின் விரிப்புத்துணி மீதோ அதனுள் நிரம்பி யிருந்த மரச்சாமான்கள் மீதோ எப்படியோ தெறித்த ஒற்றைப் பொறி கனிந்து நன்றாகப் பற்றிக்கொண்டுவிட்டது. பெரிய விபத்து என்று சொல்ல முடியாவிட்டாலும் குழுவின் மனிதர்கள் மட்டுமல்லாது விலங்குகளும் பறவைகளும்வேறு தீயைக்கண்டு வெருண்டு அலற தேவைக்கு அதிகமான கலவரம் அங்கே தோன்ற மெல்லிய தடுப்புகளாலான வேலிக்குள் அலங்காரமாக நிறுத்தி வைக்கப்பட்டிருந்த போத்தி வெருண்டு போய்த் தளைகளை அறுத்துக்கொண்டு வெளியே பாய்ந்துவிட்டது. மற்ற மிருகங்கள் மூடப்பட்ட இரும்புக் கூண்டுகளுக்குள் அடைக்கப்பட்டிருந்தனவாதலால் உள்ளேயே அங்குமிங்குமாக மிரண்டு அலைபாய்ந்துகொண்டிருந்தனவேயன்றி போத்தியைப் போல பாய வழியில்லை. போத்தி கட்டப்பட்டிருந்த திறந்தவெளிக்

கூண்டின் வாசலானது எரிந்துகொண்டிருந்த கூடாரத்திற்கு மிக அருகில் கிட்டத்தட்ட அதற்கடுத்தாற்போல இருந்தது. நேராக வாசலை நோக்கி ஓடிவந்த போத்தி அதைத் திறக்க வழியில்லாமல் மோதி சவுக்கம் பிளாச்சுகளை உடைத்துக்கொண்டு அந்த வேகத்தில் எரிந்துகொண்டிருந்த கூடாரத்திற்குள் பாய்ந்து விட்டது. அதேமூச்சில் தீயின் சூடு உறைக்கத் தொடங்கும்முன்பே மின்னல் பாய்ச்சலாக அதன் மையப்பகுதிவரை ஊடுருவியும் விட்டது. சுற்றிலும் ஒரேபோல் எரிந்துகொண்டிருந்த ஜுவாலை யின் கனத்த சுவரை முட்டிக்கொண்டு வெளியேபோகும் வழி எதுவென்று தெரியாமல் உள்ளுக்குள்ளேயே சுற்றிச்சுற்றி வந்து தரையில் நொறுங்கிக் கிடந்த எரிகட்டைகளின் சூடு வேறு பாதங்களைத் தைக்கக் கால்களைத் தரையில் ஊன்றவும் முடியாமல் அப்படியே நெருப்புக் குப்பையினுள் மலைபோல சாய்ந்துவிட்டது. விழுந்த வேகத்தில் அதன் முகம் தரையில் மோத அதிர்ச்சியில் இயற்கையாக முதிர்ந்து உதிரும் நிலையிலிருந்த இரண்டாம் பருவக் கடைவாய்ப் பற்கள் வேறு வாய்க்குள்ளேயே நொறுங்கிப்போய் போத்தியின் தொண்டைக்குள் சென்று சிக்கிக்கொண்டுவிட்டன. கண்மூடித் திறப்பதற்குள் இதெல்லாம் நடந்து முடிந்துவிட்டது. வாஸ்தவத்தில் போத்தி நெருப்பின்மேல் விழுந்ததுமே அதன் பெரிய உருவமும் கனமும் கீழே பாதிநெருப்பை அணைத்துவிட்டன. அதன் உடல் தரையில் மோதியபோது புயல்போல பிதுங்கிப் பீறிட்ட காற்றில் நெருப்புத் துகள்கள் மேலும் பரவலாக விசிறியடிக்கப்பட்டு அந்த இடத்தின் வெம்மை தணிந்துவிட்டிருந்தது. என்றாலும் பயத்தினால் போத்தி அளவுக் கதிகமாகக் கலவரப்பட்டுத் தன்னைத் துன்பத்திலாழ்த்திக் கொண்டுவிட்டது. அதன் உடைந்த பிளிறல் விசாகப்பட்டினம் நகரத்தையே கிடுகிடுக்கச் செய்தது. நகரின் பரந்த நிலவெளி முழுவதையும் அடிபட்ட பாம்பைப்போல நெளிந்து நீண்ட போத்தியின் துதிக்கை தன் திக்கை நோக்கிச் சுருட்டி இழுத்தது. தீயில் நனைந்த ஓலத்தின் வெம்மை தாளாமல் சூழல் பாகைப் போல இளகித் தெருக்களில் வடிந்து ஓடத் துவங்க சுருங்கிக் கொண்டிருந்த சுவர்களுக்குள் அகப்பட்டுக் கொள்ளும் அபாயத்திலிருந்து வெளியே குதித்த ஜனங்களையும் கொதிக்கும் காலக்குழம்பு போத்தியை நோக்கித் திரட்டியது. இதனால் வித்தைக்குழு முகாமிட்டிருந்த பிரதேசம் நெரிசலில் பிதுங்கித் தரையிலிருந்து பிய்த்துக்கொண்டு யேலெழும்பித் தத்தளிக்கும் நிலையேற்பட்டு தீயோடு போராடிக்கொண்டிருந்த வித்தைக் குழுவினரின் கவலையை இரட்டிப்பாக்கிவிட்டது. போத்தியிட மிருந்து மனித வர்க்கத்தைப் பிரித்து அந்நாள்வரையில் அதைத் தொட்டுணரவியலாத பேரதிசயமாக்கிக் காட்டிக்கொண்டிருந்த மைதானத்தின் வேலித் தடுப்புகள் போத்தி தரையில் நசுக்கப்பட்ட

கம்பளிப்பூச்சியைப்போல விழுந்து துடித்துக் கொண்டிருந்த காட்சியை அருகே கண்டு அவநம்பிக்கையில் ஜனங்கள் இதயம் வெடித்துச் சாகும்வண்ணம் கட்டுகள் தளர்ந்து நாற்புறமும் தெறித்தன. ஏளனத்தில் கூர்தீட்டப்பட்ட பார்வைகளும் பரிதாபத்தில் தோய்த்தெடுக்கப்பட்ட வார்த்தைகளும் தீயைவிடக் கூர்மையாகப் போத்தியின்மேல் கவிழ்ந்து அதைக் காய்ந்தன. அந்த மகத்தான உயிர் அவமானத்தில் உடல் மரத்துப்போய்க் கால்களை ஊன்றி எழுந்திருக்கவே முடியாதபடி தீக்குள் கிடந்தது. சிலமணிநேரப் போராட்டத்திற்குப் பிறகு ஒருவழியாக நெருப்பு அணைக்கப்பட்டபோது அதன் உடல் குளிரட்டுமென்று குழுவினர் தண்ணீரைப் பீப்பாய் பீப்பாயாகக் கொண்டுவந்து கொட்டிச் சூட்டைத் தணித்தார்கள். தானாக எழுந்திருக்கும் நிலையில் அது இல்லையென்று கால்களைப் பிணைத்துக் கட்டிவிட்டு உடலை நெம்பி அடியில் உருட்டுக் கட்டைகளை இட்டு வெளியே உருட்டி இழுப்பதென்றும் முழு ஒத்துழைப்பை நல்காத பட்சத்தில் அதன் நன்மைக்காகச் சவுக்கால் அதை அடித்து வசக்குவது என்றும் முடிவாயிற்று. அது அடிபட்ட உடலுக்கு நரக வேதனையைக் கொடுக்குமென்றாலும் வேறு வழியேதும் மீட்புப் பணியிலிருந்தவர்களுக்குப் புலப்படவில்லை. இழுபடும் வேதனை தாங்காமல் யானை துடிக்கும் காட்சியும் அடிபடும் அதன் துயரக்குரலும் பக்குவமடையாத மனங்களைப் பாதித்து விடுமென்று குழுவிலும் வேடிக்கை பார்க்கக் குழுமிவிட்ட கூட்டத்திலுமிருந்த சிறுபிள்ளைகளை உடனே தத்தம் இருப்பிடங்களை நோக்கித் திரும்பிச் செல்லுமாறு அவர்கள் பணித்தார்கள். அவர்களோடு ஒருவனாக நின்றுகொண்டிருந்த வஸந்த்ராம் என்னும் கங்காராமின் வளர்ப்பு மகனையும் உடனே அங்கிருந்து அகன்று சென்றுவிடுமாறு அவர்கள் பணிவுடன் வேண்டிக்கொண்டார்கள். ஆனால் வஸந்த்ராம் அங்கிருந்து அகன்று செல்ல மறுத்துவிட்டான். மட்டுமல்லாமல் விழுந்து கிடந்த யானையின் முதுகுப் பக்கமாக நின்றுகொண்டிருந்தவன் சுற்றி வந்து அதன் முகத்திற்கு நேராக வெகுஅருகில் அதன் நேர்பார்வையில் படுமாறு நின்றுகொண்டான். வேதனைமூச்சின் சீற்றம் நேரேவந்து தாக்கும்படி யானையின்முன் அப்படி நிற்பது நல்லதல்ல என்று மற்றவர்கள் எவ்வளவோ எடுத்துச் சொல்லியும் அவன் கேட்கவில்லை. வஸந்த்ராமைப் பலவந்தமாக இழுத்து அப்புறப்படுத்தவும் யாரும் தைரியத்துடன் முன்வரவில்லை. குழுவின் மூத்த உறுப்பினர்கள் வஸந்த்ராம் அவன் நின்று கொண்டிருக்கும் இடத்தின் பேராபத்தையும் அருவருப்பையும் புரிந்துகொள்ளும் அளவுக்குப் பக்குவப்படவில்லையென்று வேதனையுடன் வெளியே தெளிவாகக் கேட்கும்படி முணுமுணுத் தார்கள். அவர்கள் முணுமுணுத்ததைக் கேட்ட வஸந்த்ராம்

தன்னால் புரிந்துகொள்ள முடியாதது சவுக்கைக்காட்டி ஒரு மிருகத்தின் வலிமையையும் கம்பீரத்தையும் அழுத்திவிடத் தெரிந்த மனிதர்களுக்குப் பரிவைக்காட்டி அதன் வலியை மறக்கடிக்கத் தெரியாமல்போன பரிதாபத்தைத்தான் என்று யானையிடம் சொல்லுவதைப்போல அதன் கண்களைப் பார்த்துக்கொண்டே கோபத்துடன் சொன்னான். பிறகு அங்கிருந்து யாருடைய வற்புறுத்தலுமின்றி உடனே தன் இருப்பிடம் திரும்பிவிட்டான். போத்தியை அதன் இருப்பிடத் திற்குக் கொண்டுவர மேலும் சில மணிநேரங்கள் செலவாயின. வித்தைக் குழுவின் மிருகவைத்தியர் போத்திக்குச் சிகிச்சை அளித்தார். பல வருடங்களுக்குப்பின் இரண்டாவது தடவையாக அன்று பிற்பகல் நடக்கவிருந்த வித்தைக்காட்சிகள் ரத்து செய்யப் பட்டன. போத்தி தன் பழைய இடத்திற்குச் சென்று படுத்துக் கொண்ட பிறகு மீண்டும் எழுந்திருக்கவில்லை. அதன் உடலின் இடப்பக்கம் காதுகளின் முறப்பரப்பில் மறைந்தாற்போல இதயம் இருக்குமிடத்திற்கு நேர்மேலாகத் தோல்முழுவதும் எரிந்து வெந்துபோயிருந்தது. வெளுத்த அதன் உடலின் பின்னணியில் சிவந்த காயம் சாபத்தைப்போல கனிந்து புகைந்துகொண்டிருந்தது. காட்சிகளின் பின்புலப் படுதாக்களில் மருந்தைக் கொட்டிப் பரப்பி அதைப் போத்தியின்மேல் விரித்துப் போர்த்தினார்கள். குளிர்ந்த மலர்களையும் மலைத் தொடர்களையும் மாலை மற்றும் இரவுக் காலங்களையும் அதிகாலைப் பட்சிகளின் மென்மையான பாடல்களையும் சித்திரங்களாக சுஜாதா அவற்றில் வரைந்திருந்தாள். அவை போத்தியைச் சற்று ஆசுவாசப் படுத்தி வைத்தன. ஆனால் நேரம் ஆகஆக மரத்துப்போயிருந்த அதன் நரம்புகளில் மீண்டும் ரத்த ஓட்டம் தொடங்கும்போது உபாதையும் கூடவே அதிகரிக்கத் துவங்குமாதலால் வலிவெறியில் கட்டுகளை அவிழ்த்துக்கொண்டு வெளிக்கிளம்ப முயற்சிக்கலா மென்று படுத்த நிலையிலேயே அதன் கால்களைப் பல கனத்த சங்கிலிகளைக்கொண்டு பிணைத்து வைக்கும்படி கங்காராம் ஆணையிட்டார். சவுக்கம் பிளாச்சுகளையும் மிக நெருக்கமாகவும் இரண்டு வரிசை அடர்த்தியிலும் நட்டு வேலியைப் பலப்படுத்த ஏற்பாடு செய்தார். அன்று முழுவதும் வஸந்த்ராம் ஒருவனைத் தவிர வித்தைக்குழுவின் பிற உறுப்பினர்கள் அனைவரும் போத்தியின் அருகிலேயே தங்கள் பொழுதைக் கழித்துக் கொண்டிருந்தார்கள். சூரியன் சாயந்த பிறகே அவர்களுக்குத் தங்கள் பிரியத்திற்குரிய மிருகத்தைப் பிரிய மனம் வந்தது. வஸந்த்ராம் மட்டும் போத்தியை அந்த நிலையில் பார்க்கத் தனக்கு விருப்பமில்லை என்று கூறி அதைப் பார்க்க மறுத்து விட்டான். அப்போது மட்டுமல்ல பிறகு எப்போதுமே அடிபட்ட அந்த யானையைப் பார்க்க அவன் திரும்பி அதனருகே வரவே

யில்லை. விபத்திற்குப் பிறகு விசாகப்பட்டின முகாமை வித்தைக் குழுவினர் குறிப்பிட்ட காலத்திற்கு முன்பாகவே முடித்துக் கொண்டுவிட்டார்கள். விபத்து நடந்த இடம் அது கண்ணில் படும்போதெல்லாம் அவர்கள் நெஞ்சில் மற்ற உபயோகமான வேலைகளின்மீது அவர்களுக்கு மறதி உண்டாகும்படி செய்து துன்புறுத்தியது. எனவே முகாமைக் கலைத்துவிட்டு அடுத்த நகரத்திற்குச் செல்வதென்று ஏகமனதாக முடிவு செய்தார்கள். அடுத்த சிலதினங்களில் அவர்கள் அடுத்த நகரத்திற்குச் செல்லத் தயாராகியும்விட்டார்கள். விசாகப்பட்டினத்திலிருந்து அவர்கள் கிளம்பும்போது தங்களூரில் நடைபெற்ற துரதிஷ்டவசமான சம்பவத்திற்கும் நஷ்டத்திற்குமாக அந்த நகரத்து மக்கள் தங்கள் வருத்தத்தைத் தெரிவித்து அவர்களை வழியனுப்பி வைத்தார்கள். போத்திக்கென்று அது படுத்துக்கொள்ளும் அளவுக்கு விசாலமான பெரிய அகண்ட கூண்டு ஒன்று அதன் பிறந்தநாள் பரிசுகளைப் பெருமிதத்தோடு சுமந்துவந்த கூண்டுவண்டிகளில் இரண்டை அழித்து இணைத்துச் செய்யப்பட்டது. அந்த வண்டியை இழுத்துச் செல்ல ஆற்றல் மிக்க மோட்டார்வாகனம் ஒன்றும் வாங்கப்பட்டது. அதன் இரைச்சல் அடிபட்ட யானையின் பிளிறலை ஒன்று மில்லாததாக ஆக்கியது. பின் வித்தைக்குழுவின் வரவை விளம்பரப்படுத்தும் அறிவிப்பாகவும் அது ஆனது. லிண்டாவின் ஆலோசனையின்பேரில் போத்தியின் பிரபலத்தையும் அதன் உடல்நிலையையும் முன்னிறுத்தி வித்தைக்குழு தங்கள் பிரயாணத்திற்கெனத் தனிப்பட ஒரு புகைவண்டியை வாடகைக்கு அமர்த்திக்கொள்ள அனுமதிக்குமாறு கங்காராம் அரசாங்கத்திற்கு மனுச் செய்தார். பிங்க்ஹில் சர்க்கஸ் கம்பெனிக்கு அவ்விதமான சலுகை அளிக்கப்பட்டிருந்ததையும் அவர் தன் மனுவில் குறிப்பிட்டிருந்தார். ஆனால் அரசிடமிருந்து சாதகமான பதில் கிடைக்கவில்லை. புகைவண்டித் தடங்கள் பயங்கரவாதிகளின் வெடிகுண்டு இலக்குகளாகிக்கொண்டிருப்பதைக் காரணம் காட்டி பிரிட்டிஷ் அரசு அவருக்கு அனுமதி மறுத்துவிட்டது. ஏமாற்றம் லிண்டாவுக்குத்தானேயன்றி கங்காராம் இந்தப் பதிலால் பெரிதாகப் பாதிக்கப்பட்டுவிடவில்லை. இது அவர் எதிர்பார்த்ததுதான். பயங்கரவாதிகள் என்று குறிப்பிடப் பட்டிருப்பவர்கள் உண்மையில் சுயராஜ்யம் பேசுபவர்களே என்பதை அவர் அறிந்திருந்தார். ஆக குழு வழக்கம்போல சாலைகளின் வழியாகவே தங்கள் பயணத்தை அமைத்துக் கொண்டது. வழியெங்கிலும் மூடப்பட்டிருந்த யானைக்கூண்டைப் பார்த்து மருங்குகளில் நின்றிருந்தவர்களும் வித்தைக் குழுவின ருடன் சேர்ந்து கண்ணீர்விட்டார்கள். அதனுள்ளிருந்து பிதுங்கிக் கசிந்த போத்தியின் வேதனைக்குரல் ஊர்வலத்தின் தலைப் பகுதியில் சென்றுகொண்டிருந்த வஸந்த்ராமினுடைய செவிகளை

எட்டியபோது அவன் சொன்னான். வலியால் அல்ல. தன்னால் தாளமுடியாதபடி தன் தலைமீது கவிழ்க்கப்படும் பரிவின்சுமை கனப்பதால் அந்த மிருகம் துடிக்கிறது. அதன் குரலில் சாவின் விருப்பம் தெரிகிறது. ஆனால் கங்காராம் உள்பட யாருமே அப்போது வஸந்த்ராம் சொன்னதன் உள்ளர்த்தத்தைக் கவனத்தில் எடுத்துக்கொள்ளும் மனநிலையில் இல்லை. பிறகு வித்தைக்குழு அது முகாமிட்ட புதிய நகரங்களில் சோதனைகளுக்கு அனுபவப்படத் துவங்கியது. போத்தியப்பற்றிய நினைவு மொத்த உறுப்பினர்களின் மனதையும் அரித்து அனைவரையும் பலவீனப் படுத்தியது. காட்சிகள் அனைத்திலும் சாவின் நிழல் படிந்தது. அது காட்சிகளின் வசீகரத்தைக் குறைத்துப் பார்வையாளர்களிடம் சலிப்பை ஏற்படுத்தியது. காட்சிகளின் பிரேதத்தன்மை அத்தோடு விடாமல் அவற்றை அருவருப்பும் திகிலும் ஊட்டும் துர்கனவு களாகவும் மாற்றிவிட்டது. விஜயவாடாவில் நடந்துகொண்டிருந்த ஒரு பிற்பகல் காட்சியில் மாயாஜால நிபுணர் தன் திறமையால் ஒரு பெண்ணைப் பெரிய பெட்டிக்குள்ளிருந்து மாயமாய் மறையச் செய்து காட்டியபோது வழக்கமாக மிகப்பெரிய கைத்தட்டலைப் பெறும் அந்தக்காட்சி பலத்த எதிர்ப்பை அன்று வாங்கிக் கட்டிக்கொண்டது. பார்வையாளர்கள் வித்தைக் கூடாரமே பெரிய பெட்டிபோலவும் தாங்கள் அந்தப் பெண் போலவும் கற்பனை செய்துகொண்டு கலவரப்பட்டு வெளியேறத் துவங்கிவிட்டார்கள். இன்னொரு முகாமில் இன்னொரு கயிற்றூஞ்சல் காட்சியில் தேர்ந்த கயிற்றாட்டக்காரியான சுஜாதா தன் அரங்க வாழ்க்கையில் முதல் தடவையாகக் குறி பிசகி பிடிப்பை விட்டுவிட்டதால் அறுபதடி உயரத்திலிருந்து கீழே கட்டப்பட்டிருந்த பாதுகாப்பு வலைக்குள் விழுந்து பார்வை யாளர்களின் ஏளனச் சிரிப்பிற்குள்ளாகித் தன் மண்டை உடைந்து சிதறித் தான் சாகாமல் போனதற்காக மிகவும் வருத்தப்பட்டுக் கொண்டே வெளியேறினாள். காட்சிகளின்போது அரங்கம் நீருக்குள் மூழ்கியதைப் போல மௌனம் சாதித்தது. அந்த மௌனத்தினூடே வெளியே கிடத்தப்பட்டிருந்த போத்தியின் முனகல் பார்வையாளர்களின் இதயங்களைக் கசக்கிப் பிழியும் துயரகீதமாக ஊடுருவிப் பிரவகித்தது. காட்சிகளுக்கு வந்துபோன அனைவரும் சாவுவீட்டுக்குச் சென்றுவந்த உணர்வையும் தளர்ச்சியையும் அடைந்ததாக மற்றவர்களிடம் சொல்லி விளம்பரப் படுத்தினார்கள். வித்தைக் கூடாரத்திற்குள் நுழைந்து விட்டுத் திரும்பிய யாருக்கும் வெகு சீக்கிரமே மூப்பு வந்து விடுகிறதென்று ஒரு வழக்குச்சொல் எங்கும் வெகுவேகமாகப் பரவியது. வித்தைக் காட்சிகளுக்கு அளிக்கப்படும் சன்மானம் அதன் திறமைக்காக அல்லாமல் பரிதாபத்திற்காகப் போடப்படும் பிச்சையாக நகரமெங்கும் பேசப்பட்டது. தொடர்ந்து எவ்வளவு

காசுகள் ஒரு நகரத்தவரால் பிச்சைபோட முடியும். நாட்கள் செல்லச்செல்ல வித்தைக்குழுவின் துயரம் அது முகாமிடும் இடங்களிலெல்லாம் பரவி அங்கே வந்துபோனவர்கள் வராமலே அதைப்பற்றிக் கேட்டுத் தெரிந்துகொண்டவர்கள் அதைக் கதையாகக் கேட்ட அவர்களின் குழந்தைகள் என்று மொத்த நகரத்தையும் ஒரு கொள்ளை நோயைப்போல பற்றிப் பீடித்தது. நாடெங்கிலும் காரணம் புரியாத படபடப்பும் ஏதேனும் ஒரு காரணத்தை முன்வைத்துப் பயத்தின் வடிகாலாக வெடிக்கும் கலவரங்களும் அதிகப்பட்ட காலகட்டமாக அது மாறியது. வித்தைக்குழுவின் வருகையையே மரணத்தின் வருகையாக நினைத்து மக்கள் பயப்பட ஆரம்பித்தார்கள். இது ஒருபுறமிருக்க காட்சிகளில் இழையோடிய துயரம் வித்தைக்குழுவின் வருமானத்தைக் கடுமையாகப் பாதித்தபோது அடிப்பட்ட மிருகத்தைப் பராமரிக்கும் செலவு வேறு பூதாகரமாக வெளிப்பட துவங்கியது. போத்தி நான்கு தடவைகள் வலியின் உக்கிரம் தாளாது கனத்த சங்கிலிகளையும் வேலித்தடுப்பையும் உடைத் தெறிந்துவிட்டது. உட்கொள்ளும் உணவு முழுவதையும் அதன் வலியே செரித்துக்கொண்டுவிட்டதால் பின்னும் எப்போதும் அது உணவு வேண்டிக் கதறியபடி துதிக்கையை நீட்டிக் காற்றைத் துழாவியபடியே இருந்தது. அந்தக்காட்சி வித்தைக்குழுவின் உறுப்பினர்களின் மனத்தைக் கசக்கிப் பிழியத்தான் செய்தது என்றாலும் அவர்களால் அதன் பசியைப் திருப்திப்படுத்த முடியவில்லை. அதன்மீது போர்த்தப்பட்டிருந்த மருந்தில் தோய்த்த போர்வை சிலமணி நேரங்களிலேயே தன் ஆற்றலை யெல்லாம் இழந்து காய்ந்து கட்டை போலாகிக்கொண்டிருந்தது. புண்களின் துர்நாற்றம் சுற்றிப் பரவிய போதோ யானைக் கூண்டுக்குப் பக்கத்திலிருந்த பிற வாயில்லா ஜீவன்களும் யானையின் வலியைக் காயமெதுவும் இல்லாமலேயே அனுபவிக்க ஆரம்பித்தன. கடும் வலிமையுடைய விலங்குகள்கூட அந்த வலியின் உக்கிரத்திற்குள் மாட்டிக்கொண்டு விடுபட முடியாமல் தவித்தன. இந்த விஷயமே வஸந்த்ராம் மூலமாகத்தான் தெரிய வந்தது. யானையின் இருப்பிடத்திற்கு அருகிலிருந்த மலைக்கரடி ஒன்று திடீரென்று இவ்வித நோய்க்கு ஆளாகிவிட்டது. மிக அபூர்வமான விலங்கு என்று பேணி வளர்க்கப்பட்ட அது உணவு எதையும் தொட மறுத்து இரும்புத்தரையில் புரண்டு துடித்தது. எகிறிக் குதித்துக் கூண்டின் சுவர்களில் தன்னை மோதிக்கொண்டது. அன்று கரடி பங்குபெறும் காட்சிகள் ரத்து செய்யப்பட்டு அதற்குப் பதிலாக வித்தைக்குழுவின் கோமாளியே கரடிபோல் வேடமிட்டுக்கொண்டு வந்து வேடிக்கைகள் செய்து காட்டி வாடிக்கையாளர்களைச் சிரமப்பட்டு சமாதானப்படுத்த வேண்டியதாகிவிட்டது. மிருக வைத்தியர் எவ்வளவோ பரீட்சை

செய்தும் கரடியின் துன்பத்திற்கான காரணத்தைக் கண்டு பிடிக்கவே முடியவில்லை. கரடியோ நாள்முழுவதும் உணவு எதையும் உட்கொள்ளாததால் நாளின் முடிவில் சாகும் நிலைக்கு வந்துவிட்டது. அது யார் குரலுக்கும் செவிசாய்க்காமல் நாள் முழுவதும் கூண்டுச் சுவரில் முட்டிக்கொண்ட அசதியுடன் மூலையில் தன்னைச் சுருட்டிக்கொண்டு படுத்துக்கிடந்தது. விஷயம் வஸந்த்ராமின் காதுகளுக்குச் சென்றபோது அவன் சொன்னான் யானைக்குப் போர்த்தப்பட்டதைப்போல ஒரு போர்வையை யானையின் வலி நிவாரணத்திற்காக தெளிக்கப் பட்ட அதே மருந்தைத் தெளித்து அதைக் கரடி மேல் போர்த்துங்கள். காயங்கள் ஏதுமற்ற கரடியின் உடலின்மேல் காயத்திற்கான மருந்திடப்பட்ட போர்வையைத் போர்த்திய பிறகு கரடி சிலமணிநேரங்களில் தன் பழைய ஸ்திதிக்கு வந்து சேர்ந்தது. இந்தச் சம்பவத்திற்குப் பிறகுதான் கங்காரம் அவர்கள் விசாகப்பட்டினத்திலிருந்து கிளம்பியபோது வஸந்த்ராம் சொன்ன வார்த்தைகளைப்பற்றித் தீவிரமாகச் சிந்திக்க ஆரம்பித்தார். அடிபட்ட யானை தன்வலியையும் துயரத்தையும் பிற மிருகங்கள் மீது சிதறடிக்கிறது என்பதை அவர் உணர்ந்துகொண்டார். ஒரு தனிஉயிரின் உடற்காயமும் வலியும் அதை மிகவும் நேசிக்கும் சக உயிர்களில் மனரீதியான பாதிப்பை ஏற்படுத்துவது சகஜமாக நடக்கிற விஷயம்தான். ஆனால் உடல்ரீதியிலான விளைவுகளையும் அது ஏற்படுத்தும் என்பது சாத்தியம்தானா என்று அவர் வஸந்த்ராமைக் கேட்டபோது அவன் சிரித்து தனிஉயிரின் காயமும் ஓலமும் ஓர் உயிர்கூட்டத்தைப் பாதிப்பது மட்டுமல்ல சிலபோது ஓர் உயிர்கூட்டத்தின் பிரத்யேகச் சொற்களும் கூட்டுமணமும் ஒரு தனிஉயிரைப் பாதிப்பதும் நடக்கத்தான் செய்யும் என்று கூறி துர்கந்தம் மற்றும் வசவொலிகளின் மகனான ஸ்ரீவத்ஸன் என்பவனைப் பற்றின கதையைச் சொல்ல ஆரம்பித்தான்.

மைசூரிலிருந்து அரவிந்த் துவக்கிய ராஜகோபாலின் கதை நாற்பது நாட்களுக்குப் பின் வஸந்த்ராம் ஸ்ரீவத்ஸன் கதையைக் கங்காராமுக்குச் சொல்லத் துவங்கிய இடத்தைத் தொட்டபோது வித்தைக்குழு ஜெய்ப்பூரில் முகாமிட்டிருந்தது. ஸ்ரீவத்ஸன் சாவை நோக்கி முன்னேற முன்னேற குறிப்பிடத்தக்க மாற்றங்கள் சுஜாதாவிடம் தென்படத் துவங்கின. கதையின் ஒவ்வொரு கட்டமும் நோய்க்கூறுகளிலிருந்து ஒன்றை அவளிடமிருந்து பிய்த்து அப்புறப்படுத்தியது. அறைமூலைகளை வெறித்துப் பார்த்துக்கொண்டிருப்பதையும் காலி நாற்காலிகளை நோக்கித் தந்தையின் கைத்துப்பாக்கியை உயர்த்தும் பழக்கத்தையும் அவள்

கைவிட்டுவிட்டாள். மகள் குணமடைந்து வருவது குறித்து லிண்டாவின் சந்தோஷத்தைச் சொல்லவேண்டியதில்லை. அதேசமயத்தில் வைத்திய சாஸ்திர விதிகளின் பிரகாரம் மருந்தாகப் பிரயோகிக்கப்பட்ட ராஜகோபாலின் கதை உண்டாக்கிய பக்கவிளைவுகள் அவள் மனதில் புதிய கவலைகளையும் உண்டாக்கின. கைதிகளுக்கும் காவல்துறையினருக்கும் இடையிலிருந்த உறவை ராஜகோபால் அவதானித்துக்கொண்டிருந்ததை மிக இரங்கத்தக்க முறையில் அரவிந்த் தன் கதையில் விவரித்துக்கொண்டிருந்த நாள்களில் அடிக்கடி இடம் மற்றும் சூழல் பற்றிய பிரக்ஞையற்றவளாய் ஆழ்ந்த யோசனைகளில் தன்னை அமிழ்த்திக்கொள்ளும் பழக்கம் சுஜாதாவைக் தொற்றிக்கொண்டுவிட்டது. அவள் ராஜகோபாலைப்பற்றின கற்பனைகளைத் தன் மனதில் வளர்த்துக்கொள்ளத் துவங்கியிருந்தாள். அமிர்தசரஸில் ஒரு காட்சியின்போது முப்பதடி உயரத்தில் மயிரிழைப் பருமனேயான கம்பியின்மேல் கையில் சமநிலைக்கான கழியைக்கூட எடுத்துக் கொள்ளாமல் நடந்தபடி பார்வையாளர்களை இருக்கைகளின் விளிம்பில் இருத்திக்கொண்டிருந்தவள் திடீரென்று பாதி வழியில் நின்றுவிட்டாள். அவள் கண்களும் அவற்றின் நேர்பார்வையிலிருந்த கூடார விதானத்தின் சிறுதுளை வழியாகக் கசிந்து கொண்டிருந்த சூரியஒளியைப் பார்த்தவண்ணம் நிலைகுத்தி நின்றுவிட்டன. கம்பியின் துவக்க முனையில் நின்றுகொண்டிருந்த லிண்டா மகளைத் திரும்ப வரச்சொல்லி எவ்வளவோ கெஞ்சியும் சுஜாதாவின் காதுகளில் அவள்குரல் விழவேயில்லை. முடியும் முனையில் அவளை வாங்கத் தயாராக நின்றுகொண்டிருந்த தோழர்களை நோக்கி அவள் முன்னேறிப் போகவுமில்லை. அரங்கத்தில் பதற்றம் ஏற்படும் முகாந்திரங்களை உணர்ந்த அரவிந்த் சுஜாதா நிலைகொண்டிருந்த இடத்தின்கீழே தயாராக வலையுடன் ஆறு கோமாளிகளை நிற்கச் செய்துவிட்டு முற்பகுதியில் பிற வித்தைக்காட்சிகள் தடங்கலின்றித் தொடர்ந்து நடைபெறும்வண்ணம் ஏற்பாடுகளைச் செய்தார். அன்று பார்வையாளர்களை மகிழ்விக்க வித்தைக்குழுவினர் வழக்கத்தைவிட அதிகமாகப் பிரயத்தனப்படவேண்டியிருந்தது. ஆனாலும்கூட அரங்கம் முழுவதும் அந்தரத்தில் அசையாமல் சிலைபோல நின்றுவிட்ட பெண்ணின்மீது வைத்த கண்களை அவர்களால் தங்கள் பக்கம் திரும்பச்செய்ய முடியவில்லை. இரண்டு மணிநேரம் அந்த நிலையிலேயே நின்றுகொண்டிருந்த சுஜாதா காட்சி முடிந்ததற்கான மணியோசை காதில் விழுந்த போதுதான் திடுக்கிட்டுத் தன்னுணர்வையடைந்தாள். கீழே தயாராக விரிக்கப்பட்டிருந்த வலையைப் புறக்கணித்துவிட்டுத் தன் வழியிலேயே நடந்து மிகுதித்தொலைவையும் வித்யாதர்மப்

பிரகாரம் பூர்த்திசெய்த பிறகே கீழிறங்கி வந்தவள் லிண்டா கேட்ட கேள்விக்கு ஒன்றுமில்லை என்று பதில்சொன்னாள். தெரியவில்லை என்கிற பதில் மனப்பிறழ்வையும் ஒன்றுமில்லை என்கிற பதில் மனச்சஞ்சலத்தையும் காட்டவல்லவை என்பது லிண்டாவிற்குத் தெரியுமாதலால் தாய் என்கிற முறையில் சுஜாதாவின் பதில் அவளுக்கு ஆறுதலையும் பெண் என்கிற முறையில் அதேபதில் திகிலையும் தந்தது. ஒரு காலத்தில் கங்காராமின் காதலியாயிருந்த லிண்டா சுஜாதாவிடம் யௌவனத்தின் புராதன நோய்க்கூறுகள் தென்படத் துவங்கியிருப்பதை உணர்ந்துகொண்டாள். அன்றி லிருந்து சுஜாதாவிடம் பேசிப்பழகும் ஆண்களை – குறிப்பாக இளைஞர்களை – ரகசியமாகக் கண்காணிக்கும் வேலையையும் கூடுதலாக அவள் தன்தலையில் சுமந்துகொண்டு திரியத் துவங்கினாள். அமிர்தசரஸ் நிகழ்ச்சிக்குப் பிறகு சிலநாட்கள் சுஜாதா லிண்டா தடை செய்ததன்பேரில் ஊஞ்சலாடப் போக வில்லை. ஆனால் ரசிகர்களின் வற்புறுத்தல் சுஜாதா ஒரு தனிநபரல்லள் என்பதையும் தவிர்க்கவியலாதபடி கம்பெனியின் வாழ்வோடு சுஜாதாவின் வாழ்வும் பின்னிக்கிடக்கிறது என்பதை யும் அவளுக்கு நினைவூட்டி வேண்டாவெறுப்பாக அவளை மீண்டும் காட்சிகளுக்கு அனுமதிக்கும்படி செய்தன. அமிர்தசரஸ் காட்சியை எந்த நேரத்திலும் மீண்டும் பிற நகரங்களிலும் எதிர்பார்த்து ஒரு வலையையும் ஆறு கோமாளிகளையும் சுஜாதாவின் வழியின் கீழே எப்போதும் நகர்ந்து செல்லும்படி அவள் ஏற்பாடுசெய்து வைத்திருந்தாள். அவற்றோடு கூடவே ராஜகோபாலின் கதையும் சுஜாதாவின் பிரக்ஞையினடியில் சதா நகர்ந்துகொண்டிருந்தது.

தென்னிந்தியாவின் சிறந்த நகரங்களில் ஒன்றான பெங்களூருக்குத் தெற்கே சில கல் தொலைவு பயணம் செய்தால் ஒசூர் என்னும் பெரிய கிராமம் ஒன்றை அடையலாம். ஒசூருக்கு உட்பட்ட பல பள்ளிகளில் (சிறு கிராமங்கள்) ஒன்று சூளகிரி. சூளகிரியையும் ஒசூரையும் பெண்ணையாறு எல்லையாக நின்று பிரிக்கிறது. தன்னைக் கடந்து செல்ல விரும்புவது மூன்று வயதுச் சிறுவனானாலுங்கூட அவன் கையைப்பிடித்துக் கூட்டிப்போய் அக்கரை சேர்த்துவிடும் அகம்பாவமற்ற பெருந்தன்மையும் துல்லியமும் பரிவும்கொண்ட பெண்ணையாற்றங்கரையில் சூளகிரியோடு ஒட்டியும் ஒட்டாமலுமாக தனித்துநிற்கும் நாற்பத்தெட்டு வீடுகள். இந்த நாற்பத்தெட்டு வீடுகளில் நாட்டோடு வேய்ந்த பன்னிரண்டு காரைச்சுவர் வீடுகள் பன்னிரண்டு மலட்டு பிராமணத் தம்பதியினருக்குச் சொந்தமானவை. அவர்கள் அனைவரும் பூர்வாசிரமத்தில் ஒரே தாய்தந்தையரின் வயிற்றில்

பிறந்து கிளைத்த பெரிய வம்சத்தின் கடைசி வழியென்று தங்களை நம்பினார்கள். சுமார் நூறு நூற்றைம்பது வருடங்களுக்கு முன்பு அவர்களுடைய மூதாதையர்களில் ஒரு தம்பதியர் என்ன காரணத்தாலோ தெய்வ குற்றத்துக்கு ஆளாகிவிட்டதாக அவர்களுடைய குலகுருவால் சபிக்கப்பட்டிருந்தனர். அந்தத் தம்பதியரோடு அவர்கள் குலம் நாசமாகி அழிந்துபோகுமென்று அவர் அவர்களை நிந்தித்தார். கல்லும் கரைந்துருகும்படி அவரை மன்றாடிக் கேட்டுக்கொண்டபிறகு அவர்கள் குலம் பூண்டற்றுப் போவது அவர்கள் கண்முன் நடக்காது எனவும் அவர்களுடைய நான்காவது சந்ததிவரை அது தழைத்து வளருமென்றும் அவர்களுடைய பிண்டப்பங்கு எள்ளுப் பேரர்கள் மூலமாக அவர்களையடுத்த வாரிசுகளுக்குக் கடத்தப்படும்போது அதாவது பிரஸ்தாபத் தம்பதியினரின் பெயர் தனிப்பட உச்சரிக்கப்படும் தகுதியை இழந்து தேவர்களின் கூட்டத்தோடு கூட்டமாக சேர்க்கப்படும்போது அப்படி அவர்களைச் சேர்க்கும் சந்ததிகள் தங்களுக்கு பிண்டமிட வாரிசுகளற்று அழிவார்களென்று அவர் தன் சாபத்தைத் தளர்த்திக் கொடுத்தார். அந்த மூதாதையரின் வழிவந்த கடைசிப் பரம்பரையென்று தங்களை நம்பிக்கொண்டிருந்த இந்தக் கதைநடக்கும் காலத்தவர்கள் தங்கள் விதியையும் முடிவையும் முற்றும் உணர்ந்தவர்களாய் வேதநெறிகளிலும் பிராமண ஒழுக்கத்திலும் தவறி மேலும் தெய்வகுற்றத்துக்கு ஆளாகிப் புண்ணியத்தையும் இழந்துவிட விரும்பாமல் இயன்றவரை பற்றற்ற தன்மையுடனும் கவனத்துடனும் தங்கள் அன்றாடங்களை ஓட்டிவந்தார்கள். இந்தப் பன்னிரண்டு மலட்டு பிராமணத் தம்பதிகளின் வீடுகளும் ஆறுக்கு ஆறு என்கிற வரிசையில் ஒன்றுக்கொன்று முகம் பார்த்தபடி சிறிய அக்ரஹாரமாக நதியின் கரையில் அதன் போக்குக்குச் செங்குத்தாக அமைந்திருந்தன. அதாவது நதியின் போக்கு மேற்கிலிருந்து கிழக்காக ஓடிக்கொண்டிருந்த சமயத்தில் அந்தச் சிறிய அக்ரஹாரத்தின் ஒற்றைத்தெரு வடக்கு தெற்காக – அதன் வீடுகள் நதியின் போக்குக்கே முகமும் முதுகும் கொடுத்தபடி – கிழக்கு மேற்காக – அமைந்திருந்தன. நதியை ஒட்டினாற்போல அமைந்திருந்த அக்ரஹாரத்தின் முதல் இரண்டு வீடுகளின் பக்கவாட்டுச் சுவர்களின் நீளத்தையும் தெருவின் அகலத்தையும் சேர்த்து சுமார் நூறு நூற்றிருபதடி நீளத்துக்கு நதி அவர்களின் குடியிருப்பைக் கடந்து சென்றுகொண்டிருந்தது. அந்த எல்லைக்கு அந்தப்புறமோ இந்தப்புறமோ தங்களுடைய நித்யானுஷ்டானங்களைச் செய்ய அவர்கள் முனைவதில்லை. அதில் அவர்கள் மிகக் கவனமாயிருந்தார்கள். படித்துறையில் நெரிசலைத் தவிர்க்கும் முகமாக ஒரு நேரத்திற்கு மூன்று குடும்பங்களென்ற கணக்கில் சொல்லப்படாத ஒரு துல்லிய

மான வரிசையையும் ஏற்படுத்திக்கொண்டு அவர்கள் நதியில் தங்கள் நித்யகர்மாக்களை முடித்துக்கொண்டார்கள். அவர்களிடையே சச்சரவுகளோ குழப்பங்களோ ஒருபோதும் ஏற்படாதவாறு பார்த்துக்கொண்டார்கள். தினசரியின் சீரான துடிப்பற்ற ஓட்டத்தில் சிறு சுழிப்பு ஏற்பட்டாலும் அதில் இறங்கிப்பார்க்கும் தகுதியும் பாக்கியமும் தேவையும் தங்களுக்கு இல்லையென்கிற விரக்தி உணர்வோடு மௌனமாக அதிலிருந்து விலகிக்கொண்டார்கள். மரணத்தின் அமைதியும் பக்குவமும் அவர்கள் வாழ்வெங்கும் போர்த்தப்பட்டிருந்தது. நீரோட்டம் அக்ரஹாரத்தின் கிழக்குப்பக்க வீட்டைக் கடந்தவுடன் சற்று தள்ளி அதன் கரையில் ஊரின் மற்ற முப்பத்தாறு வீடுகளும் வரிசையாக அமைந்திருந்தன. அவற்றில் பறைச்சனங்கள் வசித்துவந்தார்கள். அக்ரஹாரத்தின் கிழக்குப்பக்க வரிசையின் பின்புறமாகக் களிமண் சுவர்களையுடைய அவர்களின் தென்னங்கூரைக் குடிசைகள் ஆற்றின் போக்கிலேயே நெடுக இருக்குமாறு அமைக்கப்பட்டிருந்தன. வாசல்கள் அக்ரஹாரத்து வீடுகளைப்போல ஒன்றுக்கொன்று முகம் பார்த்தவையாக அமையாமல் அனைத்துமே ஆற்றுக்கு முகம் காட்டுபவையாக வடக்குப்புறம் பார்த்து அமைக்கப்பட்டிருந்தன. அந்த முப்பத்தாறு வீடுகளிலும் பெண்களும் குழந்தைகளும் கிழவர்களும் நிரம்பி வழிந்தார்கள். எப்போதும் வசவுகளும் பிராணிகளின் மரண ஓலங்களும் அங்கே வீசும் காற்றில்கலந்து சுழன்றபடியே இருந்தன. அவர்கள் ஒசூர் டெங்கனிக்கோட்டை மற்றும் கெலமங்கலம் கிராமங்களைச் சேர்ந்த நிலக்கிழார்கள் பலருடைய வயல்களில் வாரவேலை செய்து பிழைத்து வந்தார்கள். அக்ரஹாரத்திலிருந்த பிராமணர்களுக்கும் பிரத்யேகமாக மேற்குப்பக்க வரிசைக்குப் பின்புறம் கொஞ்சம் நில புலன்கள் இருந்தன. அவற்றில் கொத்தூரிலிருந்து வரவழைக்கப்பட்ட ஆட்கள் குத்தகைக்கு வேலை செய்துவந்தார்கள். அக்ரஹாரத்தின் கிழக்குப்பக்க வீடுகளிலிருந்த பெண்கள் பின்புறச் சன்னல் வழியாகப் பறைக்கூத்துகளை வேடிக்கை பார்ப்பதும் சேரி வரிசையின் பின்புறம் இயல்பாகவே உண்டான இடுகாட்டின் புதைமேடுகளில் அமர்ந்தபடி பறைப்பெண்கள் இருளடர்ந்த அக்ரஹாரத்தின் சன்னல்களை ஊடுருவிப் பார்க்க முயற்சிப்பதும் பயம்கலந்த உற்சாகத்தோடு அவ்வப்போது நடப்பதுண்டு. அக்ரஹாரத்திற்கும் பறைச்சேரிக்கும் இடையே இருந்த தொடர்பு இப்படிப் பார்வைவழி மட்டுமே இருந்ததென்று சொல்லிவிட முடியாது. பிராமணப் பெண்கள் கூடிப்பேசும் இயல்பினராக இல்லாதிருந்தபடியால் புழக்கடை வழியாகச் சேரியில் காணும் விநோதங்களை வெளியே பகிர்ந்துகொள்ள முடியாமல் தங்களுக்குள் அழுத்திக் கட்டிக்கொண்டு பொதிசுமக்கும்

கழுதைகளைப்போல அவதிப்பட்டார்கள். ஒவ்வொரு பெண்ணும் சன்னலின் வழியே சேரியைப் பார்ப்பது தான் மட்டுமேதானென்று நினைத்துக்கொண்டிருந்தாள். எனினும் நதியின்நீர் மேலிருந்து கீழாக அக்ரஹாரத்தைக் கடந்து வரும்போது சந்தன வாசனையும் புஷ்பங்களின் வாசனையும் கண்ணீரின் வெம்மையும் பெற்று வருகிறதென்று யாதொரு குற்ற உணர்வுமில்லாமல் பறைச்சனங்கள் தங்களுக்குள் பேசிப் பகிர்ந்துகொண்டார்கள். பகிர்ந்துகொள்ளப்படாவிட்டாலும் இரண்டு குடியிருப்புகளின் ஆத்மாவும் ஒருபுறத்தின் பெண்களாலும் மறுபுறத்தின் மொத்த சனங்களாலும் உணரப்படும் ஸ்தூலப் பொருளாகவே நிலவிவந்தது. சில பகிரங்கத் தொடர்புகளும் இருக்கத்தான் செய்தன. பிராமணர்கள் தங்கள் வயல்களில் நெல்லையும் நந்தவனத்தில் புஷ்பங்களையும் பயிரிட்டு வந்தார்கள். அவற்றைத் தங்கள் தேவைக்கேற்ப அளிக்கவும் மிகுதியைப் பிற மனைப்பொருட்களாகச் சந்தையில் மாற்றிக்கொடுக்கவும் குத்தகைக்காரர்களை உதவிக்கு வைத்துக்கொண்டார்கள். எப்போதாவது கிழக்குப்பக்க வீடுகளில் ஆற்றின் கரையிலிருந்து மூன்றாவது வீட்டின் புழக்கடைக் கதவு தட்டப்படுவது உண்டு. பண்டிகை நாட்களிலும் விசேஷ காலங்களிலும் அறுவடை நாட்களிலும் அபரிமிதமாகக் கிடைத்த காய்கறிகளில் ஒரு பங்கை சில பறைப்பெண்கள் மொத்த அக்ரஹாரத்திற்கும் வினியோகிக்கும்படி கூறி அவர்கள் வீட்டுப் புழக்கடை வாசலில் வைத்துவிட்டுப் போவார்கள். நேரடியாக பூமியிலிருந்து விளைப்பித்த தாவரங்களுக்கும் பிராணிகளிலிருந்து சுரப்பித்த திரவங்களுக்கும் பட்டு வஸ்திரங்களுக்கும் தீட்டு கிடையாது என்பதைப் பறைச்சனங்களும் செவிவழி அறிந்திருந்தார்கள். அவர்கள் விருப்பப்படியே காய்கறிகள் அக்ஹாராத்திற்கு மூன்றாவது வீடு மூலமாக வினியோகிக்கப் படுவதுண்டு. பதிலாக அடையாளம் காணவியலாத வியாதிகளும் கெட்டகாற்றும் நதியோர வீடுகளைக் கவிந்துகொள்ளும் காலங்களில் சிறிய தோஷ நிவர்த்தி ஹோமங்களையும் பூஜை பரிகாரங்களையும் நள்ளிரவானாலுங்கூட நடத்திக் கொடுக்கும்படி அந்த மூன்றாம் வீட்டுப் பெண் அவள் கணவரை வற்புறுத்திச் செய்துகொடுப்பதும் உண்டு. ஒருபுறம் வாழ்க்கை மீதுள்ள தணியாத ஆசையால் மரணத்தை விரட்டும் யத்தனமும் மறுபுறம் மரணத்தைப்பற்றின நிச்சயத்தால் வாழ்வின் மீதான அசுவாரஸ்யமும் மந்திரங்களூடே சிறுவிசும்பல்களாக அந்தச் சிறிய ஹோமநெருப்பினுள் ஆகுதியாக விழுந்து புகையைக் கிளப்பி நிறைக்கும். ஹோமம் எப்போதும் பவித்ரமான அடுக்களைப் பகுதியில் புழக்கடையை ஒட்டி அங்கே நிற்பவர்கள் பார்க்கமுடியாதவண்ணம் நடக்கும். பிறகு அவிசும் திலகமும் அவர்களுக்கு ஆசீர்வாதத்துடன்

அளிக்கப்படும். இதெல்லாம் எப்போதாவது அபூர்வமாக ஆனால் முழுமனதுடன் நடக்கிற விஷயங்கள். இதற்குமேல் மூன்றாவது வீட்டிலிருந்த அந்தப்பெண்ணுக்கு வீட்டின் கொல்லைப்புறச் சன்னலைத் திறந்து வைத்துக்கொண்டு பறைச்சேரியை வேடிக்கை பார்ப்பது தாளமுடியாத ஆனந்தத்தையும் அளித்து வந்தது. அவள் கணவரும் மற்ற பிராமணர்களைப் போலவே அதிகாலையில் நித்யானுஷ்டானங்களுக்காக வெளியில் சென்றுவிட்டால் அப்படியே வயல்வேலைகளை ஒரு பார்வையும் பார்த்துவிட்டு பகல்நேரச் சாப்பாட்டுக்கு – சூரியன் கிட்டத்தட்ட உச்சிக்கு வரும் நேரத்துக்கு – மீண்டும் வீட்டுக்குள் நுழையும் வழக்கமுள்ளவராகத்தான் இருந்தார். காலையில் அவர் போனதும் தினப்படி வேலைகளை விரைவாக முடித்துக்கொண்டு அந்தப்பெண் தன்வீட்டுப் புழக்கடைப் பக்கத்திற்கு வந்து விடுவாள். சன்னலைத் திறந்து வைத்துக் கொண்டு வேடிக்கை பார்த்தபடியே கணவர் வரும்வரை பகல்பொழுதைத் தள்ளிக்கொண்டிருப்பாள். நாளாக ஆக அதுவே அவளுடைய நித்ய கடமைகளிலொன்றாகவும் ஆகிவிட்டது. காற்றில் கலந்துவரும் மாமிச வாசனையும் பறைச்சனங்கள் ஒருவரையொருவர் ஏசிக்கொள்ளும் வசவுச் சொற்களும் வெட்கமற்ற ஆண்கள் பகிரங்கமாக சிலாகிக்கும் பெண்களின் அங்க வர்ணனைகளும் அந்தப் பெண்ணின் நாசியையும் செவியையும் நிறைத்து வழிந்தன. அவள் அவற்றைச் சொல்லவொணாத வேதனையுடனும் திருப்தியுடனும் ஆழ உள்ளிழுத்து அனுபவித்தாள். அவள் கணவர் பகல்பொழுதில் வீடுவந்து சேர்ந்தபிறகு வெளியிலெங்கும் போவதில்லை. சாயங்காலம் சந்தியாவந்தனம் துவங்கும் நேரம்வரையில் அவர் சயன ஓய்வெடுப்பது வழக்கம். அக்ரஹாரத்தின் இரவு அதன்மேல் கவிந்திருந்த சாபத்தின் சுமையால் துன்பமிக்கதும் விதியையும் மரணத்தையும் நினைவுபடுத்துவதுமாகத் தொடர்ந்து இருந்துவந்ததால் கணவன் ஓய்வெடுக்கவரும் மதியப்பொழுது அந்தப்பெண்ணின் சல்லாப உணர்வுகளைக் கிளறிவிடும் பொழுதாக அமைந்தது. மனத்தையும் வயிற்றையும் நிறைத்துப் பிழிந்த மாமிசவாடையும் வசவொலிகளும் அந்தப்பெண் மிருகத்துக்கு ஒப்பான உக்கிரமிக்க காமஉணர்வை எப்போதும் அனுபவிக்கும்படி செய்திருந்தன. அவள் தன் கணவருடன் அவர் பகல்கலவி பாவமென்று எவ்வளவோ மறுத்தும் பலவந்தமாகப் புணர்ச்சியில் ஈடுபட்டுச் சுகித்தாள். அவருடைய உடல் வியர்வையில் மாமிச வாடையையும் முனகல்களில் வசவொலிகளையும் நுகர்ந்து அந்த நுகர்ச்சி மயக்கத்திற்காகவே மீண்டும் மீண்டும் அவரைப் பகல்கலவிக்கு அழைத்துத் திருப்தி யடைந்தாள். அந்தப் பெண்ணின் கணவரும் – பராசரன் என்பது

அவருடைய பெயர் – சாஸ்திர விரோதமென்று பயந்தாரே தவிர நல்ல சல்லாபியாக அவளுக்கு ஈடுகொடுத்து அவளைத் திருப்திப்படுத்தினார்.

நாட்கள் கடந்தபோது மாமிசவாடையும் வசவொலிகளும் பராசரன் மனைவியின் மனதிலிருந்து கனிந்து வயிற்றினுள் இறங்கிக் கருவாக உருவெடுத்தன. கடைசிச் சந்ததியென்று தங்களை நினைத்துக்கொண்டிருந்த அக்ரஹாரவாசிகளுக்கு இந்தவிஷயம் தெரியவந்தபோது அவர்கள் யாவரும் அதிர்ச்சியும் அசூயையும் அடைந்தனர். மூதாதையர் தங்களுக்கு விட்டுச் சென்ற சாபத்தால் பிண்டச்சாப்பாடு பெறும் அதிர்ஷ்டம் தங்களுக்குக் கிடையாதென்று அவர்கள் சர்வநிச்சயமாக நம்பிவந்தனர். தாம்பத்ய வாழ்க்கையில் நிகழும் பாவபுண்ணிய காரியங்களின் பலாபலனும் சாப ஆசீர்வாதங்களின் பலனும் ஆண்மகனையே சேர்வதாக இருக்குமென்று சாஸ்திரங்கள் சொல்கின்றன. மூதாதையர் பெற்ற சாபப்படி எனவே வாரிசுகளை உருவாக்கும் சக்தி கடைசி சந்ததியினரின் ஆண் உறுப்பினர்களுக்கு மட்டுமே அற்றுப்போயிருக்கவேண்டும். பெண் அந்தச்சாபத்தினால் சக்தியற்றவளாகப்போகும் சாத்தியம் கிடையாது. கணவனின்மேல் செயல்படும் சாபத்தின்பொருட்டு தானும் கருத்தியாகம்செய்து புத்திரபாக்கியமற்றுப் போவதுதான் பெண்ணுக்கு விதிக்கப்படும் தண்டனையாக இருக்கும். அப்படியிருக்கக் கடைசிச் சந்ததியினரில் ஒரு பெண் ஒரு பிராமணனின் கருவைச்சுமக்க எப்படி ஆசீர்வதிக்கப் படுவாளென்று அக்ரஹாரம் அதிர்ச்சியிலாழ்ந்தது. சிற்றாற்றின் துல்லியத்துடன் ஓடிக்கொண்டிருந்த அவர்களின் தினசரிகள் காட்டாற்றின் ஓதங்களும் இரைச்சலும் உடையவையாக மாறின. பெண்கள் வீடுகளிலிருந்து வீடுகளுக்குப் போய்வரத் துவங்கினார்கள். ஆற்றில் அனுஷ்டானங்களை முடிக்கும் முறைமை வரிசைதப்பியது. ஒரேநேரத்தில் பதினொரு குடும்பங்களும் ஒரேதுறையில் சளசளத்தபடி குளிக்க ஆசைப்பட்டதால் படித்துறையில் நெரிசலும் இரைச்சலும் அதிகமாகத் துவங்கின. எங்கே தெய்வக்குற்றம் என்றுகேட்டு அவர்கள் ஆற்றில் காறியுமிழ்ந்தார்கள். நதிநீர் மேல்பகுதியைக் கடந்தவுடன் குளிக்கலாயக்கற்ற அசுத்த நீராக மாறிவிடுகிறதென்று பறைச்சனங்கள் உரத்தகுரலில் பேசிக்கொள்ள ஆரம்பித்தார்கள். அதற்குக் காரணமான அந்தப்பெண்ணைப் பற்றியும் அவர்கள் மிகுந்த கழிவிரக்கத்துடன் பேசிக்கொண்டார்கள். அவளைப் பார்க்க அவர்கள் ஆசைப்பட்டார்கள். ஆனால் கரு சுமப்பது தெரியவந்த நாளிலிருந்தே அந்தப்பெண் புழக்கடைச் சன்னலைத் திறப்பதை

நிறுத்திவிட்டு சதா அழுதுகொண்டிருப்பதில் பகல்பொழுதுகளைக் கடத்த ஆரம்பித்திருந்தாள். பயத்தால் அனுஷ்டானப் பிறழ்வும் அனுஷ்டானப் பிறழ்வால் பயமும் அனைவரையும் பாடாய்ப் படுத்தின. பராசரன் நல்ல தைரியசாலி. நள்ளிரவிலும் பறைச்சனங்களுக்காக ஹோமத்தீ வளர்த்துப் பழக்கப்பட்ட அவர் அவளுக்கு எவ்வளவோ தைரியம் சொல்லிவந்தார். எனினும் பலனேதும் ஏற்படவில்லை. அவர்களையும் சேர்த்து பன்னிரண்டு குடும்பங்களுமே அந்தப் பெண் பிரசவிக்கப் போகும் குழந்தையைப்பற்றின குரூரமான எதிர்பார்ப்போடு காத்திருந்தன. அந்தக்குழந்தை பிறந்தபோது அதன் தோற்றத்தைப் பற்றின செய்தியைக் கேள்விப்பட்டு வக்கிரமான சந்தோஷம் அலைபுரண்டோட பதினொரு குடும்பங்களுமே அதை வந்து பார்த்துவிட்டு குரூரத் திருப்தியை உள்ளே அடைத்துக்கொண்டு போயின. மூதாதையரின் சாபம் தப்பாமல் தங்கள் தலைமுறை சந்ததியற்று நிம்மதியாக அழிந்து பிதுர்க்களுக்கு மரியாதை செய்த புண்ணியத்தை அடையுமென்றும் அந்தப்பெண் பெற்ற குழந்தை தங்கள் சந்ததியைச் சேர்ந்ததன்று என்பதை ஆண்டவனே வெளிப்படையாகக் காட்டியருளினாரென்றும் அவர்கள் நிச்சயப்படுத்திக்கொண்டு முன்னிலும் மிகுதியான உறுதியோடு தங்கள் அந்திமக் காலத்தை எதிர்நோக்கியபடி நாட்களைக் கடத்தவாரம்பித்தார்கள். வெள்ளாட்டுப் புழுக்கையின் நிறத்தில் உடலும் உள்நாக்கின் நிறத்தில் கண்களும் அம்மிக்கல்லைப்போல மொழுக்கென்ற உருவமும் தாங்கவொணாத மாமிசவாடையும் கொண்டதாக அவதரித்திருந்த அந்தக் குழந்தை பிறந்ததுமே தாயின் நிர்வாணத்தைக் காணக் கூசிக் கைகளால் தன் கண்களைப் பொத்திக்கொண்டது. குழந்தையைப் பெற்றெடுத்த பிராமணப் பெண்ணோ அதைக் கண்ணால் பார்த்ததும் பெரும் அதிர்ச்சிக்குள்ளாகி ஊராரின் அபவாதம் உண்மை யென்கிறாற்போலாயிற்றே என்றெண்ணி வருந்தி மூன்று நாட்கள் தீராத வயிற்றுப்போக்கால் அவதிப்பட்டு இறந்து போய்விட்டாள். தாம்பத்யச் சேர்க்கையால் மூதாதையர் பெற்ற சாபத்தைப் பூர்த்தி செய்யத் தவறியதும் பகல்கலவியால் உண்டான சாத்திரதோஷமும் தேவதைகளின் கோபத்திற்குத் தன்னை இலக்காக்கி ஓர் அசுரனைத் தனக்கு மகனாகக் கொடுத்துவிட்டதென்றே அந்தப்பெண் கிலிபிடித்துச் சாகும் வரை புலம்பிக்கொண்டிருந்தாள். செம்பருத்திப்பூ நிறத்தவரான தன் கணவரின் வித்து மாம்பழ நிறத்தவளான தன் வயிற்றில் எப்படி மழைமேகத்தின் கருமையுடன் வளர முடியுமென்று கேட்டு அவள் தன்கணவருக்கும் குலத்துக்கும் தீராப்பழியைத் தேடிக் கொடுத்துவிட்டதாகத் தன்னையே சபித்துக்கொண்டாள். ராஜ வம்சத்தவளான அழகிற்சிறந்த தேவகிக்கும் வசுதேவருக்கும்

கருப்பனாகக் கண்ணன் அவதரித்த கதைகளைக் கூறிப் பராசரன் அவளைத் தேற்ற முயற்சித்தார். அவர் அவள்மேல் உயிரினும் மேலாக அன்பு வைத்திருந்தார். தாயின் நிர்வாணத்தைக் காணச்சகியாத குழந்தை கருவிலேயே ஞானவான் என்று கூறியேனும் அவர் அவளுடைய பயத்தைச் சமன்செய்து வயிற்றுப்போக்கை நிறுத்தி அவளைப் பிழைக்க வைக்க அரும்பாடு பட்டார். நியமம் தவறாத அனுஷ்டானங்களும் தெய்வபக்தியும் முழுநம்பிக்கையும் வேட்கையும் உடையதான தாம்பத்யம் தங்களை ஆசீர்வதிக்கப் பட்டவர்களாக ஆக்கியிருக்கிறது என்பதுதான் தங்களுக்குக் குழந்தைப்பேறு கிடைத்ததன் சூசகச்செய்தி என்றும் குலச்சாபத்தைத் தெய்வக்கிருபை சக்தியற்றதாக்கி அருளியதென்றும் கூறி அவர் அவளைச் சந்தோஷப்படுத்த முயன்றார். என்ன சொல்லியும் ஆறுதலடையாத அந்தப்பெண் கடைசியில் குழந்தையுடன் தன் கணவரைத் தவிக்க விட்டுவிட்டுக் கண்களை மூடிக்கொண்டுவிட்டாள். ஒரு கரிக்கட்டை அவர்களுக்குப் பிறந்ததே பெரிய தண்டனை என்று பதினொரு மலட்டு பிராமணக் குடும்பத்தவரும் அந்தப்பெண்ணை மன்னித்ததாகச் சொல்லி அக்ரஹாரத்தின் மேற்கு வரிசையின் பின்புறம் வயல் வரப்பைத் தாண்டி தெற்குத்திசை பார்த்து ஒரு மயானம் உண்டாக்கி அதில் அவளை இருத்தி எரியூட்டிவிட்டுத் திருப்தியுடன் திரும்பினார்கள். மனைவி இறந்த கையோடு பராசரன் அந்தக் குழந்தையையும் பெண்ணையாற்றிலோ பறைச்சேரிக்குள்ளோ ரகசியமாக வீசிஎறிந்து விடுவார் என்றும் அவர்கள் எதிர்பார்த்தார்கள். ஆனால் பராசரன் சிலநாள்கள் துக்கம் அனுஷ்டித்த பிறகு பிறக்கும்போதே சிந்திக்கத் துவங்கி விட்ட தன் குழந்தையைக் கண்ணுங்கருத்துமாக வளர்க்க முற்பட்டு விட்டார். அவர் அந்தக் குழந்தையை ஸ்ரீவத்ஸன் என்று பெயரிட்டு அழைத்தார். சகாக்களின் கேலியையும் கண்டனங்களையும் தவிர்க்கும்பொருட்டுத் தன்னைத் தன் குழந்தையோடு பெண்ணில்லாது இருண்டுபோன தன் வீட்டினுள் வைத்துப் பூட்டிக்கொண்டார். ஒருநாள் இரண்டு நாளல்ல. மூன்று வருடங்கள் அவர் ஸ்ரீவத்ஸனைப் பூட்டிய வீட்டினுள் வைத்தே வளர்த்தார். நித்யானுஷ்டானங்களுக்காக ஆற்றங்கரைக்குச் செல்வதை நிறுத்தினார். அக்ரஹாரத்தைச் சுற்றிச்கொண்டு அவர் வீட்டுப் புழக்கடைக்கு வந்து தானியங்களையும் பிற பொருட்களையும் புஷ்பங்களையும் கொடுத்துவிட்டுப்போகும் அவர் வயலின் குத்தகைக்காரன் மட்டுமே அவரை தொடர்ந்து சந்தித்து வந்த ஒரே ஆளாக இருந்தான். அவனுக்காக எப்போதுமே தன்வீட்டின் புழக்கடைக் கதவை அந்தப் பிராமணர் திறந்து வைத்திருந்தார். அவர் தன் நித்யானுஷ்டானங்களைத் தாழ்வாரத்திலிருந்த கிணற்றடியில் பறைச்சனங்கள் பார்க்க

முடித்துக்கொண்டார். மந்திரங்களை முணுமுணுக்காமல் உரத்த குரலில் வீட்டின் ஒவ்வொரு மூலை முடுக்கிலும் பட்டு எதிரொலிக்கும்படியாக உச்சரித்தார். இவ்வாறாகத் தன்னுடைய தனிமையையும் தன் குழந்தையின் தனிமையையும் தாங்கள் உணராதபடி பார்த்துக்கொண்டார். தேக்கு மரத்தாலான வாசற்கதவிற்கு அந்தப்புறம் ஓர் உலகமும் இந்தப்புறம் ஓர் உலகமும் ஒரே சமயத்தில் இயங்க முடியுமென்பதை ஸ்ரீவத்ஸன் இவ்விதமாகத் தன் மூன்று வயதிற்குள்ளாகவே தெரிந்து கொண்டுவிட்டான். அவனுடைய உலகம் மிகமிகச் சிறியதாக – தந்தை குத்தகைக்காரன் என்ற இரண்டே பேர்களைக் கொண்டதாக – இருந்ததால் அதைப் புரிந்துகொள்வதில் அவனுக்கு எந்தவிதக் கஷ்டமும் இருக்கவில்லை. மாறாக அதில் அவன் விற்பன்னனாகியிருந்தான். சமையலறையிலும் கிணற்றடியிலும் முட்டைவிளக்கு வெளிச்சத்தில் படுக்கையிலும் என எப்போதும் தகப்பனாருடன் கூடவே இருக்கக் கிடைத்த வாய்ப்பானது ஸ்ரீவத்ஸனுக்கு மூன்று வயதானபோது அவருடைய அன்றாடங்களையும் நளபாகத்தையும் மந்திரங்களையும் அவனுக்கு அத்துப்படியாக்கிவிட்டிருந்தது. அந்த வயதில் ஸ்ரீவத்ஸன் சமையலின் ருசியறிந்து அதன் சேர்மானங்களைச் சரியாகச் சொல்லும் ஆற்றல் பெற்றவனாகியிருந்தான். அதுபோல தன்தகப்பனாரோடு சேர்ந்து தைத்ரியோபநிஷத்தை ஆறு மடை திறந்தாற்போல சொல்லும் ஆற்றலும் அவனுக்கு வாய்த்திருந்தது. குத்தகைக்காரன் கொண்டுவரும் பொருள்களைத் தன்தகப்பனாரோடு சேர்ந்து அவருக்கிணையான வேகத்தில் சரிபார்த்தான். புஷ்பங்களைக் கிழமை வரிசையாகப் பிரித்துப் பாதுகாக்கும் பொறுப்பும் தன்னிச்சையாகவே அவனிடம் வந்துசேர்ந்தது. மூன்றாம் வருடம் சரியத் துவங்கிய நாட்களில் ஸ்ரீவத்ஸனுடைய குரலிலிருந்த மழலை உதிர்ந்துவிட்டது. பாராயணக் காலங்களில் பழம் நினைவுகளால் உந்தப்பட்டு தந்தையின் குரல் மேலே தொடர முடியாமல் தழுதழுத்து ஸ்தம்பிக்கும்போது அவன் கணீரென்ற குரலில் அவற்றை மேலே செலுத்திப்போனான். அதைக் கண்டு பராசரன் ஆனந்தக்கண்ணீர் உகுத்தார். மூன்றுவயதில் முப்பது வயதினருக்குரிய பக்குவத்தையும் அறிவையும் தன்குழந்தை பெற்றுவிட்டானென்று அவர் அவன் பிறந்தபோது நடந்த துக்க நிகழ்ச்சிகளையெல்லாம் அடியோடு மறந்துபோய் பரவசப் பட்டார். ஸ்ரீவத்ஸனின் ஞானம் பராசரனுக்கு பரவசத்தை மட்டுமல்ல அவன் தாயாரோடு சேர்த்து அவர் எரித்துவிட்டு வந்த அவருடைய தன்னம்பிக்கையையும் தைரியத்தையுங்கூட மீண்டும் உயிர்ப்பித்துத் தந்தது. ஸ்ரீவத்ஸனுக்கு மூன்றுவயது துவங்கி நடந்துகொண்டிருந்தபோது ஓர்நாள் ஆற்றங்கரைக்குச்

சென்று பாரம்பர்யப் பெருமைமிக்க அதன் ஓட்டத்தில் மூழ்கி நித்யானுஷ்டானங்களை முடிப்பதும் தன் வயலில் தானியங்கள் வளர்ந்து உயரும் அற்புதத்தைக் காண்பதுமான தன் பழைய வாழ்க்கையை மீண்டும் துவங்கவேண்டுமென்னும் ஆசை பராசரன் மனதில் கிளைத்தெழுந்தது. ஸ்ரீவத்ஸன் இருளுக்கும் தனிமைக்கும் பயப்படும் அஞ்ஞானக் குழந்தையல்ல என்று அவர் உறுதியாகத் தெரிந்து வைத்திருந்தார். அவன் வனவிலங்குகளைப் போல இருட்டின் மொழியைத் தீர அறிந்தவன். மேலும் அவர் ஸ்ரீவத்ஸனுடைய ஐந்தாவது வயதிலோ ஏழாவது வயதிலோ அவனுக்குத் தன் சுற்றத்தார் புடைசூழ உபநயன வைபவத்தை நடத்திவிடவேண்டுமென்று ஆசைப் பட்டார். தமக்கும் தம் சுற்றத்தவருக்குமிடையில் நிலவி வந்த மூன்றுவருட மௌனம் அவர்களுடைய வருத்தங்களையும் கோபங்களையும் ஆற்றியிருக்கலாமென்று நம்பி அவர் தன்மகனின் எதிர்காலத்திற்காகவேனும் அவர்களுடன் மறுபடி சுமுகமான உறவைப் புதுப்பித்துக்கொள்ள விரும்பினார். குடத்தினுள்ளிட்ட விளக்கைப் போலவும் சிப்பியினுள்ளிருக்கும் நன்முத்தைப்போலவும் உள்ளே பொதித்துக் காப்பாற்றி வந்த தன்குழந்தையின் ஞானம் அக்ரஹாரம் எங்கிலும் பிரகாசித்து அதை ஒளிர்த்துமென்று நம்பி மூன்று வருடங்களுக்குப் பிறகு ஒருநாள் அந்தப் பிராமணர் தன் வீட்டு வாசற்கதவை விரியத் திறந்துகொண்டு வெளியே வந்தார்.

நெடுநாட்களுக்குப் பிறகு அக்ரஹாரத்தின் தெருவெளியில் தோன்றிய பழைய சகாவைக் கண்டு மற்ற பிராமணக் குடும்பங்கள் திகைத்துப்போய்விட்டன. பராசரன் இன்னும் உயிரோடு இருக்கிறாரென்பதையே அவர்களால் நம்ப முடியவில்லை. உள்பக்கம் இறுகச் சார்த்தப்பட்டிருந்த சப்தத்தையும் வெளிச்சத் தையும் கடத்தாத கதவின் பின்புறம் அவரும் அவர் குழந்தையும் என்றோ இறந்து மக்கிப்போயிருப்பார்களென்று அவர்கள் நினைத்திருந்திருக்க வேண்டும். கதவைத் தட்டிப்பார்க்கும் பெருந்தன்மையும் தைரியமும் அற்ற அந்த அக்ரஹாரவாசிகள் அதைத் திறந்து பார்ப்பது பற்றி முதலில் பேசுபவர் தலையில் அந்தப் பொறுப்பு வந்து விழுந்துவிடுமென்று பூட்டப்பட்ட வீட்டைப்பற்றிப் பேசுவதையே நிறுத்தி விட்டிருந்தார்கள். நாளடைவில் மறதியின் கனத்த திரை காலத்தின்மேல் விழுந்தபோது அக்ரஹாரத்தின் நடுப்புறம் இருந்த அந்தவீடு அவர்கள் கண்களிலிருந்து மாயமாய் மறைந்து போனது. எனவே பல நாட்களுக்குப் பிறகு வெளியே வந்த பராசரனை ஓர் அன்னியனைப் பார்ப்பதுபோலவும் உயிர்பெற்று

எழுந்த சவத்தைப் பார்ப்பதுபோலவும் அவர்கள் பார்த்துத் திகைத்துப்போய் நின்றார்கள். அதுமட்டுமல்லாமல் கம்பளிப் பூச்சிபோல அவர்கள் கண் முன்னே முதல்நாள் தொட்டிலில் நெளிந்துகொண்டிருந்த பாவப்பிறப்பும் அம்மிக் குழவியின் பருமனுடனும் உயரத்துடனும் தன் தந்தையை வழியனுப்பும் பொருட்டாக அப்போது தன் வீட்டு வாசலிலிருந்து அவர்கள் முன் தோன்றியதைக் கண்டு அவர்கள் அதிர்ச்சியுற்றார்கள். கேட்டுப் பழக்கப்பட்டிராத குழந்தைக்குரல் அன்றாடங்கள் சிதறித் தெறிக்கும்வண்ணம் பெருஞ்சாபக் குரலாக அவர்கள் காதுகளில் ஒலித்தது. ஸ்ரீவத்ஸனை அவன்தாய் கருவுற்றதாகக் கேள்விப்பட்ட காலத்தில் துவங்கி அவள் இறப்புவரை நீடித்த அக்ரஹாரத்தின் பழைய குழப்பமும் பீதியும் அவன் அவர்கள் கண்களில் பட்ட நாளன்று மீண்டும் ஒரு நஞ்சுக் கொடியைப்போல அவர்களைத் தழுவிப் படர்ந்து மேலெழுந்தது. ஸ்ரீவத்ஸனை ஓரிரு மணி நேரங்களுக்குத் தேவையான பொருட்களுடனும் அறிவுரைகளுடனும் தனியே வீட்டில் விட்டுவிட்டுப் பராசரன் வாயிற்படியிறங்கினார். ஸ்ரீவத்ஸனும் அவர் அறிவுரைப்படி உடனே வீட்டினுள் சென்று கதவைச் சார்த்திக்கொண்டான். அளவுகடந்த வேட்கையுடன் அவர் தன் நித்யகர்மாக்களுக்காக ஆற்றைத் தேடிப் போனபோது அக்ரஹாரத்தின் மற்ற வீட்டுக் காரர்களின் நித்யானுஷ்டான காலமும் முறைமையும் வரிசை தப்பின. அவர்கள் யாரும் பராசரன் ஆற்றுக்குப் போகும் போது உடன் செல்ல விரும்பவில்லை. அக்ரஹாரத்தின் வெறிச்சோடிய வெளியில் அவர் தனியே நடந்துசென்று ஆற்றில் மூன்று வருடப் பிரிவாற்றாமை தீர நீண்ட நேரம் நீராடித் திருப்தியாகப் பித்ரு கர்மாக்களையும் காயத்ரீ ஜெபத்தையும் முடித்துவிட்டு வயல்வெளிக்குத் திரும்பினார். அவர் போனபிறகு பிராதஸகாலம் தவறிவிடப்போகிறதென்று பதினொரு பிராமணர்களும் ஒரேநேரத்தில் ஆற்றை நோக்கிப் புறப்பட்டுச் சென்றனர். படித்துறையில் மூன்று வருடங்களுக்கு முந்தைய இரைச்சலும் குழப்பமும் மீண்டும் உண்டானது. பெண்கள் வீடுகளிலிருந்து வீடுகளுக்கு ஆற்றாமையுடன் மீண்டும் விரைந்து சென்றார்கள். அதேசமயம் வயற்புறத்தில் நெடுநாட்களுக்குப் பிறகு அவரைக் காண நேர்ந்த பழைய வேலையாட்கள் மிகுந்த சந்தோஷமும் ஆறுதலும் அடைந்தார்கள். புதிய வேலையாட்களைக் குத்தகைக்காரன் நிலச்சொந்தக்காரருக்கு அறிமுகப்படுத்தி வைத்தான். அவர்களுடைய விசாரிப்பும் அக்கறையும் பணிவும் பராசரனைத் திருப்திக்கும் துக்கத்துக்கும் ஆட்படுத்தின. பழம் நினைவுகள் மனதில் அலைமோத அவர் நெடுநேரம் அவர்களோடு பேசி மகிழ்ந்திருந்துவிட்டு மற்ற பிராமணர்கள் தொலைதூரத்திலேயே தயங்கி தான்

அகலுவதற்காகக் காத்திருப்பதையறிந்து விடைபெற்றுக்கொண்டு திரும்பினார். தன் உறவினர்களும் வெகு விரைவிலேயே தங்களுடைய வருத்தங்களை மறந்து தம்மை அங்கீகரித்துக் கொள்வார்களென்னும் நம்பிக்கையை மூன்று வருடங்களுக்குப் பிறகு வந்த முதல் நாளின் பகல்பொழுது அவருக்கு அளித்தது. அவர் ஸ்ரீவத்ஸனின் பிறப்புக்கு முந்தைய பழைய பிராமணராக நண்பகல் பொழுதில் தன் வீட்டுக்குத் திரும்பிவந்தார். ஸ்ரீவத்ஸன் அவருக்காக வீட்டில் காத்திருந்தான்.

வீட்டினுள் நுழைந்ததும் பராசரனின் மனதை ஒரு விநோதமான உணர்வு தாக்கியது. வீட்டில் ஸ்ரீவத்ஸன் மட்டும் தனியே இல்லையென்பதாகவும் அவனுடன் கூடவே இன்னொரு ஆகிருதியும் அங்கே இருப்பதாகவும் அவருக்குப் பட்டது. அந்த ஆகிருதி பருத்த தொந்தியும் அகன்ற நெற்றியும் உடலில் புழுதியும் கூர்ந்த மூச்சில் துர்கந்தமும் காதளவோடிய மீசையும் கையில் கொலைவாளும் பிதுங்கிய கண்களில் கருணையும் கொண்ட உருவமென்பதாக அவருடைய மனதில் ஒரு சித்திரமும் எழுந்தது. அறைச்சூழலின் எந்தத் துணுக்கு அந்த உணர்வையும் அதற்கு ஒரு திட்டவட்டமான உருவத்தையும் அவருக்குள் புகுத்தியது என்று அவரால் கண்டுகொள்ள முடியவில்லை. அவர் கண்கள் வீட்டில் ஸ்ரீவத்ஸனைத் தவிர வேறு யாரையும் பார்க்கவில்லை. அதேசமயத்தில் வீட்டின் ஒரு மூலையில் தன் கண்ணெதிரே பார்வையில் படும்படியாகவே அந்த ஆகிருதி பகிரங்கமாக நின்றுகொண்டிருக்கிறதென்கிற உணர்விலிருந்து அவரால் தன்னை விடுவித்துக்கொள்ளவும் முடியவில்லை. மேலும் அந்த உணர்வே அவருக்கு மிகவும் பரிச்சயப்பட்ட உணர்வாகவும் இருந்தது. அதே உணர்வை முன்பு எப்போதோ பலதடவைகள் தான் அனுபவித்திருக்கிறதாக அவர் எண்ணிக் குழம்பினார். புழக்கத்திலிருந்து தப்பிவிட்ட புராதன நாற்காலி ஒன்று பண்டிகை தினத்தன்று கண்ணில் படுவதைப்போல மிகவும் பரிச்சயமான இயல்பான எப்போதும் தன்னுடனேயே இருந்து கொண்டிருக்கும் தன் கவனத்திலிருந்து தப்பிவிட்ட ஒரு பழைய ஞாபகமே வினோதமான உணர்வாகத் தன் மனதில் மீண்டும் தலை தூக்குகிறதா என்று அவர் தன்னைத்தானே கேட்டுக்கொண்டார். அது என்னவென்று தெரிந்துகொள்ளாவிடில் தன் தலையே வெடித்து விடலாம் என்றும் அவருக்குத் தோன்றிவிட்டது. அவர் தன் வீட்டின் பழைய அறைகளை யெல்லாம் மறுபடி திறந்து பார்க்க முற்பட்டார். அந்த அறைகளினுள் படிந்திருந்த ஒட்டடைப் பின்னல்களும் குளிரும் குளிரில் உறைந்துபோய் வெகுகாலத்திற்கு முன்பே ஸ்தம்பித்து விட்டிருந்த காலமும் அவர் மனதில் பெருஞ்

சுமையை ஏற்றின. அவர் மீண்டும் அந்த அறைகளைப் பூட்டாமல் அப்படியே விட்டுவிட்டு வெளியே வந்தார். பரண்களின் மேலும் வீட்டின் மேல் அடுக்கிலிருந்த நெற்களஞ்சிய அறையிலும் அவர் நெடுநேரம் பைத்தியம் பிடித்தவரைப்போல அந்த உணர்வு ரூபத்தைத் தேடிக்கொண்டேயிருந்தார். எந்த அறையிலும் யாரும் அவர் கண்களுக்குத் தட்டுப்படவில்லை. ஆனால் எல்லா அறைகளிலும் அவற்றினுள்ளிருந்த பொருட்களிலும் அவருடைய உணர்வு நிறைந்து வியாபித்திருந்தது. மேலும் அந்த ஆகிருதி அதைத்தவிர வேறொருவரின் கால்கட்டை விரலுக்குக்கூட மிச்ச இடம் விட்டு வைக்காமல் நேரம் ஆகஆக வீடு முழுவதையும் நிறைத்தபடி விம்மிப் பெருத்துக்கொண்டே போகிறதென்றும் அவருக்குத் தோன்றியது. அதற்குமேல் அவரால் வேறெதையும் சிந்திக்க முடியவில்லை. மூன்று வருடங்களுக்குமுன் தன் மனைவியின் பிரேதத்தின்முன் நின்றுகொண்டிருந்தபோதுகூட மௌனமாய் வடித்த கண்ணீரோடு தன்னைத் தேற்றிக்கொண்டு விட்ட அந்தப் பிராமணர் தன் துக்கத்தை அடக்கும் வகை தெரியாமல் சிறுகுழந்தையான ஸ்ரீவத்ஸனின் முன்நின்று நெஞ்சே வெடித்துவிடும்போல ஓவென்று கதறியழுதார். மகனைக் கட்டிக்கொண்டு பலவிதமாய் அவன் உடலைத் தன் கண்ணீராலும் எச்சிலாலும் குளிப்பாட்டினார். அவனிடம் தழுதழுப்பில் குழறிய வார்த்தைகளால் எதையெதையோ சொல்லிப் புலம்பினார். ஸ்ரீவத்ஸனால் ஒரு வார்த்தையைக்கூட தெளிவாகப் புரிந்துகொள்ள முடியவில்லை. அவ்விதமாய்த் தன்மகனை நெடுநேரம் அணைத்தபடி அழுது தீர்த்தபிறகு அவர் தன்னை ஒருவாறாகத் தேற்றிக்கொண்டு அவனைத் தன் பிடியிலிருந்து விடுவித்துவிட்டு அவன் பசிக்கு உணவையும் தூக்கத்திற்குச் சிறு கதைகளையும் அளித்து அவனைத் தூங்கச் செய்தார். ஸ்ரீவத்ஸன் பிற்பகலில் மீண்டும் விழித்தெழுந்தபோது அவர் கிணற்றடியில் சாயம்சந்தியாவந்தனத்தை முடித்துக்கொண்டிருக்க கண்டான். அவற்றை முடிக்க இனி எப்போதும் ஆற்றங்கரைக்கே சென்று வரப்போவதாக அவர் காலையில் அவனிடம் சொல்லிக்கொண்டிருந்தது அவன் நினைவுக்கு வந்தது. ஸ்ரீவத்ஸன் தன் தந்தையைப் பார்த்து அவர் ஆற்றங்கரைக்குப் போகவில்லையா என்று வினவினான். அதற்கு அவர் சற்று நேரம் கழித்துப் போகப்போவதாக மறுமொழி கூறினார். பிறகு மௌனமாகவே தன் நித்யகர்மாக்களை முடித்துக்கொண்டு ஸ்ரீவத்ஸனையும் கிணற்று நீரில் குளிப்பாட்டி அலங்கரித்து அவனுக்குக் கைநிறைய பட்சணங்களைக் கொடுத்துத் தான் சற்றுநேரம் தியானத்தில் உட்காரப் போவதாகவும் தானாக எழுந்திருக்கும்வரை தன்னை எழுப்பவேண்டாமென்றும் சொல்லிவிட்டு சுவாமியுள்ளிருந்த குத்துவிளக்கை ஏற்றி அதன்முன்

சம்மணமிட்டு அமர்ந்து தியானத்தில் ஆழ்ந்தார். ஸ்ரீவத்ஸன் அவர் எழுந்திருக்கும்வரை தன் கையிலிருந்த பட்சணங்களைத் தின்றுகொண்டும் மாலை வேளைகளில் சொல்ல தன்தந்தை கற்றுக் கொடுத்திருந்த பதிகங்களைப் பாடிக்கொண்டும் அவருக்கு இடைஞ்சல் ஏதும் செய்யாமல் காத்திருந்தான். அவரும் அன்று வழக்கத்திற்கு மாறாக மிக நீண்டநேரம் தியானத்தில் பதிந்து லயித்திருந்தார். அவர் கண்களிலிருந்து அவ்வளவு நேரமும் நிற்காமல் கண்ணீர் வடிந்து இறங்கியபடியே இருந்தது. அவர் தியானம் கலைந்து எழுந்தபோது பிற்பகலும் கடந்து இரவாகிவிட்டது. அவர் ஈஸ்வரனை விழுந்து வணங்கிவிட்டு எழுந்தபோது தான் தவறு எதுவும் செய்திருக்கும் பட்சத்தில் அதை மன்னித்துத் தன்னுடைய பாவம் தன்பிள்ளைக்குப் போய்ச் சேராவண்ணம் காத்தருளவேண்டுமென்று மிக உரத்த குரலில் பிரார்த்தனை செய்துகொண்டார். பிறகு அவர் ஸ்ரீவத்ஸனின் இரவுத் தேவைகளையும் பூர்த்தி செய்தார். அன்று அவர் எதுவும் சாப்பிடவில்லை. அன்று ஏன் அவர் எதுவும் சாப்பிடவில்லையென்று ஸ்ரீவத்ஸன் அவரைக் கேட்டபோது நீரைக் குடித்து அன்று தன் வயிறு நிரம்பிவிட்டதாக அவர் அவனுக்கு பதில் சொன்னார். மிக விரைவிலேயே அவர்களிருவரும் இரவுப் படுக்கைக்குப் செல்லும் நேரம் வந்தது. அன்று வழக்கத்துக்கு மாறாகப் பகலில் நெடுநேரம்வரை தன்னைத் தூங்க அனுமதித்ததால் இரவில் தனக்குத் தூக்கம் வரவில்லையென்று ஸ்ரீவத்ஸன் சொன்னான். அவரும் அன்று அவனுக்குத் தான் ஒரு நீண்ட கதையைச் சொல்ல இருப்பதாகவும் அதற்காகவே அவனைப் பகலில் நீண்டநேரம் தூங்க அனுமதித்ததாகவும் சொல்லி விரக்தியுடன் சிரித்துக்கொண்டார். பிறகு அவர் முட்டை விளக்கு வெளிச்சத்தில் தரையில் விரிக்கப்பட்டிருந்த விரிப்பின்மேல் அமர்ந்து தன் மடியில் ஸ்ரீவத்ஸனை இருத்திக்கொண்டு தன் வம்சாவளியின் கதையையும் தன் தலைமுறையின் கதையையும் சொன்னார். மூன்று வயதுக் குழந்தைக்கு இது புரியும் இது புரியாது என்றெல்லாம் யோசித்து அவர் எதையும் விட்டுவிடவில்லை. தன் பிதுர்க்கள் தெய்வ குற்றத்திற்கு ஆளானதையும் அவர்களுடைய நான்காவது சந்ததியினர் அதற்கான சாபத்தை அனுபவிக்கவேண்டுமென்று விதிக்கப்பட்டதையும் பெண்ணை நதியின் கரையில் அந்த நான்காவது சந்ததியினர் பன்னிரண்டு மலட்டு பிராமணக் குடும்பங்களென்று தங்களை வரித்துக்கொண்டு நிச்சயிக்கப்பட்ட விதியோடு வாழ்ந்து வந்ததையும் அவர்களுக்குப் பின்புறமாக நதியின் கீழ்புறத்தில் வசித்து வந்த பறைக் குடும்பங்களைப்பற்றியும் பறைச்சேரியின் மாமிச வாடையும் இரைச்சலும் உருவேற்றிய சந்நதத்தில் ஸ்ரீவத்ஸனின் தாய் கருவுற்றது பற்றியும் துர்மணம்

மற்றும் வசவொலிகளின் மகனாய் கருங்குழவியாய் ஸ்ரீவத்ஸன் தன் தலைமுறையின் சாபத்திற்கு எதிராக வந்து பிறந்தது பற்றியும் அவன்தாய் அவனைப் பார்த்த அதிர்ச்சியில் பிணமான கதையையும் அவர்கள் மூன்று வருடங்கள் யார் கண்ணிலும் படாமல் வீட்டினுள் பெருச்சாளிகளைப்போல வாழ விதிக்கப்பட்டது பற்றியும் அந்த நாட்களில் தங்களுடனேயே எப்போதும் வாழ்ந்து வந்த பிரம்மாண்டமான ஆகிருதியொன்றைத் தனிமையை விரட்டும் மும்முரத்தில் கவனிக்காமலேயே விட்டுவிட்ட துயரம் பற்றியும் வீடு அமைதியில் ஆழ்ந்திருந்த அன்று அது திரும்பத் தன்னைக் காட்டிக்கொண்டுவிட்டதையும் அவர் ஒன்று விடாமல் ஸ்ரீவத்ஸனுக்குச் சொன்னார். ஸ்ரீவத்ஸன் அவர் கூறிய கதையை மிகக் கவனமாகக் கண்களைக் கொட்டாமல் கேட்டுக்கொண்டிருந்தான். தன் வாழ்நாளில் பின்பு ஒருபோதும் அந்தக் கதையின் ஒரு வரிகூட மறந்து போகாவண்ணம் அது அவன் மனதில் பதிந்தது. மிகப் பெரியதான அவன் தலைமுறையின் கதை நள்ளிரவுவரை நீண்டது. அவர்களோடு கூடவே ஸ்ரீவத்ஸனின் தந்தை ஏற்றி வைத்திருந்த முட்டை விளக்கும் அணைந்து விடாமல் கதை கேட்டுக்கொண்டிருந்தது. அதன் சுடர் மங்கும் போதெல்லாம் அவன் தந்தை தனக்குப் பக்கத்திலேயே கொண்டு வைத்துக்கொண்டிருந்த வட்டிலிலிருந்து எண்ணெயை எடுத்து வார்த்துக்கொண்டிருந்தார். நள்ளிரவுப்போதில் அவர் தன் கதையை முடித்துக்கொண்டபோதுகூட அந்த விளக்கில் மேலும் சில மணிநேரம் ஸ்ரீவத்ஸனுக்குத் துணையாக எரியத் தேவையான எண்ணெய் மீதமிருந்தது. கதை முடிந்ததும் பராசரன் தான் ஆற்றுக்குச் சென்று குளித்துவிட்டு வருவதாகச் சொல்லிவிட்டுப் புறப்பட்டார். ஸ்ரீவத்ஸனும் அவரைப் போய்வர அனுமதித்தான். காலையில்போலவே அவன் அவரை வழியனுப்பும் பொருட்டாக வாசல்வரை வந்து வீட்டின் வெளிப்படிகளில் நின்றுகொண்டான். ஸ்ரீவத்ஸனின் தந்தை தான் வந்து திறக்கும்வரை வாசற்கதவு சார்த்தப்பட்டே இருக்கவேண்டுமென்று அவனுக்கு அறிவுரை சொல்லிவிட்டு அவன் பத்திரமாயிருப்பானென்னும் நிம்மதி யுடனும் துக்கத்துடனும் ஆளரவம் ஒய்ந்த அக்ரஹாரத்தின் தெருவெளியில் மீண்டும் ஒற்றை ஆளாக இறங்கி நடந்துபோய் அதன் முனையில் இருளோடு இருளாகக் கலந்து மறைந்து போனார். அவர் படியிறங்கியதும் ஸ்ரீவத்ஸனும் அவர் அறிவுரைப்படி வீட்டினுள் சென்று கதவைச் சார்த்திக்கொண்டான். பிறகு எப்போதுமே அவன் தந்தை அவனைச் சந்திக்கத் திரும்பி வரவில்லை. ஸ்ரீவத்ஸனும் பிறகு எப்போதும் கதவைத் திறந்துகொண்டு அக்ரஹாரத்தின் தெருவெளியைச் சந்திக்க முயலவேயில்லையென்று வஸந்த்ராம் சொல்லிக்கொண்டிருந்த நேரத்தில் வித்தைக் குழு மதுரையை வந்தடைந்தது.

அரவிந்த் சொல்லிக்கொண்டிருந்த கதை வஸந்த்ராம் தான் சொல்லிக்கொண்டிருந்த கதையை நிறுத்திய இடத்தைத் தொட்ட போது மேலும் நாற்பது இரவுகள் கழிந்து போயிருந்தன. இந்த நாட்களில் பூட்டிக்கொண்ட அறையினுள் தன்னை நிர்வாணமாக்கிக்கொண்டு அல்லற்படும் பழக்கத்திலிருந்து சுஜாதா மீண்டு வெளியே வந்துவிட்டாள். ஆனால் அதற்குப் பதிலாக நெடுநாட்களாக அவள் கைவிட்டிருந்த சித்திரமெழுதும் பழக்கம் மீண்டும் அவளைத் தீண்டி முழுவதுமாக ஆட்கொண்டுவிட்டது. இதிலும் லிண்டா எதிர்பார்த்தவாறே சுஜாதா அவளின் அதீத எல்லையில்தான் வளைய வந்துகொண்டிருந்தாள். உணவுவேளைகளை ஒத்திப் போடுவதும் புறக்கணிப்பதுமான தொல்லைகள் துவங்கின. நடுஇரவுகளில் அவள் அறையின் விளக்குகள் பிரகாசமாக எரிந்துகொண்டிருந்தன. எழுதுகோல்களைக் கூர்தீட்டும் ஓசையும் வண்ணக் கலவைகள் வைக்கப்பட்டிருக்கும் கிண்ணங்களினுள் தூரிகைகளைத் தோய்க்கும் அரவமும் சரியாக வராத ஓவியத்தின்மீது வண்ணநீரை வெறுப்புடன் வாரியடிக்கும் ஓசையும் லிண்டாவின் தூக்கத்தையும் நிம்மதியையும் இரவுகளில் தட்டிப் பறித்துக்கொண்டிருந்தன. சுஜாதாவின் அறையில் குவிந்து கொண்டேயிருந்த காகிதக் குப்பைகளையும் திரைச்சீலைக் கந்தல்களையும் அப்புறப்படுத்திக்கொண்டேயிருக்கவே தனியாக ஒரு வேலையாளை அவள் நியமிக்கவேண்டியிருந்தது. ஒவ்வொரு பயணத்தின்போதும் சுஜாதா வாங்கிக் குவித்த ஓவிய உபகரணங்கள் ஒரு கூண்டுவண்டி முழுவதையும் ஆக்கிரமித்துக்கொள்ளும்வண்ணம் மூன்று தனிப்பெட்டிகளை நிரப்பி வழிந்தன. என்றாலும் நிர்வாணமாகப் பலபேர் முன்பு திடீரென்று வந்து நிற்பதைக் காட்டிலும் அல்லது முப்பதடி உயரத்தில் கயிற்றூஞ்சலில் மணிக்கணக்காகத் தொங்கிக்கொண்டிருப்பதைவிடவும் இரவுபகல் பார்க்காமல் ஓவியமெழுதுவது என்பது மோசமான விஷயமில்லை என்று லிண்டா அதைப்பற்றி அதிகம் அலட்டிக்கொள்ளவில்லை. கவலைப்பட இதைத் தவிரவும் போதுமான வேறுவிஷயங்களும் அவளுக்காகக் காத்திருந்தன. சுஜாதாவைப் பொறுத்தமட்டில் காட்சிகளின்போது மட்டும் முடுக்கிவிடப்பட்ட பதுமையைப் போல அரங்கத்திற்கு வருவது காட்சிமுடிந்ததும் நேராக அறைக்கு வந்து அரைகுறையாகப் பூர்த்திசெய்யப்பட்ட ஏதேனும் ஓர் ஓவியத்தின் முன்வந்து நின்றுகொள்வது இரவு நெடுநேரம் வரை தாயுடன் அரவிந்தின்முன் கதைகேட்டபடி முகாமுக்கு வெளியே மைதானப்பரப்பில் உட்கார்ந்திருப்பது என்று அவள் பொழுதுகள் கழிந்தன. இந்த இடத்தில் அவளுடைய ஓவியங்களைப்பற்றியும் சொல்லவேண்டும். துவக்கத்தில் இலக்கு ஏதுமற்ற வெறுந்

தீட்டல்களாக அவளுடைய கோடுகளும் வண்ணங்களும் திரைச்சீலைகளில் அலைபாய்ந்து கொண்டிருந்தன. அவள் கிழித்துப்போட்ட எந்தவொரு துணிக்குப்பையிலும் அரைகுறை யாகப் பூர்த்திசெய்யப்பட்ட நிலையிலாவது ஓர் இயற்கைக் காட்சியையோ கடவுளர்களின் சித்திரத்தையோ கோயில்கள் அல்லது மாளிகைகளையோ தடாகங்களையோ ஸ்தூலமாக லிண்டாவால் பார்க்க முடியவில்லை. சீலையின் பரப்பு முழுக்கத் தாறுமாறாகக் கிழிக்கப்பட்ட கோடுகளையும் சிதறடிக்கப்பட்ட வண்ணங்களையும்தான் சுஜாதா இல்லாத நேரங்களில் அவளறையைச் சோதனைசெய்யும் பழக்கத்தை ஏற்படுத்திக்கொண்டிருந்த லிண்டா கண்டாள். சுஜாதா மனக்கிலேசத்துடனோ அல்லது வஸந்த்ராமுக்குப் பிறகு நிரந்தர நண்பர்களற்று வெறித்த தன் பொழுதைக்கடத்தவோ அல்லது முடிவான ஒரு சித்திரத்தைக் குறிவைத்தோ மூன்று தேக்குப்பெட்டிகளை நிறைத்து வழிந்த எழுதுபொருள்கள் முழுவதையும் செலவிட்டுக் கொண்டிருக்கிறாள் என்பதை லிண்டா தெரிந்துகொள்ள அதிகநாட்கள் பிடிக்கவில்லை. இரவுதோறும் வளர்ந்துகொண்டிருந்த சுஜாதாவின் தவிப்பு ஸ்ரீவத்ஸனின் தந்தை அவனை நிரந்தரமாகப் பிரிந்து இருளோடு கலந்து காணாமல் போனதை அரவிந்த் சொன்ன இரவன்று அதன் முடிவுக்கு வந்தது. அன்று இரவு முடிந்துபொழுது புலரும்வரையில் பொங்கிக்கொண்டிருந்த கண்களுடன் சுஜாதா வரைந்து தீர்த்த சித்திரம் காலையில் கிழிக்கப்படாமலும் சிதைக்கப்படாமலும் தாங்கியில் தொங்கிக்கொண்டிருந்தது. நீலநிறத் திரைச்சீலையொன்றில் வெண்ணிற எழுதுகோலால் ஒரு மனித உருவத்தின் முன்நெற்றியை மட்டுமே அந்த இரவு பூராவிலும் முயன்று சுஜாதா முடித்திருந்தாள். அவளுடைய கிறுக்கல்கள் கனிந்து படமாக உருப்பெறும் தருணத்திற்காகவே காத்திருந்த லிண்டாவும் உடனே தன் துப்பறிதலைத் துவக்கி விட்டாள். அகன்றும் ஞானச்சுருக்கங்கள் நிறைந்தும் முன்னுச்சி முடியால் சற்றே மறைக்கப்பட்டும் நெரித்த புருவங்களைக் கீழ்விளிம்பாகவும் கொண்ட நெற்றியையுடைய கல்கத்தா ஸ்டேட் சர்க்கஸ் கம்பெனியின் இளம் புருஷர்களின் பட்டியலை அரவிந்த் லிண்டாவுக்காகத் தயாரித்தார். பட்டியலிலிருந்த இருபத்திரண்டு ஆண்களும் அரங்கம் முழுவதையும் குதிரைகளின் மேலிருந்து வீரர்களின் ஒப்பனையுடன் ஆரோகணித்துக் கொண்டிருந்தபோது லிண்டாவின் ரகசியக் கண்காணிப்பின் தீவிரம் தாக்கிக் காரணம் புரியாமலேயே லகானைக் கைவிட்டுக் கீழே நழுவி விழுந்து தங்களை விதூஷகர்களாகக் காட்டிக்கொண்டிருந்தார்கள். சிலநாட்களுக்குப்பின் திரைச்சீலை உருவத்திற்குக் கூர்ந்து நுனி விடைத்த சற்றும் பிசகாத நாசியையும் அதன் கீழே சுருண்ட

பெரிய மீசை ஒன்றையும் சுஜாதா வரைந்து முடித்தபோது இந்த இளைஞர்களில் ஏழுபேர் லிண்டாவின் கண்காணிப்பிலிருந்து விடுபட்டு பழையபடி வீரர்களாக உலா வரத் துவங்கினார்கள். உடலின் அபரிமிதமான பருமனை அடையாளங்காட்டும் உப்பிய ஆனால் உறுதியான தாடைகளைக் கொண்ட கன்னங்களும் சோழிசோழியாய்ப் பற்கள் வெளித்தெரிய சிரித்த தடித்த வாயும் தோன்றிய நாளில் இன்னும் ஆறுபேர்களை லிண்டா தன் பட்டியலிலிருந்து அடித்துவிட்டாள். பெரிய காதுகளை சுஜாதா தீட்டிய நாளில் மேலும் நான்கு பேரும் இரண்டு இளைஞர்கள் அடர்ந்து அலையலையாய்ச் சுருண்ட தலைமுடி உருவான நாளிலும் விடுவிக்கப்பட்டுவிட்டார்கள். லிண்டா அதுவரை பார்த்தேயிராத வெளியே தெறித்து விழுவதைப்போல பிதுங்கிப் பிரகாசித்த கருணைமிக்க ஒரு ஜோடிக்கண்கள் மீதமிருந்த இளைஞர்களையும் விடுவித்தது. கைவசமிருந்த அனைத்துக் காளைகளின் மீதான சம்சயமும் தீர்ந்துவிட்டதால் லிண்டா குழம்பிப்போனாள். அரவிந்திற்கும் வரையப்பட்ட ஓவியத்தின் சாயலில் யாரையும் பார்த்த ஞாபகமெதுவும் எழவில்லை. பற்றாக்குறைக்குத் தன் ஓவியத்தில் மேலும் ஒரு வினோதத்தையும் சுஜாதா உண்டாக்கி வைத்தாள். உருவத்தின் முகத்தை விட்டுவிட்டு நீலநிறச் சீலையின் வரையப்படாத மற்ற பரப்புகளில் மனித முகத்தின் வண்ணத்தைக் குழைத்து நிரப்பி வைத்தாள். பிறகு சித்திரம் வரையும் பழக்கத்தைப் பழையபடி கைவிட்டுவிட்டாள். படபுருஷனை கிட்ட நின்றும் தூர நின்றும் பக்கவாட்டில் நின்றும் இன்னும் அறைக்கு வெளியிலிருந்து சன்னல் வழியாகவும் பார்த்துக்கொண்டிருப்பது இப்போது அவளுடைய புதுப்பழக்கமாயிற்று. அரவிந்தோடு சுஜாதா புதிய நகரங்களின் வீதிகளில் சுற்றும்போது ஓவியத்தின் சாயலுள்ள யாரையேனும் பார்த்திருப்பாளோ என்று லிண்டாவுக்கு ஒரு சந்தேகமிருந்தது. ஆனால் நிலையான வாசஸ்தலமில்லாமல் நகர்ந்துகொண்டேயிருக்கும் வித்தைக்குழுவைச் சேர்ந்த ஒரு பெண்ணுக்குச் சிந்தனையைப் பைத்தியமாக அடிக்கும் ஆண்மகனின் நட்பு குழுவிற்கு வெளியிலிருந்து கிடைத்திருக்கும் என்பதை அவளால் நம்பத்தான் முடியவில்லை. ஆக மொத்தத்தில் லிண்டா தன் தலை முழுவதையும் கவலைகளால் நிரப்பிக் கொண்டு அவற்றை இறக்கி வைத்துவிட்டு விச்ராந்தியாக ஓய்வெடுக்கும் ஏக்கம் மேலிட்டவளாய் வித்தைக்குழு கல்கத்தா நெருங்கும் நாளை எதிர்பார்த்துக்கொண்டிருந்தாள். அதுவரையில் தனக்கேகூட பைத்தியம் பிடித்துவிடாதிருக்கும் பொருட்டாக அரவிந்த் கூறிக்கொண்டிருந்த கதையை நிறுத்தி விடாமல் ஒவ்வொரு இரவும் சொல்லிக்கொண்டேயிருக்கும்படி அவள் கேட்டுக்கொண்டாள்.

வஸந்த்ராம் ஸ்ரீவத்ஸன் கதையை மேற்கொண்டு தொடராமல் மதுரை எல்லையில் நிறுத்திக்கொண்டான். அப்படி அவன் நிறுத்திக்கொண்டதன் காரணத்தைப்பற்றிக் கங்காராம் பெரிதாக யோசித்தார் என்று சொல்லமுடியாது. ஆனால் போத்தியைப்பற்றி வேறுவிதமாக யோசிக்க அவருக்கு மதுரை போதுமான சூசகங்களைக் கொடுக்கத்தான் செய்தது. கம்பெனியின் வருடாந்திர காலஅட்டவணைப்படியே சித்திரை மாதத்துவக்கத்தில் அவர்கள் மதுரை போய்ச் சேர்ந்தபோது ஏற்கனெவே அங்கே இறைவியின் திருக்கோயில் உச்சியில் திருவிழாக்கொடி ஏற்றப்பட்டுவிட்டிருந்தது. நகரம் முழுவதும் இரைச்சலும் உள்ளூர் மக்களோடு பக்கத்து கிராமங்களிலிருந்து நெருங்கி வந்த ஜனநெருக்கடியும் சூதாட்ட அரங்கங்களில் இரைந்த காசுகளின் சலசலப்பும் வெற்றிக் களிப்பும் பொய்ச் சண்டைகளும் வியாபித்திருந்தன. நுழைவெல்லைகளைப் பூத்தோரணங்களும் வண்ணச் சுதேசித் துணி வளைவுகளும் அலங்கரித்துக்கொண்டிருந்தன. கடவுளின் திருமணத்தை முன்னிட்டு நகரப்பெண்களுங்கூட புதிய உடைகளாலும் புதிய மஞ்சள் துண்டுகள் கோர்க்கப்பட்ட மங்கல நாண்களாலும் தங்களை அலங்கரித்துக்கொண்டிருந்தார்கள். வீதிகளின் ஒவ்வொரு சந்திப்புப் புள்ளியையும் அவர்களே தங்கள் சிரிப்பாலும் மணத்தாலும் நிறைத்திருந்தார்கள். லிண்டா இந்தியாவின் வேறெந்த நகரத்திலும் இவ்வளவு பெண்களை வீதிகளில் பார்த்ததேயில்லையென்று நினைத்துக்கொள்ளும் படியாக இறைவியின் பெயரால் ஆண்டுக்கொருமுறை அனுமதிக்கப்படும் சுதந்திரத்தை முழுவதுமாக அனுபவிக்கவென்று அதிகாலையிலேயே எழுந்து தங்கள் வீடுகளைத் துறந்து தனியாகவும் குழுக்களாகவும் வெளியே திரிந்துகொண்டிருந்த அந்தப்பெண்கள் ஈரங்காயாத கூந்தலால் அங்கே கனன்றுகொண்டிருந்த வெய்யிலைத் தணியச் செய்திருந்தார்கள். அறைகளுக்குள் தனியே விடப்பட்ட ஆண்களோவெனில் கொண்டாட்டங்களையும் மனைவிகளையும் திட்டியபடி படுக்கைகளில் புரண்டுகொண்டிருந்தார்கள். வீட்டு வாயிற்படிக்கே காதலனை வரவழைத்துப் பேசிக்கொண்டிருந்த பெண்களை அவர்களுடைய பெற்றோர்களின் பார்வையிலிருந்தும் கணவர்களின் கண்களிலிருந்தும் மறைத்துக் காக்கும்வண்ணம் இறைவியின் பிரத்யேக ஆசீர்வாதம் வானிலிருந்து கனத்துப் பொழிந்தபடியிருந்ததை சுஜாதா பார்த்தாள். இடுப்பிலிருந்து தொங்கும் தோல்குடுவையிலிருந்து குறுகிய குழாய்கள் மூலமாக நீரை உறிஞ்சி ஜனநெரிசலின்மேல் சாரலாகத் துப்பும் கள்ளழகர்கள் கருத்த வீதிகளையும் ஈரத்தால் பெண்கூந்தலாக்கிக் கொண்டிருந்தார்கள். சித்திரைத் தெருக்களின் காற்றில் இரண்டாண்டுகளுக்கொருமுறை வஸந்த்ராமின் சுவாசத்தைப்

புதுப்பித்துத்தரும் நீர்மோரின் வாசனையும் வெல்லப் பானகத்தின் திகட்டலும் சுழன்றுகொண்டிருந்தது. ஆவணிமூல வீதிகளில் மிட்டாய் வியாபாரிகள் அங்குமிங்கும் நகர்ந்துவிட முடியாதபடி பார்வையால் அவர்களை ஆணியடித்து நிறுத்தி வைத்திருந்த பிச்சைக்காரக் குழந்தைகள் கடவுளின் பெயரால் வேசிகளையும் அழைத்து குலஸ்திரீகளின் முகச்சுளிப்புக்கும் விரட்டுதல் களுக்கும் ஆளாகிக் கொண்டிருந்தனர். ஆனால் வேசிகளின் திறந்த மார்புகள் மிட்டாய்க்கான காசுகளைத் தவறாது நழுவவிடும் என்பதை அவர்கள் தெரிந்து வைத்திருந்தனர். பட்டமேற்றபின் மாசி வீதிகள் நான்கிலும் உலாவரவிருக்கும் இறைவியின் தரிசனத்திற்காக மொத்த ஜனங்களில் இரண்டிலொரு பகுதியினர் மருங்குகளில் நிதானித்துக்கொண்டிருந்த துரைமார் களின்மேல் பட்டுவிடாமல் தங்களுக்குள்ளேயே இடித்து நெருக்கியபடி காத்துக்கொண்டிருந்தார்கள். அவர்களுக்கு ஆச்சரியத்தையும் அசூயையையும் உண்டாக்கும்வண்ணம் முன்பு பிரிந்துபோன அவர்களுடைய உறவினர்களும் பழைய காதலர்களும் காதலிகளும் மறதியின் சுழலிலிருந்து மீண்டு வெளியே வந்துகொண்டேயிருந்தார்கள். வளைவுகளில் தேரின் வரவை அறிவிக்கும் அதிர்வெடிகளின் கைக்குழந்தைகளைத் திடுக்கிட்டுக் கதற வைக்கும் சத்தம் சில நிமிடங்களுக்கொருமுறை கேட்டுக்கொண்டிருந்தது. கூட்டத்தினூடே மாடிகளிலிருந்து வெண்புறாக்களைப்போல பறக்கவிடப்பட்ட சிரங்குகளைக் குணப்படுத்தும் வெள்ளைக் களிம்பின் விளம்பரத் தாள் களைப் பிடிப்பதற்கென்று முந்திச் சிதறிய சிறுவர் கூட்டம் சிறுதேவர்களின் பூர்வாங்க ஊர்வலத்தை அடிக்கடி ஸ்தம்பித்து நிற்க வைத்துக்கொண்டிருந்தது. அழகர்கோவில் வாடிப்பட்டி அலங்காநல்லூர் மேலூர் திருப்பரங்குன்றம் கிராமங்களிலிருந்து வந்து சேர்ந்திருந்த தொழில்முறைக் கள்வர்கள் இரவுக்காகக் காத்திருந்த நேரத்தில் தங்களூர்த் தெருக் கூத்தாடிகளின் மேடைகளுக்கருகே சென்று ஆட்டக்காரிகளை ரசித்துக்கொண்டும் அவர்களின் தாய்மார்களைக் குசலம் விசாரித்துக்கொண்டும் பொழுதைக் கழித்துக்கொண்டிருந்தார்கள். வடபுலத்தில் சுழன்றுகொண்டிருந்த குடைராட்டினங்களும் வட்டுராட்டினங்களும் சுதேசிப் பொருட்களை விற்கும் கடைகளும் அவற்றினருகே விரிவுரையாளர்களின் மேற்பார்வையில் விதேசித் துணிகளைக் கண்டித்துச் சொற்பொழிவாற்றிக்கொண்டிருந்த கல்லூரி மாணவர்களும் அவர்களின் யவ்வனத்தை ரகசியமாக ரசித்தபடி பெருமூச்செறிந்துகொண்டிருந்த துரைச்சானி களும் மதுரை தென்புலமாகச் சரிந்து விடாதபடி பார்த்துக்கொண்டனர். பெண்கள் வழிபாட்டுக்காக மாசி வீதிகளில் குவிந்துவிட்டதைப் பயன்படுத்திக்கொண்டு வெளிவீதிகளில் வந்து நின்றுகொண்ட

ஆண்கள் கூட்டம் அங்கே உலா வந்துகொண்டிருந்த விளம்பர வண்டிகள் உதிர்த்த பெண்குரலிலும் பெண்சித்திரங்களிலும் சொக்கிப்போயிருந்தது.

சூழல் முழுவதிலும் காதலின் கனிந்த வாசனைவீசும் வீதிகளில் தன்வரவை அறிவித்தபடி ஊர்வலமிட்ட கல்கத்தா ஸ்டேட் சர்க்கஸ் கம்பெனியின் கூண்டுவண்டிகளுக்குள் தெரிந்த அரிய மிருகங்களுக்கும் வண்டிகளின் அலங்கரிக்கப்பட்ட மேற்கூரையில் நின்றிருந்த அழகிகளுக்கும் வண்டிகளின் முன்னால் கொடிகளைக் கையில் ஏந்தியபடி ஓடிக்கொண்டிருந்த கோமாளிகளுக்கும் கையசைத்து வரவேற்புத் தெரிவித்த மதுரைவாசிகள் வித்தைக் குழுவினர் சந்தோஷ அதிர்ச்சியடையும்படியாக வெள்ளை யானைக்கென்று எந்தவிதமான தனிப்பட்ட முக்கியத்துவத்தையும் அளிக்கவில்லை. மட்டுமல்ல நகரின் மத்தியபாகத்தில் விக்டோரியா வாசகசாலையின் இடப்புற மைதானத்தில் வித்தைக்குழு தங்கள் கூடாரங்களை முளையடித்து எழுப்பியபோது வேடிக்கை பார்க்க அங்கே திரண்டிருந்த கூட்டத்தின் இரைச்சலும் கூட்டத்தினர் தங்கள் தலையில் பூசிக்கொண்டிருந்த விளக்கெண்ணெயின் வாசனையும் உள்ளே மறைவாகக் கிடத்தப்பட்டிருந்த போத்தியின் பிளிறலையும் காயத்தின் சீழ்நாற்றத்தையும் ஒன்றுமில்லாமல் ஆக்கிவிட்டது. பெருநகரங்களின் அமைதிக்குள் பிரவாகமாகப் பீறிட்டுக்கொண்டிருந்த போத்தியின் துயரம் அதிசயங்களுக்குப் பழகிப்போன மதுரையின் கம்பீரத்தின்முன் வெறும் கசிவாகச் சிறுத்துப்போய்விட்டதைக் கண்டு கங்காராம் உள்பட அனைவருமே ஆச்சரியமும் நிம்மதியும் அடைந்தனர். விசாகப்பட்டினம் தீவிபத்திற்குப் பிறகு நெடுநாட்களாகச் சூம்பிப்போய்க் கிடந்த வித்தைக் குழுவினரின் அகமும் முகமும் மீண்டும் மலர்ந்து பிரகாசிக்கத் துவங்கின. கேளிக்கைப் பிரியர்களான மதுரைவாசிகளின்மேல் முழுநம்பிக்கை வைத்து அவர்கள் அரங்கினுள் தங்கள் முழுத்திறமையையும் காட்டிச் சூழலத்துவங்கினார்கள். இரண்டாவது நாளே காட்சிகளில் பழைய உற்சாகம் தொற்றிக்கொண்டு விட்டது. தூங்காநகரமான மதுரையும் அவர்களை ஏமாற்றவில்லை. ஒரேநாளில் ஐந்து முறைகளுக்குமேல் அழகிகள் கயிறாடவேண்டி யிருந்தது. ஏழு முறைகளுக்குமேல் விலங்குகள் பந்துகளை உருட்டவேண்டியிருந்தது. பத்துத் தடவைகளுக்குமேல் சிங்கங்களும் புலிகளும் தீ வளையத்திற்குள் எகிறிப் பாயவேண்டியிருந்தது. இருபது தடவைகளுக்கு மேல் கோமாளிகள் கட்டிப்புரண்டு சண்டைபோட்டுத் தங்கள் செயற்கை மூக்கை உடைத்துக்கொள்ளவேண்டி யிருந்தது. சுஜாதா மதுரையில்தான் முதன்முறையாக இருபத்தைந்தடி

நீல வீதி

உயரத்தில் கட்டப்பட்டிருந்த கயிற்றின்மேல் கரகக் கலசங்களைத் தன் தலையில் சுமந்தபடி மிதமான நாட்டிய அடவுகளை நிகழ்த்திக் காட்டிப் பார்வையாளர்களைப் பிரமிக்க வைத்தாள். வித்தைக்குழு மதுரையில் முகாமிட்ட நான்காவது நாளின் இரண்டாவது காட்சியில் இடம்பெற்ற இந்தச் சிறப்பம்சத்திற்காக அவள் தீவிரப்பயிற்சியை குழுவின் பிரயாணகாலம் முழுவதிலும் வஸந்த்ராமின் உதவியோடு மேற்கொண்டிருந்தாள். ஒரே இரவில் இந்தியா முழுவதிலும் இந்த நிகழ்வு செய்தித்தாள்கள் மூலமாகப் பரவி சுஜாதாவை வழக்கமான வித்தைக் கலைஞியென்கிற நிலையிலிருந்து உயர்த்தி ஒரு தாரகையாகப் பிரபலப்படுத்திவிட்டது. உற்சாகமான இந்த நாட்களின் வலுவான அணைப்பில் கிட்டத்தட்ட அனைவருமே போத்தியை மறந்தேபோய்விட்டிருந்தனர் என்றே சொல்லவேண்டும். அதைக் கவனித்துக்கொள்ளவென்று நியமிக்கப்பட்டிருந்த பரிசாரகரும் வைத்தியருங்கூட மதுரையின் வசீகரத்தில் மனதைப் பறிகொடுத்தவர்களாகத் தன்னினைவற்ற இயந்திரங்களாகவே போத்திக்கான உணவையும் மருந்தையும் தயாரித்தளித்துக்கொண்டிருந்தனர். பிற நகரங்களைப்போலல்லாது ஒரு வெள்ளை யானையையே சாதாரண வஸ்துவாக ஆக்கப் போதுமான தனக்கேயுரிய அதிசயங்களைக் கதைகளின் நகரமான மதுரையும் குறைவில்லாது கொண்டிருந்ததால் போத்தியேகூட பரிவின் சுமை நீங்கிய ஆசுவாசத்தில் தன் பிளிறலைத் தணித்துக்கொண்டிருந்தது. மதுரையையும் அதன் திருவிழாக் கொண்டாட்டங்களையும் குழுவினர் தாங்களும் பார்த்து வரவேண்டுமென்று விரும்பியதாலும் அதேசமயம் மதுரை ஜனங்களும் வித்தைக்காட்சிகளை நோக்கி விடாமல் படையெடுத்துக்கொண்டேயிருந்ததாலும் வஸந்த்ராம் மொத்தக் குழுவையும் ஐந்து பகுதிகளாகப் பிரித்து சுழற்சி முறையில் தினமும் ஒரு பகுதியினருக்கு விடுப்பளித்து வெளியே அனுப்பி வைக்க ஏற்பாடு செய்தான். சென்ற ஒரு பகுதியினருடைய வேலைப்பளு இருந்த நான்கு பகுதியினரை அழுத்திக் கனத்த போதிலும் தங்களுடைய முறையை எண்ணி அவர்கள் மகிழ்ச்சியுடன் அந்தச் சுமையைத் தங்கள் தோள்களில் ஏற்றுக்கொண்டு பார்வையாளர்களைச் சந்தோஷப்படுத்தினர். சோர்வோ உடல்நலக் குறைவோ அவர்களைத் தொற்றிக்கொள்ளா திருந்தது. கங்காராமைப் பொறுத்தவரையில் சில நாட்களுக்கு முன்புவரை வித்தைக் குழுவின் தவிர்க்க முடியாத அம்சமாக இருந்த போத்தியின் இருப்பைத் தானும் மறந்துபோனது குறித்து அவருக்குப் பெரியதாக குற்றஉணர்வு எதுவும் எழவில்லை. மதுரையில் பதினைந்து தினங்களைக் கழித்த பிறகே முகாமைக் கலைக்கும் நாட்கள் நெருங்க நெருங்க அவர் தலை மீது

போத்தியைப்பற்றின கவலை மீண்டும் கவிழ்ந்துகொண்டது. அந்நகரின் உல்லாசத்துடனும் இரைச்சலுடனும் பகலையொத்த அதன் இரவுகளுடனும் வித்தைக்குழு இனிக் கடக்கவிருக்கும் பிற நகரங்களின் காரியார்த்த முகங்களையும் வெறிச்சோடும் இரவுகளையும் ஒப்பிட்டுப்பார்த்து அவர் அடிக்கடி திடுக்கிட்டுக் கொண்டிருந்தார். அவற்றின் மௌனத்தின்மேல் போத்தியின் துயரம் பீறிட்டுக் காய்ச்சலையும் கலவரங்களையும் கிளப்பும் காட்சி முன்னிலும் பூதாகரமாக எழுந்து அவரை அச்சுறுத்தியது. மதுரையைவிட்டு வெளியேறவே அவர் அஞ்சினார். மதுரை வந்து சேர்ந்த பதினேழாம் நாள் தன்னுடைய முறைக்கு நகரைச் சுற்றிப்பார்க்க சுஜாதா லிண்டா வஸந்த்ராம் கூடவர அவர் புறப்பட்டபோது பிற நகரங்களின்மேல் இன்னும் அதிகமாக அவநம்பிக்கை கொள்ளும்வண்ணம் மதுரையின் கோலாகலக்காட்சி அவருள்ளத்தை குதூகலப் படுத்தியது. சுஜாதாவுக்கும் வஸந்த்ராமுக்கும் மதுரை ஆறுமுறை பழைய நகரமென்றாலும் அவர்களும் ஒவ்வொரு முறையும் அதன் கொண்டாட்டங்களைப் புத்தம் புதியதாகவே உணர்ந்தார்கள். பெண்கள் ஆண்களையும் பெண்களை ஆண்களும் பொய்யாக ஏமாற்றிக்கொண்டிருந்த மதுரையின் கோலாகலமான சூழலின் பின்னணியில் காலும் மனமும் மகிழ்ச்சியில் களைக்கக் களைக்கச் சுற்றிகொண்டிருந்தவாறே போத்தியென்னும் தீராத பிரச்னை பற்றி கங்காராம் வஸந்த்ராமிடம் சொல்லிப் புலம்பியபோது அவன் அவருக்கு நேரடியான பதில் எதையும் சொல்லவில்லை. ஆனால் உலாவின் முத்தாய்ப்பாகக் கோவில்குளத்தின் சுற்றுச் சுவர்களில் தீட்டப்பட்டிருந்த சித்திரக்கதைகளின்முன் அவர்கள் நின்றிருந்தபோது வஸந்த்ராம் விவரித்த வேறோர் வெள்ளையானையின் கதை கங்காராமின் பிரச்னைக்கு அவரே ஒன்றைத் தேர்ந்தெடுத்துக்கொள்ளும்வண்ணம் இரண்டு தீர்வுகளைத் தந்துவிட்டது. வஸந்த்ராம் சொன்ன புராணக் கதை இதுதான். இந்திரனின் வாகனமாயிருந்த ஐராவதம் என்னும் பெயர் கொண்ட வெள்ளையானை துர்வாசமுனிவர் இந்திரனுக்களித்த பாரிஜாதப்பூவைத் தனது துதிக்கையால் வாங்கிக் காலடியில் போட்டு மிதித்துத் தேய்த்தழித்துவிட்டது. தேவர்களின் வாகனம் தன் விலங்கியல்பு கெடாதிருப்பதை அதன் சூசகச் செய்தியாகப் புரிந்துகொண்ட துர்வாசர் யானையைத் திரும்ப வனத்திற்கே அனுப்பிவிடும்படி இந்திரனைப் பணித்தார். வெள்ளையானை ராஜலட்சணங்களில் ஒன்று என்பதால் இந்திரன் முனிவரின் ஆக்ஞையை எப்படி ஏற்பது என்கிற குழப்பத்திலாழ்ந்தான். மனதில் பிரிவாற்றாமை கனக்கும் மிருகத்தால் எஜமானனுக்கு அனுகூலங்களைக் காட்டிலும் பிரதிகூலங்கள்தான் அதிகமேற்படும் என்பதை எடுத்துச்சொன்ன

முனிவர் ஒரு நூறு ஆண்டுகளுக்காகிலும் ஐராவதம் தன் இனத்தோடு சேர்ந்து வாழட்டுமென்றும் வனவிடாயைத் தீர்த்துக்கொண்ட பிறகு இந்திரனுக்கு வாகனமாகத் தேவலோகத்திற்கு அது தானே மீண்டும் வந்து சேருமென்றும் சொல்லிவிட்டுப் போனார். துர்வாசரின் ஆசீர்வாதத்தால் பிணச்சாம்பலையொத்த தன் வெள்ளைநிறம் நீங்கப்பெற்ற ஐராவதமும் கருத்த காட்டுயானையாக நூறு வருடங்கள் தன் சக விலங்குகளுடன் கடம்பவனத்தில் சந்தோஷமாக வசித்து வந்தது. பிறகு ஒருநாள் தன் தாகத்தைத் தீர்த்துக்கொள்ளும் பொருட்டாகத் தங்கத்தாமரை மலரும் மதுரைக்குளத்தில் துதிக்கையை நுழைத்த கணத்தில் நூறு வருடங்கள் முடிந்துபோய் மீண்டும் வெள்ளையானையாக மாறியது. புண்ணியத் தீர்த்தத்தில் நனைந்த பிரகாரம் அதன்முன் தோன்றிய இறைவன் அது வேண்டும் வரம் யாதெனக் கேட்க அவருடைய பரிவாரங்களாகிய எட்டுக் கரியானைகளோடு ஒன்பதாவதாகத் தானும் அவர் காலடி நிழலில் இருக்க விரும்புவதாக ஐராவதம் தெரிவித்தது. இறைவனும் ஏற்றுக்கொண்டு அதைத் தன் இருப்பிடமான கைலாய மலைக்கு வந்து சேரும்படி பணித்தார். ஆனால் கடவுளர்களின் பிரத்யேக நகரமான மதுரையின் எல்லையை யானை தாண்டும்வரை காத்துக்கொண்டிருந்த இந்திரன் மதுரை எல்லையைத் தாண்டியதும் துர்வாசர் வாக்கை இறைவனுக்கு நினைவுறுத்தி அதைப் பழையபடி தன் உலகிற்குக் கூட்டிச் சென்று தன் வாகனமாக்கிக்கொண்டுவிட்டான். வஸந்த்ராம் ஐராவதத்தின் கதையைச் சொன்ன மூன்றாவது நாளில் கங்காராம் போத்தியின் துயரத்தை அதன் முடிவுக்குக் கொண்டுவந்தார். கதைகேட்ட முதல்நாள் இரவு அவர் அதைப்பற்றித் தன் மண்டை சிதறிப்போகுமளவிற்கு யோசிக்கத் துவங்கித் தற்காலிக புத்தி பேதலிப்பிற்கு ஆளானார். நடுநிசியில் போத்தி இருந்த பகுதிக்குச் சென்று கூண்டின் கதவுகளை அகலத்திறந்து விட்டுவிட்டு அதைக் கடம்பவனத்திற்கு விரைந்து சென்றுவிடும்படி தொண்டை கிழியக் கத்திக்கொண்டு தன் கையிலிருந்த பிரிச்சவுக்கால் தாறுமாறாக அடிக்கத் துவங்கிவிட்டார். அவர் கண்களிலிருந்து அன்பின் கண்ணீர் காலைக் கிரணங்களைப்போல பீறிட்டுக் கொண்டிருந்தது. சத்தம் கேட்டு திடுக்கிட்டு எழுந்த குழுவினர் விரைந்து சென்று கங்காராமைச் சமாதானப்படுத்தி அழைத்து வந்தார்கள். அவர்கள் அனைவரும் தெளிவாகப் பார்க்கும் படியாக அப்போது போத்தியின் விதி அதன் நெற்றியில் பாரிஜாதப் பூவைப்போல பிரகாசித்துக்கொண்டிருந்தது என்று சுஜாதா அங்கே வராமல் தன் கூடாரத்திலேயே தங்கிவிட்ட வஸந்த்ராமிடம் பின்பொருநாள் சொன்னாள். இரண்டாம் நாளும் மூன்றாம்நாள் பகல்பொழுது முழுவதிலும் கங்காராம்

ஜன்னியில் பிதற்றியபடி தன் படுக்கையைவிட்டு எழுந்திருக்க முடியாமல் கிடந்தார். மூன்றாம் நாளிரவு நடுநிசியைத் தாண்டிய பொழுதில் கூடாரங்கள் அதிரும்படியும் மிருகங்கள் யாவும் கூண்டுகளின் சுவர்களில் தங்களை மோதிக்கொள்ளும்படியும் கைத்துப்பாக்கியின் வேட்டொலி இரண்டுமுறை அதிர்ந்தபோது படுக்கையிலிருந்து சிறிதும் அசையாதபடி அதைக் கேட்டுக் கொண்டிருந்த குழுவினரைப் பிறகு விச்ராந்தியான உறக்கம் ஆட்கொண்டது.

போத்தியின் மரணம் அதை எதிர்பார்த்துத் தூங்காமல் விழித்திருந்த வித்தைக் குழுவினரின் உள்ளத்தில் அன்றிரவு என்னவிதமான உணர்வுகளை ஏற்படுத்தியது என்பதை ஸ்ரீவத்ஸன் சொல்லவில்லைதான். ஆனால் சில வருடங்களுக்குப் பிறகு கடமையுணர்வென்னும் இரும்புத் தொப்பிகளைத் தலையில் கவிழ்த்துக்கொண்டு விறைப்பாக நின்றுகொண்டிருந்த நெல்லைக் காவலர்கள் நீங்கலாகப் போத்தியின் கதையைக் கேட்கப் பாளையங்கோட்டை காவல் நிலையத்தின் முன் குவிந்திருந்த பிற ஆண்களின் வேட்டி நுனிகளையும் பெண்களின் முந்தானைகளையும் அதன் மரணம் பிழியப்பிழிய நனைத்துவிட்டது. சாபங்களைத் தீர்க்கும் நகரமான மதுரையை அதுவரையில் பார்க்கவிடாது தட்டிக் கழித்துவிட்ட தங்கள் கணவர்களை முதிய பெண்கள் வசைபாடிக்கொண்டும் இளம்பெண்கள் வற்புறுத்தியபடியும் கலைந்து போனார்கள். ஸ்ரீவத்ஸன் விடுவிக்கப்பட்டான் என்பதைச் சொல்லவேண்டியதில்லை. அவன் கதை ராஜகோபால் முகத்தில் நீலநிறத்தைக் கொண்டு வரவில்லையென்கிற ஒரு காரணமே அதற்குப் போதுமானதாயிருந்தது. ஆனால் தன் ஆறாத காயத்தால் இந்திய நகரங்களைத் துர்சகுனங்களுக்கு ஆளாக்கிக்கொண்டிருந்த போத்தியின் வாழ்க்கை ராஜகோபாலை ஈர்த்த அளவிற்கு அதன் மரணம் துரதிர்ஷ்டவசமாக ஈர்க்கவில்லை. ஈர்த்திருந்தால் மூன்று வருடங்களுக்குப் பிறகு நிகழவிருக்கும் ஸ்ரீவத்ஸன் மற்றும் ஆஷ்துரை இருவருடைய துர்மரணத்தின் விதைகளும் போத்தியின் மரணத்திற்குள் விதைக்கப்பட்டிருந்ததை அனுபவஸ்தாரான அவர் கண்டுபிடித்திருக்கக்கூடும். எப்படியோ ஸ்ரீவத்ஸனை ராஜகோபால் விடுவித்துவிட்டார். மட்டுமல்ல அவன் அவர் பார்வை எல்லையைத் தாண்டியவுடனேயே அவனை மறந்தும் விட்டார். அவனைப் பிறகெப்போதும் பார்ப்போமென்றோ அவன் பெயரை மறுபடி கேள்விப்படுவோமென்றோ அவர் நினைக்கவில்லை. ஆனால் ஸ்ரீவத்ஸன் ராஜகோபாலைத் தான் மறுபடி சந்திக்கக் கூடுமென்று எதிர்பார்த்தான். நெல்லைக் கலவரத்திற்கும் ஸ்ரீவத்ஸனுக்கும் அவன் ராஜகோபாலைப்

நீல வீதி

பார்க்கும் கணம்வரை உண்மையாகவே எந்தச் சம்பந்தமும் இல்லாமல்தான் இருந்ததெனினும் கலவரம் பற்றின அவருடைய விரிவான கேள்விகள் சிவா மற்றும் சிதம்பரம்பிள்ளைமீது அரசு கொண்டிருந்த அடங்காத அச்சத்தைத் தெரியக்காட்டி நிகழ்வு களின்மீது அவனுக்கு சுவாரஸ்யம் ஏற்படும்படி செய்து விட்டன. பாளையங்கோட்டை காவல்நிலையத்திலிருந்து வெளியேறிய பிறகு ஸ்ரீவத்ஸன் தூத்துக்குடி ஸ்டீம் நேவிகேஷன் கம்பெனி வேலைக்குத் திரும்பவில்லை. விதி அவனை அவனே எதிர்பாராத துணிச்சலான இடங்களுக்கு இட்டுச் சென்றுவிட்டது. அதில் ஒன்று செங்கோட்டையிலிருந்த தர்மராஜன் என்பவரின் வீடு. ராஜகோபாலிடம் ஆஷ்துரையின் இடது மார்புப்புண்ணைப்பற்றி அவன் பிரஸ்தாபித்துக்கொண்டிருந்ததை பொது ஜனங்களில் ஒருவராக நின்று கேட்டுக்கொண்டிருந்த இந்த தர்மராஜன் என்கிற பிராமணர் புண்ணுக்கான வைத்தியத்தை ஸ்ரீவத்ஸனைப்போலவே தேடிக்கொண்டிருக்கும் இன்னும் சில பேரையும் தனக்குத் தெரியுமென்று கூறி அவனுடன் நட்பு ஏற்படுத்திக்கொண்டார். தன் பேச்சை நம்பும் சிலர் தன்னருகே இருப்பதில் ஸ்ரீவத்ஸனுக்கும் சந்தோஷந்தான். சங்கரகிருஷ்ணய்யர் பாத்திர வியாபாரியான முத்துக்குமாரசுவாமிப் பிள்ளை மடத்துப்பட்டி சிதம்பரம் பிள்ளை பரிசாரகர்களான ஜெகன்னாத ஐயங்கார் மற்றும் பிச்சுமணி ஐயர் அருணாசலம் பிள்ளை மற்றும் அழகப்ப பிள்ளை என்கிற இரண்டு விவசாயிகள் பிறகு நீலகண்ட பிரம்மசாரி என்கிற ஒரு பத்திரிக்கைக்காரர் உள்ளிட்ட ஒரு சிறுகூட்டமே இந்தச் சிலர். இவர்கள் பாரதமாதா திருச்சங்கம் என்கிற அரசாங்கத்திற் கெதிரான ஒரு தலைமறைவு இயக்கத்தைத் தொடக்கி நடத்திக்கொண்டிருந்தார்கள். ஸ்ரீவத்ஸனுக்கு இவர்களுடைய அறிமுகத்தோடு தர்மராஜன் சிபாரிசில் செங்கோட்டையிலேயே தங்க ஓர் இடமும் கிடைத்தது. ஸ்ரீவத்ஸனுக்குப் பிறகு வாஞ் சிநாதன் என்று அழைக்கப்பட்ட சங்கரய்யர் என்னும் ஒரு காட்டிலாகாச் சிப்பந்தியும் சுப்பையாபிள்ளை என்னும் குமாஸ்தாவும் ஹரிஹரய்யர் என்னும் இன்னொரு வியாபாரியும் பாரத மாதா திருச்சங்கத்தில் சேர்ந்துகொண்டனர். நெல்லை ஜில்லாவில் கலெக்டர் துரையின் கழுகுக் கண்களுக்குத் தப்பி இவர்கள் எங்கே கூடிப் பேசிக்கொண்டார்களோ என்ன பேசிக்கொண்டார்களோ தெரியாது. ஆனால் ஸ்ரீவத்ஸன் சேர்ந்த பதினாறாவது மாதம் (தோட்டா எட்டும் தொலைவிலிருந்து தப்பி விஞ்ச் துரை வேறு ஜில்லாவைப் பார்த்துப் போய்விட்டதால்) ஆஷைச் சுட்டுக் கொல்லும் யோசனையை அவர்கள் முன் வெளிப்படுத்திவிட்டான். ஒரு வெள்ளிக்கிழமையன்று தென்காசி கோயிலில் வைத்து ஸ்ரீவத்ஸன் இதை முன்மொழிந்தபோது அதன் உண்மையான காரணம்

பிறர்மீது சோகத்தை வாரியடிக்கும் துரையின் நிம்மதியற்ற வாழ்வை ஒரு முடிவுக்குக் கொண்டு வருவதில் அவனுக்கிருந்த உண்மையான அக்கறையும் பரிவுமேயாகும். சங்கத்தின் மற்ற உறுப்பினர்கள் இளவரசரின் பட்டாபிஷேகத்தின்போது ஒரு துர்சகுனமாக அதை நிறைவேற்றுவது என்கிற நோக்கில் அவன் முன்மொழிந்ததை வழிமொழிந்தார்கள். ஸ்ரீவத்ஸன் ஆஷைக் கொல்வதைக் கொலையாகவே கருதவில்லை யாதலால் கொல்பவன் சிறைப்படுவதையும் அவன் ஒத்துக்கொள்ள வில்லை. இதுவும் வேறு காரணங்களுக்காகப் பிறரால் அங்கீகரிக்கப்பட்டது. அவர்கள் கொலைக்குப் பிறகு தப்பிச் செல்லும் மார்க்கத்தைப்பற்றித் தீவிரமாக யோசித்தார்கள். பாண்டிச்சேரியில் அப்போது வாசம் செய்து வந்த வரகனேரி வேங்கட சுப்பிரமணிய அய்யருக்கு லண்டனில் நிறைய நண்பர்கள் உண்டு என்பதாலும் தப்பிச்செல்லும் மார்க்கத்தில் அவருக்கு ஏற்கனெவே அனுபவமுண்டு என்பதாலும் அவருடைய உதவியை நாடுவதென்று சங்கரகிருஷ்ணய்யர் முத்துக்குமாரசுவாமிப் பிள்ளை ஹரிஹரய்யர் மற்றும் தர்மராஜய்யர் முதலானோர் அபிப்பிராயப்பட்டார்கள். பிரிட்டிஷ்காரனின் மரணம் உடனடியாக அய்யர் பாரதி அரவிந்தர் சிவா சிதம்பரம் பிள்ளை முதலான புள்ளிகள் மீதுதான் காவல்துறைக்குச் சந்தேகத்தை உண்டாக்குமென்பதால் இவர்களில் யாருக்கும் கொன்றவன் தப்பிச் செல்ல உதவுமளவிற்கு ஆசுவாசமாயிருக்கச் சந்தர்ப்பம் இருக்காது என்று சிதம்பரம் பிள்ளை ஜெகன்னாதய்யங்கார் பிச்சுமணி அய்யர் வாஞ் சிநாதய்யர் போன்றோர் அபிப்பிராயப்பட்டனர். ஸ்ரீவத்ஸன் கல்கத்தா ஸ்டேட் சர்க்கஸ் கம்பெனி என்ற தீவிரவாதிகளின் குருவாகிய திலகருக்கு வெளிப்படையாகவே நிதி திரட்டிக் கொடுத்துக்கொண்டிருக்கும் ஒரு வித்தைக்குழுவைத் தனக்குத் தெரியுமென்றும் ஆஷின் துன்பத்திற்கு முடிவுகட்டத் தன்னை அனுமதிக்கும் பட்சத்தில் காரியம் சித்தியானதும் அந்த வித்தைக் குழுவிலிருக்கும் மாயப்பெட்டிக்குள் தன்னால் மறைந்துகொண்டு விட முடியுமென்றும் அது தன்னை வஸந்த்ராம் என்கிற பிறிதொரு மனிதனாக மாற்றி காவல்துறையின் பார்வையிலிருந்து மறைத்து விடுமென்றும் சொன்னான். தனக்குத் துப்பாக்கிசுடும் பயிற்சியும் ஏற்கெனவே உண்டென்பதையும் அவன் சுட்டிக் காட்டினான். பலப்பல உபாயங்கள் உறுப்பினர்களால் தினம்தினம் விவாதிக்கப்பட்டன. வரகனேரி அய்யரை அவர்கள் பாண்டிச்சேரி சென்று சந்தித்தனர். ஆஷ்துரை கொலை சம்பந்தமாக அய்யருக்கு என்ன யோசனை இருந்ததென்பது தெரியவில்லை. ஆனால் சங்கத்தின் அங்கத்தினர்கள் கேட்டுக்கொண்டதற் கிணங்க அவர்களனைவருக்கும் துப்பாக்கிசுடும் பயிற்சியை அளிக்க

அய்யர் சம்மதித்தார். இது ஸ்ரீவத்ஸனுக்கு ஏமாற்றத்தையளித்தது. தன் முக்கியத்துவத்தைப் பறித்துக்கொண்டாரென்று எண்ணி அவன் அய்யரை வெறுத்தான். பாண்டிச்சேரியில் அய்யர் நடத்தி வந்த போர்க்கலைப் பயிற்சிப் பள்ளியிலேயே தங்கிக்கொள்ள அனுமதியிருந்தும் அவன் பெரும்பாலும் தன் பொழுதைச் சுப்பிரமணியபாரதி வீட்டிலும் கனகசுப்புரத்தினத்தின் வீட்டிலுமே கழித்தான். இவர்களிருவருக்கும் அய்யரின் ஜாதிப்பற்றின் காரணமாக அவரிடம் சிறிது மனக்குறை இருந்ததென்பதை ஸ்ரீவத்ஸன் தெரிந்துகொண்டான். பாரதியின் முன்கவனமில்லாத உணர்ச்சிவசப்பட்ட எப்போதும் தத்தளிப்பிலேயே இருக்கிற குணாம்சத்தால் பெரிதும் ஈர்க்கப்பட்ட ஸ்ரீவத்ஸனுக்கு அய்யரின் திட்டமிட்ட செயல்பாடுகள் சலிப்பையும் கேலியுணர்வையும் தந்தன. ஆனால் பாரதியிடம் அய்யர் மீதுள்ள தன் மனக் குறையைப்பற்றி அவன் பிரலாபிக்கத் துவங்கியபோது தன் நண்பரைப்பற்றித் தன்னிடமே தூஷணையாகப் பேசுவதைத் தன்னால் அனுமதிக்க முடியாது என்று கூறி பாரதி அவன் பேச்சை வெட்டிவிட்டார். ஸ்ரீவத்ஸன் தான் மிகவும் தனிமைப் படுத்தப்பட்டுவிட்டதாக உணர்ந்தான். ஏமாற்றம் அவன் நடத்தை யில் மாற்றங்களை ஏற்படுத்தியது. பாண்டிச்சேரியிலிருந்து நெல்லைக்கு மற்றவர்களுக்கு முன்பே திரும்பிவிட்டவன் தன் ஜாகையைச் செங்கோட்டையிலிருந்து அம்பாசமுத்திரத்திற்கு மாற்றிக்கொண்டான். விக்கிரமசிங்கபுரத்திலிருந்த ஹார்வீ மில்லில் பஞ்சுப் பொதிகளை ஏற்றி இறக்கும் இடத்தில் மேற்பார்வை யாளனாகவும் பேருக்குத் தன்னைச் சேர்த்துக்கொண்டான். சங்கத்தின் பிற அங்கத்தினர்கள் பாண்டிச்சேரிலிருந்து திரும்பியபோது அவர்களனைவருமே ஸ்ரீவத்ஸனுக்குச் சமமாகத் துப்பாக்கிசுடும் திறமையை அய்யரிடமிருந்து கற்று வைத்திருந்தார்கள். விளைவாக முன்பு ஆஷ்துரை கொலைக்குக் கொள்கையளவில் ஒப்புக்கொள்ளப்பட்ட ஸ்ரீவத்ஸனுக்குப் போட்டியாக இப்போது பதினொரு பெயர்கள் முளைத்தன. ஒவ்வொருவருக்குமே ஆஷைக் கொல்லும் திருப்பணியைத் தாமே செய்யவேண்டுமென்கிற ஆவல் கரைமீறிப் பிரவகித்ததால் பாரததேவியின் பாதார விந்தங்களில் திருவுளச் சீட்டுப் போட்டுப் பார்த்துவிடுவதென முடிவாயிற்று. இந்த வைபவத்தில் ஸ்ரீவத்ஸன் விருப்பமின்றித் தான் கலந்துகொண்டான். வெங்கடேஸ்வரனுக்குப் பரிச்சயமான புனலூர் அம்மன் கோவிலில் ஸ்ரீவத்ஸன் உள்பட பன்னிரண்டு பெயர்கள் தனித்தனிச் சீட்டுகளில் எழுதப்பட்டுத் தரையில் இறைக்கப்பட்டன. வெங்கடேஸ்வரன்தான் சீட்டை எடுத்தார். வாஞ்சிநாதனின் பெயர் வந்திருந்தது. உடனே ஸ்ரீவத்ஸன் மீண்டும் பெரிதாக ஆட்பேசம் தெரிவிக்கத் துவங்கிவிட்டான். கொலைக்குப் பிறகு தப்பியோடுவதற்கு இடமும் குடும்பஸ்தன்

என்ற வகையில் தப்பியோடும் மனமும் வாஞ்சிக்கு இருக்காது என்றும் அதனால் கடமை முடிந்ததும் காவல்துறையிடம் அவன் வெட்கப்படத்தக்க வகையில் சரணடைந்து விடுவான் அல்லது பிடிபட்டு விடுவான் என்றும் ஸ்ரீவத்ஸன் கூறினான். ஆனால் சங்கத்தின் மற்ற உறுப்பினர்கள் திருவுளச்சீட்டின் ஆக்ஞைப்படியும் வாஞ்சியின் சொந்த விருப்பத்தின்பேரிலும் அவனே ஆஷைக் கொலை செய்யப்போகிறவன் என்று ஒத்துக் கொண்டுவிட்டார்கள். எல்லாத் திருவுளச் சீட்டுகளிலுமே தன் பெயர் இருக்கவேண்டுமென ஸ்ரீவத்ஸன் எதிர்பார்ப்பது வித்தைக்காரனுடைய மனநிலையைத்தான் பிரதிபலிக்கிறது என்றான் வாஞ்சி. விவாதம் மேலும் வளர்வதற்குள் கோவிலைக் காவல்துறையினர் சூழ்ந்துகொண்டுவிட்டதையடுத்து பின்வாசல் வழியாக அவர்கள் கலைந்து தப்பிச் செல்லவேண்டிய கட்டாய மேற்பட்டது. பாரதமாதா திருச்சங்கத்தில் ஸ்ரீவத்ஸன் கலந்து கொண்ட கடைசிக்கூட்டம் இதுதான். இதற்குப் பிறகுதான் அச்சங்கத்தின் அங்கத்தினன் அல்லன் என்று அவன் வெளிப்படை யாகவே அறிவித்துவிட்டான்.

ஆனால் காவல்துறை அப்படி நினைக்க சூழ்நிலை இடந்தரவில்லை. அவர்கள் கையில் ஆளரவமற்று வெறிச்சோடிப்போயிருந்த புனலூர் அம்மன் சன்னதியின் தரையிலிருந்து கைப்பற்றிய திருவுளச் சீட்டுகள் இருந்தன. அவர்களின் அறிதலுக்குள் வராத ஒரே பெயர் வெங்கடஸ்வரனின் கையிலிருந்த வாஞ் சிநாதனுடையது. ராஜகோபால் ஸ்ரீவத்ஸன் பெயரை இரண்டாம் முறையாகத் தன் காதால் கேட்க நேர்ந்தது அப்போதுதான். ஆனால் ஓயாத பணிகள் அவன் பெயரை அவர் நினைவிலிருந்து அகற்றி விட்டிருந்தன. ஸ்ரீவத்ஸன் இப்போது உயிருடனோ பிணமாகவோ பிடிக்கப்படவேண்டிய அபாயகரமான புரட்சிகாரனாகவே அவர் நினைவுப் பொறியில் பதித்துக்கொள்ளப்பட்டிருந்தான். புரட்சிக்காரர்கள் மறுபடி கூடும் நாளையும் இடத்தையும் எதிர்பார்த்து ஒரு குழுவும் தனித்தனியாக அவர்கள் பற்றின தகவல்களைச் சேகரிப்பதில் தீவிரமாக ஒரு குழுவுமாகக் காவல்துறை காத்திருந்தது. இதற்குப் பிறகும் காவல் துறையினரின் கண்களில் மண்ணைத் தூவிவிட்டு பாரதமாதா திருச்சங்கத்தினர் திருச்செந்தூரில் ஒரு முறையும் ஸ்ரீவைகுண்டத்தில் ஒரு முறையும் ஒட்டப்பிடாரம் மாடசாமிப்பிள்ளையின் வீட்டில் ஒரு முறையும் கூடிப் பிரியத்தான் செய்தனர். கொலையைவிட அரசின் பிடிக்குள் அகப்பட்டு விடாமல் தப்பிச் செல்வதுதான் அவர்களுடைய பிரதானப் பிரச்னையாகக் கூட்டங்களில் விவாதிக்கப்பட்டது. ஸ்ரீவத்ஸனுக்கும் இந்தக் கூட்டங்களில்

கலந்துகொள்ள அழைப்பு விடுக்கப்பட்டது. ஆனால் இவற்றைப் புறக்கணித்துவிட்டு ஸ்ரீவத்ஸன் அம்பாசமுத்திரம் கீழரத வீதி மாடிவீட்டின் தனியறையில் ஆஷைக் கொலை செய்வதற்கான திட்டங்களையும் தப்பிச் செல்வதற்கான மார்க்கங்களையும் தானே தயாரிப்பதில் ஈடுபட்டுக்கொண்டிருந்தான். அவனைச் சமாதானப்படுத்தித் திரும்ப அழைத்துக்கொள்ள தர்மராஜன் மேற்கொண்ட முயற்சிகள் வீணாயின. இந்நிலையில் ஆஷை அவர் இருப்பிடத்திலேயே வைத்துக் கொல்லும் முதல் முயற்சியில் தோல்வியுற்ற வாஞ்சிநாதன் மயிரிழையில் தப்பித் தொங்கிப்போன முகத்துடன் திரும்பி வந்தான். கலெக்டர் மாளிகையின் முன்வராந்தாவில் மிக வாகான சூழலில் ஆஷ் அமர்ந்திருக்கக் கிடைத்துங்கூட சுற்றியிருந்த காவல் கெடுபிடியைக் காரணங்காட்டி அவரைத் தப்ப விட்டுவிட்டதைக் கண்டித்தும் கேலிசெய்தும் ஸ்ரீவத்ஸன் வாஞ்சியின் வீட்டுப் படுக்கையறைக்கே வந்து நின்றுகொண்டு எக்காளமிட்டபோது அவன் கண்களில் கருவிழிகள் சிறுபுள்ளியாகச் சிறுத்து மறையத் துவங்கியிருந்ததை வாஞ்சிநாதன் கண்டான். கண்கள் முழுவதிலும் விழிகளற்ற வெள்ளைப் பரப்பு விரிந்திருந்தது. வாயிலிருந்து சகிக்க முடியாத துர்வாடையுடன் உமிழ்நீர் கட்டுப்பாட்டை மீறி ஒழுகிக்கொண்டிருந்தது. ஸ்ரீவத்ஸன் பைத்தியமாகும் முதல் கட்டத்திலிருப்பதைப்பற்றித் தன் நண்பர்களிடையே வாஞ்சி நாதன் சொன்னான். வயதில் மூத்தவரான முத்துக்குமாரசாமிப் பிள்ளையும் தனிப்பட ஸ்ரீவத்ஸனிடம் பேசி சமாதானப் படுத்தும் எண்ணத்தோடு அவனுடைய இருப்பிடத்திற்கு வந்தார். அறைமுழுக்க மலைபோல குவிக்கப்பட்டிருந்த காகிதக்கற்றைகளைக் கண்டு திடுக்கிட்டார். ராபர்ட் வில்லியம் டெஸ்டிகார்ட் ஆஷ் செல்லும் இருக்கும் அமரும் நடக்கும் படுக்கும் உண்ணும் ஒவ்வொரு இடத்திலிருந்தும் அவரை ஸ்ரீவத்ஸன் அணுகி ஆயிரம் தடவைகள் கொன்றிருந்தான். கத்தியால் கயிற்றுச் சுருக்கால் துப்பாக்கியால் விஷத்தால் கழியால் சிலசமயம் கடுமையான வசவுச் சொற்களால் கலெக்டர் ஆஷ் அநேகத் தடவைகள் கொலையுண்டிருந்ததைக் கண்ட முத்துக்குமாரசாமி மலைத்துத்தான் போனார். ஒவ்வொரு இடத்திலிருந்தும் அதற்கு மிகச் சமீபத்திலிருக்கும் குறுக்கு வழிகள் நீர்ப்பாதைகள் உதவி செய்ய உத்தேசமுள்ள மனிதர்கள் ஆகியன தெளிவாகக் குறிக்கப்பட்டிருந்தன. எனினும் ஒவ்வொரு வழியின் முடிவிலும் காவல் துறையினர் தங்கள் விலங்கோடு ஸ்ரீவத்ஸனுக்காகக் காத்திருந்தனர். தோல்வியும் அவமானமும் ஸ்ரீவத்ஸன் முகத்தை ரோமக்காடாக்கியிருந்தது. முத்துக்குமார சாமி தவியாய்த் தவித்தார். சமாதானப்படுத்தவோ திரும்ப அழைத்துக்கொள்ளவோ சாத்தியமான பரப்பைத் தாண்டி

உள்ளே வெகு ஆழத்திற்குள் அவன் சென்றுவிட்டான் என்பது அவருக்குத் தெரிந்து போனது. வருத்தத்துடன் திரும்பிவிட்டார். வெளியே தப்பிச்செல்லும் வழியைத் தேடித்தேடி உள்ளே தன் மனச்சுழலுக்குள் அகப்பட்டுக்கொண்டுவிட்ட ஸ்ரீவத்ஸனைப் பாரதமாதா திருச்சங்கமும் பிறகு மறந்துவிட்டது. பதினேழு நாட்கள் சொல்லிக்கொள்ளும்படியாக எதுவும் நடக்கவில்லை. பதினெட்டாம் நாள் காலையில் ஸ்ரீவத்ஸன் பணிக்குரிய சீருடையுடன் அறையைவிட்டுப் படிகளின் வழியே கீழிறங்கி வந்துகொண்டிருந்தபோது வாசலில் வீட்டுக்காரருடன் ஒரு வயோதிகர் பேசிக்கொண்டிருப்பதைக் கண்டான். ஸ்ரீவத்ஸனைப் பார்த்தவுடன் அவனை நோக்கித் தன் சுட்டு விரலை நீட்டிய வீட்டுக்காரர் வயோதிகரிடம் இவர்தான் என்றார். நீங்கள்தான் ஸ்ரீவத்ஸன் என்பவரா என்று கேட்டார் முதியவர். ஸ்ரீவத்ஸன் ஆமாம் என்றதும் திடீரென வீட்டிற்கு வெளியே மறைந்திருந்த காவலர்கள் திபுதிபுவென உள்ளே ஓடி வந்தனர். ஸ்ரீவத்ஸன் தன்முன் நின்ற வயோதிகரை முதலில் ஓடிவந்த காவலரின் மேல் தள்ளி விட்டுவிட்டுத் திரும்பி வந்தவழியே மாடியை நோக்கி விரைந்து ஏறினான். விழுந்த மனித உடல்களால் வழி தடைப்பட்ட காவலர்கள் சுதாரித்துக்கொண்டு முன்னேறுவதற்குள் அறைக்குள் நுழைந்து உள்பக்கமாகத் தாளிட்டுக்கொண்டுவிட்டான். மூன்று அங்குலப் பருமனுள்ள பர்மாத் தேக்குமரக் கதவை உடைத்துத் திறப்பது அசாத்தியம் அல்லது அப்படி உடைத்துக்கொண்டு காவலர்கள் உள்ளே வருவதற்குள் தனக்குப் போதுமான அவகாசம் கிடைத்து விடுமென்பதைத் தெரிந்து வைத்திருந்த ஸ்ரீவத்ஸன் அறைமுழுவதும் இறைந்து கிடந்த காகிதக் கூளங்களையெல்லாம் ஒன்றுதிரட்டி அறையின் பின்புறக் கதவைத் திறந்து அங்கிருந்த உப்பரிகையில் கொண்டுபோய்க் கொட்டி அவற்றிற்கு நெருப்பு வைத்துக் கொளுத்தினான். அறைக்கதவு தட்டப்படும் பின்னணியில் காகிதங்கள் முழுக்க எரிந்து சாம்பலாகும்வரை பொறுமையாகப் பார்த்துக்கொண்டிருந்துவிட்டு அறையினுள் நுழைந்து கைத்துப்பாக்கியை எடுத்துத் தன் நெற்றிப் பொட்டில் வைத்து அதை உடனே அழுத்திவிட்டான். மதுரை நகரில் போத்தியின் நெற்றிப் பொட்டில் வெடித்த கணத்தில் வஸந்த்ராமின் காதுகளில் ஒலித்த அதே வேட்டுச்சத்தம் கைத்துப்பாக்கியைத் தன் நெற்றிப் பொட்டில் வைத்து அழுத்தும்போது தனக்கும் கேட்கவேண்டும் என்பதே ஸ்ரீவத்ஸனின் கடைசி விருப்பமாகவிருந்தது. வெடிச்சத்தம் அவன் காதுகளில் ஒலித்ததோ இல்லையோ தேக்குமரக் கதவைத் தாண்டி அப்பால் வெளியே கதவை இடித்துக்கொண்டிருந்த காவலர்களின் காதுகளில் அது நன்றாகவே ஒலித்தது. பெருமுயற்சிக்குப் பிறகு தாழ்ப்பாள்

சுவரோடு பெயர்ந்து விழ கதவைத் திறந்துகொண்டு அவர்கள் உள்ளே நுழைந்தபோது ஸ்ரீவத்ஸன் நாற்காலியில் அமர்ந்தவாறே தன் முன்னிருந்த மேசையின் மீது குப்புறக் கவிழ்ந்து இறந்து கிடந்தான். பரிசோதனைக்காகக் கொண்டு வரப்பட்ட உடலைப் பார்வையிட வந்த ராஜகோபால் அவன் முகத்தைப் பார்த்ததும் தன்மேல் கவியப்போகும் சாபத்தை நினைத்துக் கடவுளே என்று அலறினார். அந்த அளவில் அவர் மயக்கமடைந்து கீழே விழுந்துவிட்டார். பிணவறையிலிருந்து வீட்டுக்குக் கொண்டு செல்லப்பட்ட ராஜகோபால் அன்று மாலையே வீட்டிலிருந்து மருத்துவ மனைக்குப் போய்ச் சேர்ந்தார். ஸ்ரீவத்ஸன் மரணத்திற்குப் பிறகு திருவுளச் சீட்டில் கிடைத்த பெயர்களைத் தேடும் பணி தீவிரப்படத் துவங்கியது. மிக ரகசியமாக நெல்லை உள்ளடக்கிய அனைத்து கிராமங்கள் மற்றும் நகரங்களிலும் குறிப்பிட்ட பெயர்களைக்கொண்ட நபர்களுடைய குடும்பப் பின்னணி தொழில் பழக்கவழக்கங்கள் ஆகியவற்றைப்பற்றின தகவல்களைத் திரட்டும்படி கட்டளை பிறப்பிக்கப்பட்டது. காவல்துறை இந்தப் பணியில் மிகச் சிரத்தையாக இறங்கியதென்னவோ வாஸ்தவம்தான். ஆனால் அதற்குள் ஸ்ரீவத்ஸன் இறந்த பத்தாம் நாள் அம்மைநாயக்கன் பாளையத்திற்குத் தன் குடும்பத்தின ருடன் இன்பச் சுற்றுலா சென்றுகொண்டிருந்த ஆஷ் பிரபு போகும் வழியிலேயே மணியாச்சி புகைவண்டி நிலையத்தில் வைத்துச் சுடப்பட்டுவிட்டார். சுட்டவன் பெயரைக் காவல் துறையினர் சற்றும் எதிர்பார்க்கவில்லை. அதோடு சுட்டவன் உடனடியாக ஒரு கழிப்பறையினுள் நுழைந்து உள்பக்கம் தாளிட்டுக்கொண்டபின் காவல்துறையினர் கதவை இடிக்கும் பின்னணியில் தன் கைத்துப்பாக்கியால் தன் நெற்றிப்பொட்டில் தானே சுட்டுக்கொண்டு அவர்களிடமிருந்து தப்பித்துவிட்டான். ஏற்கனவே பத்து தினங்களை நோய்ப்படுக்கையில் கழித்துக் கொண்டிருந்த ராஜகோபால் ஆஷ் இடப்பக்க மார்பில் காயம் பட்டு இறந்த செய்தியையும் கொலையாளி தப்பித்த விதத்தையும் கேள்விப்பட்டு இரண்டாம் முறையாக மயக்கம் வாந்தி மற்றும் வயிற்றுப்போக்கு முதலிய தொந்தரவுகளுக்கு ஆளாகிக் கிட்டத் தட்ட சாகும் நிலைக்கு வந்துவிட்டார். பதினெட்டு நாட்கள் கழித்து மருத்துவமனையிலிருந்து வீடுவந்து சேர்ந்தவர் தன் நிறை எடை இரண்டையும் இழந்து காற்றைப்போல நிழலற்றவராகிப் போயிருந்தார். கண்ணாடியில் தனது புருவம் தலைமுடி மீசை உதடு கண்விழிகள் மட்டுமின்றி மூக்குத் துவாரம்கூட மாவைப்போல வெண்ணிறங்கொண்டிருந்ததையுங் கண்டார். அங்கங்களைப் பிரித்து அடையாளங்காட்டும் விளிம்புகள் நிறமற்றவனாக வெளுத்து மேடு பள்ளங்களற்ற சதைப் பிண்டமாகிப்போன அவர் உடலிலிருந்து மூப்பின் உலர்ந்த

மணம் பிறர் மூச்சடைக்கும்படி பீறிட்டுக்கொண்டிருக்கவே அன்றிரவு ராஜகோபால் ஒரு துண்டுக் கடுதாசியில் என்னைத் தேடவேண்டாம் என்று தன் மனைவிக்கும் இரு மகன்களுக்கும் எழுதி வைத்துவிட்டு வீட்டைத் துறந்து வெளியே வந்துவிட்டார். அதற்குப் பிறகு அவரைத் திருநெல்வேலி மக்களும் அவர் குடும்பத்தினரும் பார்க்கவேயில்லை. பல நாட்களுக்குப் பிறகு சங்கரன்கோவிலைச் சேர்ந்த ஒரு வியாபாரி காசியில் ராஜகோபாலைப் பார்த்ததாகவும் அவரிடம் பேச முயன்றபோது தான் உண்மையைத் தேடிக்கொண்டிருப்பதாகச் சொல்லிவிட்டு ராஜகோபால் கங்கையாற்றில் குதித்துவிட்டதாகவும் குதித்தவர் மூழ்காமல் கிழிந்த துணியைப்போல மிதந்தபடியே ஆற்றின் போக்கோடு போய்விட்டாரென்றும் சொன்னார். புண்ணிய நதியான கங்கை அவரைத் தன் சுழலுக்குள் அனுமதித்து ஆசுவாசப்படுத்தியிருக்கும். தன்வழியில் போய்க்கொண்டிருந்த ஸ்ரீவத்ஸனைக் கைதுசெய்து அவன் மனதில் அரசாங்கத்துக்கு எதிரான பிரக்ஞையை விதைத்து இறுதியில் அவன் மரணத்திற்கும் வழிகோலிய பாவத்தையும் ஸ்ரீவத்ஸனை விடுவித்ததன் மூலம் கலெக்டர் துரையின் கொலைக்குக் காரணமாகி உத்தியோகத்திற்குத் துரோகமிழைத்துவிட்ட பாவத்தையும் ராஜகோபால் கங்கையில் மூழ்கிக் கரைத்துக்கொண்டுவிட்டார். உமிழ்நீரிலிருந்து பொய்யைப் பிரித்தெடுக்கும் அன்னம் என்று புகழப்பட்ட ராஜகோபாலை நாளாவட்டத்தில் அவர் குடும்பத்தினர் உட்பட எல்லோரும் மறந்துவிட்டார்கள்.

மைசூரில் தொடங்கி லிண்டா கேட்டுக்கொண்டதற்கிணங்க நூற்றிருபது இரவுகளுக்குத் தொடர்ந்து அரவிந்த் சொல்லிக் கொண்டிருந்த ராஜகோபால் ஸ்ரீவத்ஸன் கதை வித்தைக்குழு கல்கத்தாவை வந்தடைந்த அன்று முடிவடைந்தது. ராஜகோபாலின் மரணம் லிண்டாவின் மனதிலும் சுஜாதாவின் நினைவுகளிலும் இருவேறு விதமான நினைவோதங்களைப் பொங்க வைத்தது. லிண்டாவைப் பொறுத்தவரையில் ராஜகோபால் இறந்தது குறித்து அவளுக்குச் சந்தோஷம்தான். பாவத்தின் சம்பளம் மரணம் என்னும் தேவவாக்கு பொய்க்குமா என்று அவள் அரவிந்த் கதையை முடித்ததும் கேட்டு நெட்டுயிர்த்துக்கொண்டாள். ராஜகோபால் இறந்து போனதாலும் அப்படி ஒருவர் வாழ்ந்துகொண்டிருந்தாரென்கிற ஞாபகத் தடங்கள் நெல்லை ஜனங்களின் மனத்திலிருந்து காலக் காற்றடித்துத் தூர்ந்துபோய்விட்டதாலும் பாவச்சுமையுடன் துர்தேவதையாகவேனும் அவர் இங்கே அலைந்துகொண்டிருப் பதை அனுமதிக்காமல் கங்கையாறும் அவரைக் கழுவிச் சுத்தப்

படுத்தித் தேவருலகில் நிரந்தரமாகச் சேர்த்துவிட்டதாலும் வஸந்த்ராமை யானையளவிற்கு ஊதிபோன பிணமாகக் கங்காராமின் கனவில் தோன்றச் செய்யும் துர்சகுனங்களும் ஒருவேளை எந்த முனையிலாவது ராஜகோபால் அவரை நேரில் சந்திக்கும் அசந்தர்ப்பமும் இந்த மண்ணைவிட்டு வெளியேறிப் போயிருப்பது நிச்சயமாதலால் வஸந்த்ராமின் மரணத்தைப்பற்றித் தன் கணவரிடம் பிரலாபிக்கவேண்டாமென்றும் அவள் அரவிந்தைக் கேட்டுக்கொண்டாள். வஸந்த்ராமின் பிரிவு கங்காராமைக் கொன்றுவிடும் அல்லது குறைந்தபட்சம் அவருடைய நாக்கையும் கைகால்களையும் கட்டி அவரை நிரந்தர நோயாளியாக்கிச் சாய்த்துவிடும் என்று அவள் பயந்தாள். அரவிந்த் எப்போதும் போலவே அவள் விருப்பப்படி நடந்துகொள்வதாக வாக்களித்தார். சுஜாதாவைப் பொறுத்தவரை கதையின் முடிவு அவளுக்குப் பெருத்த ஏமாற்றத்தையே அளித்தது. பலப்பல சம்சயங்களால் அவள் தன்னைக் குழப்பிக்கொண்டிருந்தாள். ராஜகோபாலின் இறப்பு தனக்கு இழைக்கப்பட்ட பெரும் அநீதியென்று அவளுக்குத் தோன்றியது. ஸ்ரீவத்ஸன் அரவிந்த் சுஜாதா ஆகிய மூவரின் அந்தரங்க விருப்பம் மட்டுமேயான ராஜகோபால் எப்படித் தன்னிச்சையாகச் சாகும் முடிவை மேற்கொண்டுவிட முடியுமென்பது அவளுக்கு விளங்கவில்லை. ராஜகோபாலின் கதைக்கு வெளியே தன் காதில் ஒலித்தது மட்டுமல்லாது கதைக்குள்ளிருந்தும் எவ்விதத்திலோ அரவிந்தின் குரல் தொடர்ந்து கேட்டுக்கொண்டேயிருப்பதாகவும் அவள் நினைத்து ஆத்திரமடைந்தாள். விளைவாக நூற்றுப்பதினாறாம் இரவுக்குப் பிறகு அரவிந்த் சொன்ன கதையின் இறுதிப் பகுதியைச் சுத்தமாக அழித்துவிட்டு சுஜாதா அதைத் தன் விருப்பத்திற்கேற்பத் திருத்தியமைத்துக்கொள்ளத் துவங்கினாள். நூற்றிருபதாம் நாள் வித்தைக்குழு கல்கத்தாவை வந்தடைந்தபோது அவள் கையில் ராஜகோபாலின் கதை முடிய இன்னும் நான்கு நாட்கள் மீதமிருந்தன. இந்த நான்கு நாட்களுக்குள் ராஜகோபாலை அவர் யாரென்பதை அறியச்செய்து இழந்த நிறங்களையும் அவநம்பிக்கையுடன் அவர் விட்டொழித்த வித்தையையும் திரும்பப் பெறும்படி செய்யாவிட்டால் அரவிந்த் கதையை முடித்தபடி ராஜகோபாலுடைய சாவை ஒத்துக்கொள்வதைத் தவிர வேறு வழி கிடையாதென்கிற விதியிருந்ததால் அவள் விரைந்து செயல்படவேண்டியிருந்தது. எனவே சுஜாதாவின் மாதாந்திர உதிரப்போக்கு துவங்கிய முதல்நாள் அவளால் திருத்தப்பட்ட கதையின்படி துண்டுக் கடுதாசியால் குடும்ப பந்தத்தைக் கத்தரித்துவிட்டு இரவோடிரவாக நெல்லையிலிருந்து வெளியேறிய ராஜகோபால் காசிக்குச் செல்வதற்குப் பதில் கங்காராமைப் பார்ப்பதற்காக கல்கத்தா வந்து சேர்ந்தார்.

வித்தைக்குழு கல்கத்தாவைத் தொட்ட அன்று கங்காராமின் நோய்ப் படுக்கையருகே பழச்சாறைப் பிழிந்தபடி அவர்களை வரவேற்கவும் காத்திருந்தார். அந்தக் கணத்திலேயே அவரைத் தன் காதலனாக அறிவித்துக் கதையை அரவிந்தின் விருப்பத்திற் கெதிராக முடித்துவிடவேண்டுமென்று சுஜாதா மிகத் தவித்தாள். ஆனால் அதற்குள் துரதிஷ்டவமாக நோயின் உபாதையைக் கங்காராம் மறக்கும்வண்ணம் மருத்துவரின் ஆலோசனைப் படி நூற்றிருபது பகல்களுக்குத் தன் கதையைச் சொல்லி ராஜகோபால் லிண்டா பயந்தபடியே அவரை நிரந்தர நோயாளியாக்கிப் படுக்கையில் கிடத்திவிட்டார். கங்காராம் அறைக்குள் லிண்டா தன் உற்றாருடன் நுழைந்தபோது கண்ட காட்சி அவளை நிலைகுலைந்து போகும்படி செய்துதான் விட்டது. பேசவோ அசையவோ முடியாத ஜடமாகிக் கிடந்த கணவனைக் கண்டு உண்மைதெரியாத அவள் செய்வதறியாது புலம்பித்தீர்த்து அறைச்சூழலை சுஜாதா தன் விருப்பத்தை நிறைவேற்றிக்கொள்ள முடியாதபடி துயரத்தால் நிரப்பிவிட்டாள். வஸந்த்ராமின் முடிவைக் கேள்விப்பட்டால் மனைவியும் மகளும் குழிக்குள் இறங்கிவிடுவார்கள் என்று பயந்து கங்காராமும் ராஜகோபால் தன்னிடம் சொன்ன கதையை வேறு யாரிடமும் சொல்லிவிடவேண்டாமென்று கேட்டுக்கொண்டிருந்ததால் ராஜகோபால் தன்பெயர் விதி என்றும் கங்காராமின் நண்பன் என்றும் மட்டும் சொல்லித் தன்னை அறிமுகப்படுத்திக் கொண்டார். வனப்பையும் வயதையும் இழந்துபோன அவரைக் கங்காராமின் சகவயதினராக இணைத்துப் பார்ப்பதில் லிண்டாவுக்கும் அரவிந்துக்கும் தயக்கமேதும் இருக்கவில்லை. மேலும் கணவனின் இரங்கத்தக்கநிலை அப்போதைக்கு வேறெதையும் பற்றிச் சிந்திப்பதிலிருந்து லிண்டாவைத் துண்டித்துவிட்டது. சுஜாதா மட்டுமே ராஜகோபாலின் மிகஅருகே சென்று பிறர் கேட்காவண்ணம் அவர் காதுகளில் என் சித்திரம் வெளுத்திருக்கலாகாது என்று முணுமுணுத்து விட்டு அகன்றாள். ராஜகோபாலுக்கு அவள் சொன்னதன் அர்த்தம் ஏதும் விளங்கவில்லை. ஆனால் அன்றிரவு அவர் தன் அறைக்கதவை உள்பக்கம் தாளிடாமல் வெறுமே சார்த்தி வைத்துவிட்டுத் தனது படுக்கைக்குச் சென்றார். மேலும் அன்றிரவு அவர் உறங்கவில்லை. உடல் அசதியும் மன உளைச்சல்களும் லிண்டாவைக் கொஞ்சமேனும் ஓய்வெடுத்துக்கொள்ளும்படி எவ்வளவோ வற்புறுத்தியும் அதற்குச் செவிசாய்க்காமல் அன்று பூராவும் அவளும் கங்காராமின் அருகிலேயே தன்பொழுதைச் செலவிட்டாள். கங்காராமின் உடலில் பல நாட்களாக ஓய்ந்து போயிருந்த ரத்தம் அவர் தன் குடும்பத்தைச் சந்தித்த திடீர் மகிழ்ச்சியால் அன்றிரவு உயிர்பெற்றுத் தாறுமாறாக ஓடி

அவரைத் துன்புறுத்தத் துவங்கிவிட்டது. பல நாட்களாக அடைத்துப்போயிருந்த அவர் வாய் துர்நாற்றம் வீசும் பச்சை நிறச் சொற்களைக் குழறிக்குழறி வெளித்தள்ளியது. பாசிபிடித்த அந்த வார்த்தைகள் யாவும் வஸந்த்ராமின் பெயராகவே இருப்பதைக் கண்டு லிண்டா பயந்து நடுங்கினாள். மருத்துவ முயற்சிகள் பயனற்றுப்போக நள்ளிரவிற்குப் பிறகு கங்காராம் காலமானார். போத்தியின் இறப்புக்குப் பிறகு கல்கத்தா ஸ்டேட் சர்க்கஸ் கம்பெனி யாருடைய இறப்பை முன்னிட்டும் காட்சிகளை ரத்து செய்து ரசிகர்களை ஏமாற்றமடையச் செய்துவிடக்கூடாது என்று அவர் அடிக்கடி வற்புறுத்திச் சொல்லிக்கொண்டிருந்ததை நினைவு கூர்ந்து லிண்டா இரண்டாம் நாளும் மூன்றாம் நாளும் ஒருபுறம் இறுதி யாத்திரைக்கான வேலைகள் நடந்துகொண்டிருக்க மறுபுறம் அன்றன்றைக்கான காட்சி நிரல்களைப் பட்டியலிட்டுக் கொடுத்துக்கொண்டிருந்தாள். அவள் பட்டியலில் கயிற்றூஞ்சல் காட்சியும் இடம் பெற்றிருந்ததை சுஜாதா பலமாக ஆட்சேபித் தாள். மரபுப்படி பெண்கள் அதிலும் மாதவிலக்கான நிலையில் தகனக் காட்டுக்குள் செல்வது அனுமதிக்கப்படாத ஒன்று என்பதையும் தகப்பனின் நினைவு ஏற்கனவே பலவீனப் பட்டிருந்த சுஜாதாவின் புத்தியை மறுபடி பேதலிக்கச் செய்து விடும் என்பதையும் சொல்லி லிண்டா காட்சிகளுக்குச் செல்லும் படி வற்புறுத்தி ஒரு பாதுகாப்பு வலையுடனும் ஆறு கோமாளி களுடனும் அவளை அனுப்பி வைத்துவிட்டாள். இதனால் சுஜாதா தன்னிடமிருந்த இரண்டாம் நாளையும் மூன்றாம் நாளையும் இழக்கும்படியாகிவிட்டது. அவளுடலிலிருந்து உதிரப்போக்கும் வலியும் இந்த இரண்டு நாட்களிலும் அதிகமாகத் துவங்கியிருந்தன. என்றாலும் காட்சிகளை நிறுத்திக்கொள்ள லிண்டா அனுமதிக்கவில்லை. காட்சிகளுக்கான விளம்பர வண்டிகளின் ஊர்வலமும் கங்காராமின் இறுதியாத்திரை ஊர்வலமும் எதிரும்புதிருமாக வீதிவெளியில் சந்தித்துக்கொண்ட காட்சி கல்கத்தா நகர மக்களின் உள்ளங்களைத் துயரத்திலும் பெருமிதத்திலும் நனைத்துப் பிழிந்துவிட்டது. யாத்திரையில் கலந்துகொண்ட தலைவர்களையும் பிரபலஸ்தர்களையும் பார்ப்பதற்கென்றே திரண்ட கூட்டமும் விளம்பர வண்டிகளைப் பார்க்கத் திரண்ட விடலைக் கூட்டமும் ஒன்றுசேர நகரம் இருவேறு உணர்ச்சிகளின் அலையடிப்பைத் தாங்க முடியாமல் பிதுங்கி அல்லோலகல்லோலப்பட்டது. சடங்குகள் மாலைவரை நடந்து பூரணமாக நிறைவேறிய பிறகு கங்காராமின் உடலை அரவிந்த் எரியூட்டிவிட்டுத் திரும்பும்போது மூன்றாம் நாளிரவின் முற்பகுதி கடந்து போயிருந்தது. கங்காராமோடு சிதையேறவும் தன் அலங்காரங்களைக் களைந்துகொள்ளவும் தன்மகள் மற்றும் சர்க்கஸ் கம்பெனிப் பொறுப்புகளை முன்னிறுத்தி

லிண்டா திட்டவட்டமாக மறுத்துவிட்டாள். நான்காம் நாள் விடிந்தது முதலே இது சம்பந்தப்பட்ட சர்ச்சைகள் அவளுக்கும் வித்தைக்குழுவின் மூத்த உறுப்பினர்களுக்குமிடையே துவங்கி நாள்பூராவும் நடைபெற்றது. கங்காராமின் உண்மையான மனைவியாக விதேசிப் பெண்ணான லிண்டா வாழவில்லை என்று அவளருகே அமர்ந்து அவளணிந்திருந்த பொன் நகைகளை உற்றுப் பார்க்கும் வாய்ப்பை முதன்முறையாகப் பெற்ற மூத்த உறுப்பினர்களின் மனைவிமார்கள் பெருமூச்செறிந்துகொண்டே சொன்னபோது லிண்டா அதைக் கடுமையாக ஆட்சேபித்தாள். ஆனால் பிணமான கணவனை விரும்புவது பிணமான பெண்ணுக்கல்லவா சாத்தியம். நான் உயிரோடிருப்பவள். மேலும் உயிரோடிருப்பதை விரும்புபவளுங்கூட லிண்டாவின் கூவல் அவள் அண்மையிலிருந்த முதிய பெண்களைத் தூர விரட்டி விட்டது. அதேசமயத்தில் இளம்பெண்ணான சுஜாதாவை அவளருகே நெருங்கி வரச் செய்தது. அவள் தன் தாயின் தோளில் சாய்ந்தபடி சொன்னாள். பிணமான ஆணை விரும்ப உயிரோடிருக்கும் பெண்ணை வற்புறுத்துவது தாங்க முடியாத கொடுமை. ஆனால் பிணமாதல் என்பது ஒரு விதியேயன்றி சாஸ்வதமல்லவே.

அந்த இரவும் ராஜகோபால் தன் அறைக்கதவை உட்புறம் தாளிடாமல்தான் படுக்கச் சென்றார். இடைவிடாத சம்பவங்களும் துயரமும் கங்காராமின் சாவாக முடிந்துவிட்ட ஆசுவாசம் பல நாட்களுக்குப் பிறகு அன்றிரவு லிண்டாவையும் ஓசையெழுப்பும் அவளறைக் கதவின் உட்புறத் தாழ்ப்பாளை மறந்துபோய்த் தூங்கிப்போகச் செய்திருந்தது. பின்னிரவில் அறைக்கதவு திறந்து மூடப்பட்ட அரவமே அவளுக்குக் கேட்கவிலை. துக்கத்தால் பிசுபிசுத்திருந்த வழியில் வழுக்கி விழுந்து விடாமல் ஜாக்கிரதையாக நடந்து சென்ற சுஜாதா மாதவிடாய் மட்டுப்படத் துவங்கும் நான்காம் நாள் முடிவதற்குச் சில மணிநேரங்களே மிச்சமிருக்கும் நிலையில் ஓசையெழுப்பாமல் கதவுகளைத் திறந்து கொண்டு ராஜகோபாலின் அறைக்குள் நுழைந்துவிட்டாள். நுழைந்தவள் கதவுகளைச் சார்த்தி உள்பக்கமாகத் தாழிட்டாள். படுக்கையிலிருந்து எழுந்து அமர்ந்திருந்த தட்டையான நிறமும் நிழலுமற்ற பரிதாபத்திறகுரிய அந்த உயிரைப் பார்த்து அறையில் மனிதர்கள் நிறைந்திருப்பதைப்போன்ற பாவனையுடன் கிசுகிசுப்பான குரலில் முதல்நாள் கங்காராமின் அறையில் சொன்ன வார்த்தைகளை அவள் மீண்டும் சொன்னாள். மேலும் என் சித்திரத்தை நான் மீண்டும் வரைவேன். பிறகு அவள் தன் உடைகளைக் களைந்து தன்னை நிர்வாணமாக்கிக்கொண்டாள்.

திகைத்துப்போய் அமர்ந்திருந்த ராஜகோபாலின் உடைகளையும் அவளே களைத்து அவரைப் படுக்கையில் வீழ்த்தினாள். தானும் அவர்மேல் வீழ்ந்தாள். உதடுகளால் ராஜகோபாலின் நெற்றியை முதலில் வரைந்தாள். இரண்டாவதாக குவிந்த நாசியால் கன்னங்களை வரைந்தாள். அடுத்து கண்களால் அவர் உதடுகளையும் நுதலினால் நாசியையும் வரைந்தாள். ராஜகோபாலின் அடர்ந்த தலைமுடியும் செவிகளும் அவள் முலைக் காம்புகளாலும் மார்பு அவள் கைகளாலும் கைகள் பிருஷ்டத்தாலும் தோள்கள் வயிற்றாலும் உருப்பெற்றன. நாபியால் ராஜகோபாலின் முதுகை வரைந்தாள். நிதம்பத்தால் தொடைகளை உருவாக்கினாள். பற்களால் ஆண்மையைத் தீட்டினாள். வரைந்தவை யாவற்றையும் உமிழ்நீராலும் கசிந்துகொண்டிருந்த சூதகத்தாலும் வண்ணப்படுத்தினாள். செய்வதறியாது தன்னை ஒப்புக் கொடுத்துவிட்டுக் கிடந்த ராஜகோபாலை நீங்கி அவள் மீண்டும் எழுந்து நின்றபோது தன் சித்திரத்தைச் செவ்வனே பூர்த்தி செய்துவிட்ட திருப்தி அவள் முகத்தில் பிரகாசித்தது. கோணி வறண்ட உதடுகளில் அழுந்த முத்தமிட்டுவிட்டு ஐந்தாம் நாள் விடிந்துகொண்டிருந்த வேளையில் அவள் அவருடைய அறையைவிட்டு வெளியேறினாள். இதற்குச் சில நாட்களுக்குப் பிறகு பிறர் கவனத்தை வெளிப்படையாகவே ஈர்க்கும்வண்ணம் ராஜகோபாலின் உருவம் படிப்படியாக மாறிவரத் துவங்கிற்று. தோலிலும் ரோமங்களிலும் மெல்ல அவற்றின் இயற்கை நிறம் வந்தடைந்தது. சப்பட்டையான தேகம் காற்றடைந்த பையைப் போல உப்பி வரவும் துவங்கிற்று. முதலில் நெற்றியும் பிறகு நாசியும் அவற்றின் வடிவத்தைப் பெற்றன. செவிகளும் உதடுகளும் தன்னுருவிற்கு மீண்டபோதுதான் ராஜகோபாலை சுஜாதாவின் சித்திரமாகத் தான் பார்த்திருப்பதை லிண்டாவால் அடையாளங் கண்டுகொள்ள முடிந்தது. தெரியவே கூடாதென்று தான் மறைத்து வைத்திருந்த வஸந்த்ராமின் மரணச் செய்திதான் கங்காராமைக் கொன்றுவிட்டதென்பதையும் அவள் அந்தக் கணத்திலேயே தெரிந்துகொண்டுவிட்டாள். ராஜகோபாலைத் தன்னிடமிருந்து மறைத்துக் காப்பதற்குக் கங்காராமுக்கு ஏதேனும் காரணம் இருக்குமென்று அவளால் ஊகிக்க முடியவில்லை. மேலும் நேரில் பார்ப்பதற்கு முன்பே அவரைத் தன் காதற்சித்திரமாக வரைந்துகொண்டிருந்த மகளையும் அவள் எண்ணிப் பார்த்து வியப்பும் வேதனையும் அடைந்தாள். சகோதரனைச் சாவுக்கு அனுப்பியவனைக் காதலனாக வரிந்துகொள்வது போன்ற அபத்தம் காதலுக்கேயுரிய முட்டாள்தனங்களில் ஒன்றாக எப்போதுமே இருந்து வருகிறது. ஆனால் மகனையும் கணவனையும் கொன்றுவிட்டுத் தைரியமாகப் பருத்த தொந்தி யுடன் உலவிக்கொண்டிருந்த விதியைத் தன் கண்ணால்

கண்டபோதெல்லாம் லிண்டாதான் வாய்விட்டுச் சொல்ல முடியாமல் கிலிபிடித்து நடுங்கினாள். மகளையாவது அதன் வாயில் விழுந்துவிடாமல் காப்பாற்றவேண்டுமேயென்று அவள் தவியாய்த் தவித்தாள். காதல் நோய்க்கென்று கொடுக்கப்படும் எந்த மருந்தும் உபாதையை மேலும் வலுப்படுத்துமேயல்லாது குணப்படுத்தாது என்பதைக் கங்காராமுடனான காதற்காலங்கள் அவளுக்கு அனுபவப்படுத்தியிருந்தன. அவருடைய மூர்க்கப் பிராயத்துப் புணர்ச்சியில் வடிந்தது போக எஞ்சி அவளுடலில் ஓடிக்கொண்டிருந்த மேலைரத்தம் வயது வித்தியாசத்தை முன்னிறுத்திக் காதலை நிராகரித்துப் பேசும் யோசனையை அவளிடமிருந்து விலக்கி வைத்தது. க்ஷயரோகியான ஓர் ஆணுக்குச் சுந்தரியான தன்மகள் பெற்றுத்தரும் வாரிசின் வெளுத்த முகத்தைக் கற்பனை செய்து அவள் மேலும் மருண்டாள். சுஜாதாவிடம் தலையைச் சுற்றி மூக்கைத் தொட்டு இதைப்பற்றிப் பேச முயற்சித்தபோது குழுவைவிட்டு ராஜகோபால் வெளியேறும் பட்சத்தில் கயிற்றூஞ்சல் கலையில் அதுவரை பெற்றிருந்த அத்தனை புகழும் வெறும் கண்கட்டு வித்தையென்று பார்ப்பவர் கேலி செய்யும்படி மோசமான முறையில் அதிலிருந்து பாய்ந்து தன்னை மாய்த்துக்கொள்வது உறுதியென்று சுஜாதா முகத்திலடித்தாற்போல சொல்லிவிட்டாள். வேறு வழிகளில் சுஜாதாவையும் ராஜகோபாலையும் பிரிக்கும் முயற்சிகளை மேற்கொள்ளவும் சுஜாதாவின் பலவீனமான மனதை முன்னிறுத்தி லிண்டாவுக்கு அச்சமிருந்தது. சுஜாதாவுக்கு இது அவளுடைய வயதின் நோய் என்பது தானாகவே புரியவேண்டுமென்று அவள் படத்தில் தொங்கிக்கொண்டிருந்த கணவனையும் அருகே சிலுவையில் தொங்கிக்கொண்டிருந்த தன்னூர்க் கடவுளையும் பிரார்த்தித்துக்கொண்டிருப்பதைத் தவிர வேறு வழியேதும் அவளுக்குப் புலப்படவில்லை. லிண்டா ராஜகோபாலை அடையாளங் கண்டுகொண்ட நாட்களிலேயே அவரைத் தானும் ஊகித்தறிந்துவிட்ட அரவிந்த் அவர் உயிரோடு இருப்பதைக் கண்டு திடுக்கிட்டார். அதிர்ச்சியில் அவர் உண்ணும் அளவும் உறங்கும் நேரமும் குறைந்துபோய் விட்டது. யாருடனும் அதிகம் பழகுவதையும் தவிர்த்துவந்தார். சுஜாதாவிடம் பேசி சக்தி விரயம் செய்துகொண்டிருப்பதைவிட ராஜகோபாலிடமே பேசி அவரைச் சர்க்கஸ் கம்பெனியை விட்டு எப்படியாவது திருப்பி அனுப்பிவிடவேண்டுமென்னும் ஆக்ஞையுடன் லிண்டா அரவிந்தை அணுகியபோது ஆவன செய்தவதாக அவளுக்கு வாக்களித்த அரவிந்த் மறுநாள் இரவு அவமானத்தால் வெளிறிப் போன முகத்துடன் கல்கத்தா ஸ்டேட் சர்க்கஸ் கம்பெனியைத் துறந்து யாரிடமும் சொல்லிக்கொள்ளாமல் வெளியேறினார். போவதற்கு முதல்நாள் லிண்டாவின் வேண்டுகோளை

நிறைவேற்றும் பொருட்டாக ராஜகோபாலின் அறையில் அவரைச் சந்திக்கச் சென்றவர் அறைமுழுக்க சுஜாதாவின் நிர்வாணத்தின் வாசனையடிப்பதையும் வஸந்த்ராம் பற்றின புதிய கதையொன்றை அறைச்சுவர்கள் முணுமுணுத்துக் கொண்டிருப்பதையும் கண்டார். கல்கத்தா ஸ்டேட் சர்க்கஸ் கம்பெனி பிரியத்திற்குரிய மாணவன் தன்னுடன் கழித்த நாட்களையும் அவன் மரணத்தையும் தனக்கு நினைவூட்டிக் கொண்டேயிருப்பதால் அதைவிட்டுத் தான் வெளியேறிச் செல்ல விருப்பதாக அவர் ராஜகோபாலிடம் ரகசியமாக அறிவித்தபோது இருவருமே சற்றும் எதிர்பாராதவிதமாகப் பல மாதங்களுக்குப் பிறகு ராஜகோபாலின் முகத்தில் நீலநிறம் ஓர் அலையெனப் பாய்ந்தது.

(புது எழுத்து)

ராஜன் மகள்

ராஜன் மகள் - ஒரு நுழைவாயில் படிக்கல்

ராஜன் மகள் - வாசிப்புக் குறிப்புகள்

அன்றாட வாழ்க்கையிலிருந்து உருவாகும் மொழி பெரும்பாலும் அன்றாட வாழ்வினுள் அமிழ்ந்திருப்பது அதிசயமன்று. படைப்பியக்கமும், தத்துவமும் வித்தியாசமான தர்க்கங்களை மொழிக்குள் செலுத்தி அன்றாட வாழ்வின் உட்தளங்கள் பலவற்றிலும் வெளிச்சம் பாய்ச்சுகின்றன. தாம் வெளிச்சம் பாய்ச்சும் அந்த உட்தளங்களில் தத்துவமும், இலக்கியமும் தனித்தனியே பயணித்து வரும்போது திடீரென்று சந்தித்துக்கொள்வது ஓர் அற்புத அனுபவம். ஒரு சிறந்த விமர்சனச் செயல்பாடு சாதிக்கவல்லது இந்தச் சந்திப்பையோ அல்லது இந்தச் சந்திப்பின் பதிவையோதான்.

எதுவோ ஒன்றாவதும், அதுவே பிறிதாவதும் ஆகிய நிகழ்வுகள் சுட்டுவதான எல்லைக் கோடுகளே மானுட சிந்தனையை அலைக்கழிப்பவை. அகம்பென் என்ற சமகாலத் தத்துவவாதி கூறுவது போல மனிதனும் மிருகமும் ஒன்றுதான் என்பதில் புதிய தத்துவ தரிசனம் ஏதுமில்லை; மனிதனை மிருகத்திலிருந்து வேறுபடுத்திச் சிந்திப்பது எப்படிச் சாத்தியமாகிறது என்ற கேள்வியே தத்துவத்திற்கு முக்கியமானது. இந்த ஓர் எல்லைக் கோட்டின் செயல்பாடுதான் சமகால மானுட வாழ்வையும், இயக்கத்தையும், அநேகமாக அதன்

அழிவையும் தீர்மானிக்கப் போகும் மானுடவாதமாகவும், வரலாற்றுவாதமாகவும் திரண்டிருக்கிறது. மேற்கத்தியச் சிந்தனையின் விளைபொருளான "வரலாற்றை ஏகபோகமாக மானுடத்திற்கானதாகக்" கற்பிக்கும் சாத்தியம் இன்னதென்று கணிக்க முடியாத விளிம்புகளை நோக்கி மானுட வாழ்வை நகர்த்திக்கொண்டுள்ளது. அதை உணர்ந்த காரணத்தினாலேயே தத்துவச் சிந்தனை மிருகத்துவம் *(animality)* என்பதைக் குறித்துப் பரிசீலிக்கத் தொடங்குகிறது.

'ராஜன் மகள்' கதையில் பின்னப்பட்டுள்ள பல புனைவு இழைகளில் மிருகங்களின் கனவில் உருவாகும் பிரபஞ்சம் என்ற இழை எந்தப் பிரச்னைக்கும் தீர்வுகளைச் சொல்வதில்லை, பிரசங்கிப்பதில்லை. ஆனால் மானுட சிந்தனை தனக்கும் மிருகங்களுக்கும் இடையில் போட்டுக்கொண்ட எல்லைக் கோட்டின்மேல் நடனமாடுகிறது. இருளைக் கிழித்துக்கொண்டு பாயும் மின்னல் ஒரு கணத்தில் எதையெதையோ காட்டி மறைவதைப் போல புதிய பிரதேசங்களின் உணர்வை வாசகனுள் புகுத்தி மறைகிறது. தத்துவத்தை அதன் மொழியில் பேசாமல், புனைவின் மொழியில் பேசுவதைச் சாத்தியமாக்கியதன் மூலம் படைப்பியக்கத்தின் மேன்மையைப் பறைசாற்றி நிற்கிறது. தமிழில் அபூர்வமாகவே வாய்க்கப்பெறும் பாய்ச்சல் இது. உலகின் பிற பகுதிகளிலும்கூட தக்க மொழியாக்கங்கள் நிகழ்ந்தால் தன் அபூர்வ வியக்தியினால் போற்றப்படக்கூடிய படைப்பாற்றல் இங்கு வெளிப்படுகிறது.

மானுட சுயங்களின் எல்லைகள் என்ன? பால் அடையாளங்கள், சமூக அடையாளங்களின் எல்லைகள் என்ன? இதுபோன்ற எண்ணற்ற கேள்விகளை எழுப்பும் எல்லைத் தன்மையை, அதன் ஆதார விசைகளைக் காட்டியும் அழித்தும் மாயம் செய்யும் ராஜன் மகள் கதையின் பயணம் கனவையும் நினைவையும் விட்டுவைப்பதில்லை. கனவையும், நினைவையும் பிரிக்கும் கோடுதான் எல்லைக்கோடுகளிடும் எழுத்தாணி முனை என்பதால் அதனையே திறவுகோலாக்கி சிந்தனையின் எண்ணற்ற பூட்டுகளைத் தெறித்துவிழச் செய்கிறது. கதையினுள் ஊடுபாவாக உள்ள இழை ஒவ்வொன்றையும் தனியாக எடுத்துப் பெயரிட்டால் அவற்றின் புதுமையிழந்து போகவும் சாத்தியமாகலாம். ஆனால் இந்தக் கதையின் ஊடுபாவில் அந்த இழைகளெல்லாம் மந்திரத்தன்மை கொண்டு பிரகாசிக்கின்றன.

அதற்கு முக்கிய காரணம் பா. வெங்கடேசனின் மொழிநடை. அன்றாட வாழ்வில் அமிழ்ந்த வாசக மனங்களுக்கு அயற்சியூட்டும்

இந்த நடை கட்டுப்பாடற்ற பிரவாகமோ, எழுதும் சுயத்தின் மமதை ஜோடிக்கும் வெற்று அலங்காரமோ, வித்தியாசத்தை வலிந்து புனைய வேண்டுமென்றே போடப்பட்ட சிடுக்குகளோ அல்ல. தன்னுடைய சுழிப்புகளில், உள்மடிப்புகளில் பொதிந்துள்ள மின்னல் கீற்றுகள் வாசகனுக்கு வெளிச்சம் தரவேண்டு மென்பதற்காகவே அசாதாரண கவனத்தை நுணுக்கத்திலும் நுணுக்கமான புள்ளிகளில் குவித்துக் கடுமையான உழைப்புடன் உருவாக்கப்பட்ட நுட்பமான பின்னல்:

'வரலாற்றினுள் கதை வரலாறாயும் கதையினுள் வரலாறு கதையாகவும் தனித்துவம் அழிந்தவையாய்ச் சதா உருண்டு கொண்டு இருக்கின்றன.'

'ஆனாலும் கனவுகளுக்குள் ஊடுருவும் வித்தையின் முதிர்ந்த நிலையாம் கனவுகளைக் கைப்பற்றும் சாகசத்திற்கு நிகரான அற்புதம் அவள் கண்களில் ஒளிர்ந்துகொண்டிருந்ததை என்னால் எப்படி மறுக்க முடிந்திருக்கும்.'

'ராஜன் மகள்' *புனைகளம்* சிற்றிதழில் 'கதைகளின் திசைவழி' என்ற பெயரில் வெளியானபோது அதுவரை முப்பதாண்டு காலம் தமிழ்ப் புனைவுகளை வாசித்திருந்த எனக்கு இந்தக் கதை ஏதோவொரு வகையில் தமிழில் அன்றாட வாழ்வு சித்தரிப்பு கடந்து அதன் உட்தளங்களில், மறைவெளிகளில் புகமுயலும் புதுவகை எழுத்துக்களின் மற்றொரு சிகரம் என்று தோன்றியது. தமிழ் படைப்பியக்கத்தில் மகத்தான சாதனைகள் நிகழ வேண்டும் என்று பக்கம்பக்கமாக புலம்பித் தவித்த மனநிலைகளால் சாதனை நிகழ்ந்தேவிட்டபோது அதை உள்வாங்க முடியாமல் போவது அந்தக் கடும் உழைப்பின் புதுமையினால்தான் என்று தோன்றுகிறது. சாதனை என்ற உருவகத்திற்கும், அதன் நிகழ்தளத்திற்கும் தொடர்பிருக்காது என்பதும்கூட 'ராஜன் மகள்' பிரதியின் உள்மடிப்புகளில் ஒன்றுதான். இக்கதையில் வரும் பசுமாடு ஒன்றிற்குத்தான் உருவகங்களின் மொழியின் போதாமை தெரியும்.

'ராஜன் மகள்' கதையைப் படித்த பிறகு நான் படித்த எந்தத் தத்துவநூலும் இந்தக் கதையின் சில இழைகளை எனக்கு நினைவுபடுத்தாமல் மன அரங்கில் உலவுவதில்லை. இத்தகைய படைப்புச் செயல் தன்னைக் கருவியாகக் கொண்டு நிகழ அனுமதித்த பா. வெங்கடேசன் புனைவு மொழியில் மட்டுமே பயணிப்பவராக இருந்தாலும் என்னைப் பொறுத்தவரை என்னுள் புகுந்த சிந்தனைகளின் பிரதேசத்தில் நான் பயின்ற தத்துவ நூல்களும், இந்தக் கதையும் சந்தித்துக்கொள்ளும்

தருணங்களை எழுதவேண்டும் என்ற பேராவல் மனதில் கனன்றுகொண்டிருக்கிறது. தற்செயலான தருணங்களில் உருக் கொண்டு வரும் அந்த அப்பியாசத்தை ஒரு பயன்மிகு விமர்சனப் படைப்பாக நூல் அளவில் எழுத நான் இன்னும் நிறைய பயிலவேண்டும் என்றும் தோன்றுகிறது. அதற்கான காலம் என்றாவது கூடிவரும்.

பொள்ளாச்சி **ராஜன் குறை**

16.11.2011

*"By the act of giving it a name,
By trying to fix the limits of its world,
It becomes a fiction not a living beast,
Not a tiger out roaming the wilds of earth.
We'll hunt for a third tiger now, but like
The others this one too will be a form
Of what I dream, a structure of words".*

(Jorge Luis Borges: 'The Other Tiger')

இன்று தன் ஜென்மதினத்தைப் பெரும் விழாவாகக் கொண்டாடிக் கொண்டிருக்கும் இந்தப் புதிய நகரம் உண்மையில் வரலாறென்றும் கதையென்றும் ஆக இரண்டு முகங்களைக் கொண்டது. நாயக்கர் பெருமான் கடலையொத்த விஸ்தீரணம் கொண்ட மிகப் பெரும் ஏரியை இங்கே கட்டுவித்து அதன் கரையில் பொழில்களையும் கோட்டை கொத்தளங்களையும் நிறுவி இதற்கான மக்களைக் குடியமர்த்திக் கோலோச்சியதிலிருந்து இப்புதிய நகரத்தின் வரலாறு உண்டுபண்ணப்பட்டிருக்கிறது. இதன் கதையோ இன்று அரண்மனைகளும் நந்தவனங்களும் கம்பீரமாக உயர்ந்து நின்றிருக்கும் இடங்களில் முன்பு இருந்து இப்போது மறைந்துபோன மாபெரும் விருட்சங்களோடும் விலங்குகளோடும் சேர்த்து நகரத்திற்கு வெளியே துரத்தப்பட்டு விட்டது. இந்நகரத்தின் வரலாற்றுக்கு முன்பிருந்த அந்த அடவியும் அதற்கு முன்பு இங்கே எழுப்பப்பட்டிருந்த சுயநலமிக்க வேறொரு சமஸ்தானத்தின் சுவர்களையும் பிரேதங்களையும் கவ்வி விழுங்கி அவற்றின் மேல் பரவி வியாபித்திருந்த ஒன்றுதான் என்பது வரலாற்றை எழுதுபவர்களுக்குத் தெரியாது. மறைந்துபோன அந்தப் பழைய நகரத்தின் எச்சங்களாக இங்கே துயர நினைவுகளோடு வாழ்ந்துகொண்டிருக்கும் சாவற்ற கதைசொல்லிகளுக்குத் தெரியும். விருட்சங்களால் விழுங்கப்பட்ட அந்தப் பழைய நகரமுங்கூட கதைகளுக்கும் முன்பு அங்கே வளர்ந்து செழித்திருந்த வேறொரு கானகத்தை அழித்தே நிர்மாணிக்கப்பட்டதாக இருந்தது. காலம் இந்தப் பிரபஞ்சத்தின் இயக்கத்தைத் தட்டையான பாதையில் நகர்த்துவதில் ஆர்வம் கொண்டதில்லை. அது நிகழ்வுகளைச் சுழற்றிவிட்டு வேடிக்கை பார்க்கிறது. கீழ்மேலாக. பிறகு மேல்கீழாக. மேலும் தோன்றியவற்றை அமிழ்த்தியும் மறைந்தவற்றைத் தெரியக் காட்டியும். இயற்கைக்கும் மனிதனுக்கு மான துவந்தம் கதைகளின் உலகில் ஓய்வதே இல்லை. சொல்லப்போனால் இந்த ஓயாத துவந்தம்தான் கதைகளே. எந்த ஒன்று பிறிதொன்றை வீழ்த்தும்போதும் வீழ்த்தியதன் ஆகிருதி வரலாறாக எழுதப்படும்போது வீழ்த்தப்பட்டதன் எச்சம் வரலாற்றினடியில் கதையாக மறைந்து நின்று முற்றான அழிவிலிருந்து தன்னைத் தப்புவித்துக்கொண்டுவிடுகிறது. வரலாற்றுக்கும் கதைகளுக்குமான தொடர்ந்த போர்தானல்லவோ

ஸ்தம்பித்துப்போய் நின்றுவிடாமல் கிழமைகளையும் பருவங் களையும் சுழலச் செய்துகொண்டிருக்கிறது. வரலாற்றினுள் கதை வரலாறாயும் கதையினுள் வரலாறு கதையாயும் தனித்துவம் அழிந்தவையாய்ச் சதா உருண்டுகொண்டே இருக்கின்றன. இங்கே முன்பு செழித்திருந்த காடு விழுங்கிச் செரித்த பழைய நகரம் அழிவுற்றதைப்பற்றின கதைகள் பல புதிய நகரத்தைவிட்டுத் தொலைவில் மௌனமாகக் காத்திருக்கும் மரங்களுக்குள் தங்களைத் தனிமைப்படுத்திக்கொண்டு வாழும் பூர்வ குடிகளிடையே வழங்கி வந்தன. வீண்பழிக்கு ஆளாகி அனாதையாக்கப்பட்ட அரண்மனைச் சேடிப் பெண்ணொருத்தி யின் சாபம்தான் அந்நகரத்தை விழுங்கிய பெரும்வனத்தின் வேர்கள் என்றது ஒருகதை. சுபிட்சத்தை அள்ளி வழங்கும் பெண் மகவு கையிலிருக்க ஆண் குழந்தைக்கு ஏங்கிக் கிடந்த ஒரு ராஜனின் மதியின்மைதான் அக்காட்டின் கிளைகள் என்றது ஒரு கதை. ராஜனின் மகள் ஆடை நெகிழ உறங்குவதைப் பார்த்த இருபது வேடர்களின் மரண ஓலம்தான் அதன் விழுதுகள் என்றது மற்றொரு கதை. துர்சகுனங்களை ராஜ்ஜியத்திற்குள் கொண்டு வந்தவன் என்று பிற்காலத்தில் ஏசப்பட்ட என் முதிர்முப்பாட்டனார்தான் ஆழ்ந்து அகண்ட அக்கானகத்தின் மூச்சும் இருளும் என்றது ஒருகதை. சிதறிக் கிடந்த கதைகளை ஒன்றுசேர்த்து அழிந்துபோன பழைய நகரத்தைத் தங்கள் ஞாபகங் களில் மீண்டும் அதன் பூர்வ குடிகள் கட்டிக் கொள்கிறார்கள்.

பழைய நகரம் ராஜகுடும்பத்தின் இருபத்துமூன்று தலைமுறை களால் பரிபாலிக்கப்பட்டு வந்தது. என் முதிர்முப்பாட்டனாரின் காலத்தில் அதன் இருபத்துமூன்றாவது தலைமுறை நடந்து கொண்டிருந்தது. இந்தத் தலைமுறைக்கு மற்ற இருபத்திரண்டு தலைமுறைகளிலும் இல்லாத ஒரு விசேஷம் வாய்த்திருந்தது. அதை அதிர்ஷ்டமென்று கணிப்பதா அல்லது துரதிர்ஷ்டமென்று கணிப்பதா என்பது பற்றிப் பிற்காலத்திலும் அரண்மனையின் சோதிட சாஸ்திர வல்லுநர்கள் யாராலும் ஒரு முடிவுக்கு வர முடியவில்லை. அந்த ராஜதானி என் முதிர்முப்பாட்டனார் காலத்துத் தலைமுறைக்கு முன்புவரை அதன் ஆண் வாரிசு களாலேதான் ஆளப்பட்டு வந்துகொண்டிருந்தது. இந்த ஆண்வாரிசுகள் யாவருமே தத்தமக்கென்று பிரத்யேகமாக வாய்த்திருந்த சில தனிப்பட்ட திறமைகளாலேயும் சக்தியாலேயும் தங்கள் வம்சத்தைச் செழிக்கச் செய்துகொண்டிருந்தனர். ஒரு தலைமுறையிடம் காணப்படும் குறிப்பிட்ட ஏதாவதொரு விசேஷத் தன்மை இன்னொரு தலைமுறையிடம் காணப்படுவது அரிதாகத்தான் இருந்தது. ஆனால் அதை ஈடுகட்டும் விதத்தில் பின்னதற்கென்று ஏதாவது ஒரு தனித்தன்மையும் கடவுளின்

ஆசீர்வாதமாகக் கிடைத்துவிட்டது. உதாரணமாக ராஜவம்சத்தின் பன்னிரண்டாம் தலைமுறையில் காட்டு விலங்குகள் எதுவும் நாட்டுக்குள் மனிதர்கள் யாரையும் பயமுறுத்தாமலும் மனிதர்களால் பயமுறுத்தப்படாமலும் மிகமிக சகஜமாக நடமாடும் சுதந்திரம் பெற்றிருந்தன. அதேபோல் நாட்டுக்குள்ளிருந்து மக்களும் கால்நடைகளும் பயமின்றி எந்த வேளையிலும் காட்டுக்குள் சென்று வரவும் காலம் கனிந்திருந்ததென்று சொல்லுவார்கள். முயலும் புலியும் ஒரே சுனையில் அருகருகே நீரருந்துமென்பது பன்னிரண்டாம் தலைமுறை ராஜவம்சத்து நாட்களில் ஒரு வழக்குச் சொல். போர்க் காலங்களில் அரசுப் படைகளின் முன் ஒரு மாபெரும் அரண்போல பயிற்றுவிக்கப்படாத மூர்க்க விலங்குகள் நின்று முழங்கிக்கொண்டிருந்ததையும் அவை தன் நாட்டின் வீரர்களைக் காத்து நின்றதையும் அவர்களுக்காக எதிரிமுன்சென்று போரிட்டு அவர்களின் வாளுக்கு இரையாகி மடிந்ததையும் சொல்லும் மெய்சிலிர்க்கும் கட்டங்கள் எங்கள் வம்சாவளிக் கதைகளில் நிறைய உண்டு. (அவற்றில் புலிகளுக்குச் சிறப்பான இடமும் இருந்ததுண்டு). மாறாக அதையடுத்த பதின்மூன்றாவது ஆட்சிக் காலத்திலோ வீதிகளில் காட்டு மிருகங்களின் நடமாட்டம் சாத்தியப்படாத ஒன்றாக ஆகிவிட்டிருந்ததென்கிறார்கள். பதின்மூன்றாம் தலைமுறையின் போர்க்களம் காட்டு மிருகங்களுக்குப் பதிலாகக் காட்டு மிருகங்களையொத்த மூர்க்கமும் வலிமையும் நிறைந்த மனிதப் படைகளாலேயே நிரப்பப்பட்டு வந்தது. இன்னும் விசேஷமாகப் பதின்மூன்றாம் தலைமுறைக் காலத்தில் வனவேட்டை மிகப் பிரசித்தமான விளையாட்டாகவும் ஆகிவிட்டது. பழைய சமஸ்தானத்தின் கொடிமேல் பறந்துகொண்டிருக்கும் பெருமை படைத்த கரும்பட்டைகள் கலக்காத தங்கநிறப் புலிகள் அருகிப் போக ஆரம்பித்த காலம் பதின்மூன்றாம் தலைமுறை நடைபெற்றுக் கொண்டிருந்தபோதுதானென்று என் பழைய பாட்டனார்கள் சொல்லி அறியச் செய்தனரென்று என் பாட்டனார் சொல்லுவார். ராஜகுடும்பங்கள் தலைமுறை தலைமுறையாக வசித்து வந்த நகரத்தின் மையப் பகுதியிலிருந்த அரண்மனைகூட இந்தப் பதின்மூன்றாம் தலைமுறை ராஜனால் அதேஇடத்தில் கம்பீரமாக வளர்ந்து ஓங்கியிருந்த முதிர்ந்த கடம்ப விருட்சமொன்றை அழித்து அதன் உச்சிக் கிளையில் பிறந்ததிலிருந்து வசித்துக்கொண்டிருந்த புலியை விரட்டிவிட்டு அந்த இடத்தின்மேல் கட்டப்பட்டதுதான் என்பார்கள். வனவேட்டையின்போது போர்க்கள வியூகத்தையும் போர்க்களத்தில் வன வேட்டையின் தந்திரத்தையும் பயன்படுத்தி வெல்லத் தெரிந்த மதியூகிகள் நிறைந்த காலமாக அது இருந்தது. இப்படி ஒரு தலைமுறையில் நாட்டில் நிலவிய கால நிலைகளையும்கூட இன்னொரு தலைமுறையின் ஆட்சியின்

போது காண முடிவதில்லை என்று பொதுவாக நம்பப்பட்டு வந்தது. (ஆனால் இருபத்து மூன்றாம் தலைமுறையில் மூன்றடுக்கு அரண்மனையின் மேல்மாடியில் அமைக்கப்பட்டிருந்த பாதுகாப்பான படுக்கையறையில் மிகச் சுவாதீனமாகப் பல தலைமுறைக் காலம் நடமாடி வந்த கிழட்டுப்புலி அந்த நம்பிக்கையை அசைத்துவிட்டுப் போனது).

இருபத்துமூன்றாம் தலைமுறை ராஜனின் ஆட்சிக்காலத்தில் வாழ்ந்த என் முதிர்முப்பாட்டனாரின் குலத்தொழில் நாவிதம். பழைய நகரத்தின் நாவிதர்களைப் பெரும் பொருளும் செல்வாக்கும் வந்தடையக் காரணமாய் இருந்தவர் அவர். அவர் காலத்திற்குப் பிறகு நாவிதம் கடைநிலைத் தொழிலாக மதிக்கப்பட்டு இழிவடையவும் அவரே காரணமானார். பழைய நகரத்தின் இருபத்துமூன்றாம் தலைமுறைவரை நாவிதம் என்பது சதையை வெட்டி விடாமல் முடியை மட்டும் கவனமாக மழித்தெடுக்கத் தெரிந்த ஒரு ஜதை நடுங்காத கைகளுக்குமேல் சிறப்பான தகுதிகள் எதுவும் தேவைப்படாத ஒரு தொழில் என்றே மக்கள் நம்பிக்கொண்டிருந்தனர். பழைய நகரத்தில் நாவிதம் கடைநிலைத் தொழிலாக மதிக்கப்படவில்லை. ஆனாலும் முடிமழிப்பதைப் பிற தொழில்களைப்போலவே வெறும் பிழைப்புக்குரிய உபாயமாக மட்டுமே கருதிச் செய்து வந்தவர்களுக்கு அப்போது பிரமாதமான இடம் எதுவும் ராஜ்ஜியத்தில் கிடைத்துவிடவுமில்லை. அந்நகரத்தையே தன் பூர்வீகமாகக் கொண்டிருந்த என் முதிர்முப்பாட்டனார் பிற மனிதர்களின் தூக்கத்தினுள் ஊடுருவி அவர்களுடைய கனவுகளைப் பார்க்கும் கலையைப் பயிலும் பொருட்டு தனது பதின்பருவம் தொடங்கும் முன்பே நாட்டைவிட்டு வெளியேறி மேற்குப்பக்கம் மலைகளுக்கு அப்பாலிருக்கும் மாந்திரீகக் கலைகளுக்குப் பேர்போன மலையாள தேசமெங்கும் சுற்றித் திரிந்துவிட்டுத் தன் காளைப்பருவத்தில் ஊர்திரும்பி முடிமழிப்பது என்பது வெறுமே கத்தியால் மண்டையைச் சுரண்டி வழிப்பது மட்டுமல்ல என்று நாற்சந்தியில் நின்று உரக்கச் சொல்லி மக்களின் கவனத்தையும் ராஜனின் தனிப்பட்ட அபிமானத்தையும் ஈர்த்த நாள்முதலாகத்தான் நாவிதம் என்பது வைத்தியம் மாந்திரீகம் வர்மம் சம்போகம் முதலிய அதியற்புதமான பிற சாஸ்திரங் களோடு பிரிக்க முடியாத தொடர்புகொண்டது எனும் உண்மையை உலகம் புரிந்துகொண்டது. மனித உடலின் சில குறிப்பிட்ட பகுதிகளில் அவரவர்களுடைய உடலமைப்புக்குத் தக்க ரோமக்கற்றைகளை குறைத்தும் முழுவதும் மழித்தும் அவ்விடங்களில் வேர்வைக் கண்களைத் திறந்துவிடுவதன் மூலமும் வேர்வைச் சுரப்பைக் கட்டுப்படுத்துவதன் மூலமும்

தனிநபர்களுடைய மனோபாவங்களிலும் நடவடிக்கைகளிலும் கணிசமான மாற்றங்களைச் சாதிக்க முடியுமென்பதைத் தேர்ந்த நாவிதன் அறிவான் என்று என் முதிர்முப்பாட்டனார் பிரகடனப் படுத்தினார். மேலும் நாவிதனுக்குள் அங்க சாஸ்திரத்தையும் மனித உடலின் சீதோஷ்ணத்தையும் பற்றின ஞானம் இயல் பாகவே படிந்து கிடக்கிறது. ரோமம் என்பது உடலுக்கு வெளியே ஓடும் நரம்பு என்பதை அறிவு அறிந்துகொள்ளும் முன்பே சவரம் புரியும் கைகள் அறிந்துகொண்டிருக்கின்றன என்றும் சிரைத்துக்கொள்பவரின் உடல் தவிர்க்க வேண்டிய விஷமயிர்க் கற்றைகளை உடலோடு ஒட்டி வளரவேண்டிய நன்மயிர்ப் படுகையினுள்ளிருந்து தேடிப் பிரித்துக் களையும் நாவிதனின் பிரயத்தனமானது உபநிஷத்துகளிலிருந்து உலக சாரத்தைத் தேடும் பண்டிதனுக்கு எந்த விதத்திலும் குறைந்ததல்ல என்றும் என் முதிர்முப்பாட்டனார் மக்களை அறியச் செய்ததி லிருந்து முடியை மழித்துக்கொள்வதும் அதன்பொருட்டு நாவிதர் களின் வீட்டு வாசல்களில் நெடுநேரமாகத் தவங்கிடப்பதும் பழைய நகரத்தில் பிறரிடம் பெருமையோடு பகிர்ந்துகொள்ளும் விஷயங்களில் ஒன்றாகிப்போனது. காங்கை நோயால் அவதிப் பட்டுக்கொண்டிருந்தவர்கள் தங்களின் கழுத்தும் முதுகும் காற்றின் திசையில் நன்றாகத் திறந்திருக்கும்படி தலைமுடியைச் சிகையாகக் குறுக்கிக்கொண்டு சென்றார்கள். குளிர்க்காய்ச்ச லால் நடுங்கிக்கொண்டிருந்த நோயாளிகள் அதைக் கூந்தலாக நீட்டி மேனியை மூடிக்கொண்டார்கள். ஞானத்தைக் கவர்ந்து செல்லும் மாலைவேளைகளின் அரக்கர்களிடமிருந்து தங்களைக் காப்பாற்றிக்கொள்ள விரும்பிய கல்விமான்கள் தலை நரம்புக ளனைத்தையும் ரோம இழைகளால் பின்புறமாகக் கட்டி இழுத்து நுனியில் பதினாறு பிரிக்குடுமியாக முடிச்சிட்டுத் தரும்படி நாவிதர்களைக் வேண்டி நின்றார்கள். சம்போக சுகம் அனுபவிக்க முடியாமல் அல்லலுற்ற ஆண்கள் தலைமுடியைத் தளர்த்தி ஈரம் சொட்டிக்கொண்டே இருக்கும் சடையாக அதை மாற்றிக்கொண்டு திருப்தியுடன் திரும்பினார்கள். இல்லற சந்நியாசிகளாக இருக்கப் பிரியப்பட்டவர்களுக்கோவெனில் இதற்கு நேர்மாறாக நுனியில் பட்டுத்துணியால் மறைத்துக் கட்டப்பட்டிருக்குமாறு நாவிதர்கள் பின்னல்களை உருவாக்கி அனுப்பிவைத்தார்கள். இல்லறத்தைத் துறந்து காட்டை நோக்கிச் சென்ற துறவிகள்கூடத் தங்களை மழித்துக்கொள்ள மறுத்து முகமெங்கும் ரோமக் கற்றைகளைக் காடாக வளரும்படி விட்டு வைத்ததன் மூலம் தங்களையுமறியாமலேயே வதனாலங்கார சூசிகையின் எட்டாம் அங்கத்தை ஏற்றுக் கொண்டவர்களானார்கள். கன்னங்களிலும் மேலுதட்டின் மேலும் முகவாயிலும் கவனமாகச் செதுக்கப்பட்ட மயிர்ப் படுகைகள் பழைய நகரத்தின் ஆண்கள் அத்தனை பேரையும்

அழகானவர்களாயும் ஆரோக்கியமானவர்களாயும் ஆக்கி வைத்திருந்ததால் சுயம்வரங்கள் பெருங்குழப்பத்தில் முடிந்தன. வாயிலிருந்து துர்மணம் வீசும் ஆண்களையோ நீரொழுகும் மூக்கையுடைய ஆண்களையோ அவச்சொற்களையள்ளிவீசும் ஆண் குரல்களையோ அங்கே பிறதேசத்தவர்கள் எவராலும் பார்க்க முடியவில்லை என்று எங்களின் வம்சாவளிக் கதைகள் சொல்கின்றன. மட்டுமல்ல. பெண்கள் நாவிதர்களை நாடும் வழக்கமோ அல்லது பெண் நாவிதர்களோ புழக்கத்தில் இல்லாத பழைய நகரத்தில் வெளியே தெரியும் அங்கங்களால் புருஷர் களின் லட்சணமும் மறைத்து வைக்கப்படும் அங்கங்களால் ஸ்திரீகளின் சௌந்தர்யமும் பிறர் கண்படத் துலங்கும் எனும் சாமுத்ரிகா லட்சண விதிக்கேற்ப ஆண்களின் முகத்தில் வளரும் ரோமக் கற்றைகளுக்கு இணையான சக்தியையும் வனப்பையும் கூடுதலாக நோய் தீர்க்கும் மகத்துவத்தையும் பெண்களின் புஜங்களினடியிலும் பத்மத்திலும் அரும்பும் ரோம இழைகள் கொண்டிருப்பதால் அவர்களதை அலங்கோலப்படுத்தலாகாது என்னும் என் முதிர்முப்பாட்டனாரின் போதனை இருபத்து மூன்றாம் தலைமுறை ராஜதானியின் பெண்மக்களின் அறிவில் பிரகாசித்துக்கொண்டிருந்தது. புருஷனின் கண்களுக்கும் பரபுருஷர்களின் ஊகத்துக்கும் மட்டுமே வசப்படும் பெண்களின் பவித்திரமான மறைவிடங்களைச் செதுக்கி அலங்கரித்துப் பராமரிக்கும் பொறுப்பு பெண்ணுக்கு மட்டுமல்லாமல் ஆணுக்கும் உண்டு என்று என் முதிர்முப்பாட்டனார் அறிவித்தபோது அது ஆண்களிடையே பகிரங்கமான பெரும் எதிர்ப்பையும் பெண்களிடமிருந்து ரகசியமான ஆசீர்வாதத்தையும் பெற்றுக் கொண்டது. இவ்விதமான பிரச்சாரங்களை நிறுத்திக்கொள்ளச் சொல்லி அவரை அரசவை நிர்பந்தித்தபோது உபாத்தியாயர்களும் புரோகிதர்களுங்கூட ரகசியமான பல தருணங்களில் தத்தமது இல்லத்தரசிகளின் நாவிதர்களாகச் செயல்படுவதுண்டு என்கிற உண்மையை என் முதிர்முப்பாட்டனார் தைரியமாகப் பொதுஅரங்கில் எடுத்துச் சொல்லி கல்விக்கூடங்கள் மற்றும் கோவில்களின் பகையையும் சம்பாதித்துக்கொண்டார். (பின்னாளில் இவ்வரங்குகளின் பாத்தியக்காரர்கள்தான் என் முதிர்முப்பாட்டனாரின் புகழை அபவாதம் எனும் கொடிய நெருப்பு கவ்வி விழுங்கத் தொடங்கிய காலத்தில் அது அணைந்துவிடாமல் அவரை முழுக்க எரித்துப் பொசுக்கிவிடும் வண்ணம் நெய்வார்த்து உதவினார்கள்). மறுபுறம் இந்தவிதமான அலங்காரச் சூசகங்களையெல்லாம் பறைப்பெண்களும் அறியும் படி பகிரங்கமாக என் முதிர்முப்பாட்டனார் சொல்லிக் கொண்டிருப்பதைக் கண்டும் அதன் விளைவாகத் தங்கள் கணவன்மாரின் அலைபாயும் மனங்களை நினைத்தும் உயர்குடிப்

பெண்கள்வேறு திகிலுற்றுப்போயிருந்தார்கள். அவர்கள் தங்கள் நாபியிலிருந்து பத்மம்வரை படர்ந்து பொலிந்திருக்கும் அடர்ந்த ரோமப்படுகையை அஞ்சனக் கோட்டைப்போல மெல்லிதானதாகத் திருத்தி வரைந்துகொள்ளட்டும் என்று கூறி அவர்கள் இழந்து போயிருந்த நிம்மதியை அவர்களுக்கே திரும்ப அளித்தார் என் முதிர்முப்பாட்டனார். மேலும் மனம் விரும்பாத ஆணுக்குப் பலவந்தமாக மணமுடித்து வைக்கப்பட்ட பெண்கள் யோனிமுடியை இழைக்கப்பட்ட மரத்தினின்று சிதறும் சீற்றுகளைப்போல் சுருள் வடிவினதாகச் செதுக்கிக்கொள்ளட்டும். விரும்பும் ஆணையே துணைவனாகப் பெறவிரும்பும் யுவதிகள் நிதம்பத்தின் மேற்குழலை மீன் வடிவத்தில் வரைந்துகொள்ளட்டும். குழந்தைப்பேறு அடையாதிருக்கும் மங்கையர் புஜத்தினடியிலும் தொடைகளின் நடுவிலும் மழைக்குப் பின் புதிதாக வளர்ந்திருக்கும் புற்படுகையைப்போல மிருதுவாகவும் எப்போதும் ஈரமாகவும் இருக்கும்படி மயிர்கற்றையை மிகச் சிறிதாகக் கத்தரித்துக் கொள்ளட்டும். பரபுருஷனைக்கூட விரும்பும் பெண்கள் கழுத்திற்குக் கீழ் எங்குமே ரோமமில்லாதபடி தன் உடலைக் கூழாங்கல்லைப்போல மருவற்றதாக மழித்துக்கொள்ளட்டும். ஒரு சிறுமியின் தலைமுடி அப்பருவத்தின் இயல்பாகிய மணல் தன்மையிலிருந்து வெள்ளிக் கம்பிகளின் தன்மைக்கு மாறுவதைத் தொட்டுணர்ந்து அவள் ருதுவெய்தப்போகும் பருவம் நெருங்கி விட்டதைச் சொல்லும் நாவிதனை அறிந்த தாய்மார்கள் தங்கள் பெண்மக்கள் விரும்பத்தகாத சூழலில் ருதுரத்தம் வெளிப்பட்டு அவமானப்படப்போவதைத் தவிர்த்துக்கொள்ளட்டும்.

இயற்கைக்கும் அதன் தந்திரங்களுக்கும் பால் பேதமில்லை என்று என் முதிர்முப்பாட்டனார் சொல்லிவந்த அந்தக் காலக்கட்டத்தில் பழைய நகரமெங்கிலும் பெண்கள் தங்கள் கணவர்களையும் காதலர்களையும் தங்களுடைய பிரத்யேக நாவிதர்களாக்கி நாடு பூராவிலும் பரவச் செய்திருந்தார்கள். அகத்தினழகைப் புகழ்ந்து மழிப்பதையும் வளர்ப்பதையும் பழித்துப் பேசிய சில பழைய சாஸ்திரங்கள் நாவிதர்களுக்கு எதிரானவை என்று என் முதிர் முப்பாட்டனார் அறிவித்ததன்பேரில் அவை யாராலும் படிக்கப்படக் கூடாதென்று இருபத்து மூன்றாம் தலைமுறை அரசாங்கத்தால் தடைசெய்யப்பட்டன. அவ்விதமான ஓலைச் சுவடிகள் சில இடங்களில் பெண்களால் உலை நீருக்காகத் தீவைத்துக் கொளுத்தப்பட்டன என்றும் சொல்வதுண்டு. இப்படி என் முதிர்முப்பாட்டனாரின் வரவால் நாவிதர்கள் பல புதிய சலுகைகளையும் பெருமைகளையும் முக்கியத்துவத்தையும் நிறைய செல்வத்தையும் ஈட்டிக்கொண்டிருந்தபோது என் முதிர்முப்பாட்டனார் மயிர்க் கண்களின் வழியே சுரக்கும்

வியர்வை நீரைக் கட்டுப்படுத்துவதன் மூலம் அந்நீரின் மணத்தால் எழுப்பப்படும் கனவுகளை மாற்றியமைக்க முடியுமா என்பது குறித்த முடிவற்ற ஆராய்ச்சியில் ஈடுபட்டிருந்தார். ஏற்கனெவே பிறர் உறக்கத்துக்குள் ஊடுருவும் கலையைக் கற்றுக்கொள்ள அவர் தன் காளைப்பருவம் முழுவதையும் செலவழித்திருந்தாரென்று கூறுவார்கள். அப்பருவம் பூராவிலும் அவர் ஒரு கேரள நம்பூதிரியின் வாத்ஸல்யத்தைப் பெற்ற சீடராக இருந்தார். பிறப்பால் நாவிதரான என் முதிர்முப்பாட்டனார் தன் குலத்திற்கு மறுக்கப்பட்டிருந்த சாஸ்திரங்களைக் கற்றுக் கொடுக்கவென்று வர்ணபேதங்களைத் துறந்த ஓர் ஆசானைத் தேடித் தன் குரல் உடைந்த காலந்தொட்டுச் சில வருடங்கள்வரை அவமானங்களுக்கும் தவறுகளுக்கும் பயங்களுக்குமிடையே அலைந்து திரிந்து கடைசியில் அபேத ஞானத்தைப் புரிந்து கொள்ளாத மனிதப்பிறவிகளால் பைத்தியக்காரனென்று கேலி செய்யப்பட்டு நகரத்தை விட்டு வெளியேறி மரங்களுக்குள் தன்னை மறைத்தபடி வாழ்ந்துகொண்டிருந்த நம்பூதிரி ஒருவரைக் கண்டுபிடித்து அவரிடம் ஏற்கனெவே சீடர்களாயிருந்த இரண்டு பிராமண யுவன்களோடு சேர்ந்து மூன்றாவது சீடனானார். இந்த இருவரில் முதலாமவர் ஒளியையும் மணத்தையும் கொண்டு பார்க்க முடியாத வஸ்துக்களின் நிறையையும் எடையையும் கணித்துச்சொல்லும் ஆற்றல் வாய்ந்தவர். இரண்டாமவர் நகர்ந்துகொண்டிருக்கும் ஒரு பொருளின் வேகத்தையும் திசையை யும் கொண்டு அது முன்பு என்னவாக இருந்ததென்பதை யும் பின்பு என்னவாக மாறுவதற்காக அப்படி நகர்ந்து கொண்டிருக்கிறது என்பதையும் அவதானித்துவிட வல்லவர். எனினும்கூட பிற மனிதர்களின் கனவுகளைப் பார்க்கும் கலை காட்டைவிட்டு வெளியேற முடியாமல் நான்கு பேர்களுக்கு மட்டுமே தெரிந்த ரகசியமாகத் தன் அதிசயங்களை அறியக் காட்டிக்கொண்டிருக்குமாறு விதிக்கப்பட்டுவிட்ட அவலத்தை எண்ணிக் கலங்கிக்கொண்டிருந்த என் முதிர்முப்பாட்டனார் ஞானி எனப் புகழும் அந்த நம்பூதிரி கடைசியில் உயர்குலத்தில் பிறந்த தன் பெண்ணைப் பிறப்பால் நாவிதரான என் முதிர்முப்பாட்டனாருக்கே திருமணம் செய்து கொடுத்துவிட்டுத் துயரச்சகதிக்குள் தன்னை உயிரோடு புதைத்துக்கொண்டு மாண்டுபோக முடிவுசெய்த தருணத்தில் பிறர் கனவுகளைப் பார்க்கும் கலையை அறிந்தவராக உலகிலேயே என் முதிர் முப்பாட்டனார் ஒருவர் மட்டுமே எஞ்சியிருந்தார். அதோடு கூட கனவுகளோடு நெருங்கிய சம்பந்தமுள்ளவையென்று கூறப்பட்ட வர்மக்கலையையும் வடமொழியையும் அவர் கசடறக் கற்றுத் தேர்ந்தார். மற்ற இருவரில் ஒருவர் தன் மற்ற இரு சகாக்களோடும் அதுவரையில் கற்ற வித்தையைப் பக்குவம்

அடையும் முன்பே பரீட்சை செய்துபார்க்க எண்ணிக் குருவிற்குத் தெரியாமல் காட்டைவிட்டு வெளியேறி நகரத்திற்குச் சென்று விளையாட்டாக ஒரு நோயாளியின் கனவிற்குள் பிரவேசிக்க முனைந்தபோது நோய்க் கூறுகளை உண்டாக்கும் கெட்ட கனவுகளின் துர்நாற்றத்திலும் சுழலிழுப்பினுள்ளும் சிக்கி அதன் உக்கிரத்தைத் தாங்கிக்கொள்ள முடியாமல் புத்தி பேதலித்துப்போய் அறையை விட்டு வெளியே வந்ததும் அந்த அறை இருந்த நான்கடுக்கு மாளிகையின் நான்காவது அடுக்கிலிருந்து கீழே குதித்துத் தற்கொலை செய்துகொண்டுவிட்டார். இன்னொரு சீடரும் அதேபோன்ற பக்குவமற்ற பலவீனமான மனோதிடத் தால் அதேவிதமான பாதிப்புக்கு உள்ளாகி நிலை குலைந்து சாமியாராகப் புண்ணிய பூமியாம் காசிக்கு ஓடிப்போய்விட்டார். அங்கே கனவுகள் அண்ட முடியாத காசியின் அடர்ந்த வனப் பகுதிகளுக்குள் என்றுமே வெளிவர முடியாதபடி அவர் தன்னை சிறைப்படுத்திக்கொண்டுவிட்டதாக அவரைப்பற்றின செய்திகள் காற்றில் உலவின. ஆனால் என் முதிர்முப்பாட்டனாரோ வருடங் களுக்குப் பிறகு தன் சகாவை வேறோர் அசம்பாவிதமான இடத்தில் தன் மதியின்மையால் வலியப்போய்ச் சந்தித்து அதன் மூலமாகத் தன் வீழ்ச்சியையும் தேடிக்கொண்டார்.

எப்படியிருந்தாலும் அப்போது அதாவது என் முதிர்முப்பாட்டனா ரின் காலத்தில் பிறர் உறக்கத்தினுள் புகுந்து அவர்களின் கனவு களைக் காணும் கலையில் தேர்ச்சிபெற்ற ஒரே பண்டிதர் அவர் என்பதாகவே உலகம் அறிந்திருந்தது. அதனால் காளைப் பருவத்தின் நடுப்பகுதியில் அவர் பிறந்த மண்ணாகிய பழைய நகரத்திற்குத் தன் மனைவியுடன் திரும்ப வந்து சேர்ந்தபோது அப்படி வருவதற்கு முன்பே மறைந்திருந்தாலும் விளக்கின் இருப்பு அதன் பிரகாசத்தால் அறியப்படுவதைப்போல அவருடைய கீர்த்தி சொந்தத் தேசத்தவரால் ஏற்கனெவே உணரப்பட்டு விட்டது. அவருடைய ஆசானைப்போலவே அவரையும் பைத்தியக்காரனென்று பாதி நகரம் மறைவாகப் பேசிக் கொண்டிருந்தபோதிலும் மேலும் அவருடைய பிரச்சாரங்களும் செயல்களும் இருபத்துமூன்றாம் தலைமுறை ராஜனுக்கும்கூட சமஸ்தானத்தின் தலைவனென்கிற முறையில் தர்மசங்கடத்தைக் கொடுத்திருந்தபோதிலும் பால்பேதத்தையும் தினைபேதத்தையும் பணபேதத்தையும் வர்ணபேதத்தையும் ஞானபேதத்தையும் மொழி பேதத்தையும் துறந்துவிட்ட அவருடைய ஒளி அரசவையில் பிற கல்விமான்களுக்கிணையாக அவரை அமர்த்திப் பெருமைப்படுத்தும்படி அவனை நிர்ப்பந்தித்திருந்தது. மட்டுமல்லாமல் அரண்மனை வளாகத்திற்குள்ளேயே என் முதிர்முப்பாட்டனாருக்கென்று ஒரு தனிக் குடியிருப்பும்

ஒதுக்கப்பட்டிருந்தது. அரண்மனைக்கு வெளியே சென்று சவரம் செய்து பொருளீட்டவேண்டிய நிலையில் ராஜன் அவரை விட்டுவைக்கவில்லை. அவருக்கென்று ஒதுக்கப்பட்டிருந்த சிறு அரண்மனை போன்ற அந்த இல்லத்தில் அவர் தன் மலையாள தேசத்து மனைவியுடனும் அவள் மூலமாக உண்டான வாரிசுகளுடனும் பின்னாளில் குருவின் சாபத்தால் பழிக்கு ஆளாகி அங்கிருந்து விரட்டியடிக்கப்படும் நாள்வரை சௌக்கியமாகத் தங்கியிருந்தார். அரசகுடும்பத்தைச் சேர்ந்தவர் களுக்கு நாவிதநிமித்தம் மட்டுமே தன் அறையை விட்டு வெளியே வருவதல்லாமல் பிறசமயங்களில் வீட்டினுள் தன்அறையில் அமர்ந்து தான்கற்ற சாஸ்திரங்களையெல்லாம் திரும்பதிரும்பப் படித்தும் பயிற்சிசெய்தும் புதிய வழிமுறைகளை ஆராய்ச்சி செய்துகொண்டே இருந்தார். அரசவையில் அவருக்கென்று இடப்பட்டிருந்த ஆசனம் பெரும்பாலான சமயங்களில் அவரால் நிரப்பப்படாமலே இருந்ததென்பார்கள். பொதுவாக இம்மாதிரி அபூர்வமான மனிதர்களே எப்போதும் ஒரு தனியறைக்குள் தங்களை இருத்திக்கொண்டு தங்கள் வித்தைகளுடன் தங்களையும் புதைத்துக்கொண்டு விடுவது எங்கும் நடக்கக்கூடியதுதானே. அவர்கள் அடிக்கடி தங்களையும் தங்கள் கல்வியையும் வெளிக்காட்டிக்கொண்டு அவற்றைச் சாதாரணக் காட்சியாக்கி விட விரும்புவதில்லை. அவர்களைப்போலவே என் முதிர் முப்பாட்டனாரும் பல ஆச்சர்யகரமான வித்தைகளில் தேர்ந்தவ ரென்ற மதிப்பை நிரம்பப் பெற்றிருந்தாரேயொழிய அவற்றைப் பிறர்முன் தேவையற்ற சந்தர்ப்பங்களில் கேளிக்கைக் கூத்தாக நிகழ்த்திக் காட்டிப் புகழ்சம்பாதிக்க முனைந்ததேயில்லை. அவருக்குள் கனன்றுகொண்டிருந்த அவருடைய வித்தைகளின் மங்காத தழல் அவர் முகத்தில் எதிரொளித்த ஜாஜ்வல்யமே அவருக்குப் போதுமான கீர்த்தியைப் பெற்றுத்தர வல்லதாய் இருந்தது. எதையும் எங்கேயும் நிகழ்த்திக்காட்டி நிரூபிக்க முயலாமல் அறைக்குள்ளேயே தன்னைப் பூட்டிக்கொண்டு காலங்கழிக்கும் ஒரு நாவிதனுக்கு அரசவையில் எப்படி இடம் இருக்கமுடியுமென பிறஞானவான்கள் கேள்வி எழுப்பியபோது ராஜன் சொன்னான்: ஒரு சிறந்த வாள்வீரனுக்குச் சமாதானம் கசப்பான காலமாயிருக்க முடியாது. ஒரு நல்ல மருத்துவனுக்கு ஆரோக்கியமான மக்கள் எதிரிகளாயிருக்க முடியாது. எந்தச் சிறந்த கல்விமானும் தன் வித்தையைப் பிரயோகித்துக் குணப்படுத்தும் அளவுக்கு துக்ககரமான ஸ்திதியில் சகமனிதன் வீழ்ந்துவிடக் கூடாதென்றே விரும்புவான். அதேசமயத்தில் அப்படிப்பட்ட ஒரு சூழ்நிலையை எப்போதும் எதிர்பார்த்துத் தன் வித்தை துருப்பிடித்து விடாதபடி அதைத் தீட்டிக்கொண்டேயுமிருப்பான். அப்பையா (அதுதான் என் முதிர் முப்பாட்டனாரின் பெயர்)

இந்த அரசவையில் எப்போதும் இருந்துகொண்டேயிருக்க வேண்டுமென்பதல்ல என் ஆசை. மாறாக அவர் தேவைப்படும் அபூர்வமான தருணமொன்றில் அவர் நமக்குக் கிடைக்காத அரியபொருளாக இந்நகரத்திலிருந்து தொலைந்துபோய்விடக் கூடாது. அவர் நம் அரசவையில் இருப்பதால் பெருமை அவருக் கல்ல நமக்குத்தான் என்று நான் உங்களுக்குச் சொல்கிறேன். உண்மையில் வித்தைகளை அவர் வெளிக்காட்ட முடியாத வண்ணம் ஆரோக்கியமான ராஜ்ஜியமொன்றை நான் பரிபாலித்து க்கொண்டிருக்கிறேன் என்பதுதான் அவரோடுகூட என்னையும் பெருமைகொள்ளச் செய்துகொண்டிருக்கிறது.

தூங்கும் பிற மனிதர்களுடைய கனவுகளைக் காணும் தன்னுடைய அபூர்வமான வித்தையை என் முதிர்முப்பாட்டனார் தன் வாழ்நாளில் நான்கே நான்கு சந்தர்ப்பங்களில்தான் பிரயோகித்தார். அந்த நான்கு சந்தர்ப்பங்களுமே அவர் வாழ்க்கையில் நான்கு திருப்பு முனைகளுக்குக் காரணமாய் அமைந்துவிட்டன என்று எங்கள் வம்சாவளிக்கதை கூறுகிறது. முதல் தடவை தன்னுடன் அந்தக் கலையைக் கற்றுக் கொண்டிருந்த மற்ற இரு சீடர்களுடன் சேர்ந்து போதிய பக்குவம் பெறுவதற்கு முன்பே வித்தையை ஒரு நோயாளியிடம் பரீட்சை செய்து பார்க்கமுயன்ற அந்த துர்பாக்கியகரமான சம்பவம். நல்லவேளையாக என் முதிர் முப்பாட்டனார் நோயாளியிடம் தன் பிரயோகத்தைத் தொடங்கியபோது காலம் பின்னிரவு சரிந்துகொண்டிருக்கும் நேரமாகக் கடந்துவிட்டதால் தூங்கிக்கொண்டிருந்த நோயாளியின் கனவுகள் தங்கள் உக்கிரத்தை இழந்து அவன் உறக்கத்தோடு உறக்கமாக அமிழ்ந்து வடிந்துகொண்டிருந்தான். மற்ற இருவரையும்போலவே தன் இளமைத் திமிராலும் கல்விச் செருக்காலும் மிகப்பெரும் ஆபத்தைச் சந்திக்கவிருந்த என் முதிர்முப்பாட்டனார் அன்று தெய்வாதீனமாக அதிலிருந்து தப்பினார். விஷயம் தெரியவந்த போது நம்பூதிரி அவர்மேல் தனிப்பட்ட வாத்ஸல்யம் கொண்டிருந்ததால் மற்ற இருவரையும் எண்ணி அளவுகடந்த துயரத்திலும் என் முதிர்முப்பாட்டனார் தப்பித்ததை எண்ணி மட்டற்ற மகிழ்ச்சியிலும் அலைக்கழிக்கப்பட்டுவிட்டார். பிறர் அனுமதியின்றி அவர்களுடைய தூக்கத்துக்குள் நுழைந்து கனவுகளைப் பார்ப்பது கன்னக்கோல் வைத்துத் திருடுவதற்குச் சமமான குற்றம் என்று அவர் என் முதிர்முப்பாட்டனாரை எச்சரித்தார். என் முதிர்முப்பாட்டனாரின் மீதிருந்த அளவுகடந்த அன்பால் அவரை அம்முறை மன்னித்துத் தன்சீடராகத் தொடர்ந்து நீடிக்கும் வாய்ப்பையும் அளித்தாரென்று கூறுவர். ஆனால் பலவருடங்கள் கழித்து வேகத்தின் சுழல்வெளியாகிய

காளைப்பருவம் முடிந்து விவேகத்தின் நந்தவனமாகிய நடுப்பிராயத்திற்குள் பிரவேசித்த காலத்தில் மதியைக் கெடுத்த ஆசையால் உந்தப்பட்டு குருவின் எச்சரிக்கையை மறந்து தன் வித்தையை என் முதிர்முப்பாட்டனார் அவர் மனைவியும் குருவின் மகளுமான என் முதிர்முப்பாட்டியின் தூக்கத்தினுள் அவரறியாமல் பிரயோகித்துப் பார்த்தபோது குருவின் எச்சரிக்கை சாபமாக மாறி அவரிடமிருந்த கலையை அவர் முற்றாக மறந்து போகும்படி பறித்துக்கொண்டுவிட்டது. அந்த நான்காவது பிரயோகமே என் முதிர்முப்பாட்டனார் தன் இளமை முழுவதும் கற்றுத்தேர்ந்த அபூர்வமான வித்தையின் கடைசிப்பிரயோகமாகவும் அமைய விதிக்கப்பட்டுவிட்டது. தன்னைத் தீராதபழிக்கும் அவமானத்திற்கும் ஆளாக்க விருக்கும் நான்காவது பிரயோகத்தை நோக்கித் தான் விரும்பினாலும் விரும்பாவிட்டாலும் விதி தன்னை உந்திவிடப்போகிறது என்பதை மூன்றாவது பிரயோகத்தின்போதே என் முதிர்முப்பாட்டனார் அறிந்துகொண்டுவிட்டதோடல்லாமல் அதைப் பலபேர் அறிய பகிரங்கமாகச் சொல்லியும் வைத்தார். வேடிக்கை என்னவென்றால் பல வருடங்களுக்கு முன்பே அழிவுகளுக்கு வித்திட்டுவிட்ட என் முதிர்முப்பாட்டனாரின் அந்த துரதிர்ஷ்டம் பிடித்த மூன்றாவது பிரயோகம் அவர் அதைப் பிரயோகித்த காலத்தில் அழிவின் சமிக்ஞை சற்றுமின்றி அவருக்கு உள்ளூரில் மட்டுமல்லாது கடல்கடந்த நாடுகளிலும் பெரும்புகழை ஈட்டிக் கொடுப்பதாகத்தான் வந்தமைந்தது. காரணம் அந்தச் சந்தர்ப்பத்தில் என் முதிர்முப்பாட்டனார் கற்றுக்கொண்டிருந்த வித்தையின் மகத்துவம் மட்டுமல்லாது அவருடைய புத்தி சாதுர்யமும் ஊகிக்கும் திறமையும்கூட பளீரென வெளிப்பட்டன. கடல்கடந்த நாடுகளிலிருந்தும் அவருக்குச் சீடர்களாகும் விருப்பத்துடன் ஆயிரக்கணக்கானவர்கள் அவர் காலடியில் வந்து விழும்படியாக அந்தச் சம்பவம் அமைந்துவிட்டது. ஆனால் என் முதிர்முப்பாட்டனார் அவர்கள் யாரையும் தன் சீடர்களாக வரித்துக்கொள்ள முன்வரவில்லை. அந்தக் கலையில் தான் இன்னும் பூரணத்துவம் பெறவில்லை என்று அவர் நினைத்ததே அதற்குக் காரணம். பிறருடைய கனவுகளை வெறும் பார்வையாளனாக எட்டி நின்று பார்த்துக்கொண்டிருக்கும் அளவோடு அவர் அப்போது திருப்தி அடையாதவராக இருந்தார். அவர்களின் தூக்கத்துக்குள் மட்டுமல்லாமல் கனவு களுக்குள்ளும் ஊடுருவி அந்த உலகின் வினோதங்களைத் தன் விருப்பத்துக்கேற்ப கட்டுப்படுத்தும் அளவுக்குத் தன் வித்தையில் முன்னேற அவர் விரும்பினார். அந்த எல்லையை அவருடைய ஆசானான கேரள நம்பூதிரியும் தொட்டிருக்கவில்லை. எனவே அதை அடைந்த பிறகே அந்தக் கலையை பிறருக்கு

உபதேசிக்கும் தகுதி தனக்குக் கைகூடுமென்று அவர் மனதில் வரித்து கொண்டிருந்தார். அதனால்தான் அவர் ராஜனுக்கும் முக்கியஸ்தர்களுக்கும் மழிக்கச் செல்லும் நேரங்களைத்தவிர பிறசமயங்களில் தன் வாரிசுகளைத் தன் மனைவியின் பொறுப்பில் விட்டுவிட்டு அறைக்கு வெளியே எல்லா வசதிகளையும் செய்து கொடுத்துவிட்டு அறையினுள்ளேயே எந்நேரமும் தன்னை அடைத்துக்கொண்டவராகவும் அதைப்பற்றி மேலும் மேலும் ஆராய்ச்சிகள் செய்துகொண்டே இருப்பவராகவும் இருந்தார். மூன்றாவது பிரயோகத்துக்குப் பிறகு அவருடைய புறஇருப்பில் மாற்றம் ஏற்பட்டதேயொழிய வித்தைமேல் அவருக்கிருந்த அளவற்ற வேட்கையை அபரிமிதமான செல்வமும் புகழும் குறைக்கவோ மாற்றவோ முடியவே இல்லை. ஜெகப்பிரசித்தமான இந்த மூன்றாவது பிரயோகத்தை சாத்தியமாக்கியதென்கிற பெருமையை ராஜன் மகளின் வினோதமான நோய் பெற்றுக் கொண்டது. அந்த நோயோ இருபத்துமூன்றாம் தலைமுறை ராஜனின் மனக்குறையிலிருந்து தொடங்கியது.

பழைய நகரத்தில் அரச பாரம்பர்யத்தின் அனைத்து தலைமுறைகளும் அதுவரை அதன் ஆண் வாரிசுகளால் தழைத்து வந்தன என்று முன்பு சொன்னேனல்லவா. என் முதிர் முப்பாட்டனாருக்கு அரண்மனையில் இடங்கொடுத்த இருபத்து மூன்றாவது தலைமுறையில் முதன்முதலாக சமஸ்தானத்தைக் கட்டியாளவென்று ஒரு பெண்வாரிசு வந்து பிறந்தது. பிற்காலத்தில் கொஞ்ச காலம் ராஜகுடும்பத்தின் பெயரை அதன் அத்தனை ஆண்வாரிசுகளைக் காட்டிலும் அதிகத் திறமையோடும் பரிவோடும் கட்டிக் காத்தவளென்கிற பெருமை அந்தப் பெண்வாரிசுக்கு கிடைத்ததென்பது பொய்யில்லை. எனினும் பெண்வாரிசின் மூலமாக அரச குடும்பத்தின் கோத்திரக்கண்ணி அறுந்து விடுமென்று ராஜன்தான் தொடக்கத்தில் மிகவும் பயந்து போயிருந்தான். பின்னால் அது உண்மையாகிவிட்டதென்றும் வைத்துக்கொள்ளுங்கள். ராஜதானியில் வருடங்களுக்குப் பிறகு தோன்றிய குழப்பமும் அபசகுனங்களும் பஞ்சமும் அதன் எல்லைக்குள் கலிகாலத்தின் அடைசலும் பெண்வாரிசு மூலமாக வளைசலடைந்த கோத்திரம் சரியான சடங்குகள்மூலம் நேர் செய்யப்படாததால் விளைந்தவை என்று பிற்காலத்தில் கணித்தவர்கள் உண்டு. அது நம் கதைக்கும் கவனத்துக்கும் வெளியிலிருப்பவை. ஆனால் அந்தப் பயத்தாலேயே ராஜன் தனக்கு ஒரேயோர் ஆண்வாரிசு வேண்டித் தன் இளமைக் காலத்தின் வீரியம் குறைந்ததாகச் சலிப்புறும்மட்டும் புத்திர காமேஷ்டி யாகங்கள் செய்து வந்தான். அவனுடைய சோகம் அந்த நாட்களில் படிப்படியாகப் படுக்கையறையிலிருந்து

ராஜன் மகள்

வெளியே கசிந்து அரண்மனைத் தாழ்வாரங்களை எட்டிக் கடந்து வாசற்படிகளில் வழிந்து இறங்கி நாடுமுழுவதும் நிரம்பி மூச்சுவிட முடியாதபடி ததும்பிக் கிடந்தது. மக்களும் மன்னனுக்காக இரங்கி அவருக்கு ஓர் ஆண்வாரிசு கிடைக்கவேண்டி தனித் தனியே அவ்வித யாகங்களைச் செய்ய முற்பட்டதில் என் முதிர் முப்பாட்டனார் அங்கே வாழ்ந்த காலத்தில் பழையநகரம் முழுக்க யாகங்களால் ஆசீர்வதிக்கப்பட்ட ஆண் மகவுகளால் நிரம்பி வழிந்ததென்று என் கொள்ளுப்பாட்டனார் மூலமாக எங்களுக்குச் சொல்லப்பட்டிருக்கிறது. ஆனால் சமஸ்தானத்தின் இருபத்துமூன்றாம் தலைமுறைக்கு ஒரு பெண்வாரிசு மட்டுமே கடவுளால் அனுக்கிரகிக்கப்பட்டிருந்ததால் ராஜனும் மக்களும் செய்த யாகங்களால் ராஜ பரம்பரைக்கு மட்டும் பலன் எதுவும் கிட்டவில்லை. இதை முன்பே எதிர்பார்த்துதானோ என்னவோ ராஜனும் ஒருபக்கம் யாகங்களிலும் தான தர்மங்களிலும் காலத்தையும் பொருளையும் விரயம் செய்துகொண்டிருந்தபோதிலும் இன்னொருபக்கம் தன் பெண்ணை இருபத்தியிரண்டு ஆண்களுக்குச் சமமான வலிமையும் குணவிசேஷமும் கல்வியறிவும் கொண்டவளாக வளர்ப்பதற்கு எல்லா ஏற்பாடுகளையும் செய்தும் வந்தான். இந்த நம்பிக்கையின்மையே அவனுடைய யாக முயற்சிகளின் வியர்த்தத்துக்கு ஒரு காரணம் என்றும் சொல்லுபவர்கள் இருந்தார்கள். ராஜனின் மனக்குறையை ஈடுசெய்யும் வண்ணம் ஓரோர் சமயம் அப்படிக் குறைப்பட்டுக்கொண்டதே மதியீனம் என்று அவர் உவகையோடு சலித்துக்கொள்ளும் வகையில் அந்தப்பெண் ராஜன் பயிற்றுவிக்கச் செய்த சாஸ்திரங்கள் அனைத்தையும் பிரமாதமாகக் கற்றுத் தேர்ந்தாள். அந்தக் காலத்தில் அவளைப்போல ஆட்சிக் கலையையும் போர் சாஸ்திரங்களையும் கற்றுத்தேர்ந்த மானுடப்பிறவிகள் உலகத்தி லேயே வேறெங்கும் இருக்கவில்லையென்பார்கள். அந்தப்பெண் என் முதிர்முப்பாட்டனாரிடத்தில் வர்மக்கலையைக் கற்றுக் கொள்ள ஏற்பாடாகியிருந்தது. வர்மக்கலை துருத்திய ஸ்தனங் களும் அடங்கிய குறியும் கொண்ட பெண் பிறப்புக்கு ஏற்ற கலையல்ல என்றும் அதன் நுணுக்கங்கள் பிற போர் சாஸ்திரங்களைப்போலல்லாது பெண் படைப்புக்கு நேரெதிரான அடங்கிய மார்பும் துருத்திய குறியும் கொண்ட ஆண் உடலின் அசைவுகளுக்கும் பிரயோகத்துக்குமென்றே பொருந்தி வரும்படி அமையப் பெற்றவையென்றும் கூறி என் முதிர்முப்பாட்டனார் அதை அந்தப் பெண்ணுக்குக் கற்றுத்தர முதலில் மறுத்துவிட்டார். ஆனாலும் ராஜனின் வற்புறுத்தலும் அந்தப்பெண்ணின் அடங்காத ஆர்வமும் அவற்றை அவமானப்படுத்தலாகாதென்னும் கசிவைத் அவருள் கீறிவிட்டுவிட்டது. வேறொரு காரணமும் அதற்கு

இருந்தது என்று சொல்லும் கதைகளும் இங்கே புழக்கத்தில் உண்டு. ருதுவெய்திய பிறகு முதன்முதலாக ராஜன் மகள் தன்முன் சிஷ்யையாகும் ஆர்வத்துடன் வந்து நின்ற கணத்தில் அவள் முகத்தைப் பார்த்தவுடனேயே தேர்ந்த நாவிதரான என் முதிர்முப்பாட்டனார் உன் பத்மத்தில் அரும்பியிருக்கும் இளமயிர்க் கற்றைகளில் வெண்ணிறம் கண்டிருக்கிறது. நீ பின்பொரு நாளில் துர்கனவுகளால் அவதிப்பட இருக்கிறாய் என்று சொன்னாராம். அவர் இயல்பைப்பற்றி அதற்கு முன்பே தெளிவாகச் சொல்லி உணர்த்தப்பட்டிருந்த அந்தப் பெண் துர்கனவுகளைப்பற்றின கற்பனையில் அப்போதே பீதியுற்று விட்டாள். தன் அகல்முடி எப்போது இயல்பு நிறத்தைப் பெறும் என்பதையும் சொல்லியருளவேண்டும் என்று அவள் என் முதிர்முப்பாட்டனாரை வேண்டிக்கொண்டபோது உன் துர்கனவுகள் உன்னைவிட்டு நீங்கும் நாளில் மூப்பின் வெண்ணிறம் படர்ந்திருக்கும் உன் தடஅரவின் மென்மயிரும் அதன் இயல்பான கருநிறத்திற்குத் திரும்பும். இந்தச் சுழல் வடிவான பதிலின் தர்க்கம் புரியாத ராஜன் மகள் அதைப்பற்றி அவரிடம் மேற்கொண்டு விளக்கம் கேட்கப் பயந்துகொண்டும் அதேசமயத்தில் அதைப் புரிந்துகொள்ளவென்றும் பல இரவுகளைத் தூக்கமின்றிச் செலவிட்டுக்கொண்டிருந்தாள். எனினும் நோய்க்குக் காரணமான ஒன்றையே அந்நோய்க்கு மருந்தாகவும் காட்டும் யவ்வனத்தின் மாய வேலைகளைப் பின்னாளில் அவளால் அனுபவப்பட்டுத்தான் தெரிந்துகொள்ள முடிந்தது. ராஜனின் பெண் விசித்திரமான நோயால் பீடிக்கப்படவிருப்பதை முன்கூட்டியே அறிந்த என் முதிர்முப்பாட்டனாரின்மேல் பரிதாப உணர்வானது அவளை மறுக்க முடியாதபடி கவிந்துகொண்டுவிட்டது என்பார்கள். வர்மக்கலையை அந்தப் பெண்ணுக்குக் கற்றுத்தர அரை மனதுடன்தான் அவர் இசைந்தார். ஆனால் கொஞ்ச நாட்களிலேயே தான் முதலில் எண்ணியது தவறு என்பதையும் அவர் தெரிந்துகொண்டார். ராஜன் மகள் என் முதிர் முப்பாட்டனாரிடம் பாடம் கற்றுக்கொண்ட அதிசய நாட்களைப் பற்றியும் பல கதைகளை நான் கேள்விப்பட்டிருக்கிறேன். அவை யெல்லாம் நாம்காணும் கனவுகளுக்கு ஒப்பான வினோதத் தன்மை கொண்டவை. உண்மையில் வர்மக்கலையில் அதுவரையில் தானறிந்திராத சில முத்திரைகளை அந்தப் பெண்ணிட மிருந்தே தான் கற்றுக்கொண்டதாகச் சொல்லுவாராம் என் முதிர்முப்பாட்டனார். பின்னாட்களில் கொடுஞ்சாபத்தினால் பீடித்த மறதியும் சீடர்களற்ற கால வியர்த்தமும் மனைவியற்ற தனிமையும் தன்னைச் சூழ்ந்து சித்திரவதை செய்துகொண்டிருந்த நாட்களில் தனது ஒரே சிஷ்யையான அந்தப் பெண்ணுக்குக் குருவாயிருக்க வாய்த்த காலக் கட்டத்தின் நினைவுகளே

தன்னை மேலும் கொஞ்சகாலம் உயிரோடிருக்க அனுமதித்துக் கொண்டிருந்தன என்று தன் வாரிசுகளிடம் வடமொழியில் சொல்லிப் புலம்பிக்கொண்டிருப்பாராம் அவர். வர்மக்கலையை என்னிடம் கற்றுக்கொள்ள வரும் காலத்தில் அதற்கு முன்பாகவே அந்தப்பெண் வர்ம சாஸ்திரத்தில் கரைகடந்த ஞானம் பெற்றிருந்தாள். உண்மையில் அவள் அந்தக் கலையை யாரிடம் கற்றுக்கொள்ளச் சென்றாலும் அந்தக் கலையின் சாரம் அதற்கு முன்பே அவளுக்குள் இறங்கி அவள் இயல்பில் ஒன்றாகக் கலந்து போயிருந்ததென்பதை நான் கண்டேன் என்கிறார் அவர். உறுப்புகளால் உறுப்புகளைத் தொட்டு எதிராளியின் உடல் இயக்கத்தைச் செயலிழக்கச்செய்யும் அல்லது அதைத் தன் கட்டுப்பாட்டுக்குள் கொண்டுவரும் வர்மக்கலையின் மிகச்சாதாரண அடிப்படையை என்னிடமிருந்து கற்றுக்கொள்கிறவள்போல என் திருப்திக்காகப் பாசாங்கு செய்துகொண்டே பார்வையாலும் வாயொலியாலுமே எதிரியின் உடலின் சில குறிப்பிட்ட அவயவங்களையும் விரும்பினால் அவன் இதயத் துடிப்பையுமே செயலிழக்கச் செய்யும் அற்புதமான வித்தையொன்றிருப்பதை அவள் என்னை அறியச் செய்தாள். அவ்வகைப் பிரயோகம் பெண் பிறப்புக்கு மட்டுமே கைவரக் கூடியதாக ஆண்டவனால் ஆசீர்வதிக்கப் பட்டிருக்கிறது என்பதை அதை நான் கற்றுக்கொள்ள எத்தனித்த போது தெரிந்துகொண்டேன். சூரிய ஒளியில் தெறிக்கும் நீர்த் திவலைகளின் ஜொலிப்பை ஒக்கும் அவளுடைய பச்சைநிற விழிகளிலிருந்து பிறந்து வந்த அந்த வித்தையை நான் எவ்வளவு முயற்சி செய்தும் என் ஆண்தன்மையுடைய வறண்ட கண்களால் கவர்ந்துகொள்ள முடியவேயில்லை. அக்காலங்களில் இறைவன் என்னைப் பெண்ணாகப் படைக்காமல் போனதற்காக அவனை நிந்தித்த பாவமும் அழிவின் விதையை அப்போதே என்னுள் புதைத்துவிட்டதுபோலும். ஆனாலும் கனவுகளுக்குள் ஊடுருவும் வித்தையின் முதிர்ந்த நிலையாம் கனவுகளைக் கைப்பற்றும் சாகசத்திற்கு நிகரான அற்புதம் அவள் கண்களில் ஒளிர்ந்துகொண்டிருந்ததை என்னால் எப்படி மறுக்க முடிந்திருக்கும். அழிக்குமெனத் தெரிந்தும் அழகினால் ஈர்க்கப்பட்டுச் சாகும் துரதிர்ஷ்டசாலிதானே கலைஞன். இத்தனை சாகஸக்காரப் பெண்ணான அவள் பின் ஏன் என்னிடம் பாடம் படிப்பதற்காக வந்து சேர்ந்தாளென்றால் எங்கள் குலத்தின் பிற்கால இறங்கு முகத்தையும் ராஜவம்சத்தின் இருண்ட எதிர்காலம் பற்றியும் அவள் ஏற்கனெவே பெண்மைக்குரிய நுண்ணுணர்வால் தெரிந்து கொண்டிருந்தாள். மறதியும் தனிமையும் என் முகத்திலறையும் காலம் வரும்போது நான் அதுவரை கற்றுக்கொண்டிருந்த சாஸ்திரங்களின் பிரம்மாண்டம் என்மீது கவிழ்ந்து என்னை

நசுக்கிவிடக்கூடாது என்கிற நல்லெண்ணத்தினாலேயே என் வித்தைகளின் சாதாரணத்துவத்தை எனக்கு உணர்த்தும் முகமாக அவள் எனக்கு சிஷ்யைபோல் நடித்தாள். உண்மையில் இருபத்திரண்டு ஆண்களுக்கு நிகரான உடல்வலிவும் புத்திக் கூர்மையும் அவர்களுக்கு வாய்க்காத பரிவும் கொண்ட பெண் அவள். பின்னொருநாள் யாராலும் அடையாளம் கண்டு கொள்ள முடியாத நோயில் தன்னை வீழ்த்திக்கொண்டு அதற்கு வைத்தியம் செய்து குணப்படுத்தும் பெரும்பேற்றையும் எனக்களித்து எண்ணிப்பார்க்க முடியாத புகழை எனக்குக் குருதட்சிணையாகவும் அளித்தவள்.

என் முதிர்முப்பாட்டனார் குறிப்பிடும் அந்தநோய் ராஜன் மகள் தன் திருமண வயதை எட்டியபோது ஒரு விபரீதமான ஆசையாக அவளிடமிருந்து வெளிப்பட்டது. ஏற்கனெவே ஆண் வாரிசு ஏக்கத்தால் நொந்து போயிருந்த சமஸ்தானாதிபதி அவளுடைய ஆசையைக் கேட்டு இடியுண்ட நாகம் போலாகிவிட்டான். அவனை உடல்நோய் பற்றிக்கொண்டது முதன்முதலாக அப்போதுதான். அந்தச் சமயங்களில் ராஜனின் மனைவிதான் மிகுந்த தைரியத்தோடும் சமயோசிதத்தோடும் செயல்பட்டு ராஜ்யபரிபாலனத்தையும் குடும்பப் பிரச்னைகளையும் சமாளித்து வந்தாள். உண்மையில் பெண்ணின் திருமணப் பேச்சை முதலில் துவக்கி வைத்தவள் ராஜனின் மனைவிதான். பதினான்காம் வயது நடந்துகொண்டிருந்தபோது ஆட்சிக் கலையிலும் போர்க்கலையிலும் உலக நடப்புகளிலும் ராஜனின் பெண் கற்றுக்கொள்ளக் கூடிய பாடமென்று இனி எதுவும் இல்லையென்றாகிவிட்டபடியால் அவளுக்குத் திருமணம் செய்து வைத்துவிடுவதென்று அந்த அம்மையார் விரும்பினார். ராஜன்கூட தன் பெண்ணின் திருமண விஷயமாக முதலில் யாதொரு முடிவையும் எடுக்கும் விருப்பம் இல்லாமலிருந்தான். இருபத்திரண்டு ஆண்களுக்கு இணையான தைரியமும் சாதுர்யமும் அருளப்பெற்ற அவனுடைய பெண்ணும் தன் திருமணத்தில் ஆர்வமில்லாதவளாகவே தன்னைக் காட்டிக் கொண்டிருந்தாள். அந்த நிலையில் ராஜனின் மனைவியே இருவரிடமும் பேசி ஒரு பெண் திருமணம் ஆகாமல் தன் பதினைந்தாம் பிராயத்தைத் தாண்டுவது குலநாசத்தை விளைவிக்கும் என்பதையும் எடுத்துக்கூறி இருவரையும் சம்மதிக்க வைத்தாள். தன் பெண்ணின் கணவனால் ராஜகுடும்பத்தின் கோத்திரம் துண்டிக்கப்படக் கூடுமென்று அந்த விஷயத்தைப்பற்றிப் பேசவே பயந்துகொண்டிருந்த ராஜனும் அதைவிடப் பெரியபாவம் ஒரு பெண்ணுக்கு மோட்சத்துக்கு ஒப்பான கன்னிகழியும் சடங்கைத் தடுத்து நிறுத்துவதென்று அறிந்து தன்னைச் சமாதானப்

படுத்திக்கொண்டான். ராஜனின் பெண்ணும் தன் திருமண ஏற்பாட்டுக்குத் தடையேதும் கூறவில்லை. ஆனால் தனக்கு வாய்க்கப்போகிற கணவன் குரூபியாகவும் ரோகியாகவும் இருக்க வேண்டுமென்று அவள் நிபந்தனை விதித்தாள். மதிநுட்பத்திலும் மனோதிடத்திலும் இருபத்திரண்டு ஆண்களுக்கு இணையான ஆற்றல் வாய்க்கப் பெற்றப் பெண் ஏன் இப்படிப் பேசுகிறாள் என்பது யாருக்குமே புரியவில்லை. இதுதான் ராஜன் மகளைப் பீடித்த வினோதமான நோய். அவளோ பிரமாதமான அழகி. அவளுடைய பச்சையொளி உமிழும் கண்களின் ஜொலிப்பு வர்மக்கலையின் அடிப்படையைத் தகர்த்துவிட்டதென்று என் முதிர் முப்பாட்டனார் புகழ்ந்து பேசுகிறார். ராஜ்ய பரிபாலனம் மீதான நேரடிப் பயிற்சிக்காக அவள் தன் தந்தையுடன் நாட்டின் பல பகுதிகளுக்குப் பயணம் போவதுண்டு. அந்தக் காலங்களில் அவள் உடலின் வாசனையும் தண்மையும் காற்றில் கலந்துவிட்டால் அந்தக்காற்று நாட்டின் எந்தப் பகுதிகளில் பட்டுப் பரவுகின்றதோ அந்தப்பகுதிகள் மழை இல்லாமலேயே முப்போக விளைச்சலுக்கு மூன்று வருடங்கள் தாக்குப் பிடிக்க வல்லவையாக மாறின என்பார்கள். அந்தப் பெண்ணின் திருவுருவத்தை வரைய முடியாதென்று அரண்மனைக்கு வருகை தந்த உலகின் தலைசிறந்த சைத்ரீகனும் கைவிரித்துவிட்டபடியால் அவளுடைய உருவப்படம் எதையும் அரண்மனைச் சுவர்களில் மாட்டிவைக்க முடியவில்லை. பின்னாளில் நிலைமை சகஜமாகி யாவும் சுபமாக முடிந்தபிறகு அவளுக்குத் தகுந்த வரனைத்தேடி பல தேசங்களுக்குப் புறப்பட்டுப்போன தூதுவர்கள் தங்கள் கையில் அவளுடைய பார்வையொளியையும் குரலையும் சிமிழ்களில் அடைத்து எடுத்துச் சென்றதாகவும் சொல்லுவார்கள். அந்தப் பெண்ணின் அழகைச் சொல்லும் எந்த வசனமும் மிகைப்படுத்தப்பட்டது அல்ல. ராஜனின் பெண்ணுக்கு இணைதேடி பதினாறு திசைகளுக்கு அனுப்பப்பட்டவர்கள் அவ்வாறு அனுப்பப்படும்முன் அரண்மனையின் தலைசிறந்த கவிஞர்களிடமும் உபன்யாசகர்களிடமும் அவள் அழகை எடுத்துச் சொல்லப் பயிற்சி பெற்றுக்கொண்டார்கள். வர்ணனைகளிலும் கட்டுக்கதைகளிலும் கலந்து காலத்தை ஊடுருவி வளர்ந்து பிரகாசித்துக்கொண்டேயிருக்கிறது அவள் அழகு. அப்படிப்பட்ட அழகுள்ள ராஜனின் பெண் தனக்கு வாய்க்கவிருக்கும் கணவன் ரோகியாகவும் குரூபியாகவும் இருக்கவேண்டுமென்று ஏன் விரும்புகிறாள் என்று ராஜனின் மனைவி சகல சாஸ்திர பண்டிதர்களுடன் கூடி விவாதித்தாள். ராஜனோ வளைசலுற்ற கோத்திரமாகவாவது வளரும் வாய்ப்புப் பெற்றிருந்த பழைய நகரத்தின் ராஜ்ய பரிபாலனம் வாரிசேயின்றி துண்டிக்கப்படப் போகிறது என்று தன் நோய்ப்படுக்கையில்

புரண்டு சதாசர்வகாலமும் புலம்பிக்கொண்டே யிருந்தான். துவக்கத்தில் தன் பெண்ணின் வினோதமான ஆசையை ராஜனின் மனைவி சட்டை செய்யவில்லை. யவ்வனத்தின் புத்தம் புதிய ரத்தம் பிறரிடம் அதிர்வையும் கவனக் குவிப்பையும் ஏற்படுத்தும் செயல்களைச் செய்ய விழைவது சகஜம் என்று அவள் அதை ஒதுக்கிவிட்டாள். நான்காவது தடவையாக திருமணப் பேச்சை எடுத்தபோதும் அந்தப்பெண் தன் நிபந்தனையை மாற்றமின்றி முன்வைக்க முனைந்ததால் அவள் நடவடிக்கைகளைக் கண்காணிக்க ஆட்களை நியமித்து வைத்தாள். அரண்மனையின் உச்சி அடுக்கிலிருந்த தன் படுக்கையறைக்குள் துயிலப்போகும் நேரம்வரை ராஜன் மகள் தீவிரமாக கண்காணிக்கப் பட்டாள். படுக்கையறையின் பக்கத்து அறையில் அவளுக்குத் துணையாகப் படுத்துக்கொள்ளும் தோழியும்கூட அந்நிய ஆடவர் யாரையும் நிசியின் எந்தச் சாமத்திலும் பார்க்கவில்லையென்று சத்தியம் செய்தாள். எனவே திருமணத்தை ஒத்திப்போடும் ரகசியம் எதுவும் தன் பெண்ணின் ஆபத்தான பருவத்தைப் பாதிக்கவில்லை யென்று ராஜனின் மனைவி தன்னைத் தேற்றிக்கொண்டாள். ஆனால் அது உறுதிப்பட்டதும் அவளுக்கும் ராஜனின் நோய் தன்னைத் தொற்றிக் கொள்ளலாமென்கிற பயம் வந்துவிட்டது. பதினோராவது தடவையாக திருமணப் பேச்சை எடுத்தபோதும் நம் பேரழகி சற்றும் இரக்கமின்றி தன் நிபந்தனையை முன்வைக்க முற்பட்டபோது நோய்ப்படுக்கையில் முனகிக்கொண்டிருந்த ராஜன் வெளியே ஓடி வந்து அவளுடைய கழுத்தை நெரித்துக் கொன்றுவிட எத்தனித்தான். தான் குற்றம் செய்யாதவளென்றும் குரூபியும் ரோகியுமான எந்த ஆணைத் தன் பெற்றோர்கள் கை காட்டினாலும் அவனைத் தன் கணவனென்று வரித்துக்கொள்ளத் தயாராகத் தான் இருப்பதாகவும் அழகான ஆண்களைக் கண்டால் ஏனோ காரணமற்ற ஒரு குமட்டல் தன் வயிற்றிலிருந்து கட்டுப்படுத்த முடியாதபடி பீறிட்டு எழுகிறதென்றும் அதன் காரணம் தனக்கே தெரியவில்லை என்றும் அந்தப்பெண் சொல்லி அழுதாள். தான் கதியற்ற பெண்ணாகி விட்டதாகக் கூறிக் கண்ணீர்விட்டாள். ராஜபரம்பரையின் இருபத்துமூன்று தலைமுறைகளில் அப்படிக் கண்ணீர் விட்டு அழுதவர் யாரும் இல்லை. விஷயம் அவளுக்கு மிகப் பிரியமான ஒரே ஆண்மகனான என் முதிர்முப்பாட்டனாரின் காதை எட்டுவதற்கு முன் ராஜனின் மனைவி தன்னாலான எல்லா உபாயங்களையும் செய்து பார்த்துவிட்டிருந்தாள். அந்தப்பெண் பிறந்த நட்சத்திரமும் புஷ்பவதியான நட்சத்திரமும் மறுபடி புரட்டிப் பார்த்துக் கணிக்கப்பட்டன. அற்புதமான அவள் ஜாதகத்தில் தோஷமென்று ஒரு வழிப்போக்கன் சொல்லிவிட்டாலும் உடனே எப்போதும் எரிந்துகொண்டிருந்த புத்திரகாமேஷ்டி யாக நெருப்போடு

தோஷ நிவர்த்திக்கான யாக நெருப்பும் மூட்டப்பட்டு கொழுந்து விட்டெரியத் துவங்கியது. புறவயமாக அவள் உடலில் நோயின் எந்த அடையாளத்தையும் காண முடியாமலும் நிதம்பத்தின் ரோமச் சுழிகளினுள் வெண்ணிறமாய் அது உறைந்திருந்ததை ஊகித்தறியும் திறனற்றவர்களாயுமிருந்த பல தேசங்களிலிருந்தும் வரவழைக்கப்பட்ட வைத்தியர்கள் யாவரும் கைவிரித்த பிறகு கடைசியாக அனைவரும் என் முதிர்முப்பாட்டனாரின் உதவியை நாடி வருவதற்குள் ராஜன் மனைவி பயந்தபடியே பெண்ணின் பதினைந்தாம் பிராயம் முடிந்துவிட்டது.

மகளின் பிரச்னை பற்றிப் பேசியழைப்பதற்குத் தலைமை மந்திரியை அனுப்பினால் அதை மரியாதைக் குறைவாக அவர் எடுத்துக்கொண்டுவிடக் கூடுமென்று அந்த தினத்தில் ராஜனின் மனைவியே நேரில் என் முதிர்முப்பாட்டனாரின் குடியிருப்புக்கு வந்திருந்தார். அவர் இல்லத்தின் தனியறைக் கதவு அவரை வெளியே அழைத்துத் தட்டப்பட்டதும் ராஜன் மகளின் பதினாறாம் பிராயத்தைத் துவக்கியதுமான அந்தநாள் அவருடைய அழிவைத் துவக்கி வைத்த முதல் நாளுமாகுமென்று வருடங்களுக்குப் பிறகு பிரசித்திபெற்ற இந்தக் கதையை எழுதப் புகுந்த பலரால் அந்த நிகழ்ச்சி கணிக்கப் பட்டதற்கேற்ப பின்னாளில் வேறு பல காரணங்களால் திசை மாறிப்போய்விட்டாலுங்கூட துவக்கத்தில் என் முதிர் முப்பாட்டனாருடைய புகழ் கடல்கடந்தும் பரவி நிலைபெறக் காரணமாயிருந்த அழைப்பாக அது அமைந்துவிட்டது என்பது உண்மைதான். தன் வாழ்நாளில் அதற்கு முன்பும் பின்பும் எந்தக் காரணத்தை முன்னிட்டும் அரண்மனை வளாகத்தைத் தவிர வேறெங்கும் முகதரிசனத்தைக் காட்டியருளாத ராஜனின் மனைவி தன் வீட்டில் எழுந்தருளியது தனக்கும் தன் குடும்பத்திற்கும் ராஜகுடும்பம் செய்த மரியாதைகளிலேயே மிகப்பெரிய மரியாதை என்று தெரிவித்த என் முதிர்முப்பாட்டனார் ராஜனின் ஆணைக்காகவோ ராஜன் மனைவியின் பணிவிற்காகவோ தனக்குக் கிட்டவிருக்கும் புகழுக்காகவோ இல்லாவிடினும்கூட ராஜனின் பெண் தன் பிரியத்துக்குரிய ஒரே சிஷ்யையென்று கூறி ராஜன் மனைவி அழைத்ததும் உடனே புறப்பட்டு வர உவகையோடு ஒத்துக்கொண்டார். அப்படிப் புறப்பட்டுச் சென்ற அவர் ராஜன் மகளின் படுக்கையறையிலிருந்து அவளின் துர்கனவுக்குக் காரணமான புலியை விரட்டியடித்த கடைசி நாளையும் சேர்த்து மொத்தம் அறுபத்தெட்டு நாட்கள் அவளுக்கு வைத்தியம் செய்தார் என்று சொல்லப்படுகிறது. வருடங்களுக்கு முன் அந்தப்பெண் அறிமுகப்படுத்தப்பட்ட கணத்திலேயே அவளைத் துன்புறுத்தப்போகும் நோயைக்

கண்டுகொண்டுவிட்டிருந்தாரானாலுங்கூட எவ்வளவு காத்திரமான நோயாயிருந்தாலும் அது அமிர்தத்தை உடனே ருசிக்கத் தகுதியற்றது எனும் வைத்திய சாஸ்திர விதிப்படி என் முதிர்முப்பாட்டனார் சம்பிரதாயமான முதல் வழியிலிருந்தே தன் வைத்தியத்தைத் துவக்கினார். அவருடைய பிரயோகத்தால் அதுவே பலனளித்து விடுமென்றும் அனைவரும் எதிர்பார்த் தார்கள். முதல்வழி என்பது ஒரு நோயாளியின் உடலினுள் தங்கி நோய்க்கிருமிகளை உற்பத்தி செய்யும் துர்மணத்தின் மூன்று வகைகளில் மிகச் சாதாரணமான முதல் வகையை அணுகும் வைத்திய முறையாகும். இதைத் தூயவைத்தியப் பிரயோகம் என்பார்கள். இந்த முதல் வகையில் நோயாளியின் நாக்கானது உடல் உறுப்புகளின் வழியாக ஊடுருவி உள்ளே ஆக்கிரமித்திருக்கும் துர்மணத்தால் கட்டுப்படுத்தப்படுகிறது. மழையில் நனைவதால் குளிர்சுரம் கண்டு பிதற்றும் நோயாளிகள் இந்த வகையில் அடங்குவர். இது ஒரு சாதாரண உதாரணம். இவ்வகையிலேயே அடையாளம் காணமுடியாத நோய்க்கிருமிகள் நோயாளியின் குரலுக்குள் புகுந்து செய்யும் மாயங்கள் பல்லாயிரக்கணக்கானவை உண்டு. இவற்றுக்கான வைத்தியத்தில் அபூர்வ மூலிகைகளின் பிரயோகமும் சிலசமயம் நோயாளிக்குப் பதிலாக மூலிகைகளைச் சவைத்துச் சாப்பிடும் வைத்தியரின் மூச்சுக்காற்றை நோய்வாய்ப்பட்டவர் சுவாசித்தலும் முக்கியப் பங்காற்றுகின்றன. ராஜனின் பெண்ணுக்கு இவ்வகை வைத்தியம்தான் முதலில் கொடுக்கப்பட்டது. ஆண்களுக்கே உரிய வர்மக்கலையை வலுக்கட்டாயமாக விரும்பிக் கற்றுகொண்ட காலத்தில் அதன் அடவுகளோடு ஒத்துப்போகாத பெண்ணுடலின் மென்நரம்பு ஏதேனும் பிறழந்து நினைப்பதற்கு நேர்மாறான வார்த்தைகளை அவளுக்குள்ளிருந்து கிளப்பிவிடுகிறதோ என்கிற சந்தேகத்தில் அதை முயன்று பார்த்தார் என் முதிர்முப்பாட்டனார். இவ்வகை வைத்தியம் முப்பத்து மூன்று நாட்கள் தொடர்ந்து நடந்தது. ராஜன் பெண்ணின் வினோத வார்த்தைகள் முதல் வகை துர்மணத்தால் விளைந்தவையல்ல என்று முடிவான பிறகு இரண்டாவது வகையான ஞாபகத்திலிருந்து குரலைத் தாக்கும் கிருமிகள் அவளைப் பீடித்திருக்கக் கூடுமென்ற கணிப்பின்பேரில் மூன்றுநாட்கள் இடைவெளிக்குப் பிறகு அதற்கான வைத்தியம் துவங்கியது.

ரத்த சம்பந்தமுள்ள மூதாதையரின் துர்மரணத்துக்கு ஒரு வாசனை உண்டென்பது மாந்திரீக சாஸ்திரத்தின் அடிப்படை. பூர்ணத்துவம் பெறாத சாவின் வாசனை சில தலைமுறைக ளேனும் காத்திருந்து பிறகு அழகிலும் அறிவிலும் பூர்ணத்துவம் பெற்ற தன் சந்ததியொன்றால் நுகரப்படும்போது அமைதியுறு

மென்பார்கள். ரோகியாகவும் குரூபியாகவும் பிறந்து இறந்துபோன ராஜன் ஒருவன் ராஜகுடும்பத்தின் மூன்றாம் தலைமுறையில் பதின்மூன்று வருடங்கள் வாழ்ந்திருந்தான். அந்த ராஜனின் மரணத்தின் மணம் நமது பேரழகியின் ஞாபகத்துக்குள் புகுந்து ஊடுருவியிருக்கக் கூடுமென்கிற ஊகத்தில் இரண்டாவது வைத்தியமுறை மேற்கொள்ளப் பட்டது. இவ்வகை நோய்களை உண்டாக்கும் கிருமிகள்தான் ஞாபகத்தின் நோய்க்கிருமிகள் என்று அழைக்கப்படுகின்றன. இவை நோயாளியின் அறிவை ஒரு கெட்டியான நீர் வளையம்போல சுற்றிச் சூழ்ந்துகொள்கின்றன. இம்மாதிரி ஞாபகத்தின் வளையத்துக்குள் சிக்கிக்கொண்ட நோயாளியின் குரல் மூலமாக உடனடியாகவும் பிறகு புறத் தோற்றத்தினூடு கொஞ்சம் கொஞ்சமாகவும் அந்தக் கிருமிகள் தன்னுடைய பழைய திடவடிவை அடைந்து விடுகின்றன. அதாவது ஞாபகமாய் உட்புகுந்த கிருமிகள் மீண்டும் கடந்த காலத்தை நோயாளியின் கண்முன்னே நிகழ்த்தத் துவங்கி விடுகின்றன. நிகழ்காலத்தைப் பார்வையிலிருந்து மறைத்து விடுகின்றன. ஞாபகத்தின் நோய்க்கிருமிகள் உட்புகும் வழிகளையும் அவற்றின் போக்குகளையும் அவற்றோடு மயிர்க்கண்களுக்கு உள்ள தொடர்பையும் அறிந்தவரும் தேர்ந்த நாவிதருமான என் முதிர்முப்பாட்டனார் ராஜன் மகளின் கூந்தலின் நுனிப்பகுதியையும் காதுமடல்களின் மறைவில் சுருண்டுகொண்டிருக்கும் மயிர்க்கற்றைகளையும் இடது புறங்கையின்மேல் அரும்பியிருந்த ரோமத்தூவிகளையும் கத்தரித்து எடுத்துவிட்டார். சில உக்கிரமான ரகசிய மந்திர உச்சாடனங்கள் மூலமாகவும் அபூர்வச் செடிவகைகளை எரிப்பதாலுண்டாகும் நெடியின் மூலமாகவும் நோயாளியின் அறிவைச் சுற்றிவளைத்துக்கொண்டிருக்கும் ஞாபக வளையத்தைக் கரைக்கவேண்டியிருக்கிறது. சில கடினமான வைத்திய முறை களின் பிரயோகமும் தேவைப்படலாம். ஆனால் ராஜன் பெண்ணுக்கு ஏற்பட்டிருந்தது அவ்வகை நோயல்ல என்பது துவக்கத்திலிருந்தே என் முதிர்முப்பாட்டனாருக்கு தெரிய வந்திருந்ததால் கடினமான வழிகளை அவர் முயற்சிக்கவில்லை. சந்தேக நிவர்த்திக்காக சில பரீட்சார்த்த முறைகளைக் கையாண்டு பார்த்து ஞாபகத்தின் நோய்க்கிருமிகள் இருக்கும் தடயம் ஏதுவும் இல்லையென்பதைத் தெரிந்து கொண்டபின் அவர் அந்தப் பெண்ணின் கனவுகளைப் பார்த்தறிவதைத் தவிர வேறு வழியில்லை என்னும் முடிவுக்கு வந்தார். இரண்டாம் வகை வைத்தியத்தில் மேலும் இருபத்திரண்டு நாட்கள் கடந்து போயிருந்தன. முதல் இரண்டு வகைப் பரிசோதனைகளால் மிகவும் களைத்துப்போயிருந்த பெண் மீண்டும் தன் இயல்பான கனவுகளைக் காணத் துவங்கும் திடம் பெறுவதற்கு ஒருவார

காலமாகும் என்றும் அந்த ஏழு நாட்களுக்குள் தன்னையும் ஆயத்தப்படுத்திக்கொள்ள அவகாசம் தேவைப்படுகிறதென்றும் கூறி ஐம்பத்தெட்டு நாட்களுக்குப் பிறகு என் முதிர்முப்பாட்டனார் தன் தனியறைக்குத் திரும்பிவந்தார். அந்த ஒரு வார காலமும் அவர் பித்துப் பிடித்தவர்போல நடந்துகொண்டார் என்று அவர் மனைவி தன் வாரிசுகள் மூலமாக எங்களுக்குச் சொல்கிறார். அந்த ஒருவாரகாலமும் அவர் பித்துப் பிடித்தவர்போலவே தான் நடந்துகொண்டார். அரண்மனையிலிருந்து திரும்பி வந்த அன்று தன் தனியறைக்குள் நுழைந்தவர் மறுபடி எட்டாம் நாள் அரண்மனைக்குக் கிளம்பிச் செல்லும்வரை தன் அறையைவிட்டு வெளியே வரவேயில்லை. சாப்பிடவோ நித்ய கடன்களை நிறைவேற்றிக்கொள்ளவோ முனையவும் இல்லை. நான் அறையினுள் நுழைவதை அவர் தடுக்கவில்லை. ஆனால் ஒருவார காலத்தில் ஒரே ஒரு கேள்வியைத் தவிர வேறெதையும் அவர் என்னிடம் கேட்கவில்லை. அவர் தான்கற்ற ஏடுகளை மீண்டும் முதலிலிருந்து படிக்கத் துவங்கியிருந்தார். அவை பரண்களிலிருந்து சிறுதூறலாய் எந்நேரமும் அவர்மேல் உதிர்ந்தவண்ணமே இருந்தன. அவரோ மழையிலும் பனியிலும் சதா நனைந்து வாடுபவர்போல அதன் பொழிவில் நடுங்கிக்கொண்டேயிருந்தார். யார் யாருடைய கனவுகளை எந்தச் சூழ்நிலையிலும் பார்க்கக் கூடாது என்கிற பாடப்பகுதியின் பக்கங்களை அவர் விடாமல் திரும்பத் திரும்பப் புரட்டிப் பார்த்துக்கொண்டிருந்தார். அவர் நடவடிக்கைகள் எனக்கு ஒரேசமயத்தில் அரண்மனை விதூஷகனையும் அரசகுருவையும் நினைவுக்குக் கொண்டு வந்தன. அவர் தன் அறைக்குள்ளேயே அந்த ஏழு நாட்களுக்குள் குறுக்கும் நெடுக்குமாக மூவாயிரம் யோசனை தூரம் நடந்திருப்பார். ஏழாயிரம் தடவைகளாவது குறிப்பிட்ட அந்தப் பாடப்பகுதியைப் படித்திருப்பார். எனினும் யவ்வனப் பருவத்திலிருக்கும் ஒரு கன்னிப்பெண்ணின் கனவுகளைப் பார்க்கலாமா கூடாதா என்பது பற்றி அவரால் தெளிவான ஒரு முடிவுக்கு வர முடியவில்லை. கடைசியில் தன் கல்வியின் பெருமையிலும் தன் மேதமையின் ஆழத்திலுமே நம்பிக்கை யற்றுப்போனவராக அவர் அந்தக் கேள்வியைப் படிப்பறிவற்ற என்னிடம் கேட்கும் அளவுக்குப் பரிதாபத்திற்குரியவராக ஆகிவிட்டார். அதனால் தன் பாண்டித்யத்தின் தூய்மை கெட்டுவிடுமென்று அவர் மிகவும் பயந்து போயிருந்தார். சம்போகத்துக்கு ஒப்பான ரகசியத் தன்மையும் வேகமும் வாசனையுமுடைய ஒரு யவ்வனப் பெண்ணின் கனவுகளை அவள் சம்மதமிருந்தாலும் வைத்தியத்தின் பொருட்டேயென்றாலும் பார்ப்பது சாஸ்திர நியதிக்குட்பட்டதுதானா என்று கேட்டு அவர் ஒரு குழந்தையைபோல் என்முன் கதறியழுத போது பத்து

இளம்பெண்களுக்கு முன் நிர்வாணமாக நிறுத்தி வைக்கப்பட்டு விட்டதைப்போல அவருடைய ஆஜானுபாகுவான உடல் இரண்டடி உயரமாகக் குறுகிப் போயிருந்ததைப் பார்த்தேன். ஆனால் அந்தக் கேள்விக்கு என்னாலும் பதில் சொல்ல முடிய வில்லை. கடைசிவரை அந்தக் குழப்பத்துடனேயேதான் அவர் அரண்மனைக்குப் புறப்பட்டு சென்றார். அந்த வித்தையைக் கற்றுக்கொண்டதே குற்றமென்று முதன்முதலாக அன்று அவர் தன்னையே சபித்துக்கொண்டதையும் நான் கேட்டேன். தெய்வத்தைத்தொழுது சமாதானப்படுத்திக் கொள்வதை தவிர வேறெந்த வழியும் எங்களுக்குத் தெரியவில்லை.

ஆனால் தெய்வாதீனமாக அனைத்தும் நல்லபடியாகவே நடந்து முடிந்தன. மூன்று நாட்கள் கழித்து கரைகடந்த புகழைப் பெற்றுத்தந்த வெற்றியுடனும் அதற்கு மேலாகத் தன் பாண்டித்யத்தின் தூய்மை களங்கப்பட்டுவிடவில்லையென்ற நிம்மதியுடனும் என் முதிர் முப்பாட்டனார் தன் தனியறைக்குத் திரும்பி வந்தாரென்பதுடன் இந்தக் கதை முடிவடைகிறது. சொல்லவொணாத மனக்கிலேசத்துடன் முதல்நாள் இரவு அதுவரை ஆண் வாடையே பட்டிராத ராஜன் மகளின் படுக்கை யறைக்குள் அவள் கனவுகளைக் கண்டறியும் நிமித்தமாக உள்ளே நுழைந்த என் முதிர்முப்பாட்டனார் மறுநாள் காலை அறைக்கதவைத் திறந்துகொண்டு வெளியே வந்தபோது தெளிவும் அமைதியும் தீர்க்கமும் அவர் முகத்தில் குடிகொண்டிருந்தன என்று அவரைப் பார்த்தவர்கள் வியந்தார்கள். இரண்டாம் நாளிரவு ராஜனின் பெண்ணுக்குத் துணையாக எப்போதும் படுக்கையறையுடன் இணைக்கப்பட்டிருக்கும் சிறிய அறையொன்றில் படுத்துக்கொள்ளும் அவள் தோழிக்குப் பதிலாகத் தான் படுத்துகொள்ள விரும்புவதாகக் கூறினார் என் முதிர்முப்பாட்டனார். பலருக்கு இது சந்தேகத்தையும் ராஜகுடும்பம் அவமானப் படுத்தப்படுவதான உணர்வையும் கொடுத்ததாம். ஆனால் அவருடைய விநோதமான போக்கு களையும் ஞான முதிர்ச்சியையும் மனப் பக்குவத்தையும் நன்கறிந்த ராஜனின் மனைவி அதற்கும் உடனே ஒப்புதல் அளித்து விட்டாள். எனவே இரண்டாம் நாளிரவு ராஜனின் பெண் அவளுடைய படுக்கையறையிலும் என் முதிர்முப்பாட்டனார் அதோடு இணைந்த கதவுகளற்ற அடுத்த அறையில் திரைச்சீலை மறைப்பின் பின்னேயும் படுத்துக்கொள்ளக் கழிந்தது. மறுநாள் காலை படுக்கையறையிலிருந்து ராஜனின் பெண் விழித்தெழும் முன்பே எழுந்து வெளியே வந்துவிட்ட என் முதிர்முப்பாட்டனார் வைத்தியம் முடிந்துவிட்டதென்று அறிவித்தார். அவருடைய அற்புதத்தை நேரில் பார்த்து அறிவதற்கென்று கடல்கடந்தும்

வந்திருந்த ஆர்வலர்கள் அவர் முகத்தை முன்னெப்போதும் பார்த்துப் பழகியிராததால் பேருவகையோடு வெடித்துச் சிதறிய அவர் சிரிப்பின் மின்னல் தாக்கி கண்களை இழந்து நாடு திரும்பினார்கள். மூன்றாம் நாள் காலையில் அப்படி வெளியே வந்த என் முதிர்முப்பாட்டனார் ராஜன் மனைவியிடம் புலி வேட்டைக்கான பாதி ஆயத்தங்களோடு ஓர் இருபதுபேர் மூன்றாம் நாள் இரவு தன்னோடு ராஜன் பெண்ணின் படுக்கையறையில் தங்க அனுமதித்துவிட்டால் மருந்தும் தயாராகி விடுமென்று கூறினார். திருமணமாகாத பெண்ணின் படுக்கையறையினுள் அந்நிய ஆண்கள் நுழைவது கோத்திரம் பிறழ்வதைவிடப் பெரிய பாவமென்று ராஜன் புலம்பினான். பின்னாளில் என் முதிர்முப்பாட்டனாரை அடியோடு வெறுக்கத் தலைப்பட்ட ராஜன் மனைவியோ அந்த நேரத்தில் தன் பெண்ணின் நோய்தீர எதுவும் செய்வதற்கு ஆயத்தமாக இருந்தாள். மேலும் பாவ நிவர்த்தியென்று ராஜனைத் திருப்தி செய்வதற்காகப் பெண்ணின் தகப்பனும் அன்றிரவு பெண்ணின் படுக்கையறையில் தங்கிக்கொள்ளலாமென்றும் முடிவு செய்யப்பட்டது. ஆக ராஜன் மகளின் நோய்கூட இருபத்திரண்டு ஆண்களுக்குச் சமமான வல்லமை உடையதாய் இருந்ததென்று பாரம்பர்யக் கதைகள் அவளைப்பற்றி வேடிக்கையாகக் குறிப்பிடுவதுண்டு. வைத்தியம் முடிவடைந்து என் முதிர்முப்பாட்டனார் தன் குடியிருப்புக்குக் கிளம்ப அனுமதிகோரி ராஜன் முன் நின்றபோது இரண்டு நாட்கள் அறைக்குள் நடந்தது என்ன என்பதை அனைவருக்கும் தெரியச் சொல்லுமாறு ராஜன் மனைவி அவரை வேண்டிக்கொண்டாள். அது தன் கடமையென்பதை ஒத்துக் கொண்ட என் முதிர்முப்பாட்டனார் ஆனால் வைத்தியம் பூரண பலனளித்திருக்கிறதா என்பதைப் பார்க்கும்முன் அதன் வழிமுறைகளை விவரிப்பது வித்தையின் தர்மமாகாது என்பதால் அவர்களைச் சில தினங்கள் பொறுத்திருக்கும்படி வேண்டிக்கொண்டு தன் இருப்பிடம் வந்து சேர்ந்தார். படுக்கை யறைக்குள்ளிருந்து வெளிப்பட்ட புலியைப் பார்த்து நீயா என்று கேட்டு மயங்கி விழுந்த ராஜனின் பெண் அதிர்ச்சியிலிருந்தும் தன் கனவுகளிலிருந்தும் விடுபட்டு மீண்டும் தன் பழைய பொலிவை எட்டிவிட்டாளென்பதை எழுபத்தியிரண்டாம் நாள் பத்தொன்பதாவது தடவையாக அவளுடைய திருமணத்தைப்பற்றி அவள் தாய் பேசியபோது அழகிய ஆண்களைப்பற்றி அப்படி வெளிப்படையாகப் பேசும் நேரங்களில் தன்னை வெட்கமும் சந்தோஷமும் பிடித்தாட்டுவதாக அவள் கூறியதாக ராஜன் மனைவி மூலமாகத் தெரிந்துகொண்ட பிறகே தன் வித்தையும் யூகமும் தக்கபலனை அளித்துவிட்டன என்று திருப்தியடைந்த என் முதிர்முப்பாட்டனார் நடந்த நிகழ்ச்சிகளை அரண்மனையும்

நாடும் அறியச் சொல்வதற்கு ஒத்துக்கொண்டு மீண்டும் அரண்மனைக்கு மரியாதைகளுடன் அழைத்து வரப்பட்டு உரிய ஆசனத்தில் அமர்த்தப்பட்டார். அதற்கு முன்பாகவே என் முதிர் முப்பாட்டனாரின் வைத்தியம் முடிவுற்ற மூன்றாம் நாளிரவில் ராஜன் தன் மனைவியிடமும் இன்னும் சில நாட்களில் கொலைவாளுக்கு இரையாகி மாளவிருக்கிற இருபது வேடர்குல ஆண்கள் தங்கள் மனைவிகளிடமும் உறவினர்களிடமும் அண்டை அயலார்களிடமும் அந்த இரவின் வியத்தகு அனுபவத்தைக்கூறி அதற்கு முந்தைய இரண்டு நாட்களின் நிகழ்ச்சிகளைக் கேட்டறியும் ஆர்வத்தைப் பேரவாவாக வளர்த்துவிட்டிருந்தார்கள். அவர்கள் தங்கள் கற்பனைக்கும் கதைசொல்லும் திறமைக்கும் கேட்பவர்களின் ஆர்வத்துக்கும் ஏற்பக் கூட்டியும் குறைத்தும் வர்ணனைகளால் அலங்கரித்தும் தங்கள் அனுபவங்களைச் சொல்லியபோது ஒரே அனுபவம் தனித்தனிக் கதைகளாக உருவம் பெற்று அந்த நாளிலிருந்தே இருபது இரவுகளில் இருபது சாமான்யர்களின் சாகஸங்களென்ற வாய்மொழிக் கூட்டுக் கதைப்பாடலாக நாட்டு மக்களிடையே புழங்கிப் பரவத் துவங்கியது. ஒவ்வொரு கதையிலும் அதைச் சொன்னவனின் ரகசிய ஆசைகளுக்கேற்ப அந்த இரவின் ஒவ்வொரு அம்சம் பிரதானமாக வெளித் துலங்கியது. ஒரு கதையில் ராஜன் மகள் அதன் கதாநாயகியாக இருந்தாளென்றால் இன்னொரு கதையில் அவளைப்பற்றின பிரஸ்தாபமே இல்லாதிருந்தது. அதற்குப் பதிலாக கொம்பிசைக் கருவியொன்றின் துளையை மாந்தளிரென நினைத்து அதிலேயே துயின்று இசையாய் மாறிப் பறந்துபோன பொன்வண்டு ஒன்று கதையின் பிரதானப் பாத்திரமாய் மாறியது. இன்னொரு கதையில் அதே கொம்பிசை கடும் புலியொன்றைக் காற்று வெளியில் வரைந்து அதற்கு உயிர் தந்தது. புதிதாகத் திருமணம் செய்துகொண்ட வேடனொருவன் முழவிசையின் உச்சபட்ச அதிர்வினூடே கிளர்ந்த தன் புதுமனைவியின் ஸ்பரிசவுணர்வு பீறிடச் செய்த சுக்கிலத்தின் கதையை அவளுடன் தனியே பேசிப் பகிர்ந்துகொண்டான். ராஜனின் அரண்மனை ஒரு வேடன் கதையில் பெருங்காடாக மாறியது. அதில் அவன் துரத்திய விலங்கு பூவுலகிலெங்கும் காணக் கிடைக்காத பொன்னிறப் புள்ளிகளைத் தன் உடலிலும் கேட்கக் கிடைக்காத துயரத்தைத் தன் குரலிலும் கொண்டிருந்தது. அவன் அதை அம்பெறிந்து கொல்வதற்குப் பதிலாகப் பூர்வ ஜென்மத்தில் அது தானாகவும் தான் அதுவாகவும் இருந்த கதையை உரக்கக் கூறித் தன் இடுப்பில் கனன்றுகொண்டிருந்த காயத்தைக் காட்டிக் கொன்றான். இறந்தபின் அந்த வினோத விலங்கு ராஜனாய் மாறியது. வனம் மீண்டும் அரண்மனையாகவும் நிஜராஜன் தானாகவும் மாற

240 பா. வெங்கடேசன்

அவன் தன் வீடுவந்து சேர்ந்தான். நிறைந்த மக்கட் செல்வத்தைப் பெற்றிருந்த முதிய வேடனொருவனின் கதையில் இளவரசியின் படுக்கையறையை நிறைத்து வழிந்த இசையாய் அவனுடைய பெண்மக்கள் மாறிப் பறந்துகொண்டிருந்தார்கள். அவர்களுக்கான இணையிசையைத் தேடிச் செல்ல அவர்களுடைய சகோதரர்கள் படுக்கையறை விதானத்தைத் தங்கள் தகப்பனின் தலைமையில் முழவினால் பறித்தெறிந்தார்கள். பெண்மக்களுக்கான யுவன்கள் அவர்களைத் தேடி வெகுவிரைவிலேயே வர இருக்கிறார்கள். சில கதைகளில் நெளியும் பாம்புகளைச் சடையாக அள்ளிப்போட்டுக்கொண்ட கடவுள் ஒருவர் அந்த இரவைப் பிரபஞ்சத்தின் கால வெளியிலிருந்து தனியே பிரித்து மீண்டும் உலகின் முதல் நாளாகப் படைக்கிறார். அவர் என் முதிர்முப்பாட்டனாராகவே இருக்கவேண்டும். ஏனெனில் அந்தக் கடவுள் வயோதிகமற்றவராக இருந்தார். வேறு சில கதைகளில் மழைக்காலத்தின் மென்சோகத்தைக் கடுங்கோடையிலும் உருவாக்கும் மந்திரக்காரனாக ராஜனும் காற்றுருவமான தேவதையாக ராஜனின் மகளும் தோன்றி அலைகிறார்கள். பின்னாளில் இந்தக் கதைகள் யாராலும் பாடப்படக் கூடாதென்று அரசாணையால் (ராஜனின் விருப்பத்திற்கெதிராகத்தான்) தடை செய்யப்பட்டபோது அதை மீறிப் பாடுபவர்களின்மேல் கொலைவாளுக்கு இரையாகி மாண்ட இருபது வேடர்குல ஆண்களின் ஆவிகள் கவிந்து அரண்மனைவாசிகளின் கண்களுக்குத் தட்டுப்படா வண்ணம் அவர்களின் உருவங்களை மாயமாய் மறைத்துவிடத் துவங்கியதால் நகரத்தின்மேல் வீசும் காற்றில் எப்போதும் கலந்து ஒலித்துக்கொண்டேயிருந்த பாடுவோர் புலப்படாத அந்த மாயப் பாடல்வரிகளை எப்படி அழிப்பதென்று தெரியாமல் கடைசியில் அவற்றைக் குழப்பி அலைக்கழிக்கும் தந்திரத்துடன் அரண்மனைக் கவிஞர்களைக்கொண்டு அதே வாய்மொழிக் கதைகளின் இருபது வீரர்களையும் அரச வம்சத்தின் இருபது தலைமுறை மன்னர்களாகவும் அவர்கள் பங்கேற்ற அந்த ஒற்றை இரவை நெடிய கால இடைவெளிகளால் பிரிக்கப்பட்ட இருபது தலைமுறைகளின் தனித்தனி இரவுகளாகவும் தனித்தனி ராஜன்களின் சாகஸங்களாகவும் மாற்றி சமஸ்தானத்தின் அதிகாரபூர்வமான பாடற் சுவடியாக்கி கோவில்களிலும் பொதுமண்டபங்களிலும் உரக்கப் படிப்பதற்கு ராஜன் மனைவி ஏற்பாடு செய்தாள். இரண்டு விதமாகச் சொல்லப்படும் இப்படிப் பட்ட ஒற்றைக் கதைகளுக்கு எனவே பழைய நகரத்தில் பஞ்சமே இல்லாதிருந்தது. இது ஒருபுறமிருக்க என் முதிர்முப்பாட்டனாரின் ஏற்பாட்டின்படி இருபது வேடர்களுடன் அந்த இரவின் நிகழ்வுகளில் பங்குகொண்ட ராஜன் தன் மனைவிக்குச் சொல்லியதாகச் சொல்லும் கதை இப்படியாக இருக்கிறது:

முன்பு எத்தனையோ தடவைகள் நான் உனக்குச் சொல்லியிருப்பதனால் ராணீ புலி வேட்டையைப்பற்றி உனக்கும் நன்றாகத் தெரிந்திருக்கும். புலி வேட்டையில் இரண்டு பகுதிகள் உண்டு. கண்களுக்குப் புலப்படாமல் புதருக்குள் பதுங்கியிருக்கும் புலியை மறைவிலிருந்து வெளியே கொண்டு வருவது வேட்டையின் முதல் பகுதி. மறைவிலிருந்து பாய்ந்து வெளிப்படும் மிருகத்தைத் துரத்தியும் அதோடு மோதியும் ஆயுதங்களால் வேட்டையாடுவது இரண்டாம் பகுதி. இரண்டாம் பகுதியைவிட முதல்பகுதி முக்கியமானதும் புலன்களின் கூர்மையை அதிகம் வேண்டுவதுமான ஒன்றாக இருக்கும். தன்னுருவத்தை மறைத்துக் கொண்டிருக்கும் புலியைக் கண்முன் புலப்படுத்துவது என்பது அத்தனை சுலபமல்ல. அதற்குப் பார்வை நுட்பத்தைவிடவும் முகர்வு நுட்பம் அதிகமாகத் தேவைப்படுகிறது. புலியின் உடலிலிருந்து எழும் பிரத்யேக வாசனையலைகள் காற்றில் கலந்து வருவதை வைத்தே அது எவ்வளவு தூரத்தில் எந்தத் திசைக்கு முகம்காட்டிப் புதர்களினுள் படுத்துக் கிடக்கிறது என்பதைச் சொல்லும் அசாத்தியத் திறமை மிக்கவர்கள் முதல் பகுதியில் பங்கேற்கிறார்கள். புலியை வெளிப்படுத்த கொம்பு முரசு முழவு ஜண்டை போன்ற வாத்தியங்களை ஒரு குறிப்பிட்ட தூரத்திலிருந்து அந்த இடத்தைச் சுற்றி வளைத்து நின்றபடி இசைத்து கானகத்தையே அவர்கள் அதிரச் செய்வார்கள். ஆனால் புலி உடலளவில் கம்பீரமும் வலுவும் கொண்ட மிருகமானாலும் மிகவும் மென்மையான இதயம் கொண்ட பிராணி. கூட்டு முழக்கத்தில் ஒரு மாத்திரையளவு கனம் கூடினாலும் அதிர்ச்சியில் அது தன் மறைவிடத்தில் உட்கார்ந்திருக்கும் நிலையிலேயே இதயம் வெடித்து இறந்துபோய்விடக் கூடும். பிறகு புலிவேட்டையென்கிற வீர விளையாட்டுக்கும் அர்த்தமில்லாமல் போய்விடுமாதலால் புலியை உந்தி விடுவதற்கென்றே இட்டுக் கட்டப்பட்ட சில பிரத்யேகப் பாடல்களையும் முழக்கங்களையும் இசைப்பதில் தனிப்பயிற்சி பெற்றவர்கள் சிலர் வேட்டைக் குழுவில் சிறப்பிடம் பெறுவார்கள். வேட்டைக்கான சிறப்பு அழைப்புகளைத் தவிர்த்து மற்ற நேரங்களில் நகரத்தவர்களோடு ஒட்டாமல் நாட்டின் எல்லையோரமாக இன்னும் அழிக்கப்படாமல் வளர்ந்து செழித்திருக்கும் வனாந்திரத்தில் அபூர்வமான மிருகங்களின் தோலைக்கொண்டு கட்டப்பட்ட கூடாரங்களுக்குள் தங்களை மறைத்தபடி வாழ்ந்து வரும் வேட்டுவ ஜாதியினருக்குச் சொந்தமானவை நட்சத்திரவாஸிகளின் கலவி என்னும் பொதுப்பெயரால் அழைக்கப்படுகிற இந்தப் பாடல் தொகுதிகள். இந்த வேட்டுவ ஜாதி ஆண்களில் இருபதுபேர்களைத்தான் நம் அரண்மனை நாவிதரும் மகா ஞானியுமான அப்பையா அன்றிரவு நம் பெண்ணின் படுக்கையறை வாசலில் பின்னிரவின்

மூன்றாம் ஜாமம் தொடங்கும்வரை நிறுத்தி வைத்திருந்தார். அவர்களோடு சேர்ந்து நானும் வெளியிலேயே நிறுத்தி வைக்கப் பட்டிருந்தேன். ராஜன் என்கிற மரியாதையை அப்பையா எனக்குக் கொடுக்கவில்லை என்கிற ஆதங்கம் அப்போது என் மனதை முள்ளாகக் குத்திக் கிழித்துக்கொண்டிருந்ததென்பது உண்மைதான். அதை நான் வெட்கத்தோடு ஒத்துக்கொள்கிறேன். அப்பையா மாத்திரம் இளவரசி படுக்கையறைக்குள் நுழைந்தபோது அவளுடனேயே தானும் உள்ளே நுழைந்துகொண்டு விட்டார். நுழைந்துகொண்டுவிட்டார் என்று சொல்வதைவிட நுழைந்து தன்னை மறைத்துக் கொண்டுவிட்டாரென்று சொல்வதே பொருத்தமாக இருக்கும். சேடிப்பெண் வழக்கமாகப் படுத்துக் கொள்ளக்கூடிய இளவரசியின் படுக்கையறையை ஒட்டினாற் போலிருக்கும் இணைப்பறையின் படுக்கையில் தான் படுத்திருப்பது போல தோற்றம் தரும்படி தலையணைகளை வைத்து ஓர் உருவத்தை உண்டு பண்ணிவிட்டு மீண்டும் வெளியே வந்து அவர் இளவரசியின் படுக்கையருகே அமர்ந்துகொண்டதாக அனைத்தும் முடிந்த பிறகு என்னிடம் கூறினார். பின்னிரவின் மூன்றாம் ஜாமம் துவங்கும்போது அதற்கான மணி நகரின் மையத்தில் அடிபடும் சத்தம் கேட்டவுடன் கூட்டிசையை ஒலித்தபடி உட்புறம் தாளிடப்படாத படுக்கையறைக் கதவை திறந்துகொண்டு அவர்கள் உள்ளே நுழைந்து ஒலிப்பதை நிறுத்திவிடாமல் இணைப்பறை வாசலை ஒட்டி இடப்புற ஓரமாக நின்றுகொள்ளவேண்டுமென்பது அப்பையாவின் கட்டளை. இரவின் அமைதியோடும் ஒரு மிருகத்தின் இதயத் துடிப்போடும் ஒரே சமயத்தில் இயைந்து போகும்படியாகக் கூட்டிசை வெளிப்பட்டுக்கொண்டிருக்கவேண்டு மென்றும் அவர் வற்புறுத்திச் சொல்லியிருந்தார். அறைக்கு வெளியே காத்துக்கொண்டிருந்தவர்கள் அனைவரும் அந்த நேரத்தில் அடங்கிய குரலில் நட்சத்திரவாஸிகளின் கலவி என்கிற பாடலின் வரிகளைப் பாடிப் பழகியும் வாத்தியங்களின் கதியைத் தீட்டியும் மிகத் தீவிரமாகப் பயிற்சி செய்துகொண்டே இருந்தார்கள். அப்பையாவின் திட்டம் எவ்வளவு யோசித்துப் பார்த்தும் என் ஊகத்திற்கு அப்பாற்பட்டதாக இருந்ததால் யோசிப்பதை விட்டுவிட்டு வேடர்களின் பாடல் பயிற்சியின் மீது என் கவனத்தைப் பதித்தபடி நான் பொழுதைக் கழித்துக்கொண் டிருந்தேன். முன்பு பல தடவைகள் புலி வேட்டைக்காக அவர் களுடன் நான் வனப்பகுதிகளுக்குச் சென்றிருக்கிறேன். வெறும் ஊளை ஒலிகளையும் புரியாத வார்த்தைக் கண்ணிகளைக் கொண்ட பாடல் வரிகளையும் எழுப்புவதல்லாமல் அவர்கள் இதை இத்தனை சிரமமெடுத்துக்கொண்டு பயிற்சி செய்வார்களென்பது எனக்குத் தெரியவே தெரியாது. புலி இருக்குமிடத்தைச் சுற்றி

அரைவட்டமாகத் தொலைவில் சூழ்ந்துகொண்டு அவர்கள் ஒலியெழுப்பும்போது என் கவனமெல்லாம் மறைவிடத்திலிருந்து புலி பாயவிருக்கும் திசையின் மீதும் தருணத்தின் மீதும் பதிந்து கிடக்கும். வெட்டவெளியில் காரியார்த்தமாக வெளிப் பட்டுப் பிறகு காற்றோடு கலந்துபோகும் ஒரு முரட்டு ஒலித் தொகுப்பு என்கிற எண்ணத்தால் நான் ஒருபோதும் அந்த இசைக்கு அதிக முக்கியத்துவம் கொடுத்துக் கவனித்துக் கேட்டதில்லை. அது எவ்வளவு மகத்தான தவறு என்பதை நான் உணர்ந்துகொள்ளும் சந்தர்ப்பமும் அந்த இரவில் எனக்குக் கிட்டியது. யஜுர் வேதத்தின் வேட்டைக்கான உச்சாடனங்கள் ராணீ அவர்களுடைய ஊளைகளிலும் சீழ்கைகளிலும் கொம்புக் கருவிகளினுள்ளும் ஏற்கனெவே ஒளிந்து கொண்டிருந்தவை. சிறுநெருப்பில் வாட்டப்பட்டு விறைப்பேறிக்கொண்டிருந்த அந்தக் கருவிகளுக்குள்ளிருந்து அவ்வப்போது ஒத்திகையாக அதிர்ந்துகொண்டிருந்தது நம் பெண் தன் அரங்கேற்றத்தின்போது வாசித்த யாழிசையைப்போல மனதைத் துயரத்தில் தோய்க்கும் சங்கீதமில்லை. மாறாக அரவின் விஷத்தைப்போல அதைத் தன் செவியால் தீண்டியவனுடைய புலன்களின் நிறத்தைக் கணப்பொழுதில் மாற்றுவது. இடியை ஊட்டிவிட்டதைப்போல கேட்பவனுக்குள்ளிருக்கும் ராஜஸத்தைப் பிழிந்தெடுப்பதாக இருக்கும் அந்த வினோதமான சங்கீதம். அந்த இசைக்குச் செவிமடுக்கும் கம்பீரம் மிருகங்களுக்கும் அசுரர்களுக்கும்தான் வாய்க்கக் கூடுமென்று யாரேனும் சொன்னால் அதை உண்மை யென்று நீ நம்பலாம்.

நானொரு அசுரனில்லை என்பதைத் தெளிவாகச் சொல்வதைப் போல பின்னிரவின் மூன்றாம் ஜாமம் துவங்குவதை அறிவிக்கும் மணியோசை நகரின் மத்திய மணிக்கூண்டிலிருந்து இருதயம் பிளந்துபோகும்வண்ணம் உரத்து எழுப்பப்பட்ட கணத்தில் அப்பையா சொன்னபடி தீட்டப்பட்ட பாடல்களையும் இசைக் கருவிகளையும் முழக்கியவாறே படுக்கையறையின் கதவுகளைத் திறந்துகொண்டு இருபது வேடர்களும் உள்ளே நுழைந்தார்கள். அவர்கள் பின்னே நானும் இருபத்தியோராவது ஆளாக அறைக்குள் நுழைந்தேன். திறக்கப்பட்ட அறைவாசலின் வழியாக நாங்கள் நுழைவதற்கு முன்பே உள்ளே பாய்ந்து பாய்ந்த வேகத்திலேயே அறையின் விதானத்தைக் கண்ணிமைக்கும் நேரத்துக்குள் எட்டித் தொட்டுவிட்டுப் புறப்பட்ட இடத்திற்கே திரும்ப வந்துவிட்ட நட்சத்திரவாஸிகளின் கலவி எனும் பாடலின் முதல் ஸ்வரத் துணுக்கு அந்தக் கணத்தில் இசைக் கருவிகளிலிருந்து புறப்பட்டுக்கொண்டிருந்த அடுத்த துணுக்கை அந்தரத்தில் மோதியதால் இசைத்தொடர் சிதறி வெற்றுக் கூச்சலாக உதிர்ந்து

விழப்போகிற தென்று நான் நினைத்ததற்கு மாறாக அந்தரத்தில் மோதிய ஸ்வரங்களின் புணர்ச்சியிலிருந்து அறையினுள் ஜனித்து வானவில்லின் பிரகாசத்தையும் வர்ண ஜாலங்களையும் ஒத்த ஜொலிப்புடன் இங்குமங்குமாக உருண்டு திரிந்த மிக அற்புதமான புத்தம்புதிய ஒலிக் கோளங்களின் ஒருமித்த பிரகாசம் அறையின் ஒவ்வோர் அணுவிலும் பட்டு பல்லாயிரக்கணக்கான தீப்பொறிகளாகச் சிதறியடித்தது. தரையிலிருந்து தொடர்ந்து புறப்பட்டு வந்துகொண்டிருந்த இசைத்துணுக்குகள் விதானத்தில் மோதித் தொடர்ந்து திரும்பி வந்துகொண்டிருந்த அதற்கு முந்தைய துணுக்குகளின் எதிரொலியுடன் இயைந்து இவ்வாறாக அறை முழுவதையும் தாங்க முடியாத லயச் சூட்டால் இளக்கிய தால் இளகி விரிவடையத் துவங்கிய பொருள்களுடனும் ஒரு சிறு நகக் கீறலில்கூட வெடித்துவிடும்படி சுவர்கள் மிக மெல்லிய தகடாக மாறிக்கொண்டிருக்க காற்றடைத்த தோல்பையைப்போல அறையும் நாலா பக்கங்களிலும் உப்பிப் பெரிதாகிக்கொண்டேபோனது. அலங்கார சாதனங்களும் முகம் பார்க்கும் பளிங்காடியும் குடிநீர்க் கோப்பைகளும் இலவம் பஞ் சடைத்த மெத்தை விரிப்புகளும் முட்டைவிளக்குகளும் இனிய கனவுகளை அருளும் கடவுளர் திருவுருவங்களும் இளவரசியின் பயிற்சிக்கென்று பதிக்கப்பட்டிருந்த யாழும் வீணையும் அந்தப் பிரம்மாண்டமான இசையை உட்கொண்டு விம்மிப் புடைத்துக்கொண்டிருந்தன. அவையாவும் உள்ளீடற்ற வெற்றுப் போர்வைகளாக மாறிவிட்டிருந்ததை நான் என் கண்களால் கண்டு அதிசயப்பட்டேன். வெப்பத்தால் இளகி எடையை இழந்த அத்தனைப் பொருட்களும் அங்கே அந்தர வெளியில் உருண்டு அலைந்துகொண்டிருந்த இசைக் குமிழிகளோடு சேர்ந்து மெதுவாகப் பறந்து செல்லத் துடித்தன. நான் ஓடிப்போய் இளவரசியின் படுக்கையருகே சென்று கட்டிலின் கால்களை என் வலது காலால் சுற்றி வளைத்தபடி நின்றுகொண்டேன். அவ்வளவுதான் என்னால் செய்ய முடிந்தது. கனவிலும் நினைத்துப் பார்த்திராத அந்த மகோன்னதமான கூட்டிசை விளைவித்த ஆனந்தமும் சன்னதமும் அளவுகடந்த பீதியும் என்னை என்னிலிருந்தே பிரித்துக் கொஞ்சம் கொஞ்சமாக மீளமுடியாத தொலைவுக்குள் உந்திக்கொண்டு சென்றன. ஒளியாகவும் வாசனையாகவும் ஒலியாகவும் என்னுள் இறங்கிக்கொண்டேயிருந்த இசை என்னை நீந்தத் தெரியாமல் தண்ணீரில் விழுந்தவனைப்போல புரட்டி எடுத்துக்கொண்டிருந்தது. அந்த நிலை மேலும் கொஞ்சநேரம் நீடித்திருந்திருக்குமேயானால் ராணீ இந்தக் கதையை இங்கே உனக்குச் சொல்ல இப்போது நான் இருந்திருக்க மாட்டேன். விரிசல் காணத் துவங்கியிருந்த அறையின் விதானம் வழியே நெருப்பின் நாக்கைப்போல லாவகத்துடனும் விருப்பத்துடனும்

நான் இந்தப் பூதவுடலுடனே வானமேகிப் போயிருந்திருப்பேன். என் உடலை என் கட்டுப்பாட்டுக்குள் வைத்துக்கொள்ள முடியவில்லை என்கிற வெட்கம்வேறு அப்போது என்னைப் பிடுங்கி எடுத்துக் கொண்டிருந்தது. ஏனென்றால் ஒலிப் பிரவாகத்தின் அந்தப் பாய்ச்சலில் ஒரு துரும்புபோல அங்கே அப்படி அலைக்கழிக்கப்பட்டுக்கொண்டிருந்தவன் அப்போது நான் மட்டும்தான். அறை முழுவதையும் தலைகீழாக மாற்றிப் போட்டிருந்த அந்த மாபெரும் பாடல் அதை இசைத்துக் கொண்டிருந்தவர்களையும் அப்பையாவையும் நம் பெண்ணையும் ஒரு சிறிதும் பாதிக்கவில்லை. வாசித்துக்கொண்டிருந்த இருபதுபேர்களையும் கண்டு நான் ஆச்சர்யப்படவில்லை. இணைப்பறை வாசலின் வெளிப்புறமாக இடப்புறச் சுவரில் வரிசையாகவும் இசைக்க வசதியாகவும் சாய்ந்து முதுகைப் பதித்தபடி அவர்கள் தங்கள் கடமையைச் சரிவர செய்து கொண்டிருந்தார்கள். அவர்களே அந்த அற்புதத்தின் சிருஷ்டி கர்த்தாக்கள். வண்ணமயமான இசைக்கோளங்களின் குதூகலமும் பெருக்கமும் சாவும் மறுபிறப்பும் அவர்களின் விரல் நுனியின் அசைவில்தான் நிலைகொண்டிருந்தன. ஆகவே அவர்கள் தாங்களே வண்ணப் பந்துகளாக மாறும்வண்ணம் இசையினுள் தங்களை இழந்துவிட முடியாது. அப்பையாவைக் கண்டும் நான் ஆச்சர்யப்படவில்லை. அவர் நம் பெண் மலர்ந்திருந்த சப்பரமஞ்சத்தின் மறுபுற விளிம்பில் கையை ஊன்றியபடி இணைப்பறை வாசலை ஊடுருவிய பார்வையுடன் அசையாமல் நின்றுகொண்டிருந்தார். அவரே அந்த மந்திர இசைப்பின் காரணகர்த்தா. அதை விஞ்சும் எண்ணற்ற வினோதங்களைப் பார்த்தவர். சாதிப்பவர். சூழன்றுகொண்டிருந்த சூழலுக்குள் விழுந்துவிடாமல் அவரால் தன்னை எப்போதும் பிரித்தே நிறுத்திக்கொண்டுவிட முடியுமென்பது எதிர்பார்க்கக் கூடிய ஒன்றுதான்.

நான் ஆச்சர்யப்பட்டது ராணீ நம் பெண்ணைக் கண்டுதான். அவள் தன் தூக்கத்திலிருந்து விழித்தெழுந்து படுக்கையின்மீதே சம்மணமிட்டு அமர்ந்திருந்தாள். அவள் முகத்தில் திணறலின் ரேகைகளோ திடுக்கிடலின் சிதறலோ சிறிதும் காணப்பட வில்லை. மாறாக அவள் தன் நயனங்களையும் நாசியையும் நன்கு உயர்த்தி விரித்து நட்சத்திரவாஸிகளின் கலவியொலியையும் அதன் மெல்லிய காட்டுப்பூ மணத்தையும் ஆழ்ந்து சுவாசித்துக் கொண்டிருந்தாள். அவள் முகம் மகிழ்ச்சியில் விகசித்துப் போயிருந்தது. (அவள் மார்பு இசையின் லயத்தோடு இயைந்து விம்மித் தணிந்துகொண்டிருந்தது). நானோ பாதி இசையின் வினோதத்திலும் பாதி நம் பெண்ணின் இந்த நிலையிலுமாகச்

சிக்கித் திணறிக்கொண்டிருந்தேன். அவள் அப்போது என்னையும் அப்பையாவையும் ஒரு பொருட்டாக மதித்து எழுந்து நின்று மரியாதை கொடுக்கவில்லை. எங்கள் பக்கம் முகத்தைத் திருப்பவும் இல்லை. சொல்லப்போனால் நாங்களும் வாத்தியக் குழுவும் அங்கே நின்றுகொண்டிருந்த பிரக்ஞையே அவளுக்கு இல்லை. அறையை நிரப்பித் ததும்பிக்கொண்டிருந்த இசைத் துகள்களின் புணர்ச்சியோடும் வண்ணக்கோளங்களின் பிறப்போடும் அவற்றின் அலைவோடும் குதூகலத்தோடும் அவளுடைய விழிகள் மட்டும் நிலைகொள்ளாமல் மோதியும் பிறந்தும் அலைந்தும் துடித்துக்கொண்டிருந்தன. ஒரு சாதாரண மானுடப் பிறவியால் தாள முடியாத ஆனந்தப் பொழிவை வெகு சாதாரணமாக மென்று தின்றுகொண்டிருந்த நம் பெண்ணின் அசாத்தியமான முகப்பொலிவைக் கண்டு பெரும்பீதி என்னைப் பீடித்துக்கொண்டுவிட்டது. நகர்வலத்திற்கு அல்லாமல் வேட்டைக்கென்று நான் அவளை ஒருபோதும் கானகத்தின் பக்கம் அழைத்துச் சென்றதே கிடையாது. சிறுபெண் வனவிலங்குகளின் உக்கிரத்தையும் உடல் மணத்தையும் நேரில் பார்த்து அனுபவிக்கும் மனப்பக்குவம் அவளுக்கு இன்னும் கைகூடியிருக்காது என்பது என் எண்ணம். அற்புதமான அந்த இரவுக்குப் பிறகும் இப்போது இதை உனக்குச் சொல்லிக்கொண்டிருக்கும் இந்தக் கணம்வரைக்கும்கூட இந்த எண்ணத்தை என்னால் மாற்றிக் கொள்ள முடியவில்லை. வேட்டையின்போது மட்டுமே இசைக்கப்படும் நட்சத்திரவாஸிகளின் கலவி முதலிய பாடல்களின் தொகுப்பை அவள் அதற்கு முன்பு கேட்டிருக்க வாய்ப்பே இல்லை. ஆனால் அவளோ ஒவ்வொரு நாளும் தன் படுக்கையறையில் வேட்டை இசைநிகழ்ச்சி ஒன்றைத் தனக்கென நிகழ்த்த ஏற்பாடு செய்துகொண்டு அதை எப்போதும் அனுபவித்துக்கொண்டிருப்பவளைப்போன்ற இசைவுடனும் பழக்கச் சாயலுடனும் காணப்பட்டாள். இதன் மர்மத்தை அப்பையாவால் மட்டும்தான் விளக்க முடியும். அவள் உயிருடன்தான் இருக்கிறாளா என்கிற பெருத்த சந்தேகம் என்னுள் சாரைப்பாம்புபோல வழுக்கிக்கொண்டிறங்கி வயிற்றில் சுருண்டு வாலையடித்தது. குழப்பமான இந்த உணர்வுகளிலிருந்து நான் விடுபட்டு நிதானித்துக்கொள்ளும் முன்பே அந்த அதிசய நாடகத்தின் அடுத்த காட்சியும் துவங்கிவிட்டது. இணைப்பறை வாசலில் தொங்கிக்கொண்டிருந்த திரைச் சீலையைப் பிளந்துகொண்டு வெளியே வந்தது ஒரு வரிப்புலி. அது படுக்கையறைச் சுவரின் ஓரமாகவே மெதுவாக நடந்து அங்கிருந்த பொருட்களை ஊடுருவிக் கடந்து சென்று அறையின் சாளரத்தை அடைந்தது. சாளரத்தின் வழியாக அதன் வெளிப்புறமிருந்த வேப்பமரத்தின் உச்சிக் கிளைக்குத்தாவி

பிறகிளைகளின் வழியாக மரத்திலிருந்து கீழிறங்கி நிலவொளியில் மிதப்பதைப்போல் நந்தவனப் புற்களின் மேலாகப் பரவி விரைந்து காணாமல்போனது. புலி எங்கள் கண்களில் தென்பட்ட முதல் வினாடியிலிருந்து துவங்கி அறுபது விநாடிகள் அவகாசத்திற்குள் இது நடந்து முடிந்துவிட்டது. அதோடு அந்த இரவின் வினோத நிகழ்ச்சிகளும் முடிவுக்கு வந்துவிட்டன. பிறகு இசைப்பவர்கள் இசைப்பதை நிறுத்திக்கொள்ளும்படி அப்பையா கையை உயர்த்திச் சைகையால் அறிவித்தார். பெருகிக்கொண்டிருந்த சங்கீதம் நின்றுபோனதும் அறையினுள் பிரகாசித்துக்கொண்டிருந்த வண்ணக்கோளங்கள் உடைந்து கரைந்தன. அறையும் அதன் பிற பொருட்களும் தத்தம் இயல்பான உருவத்திற்கு மிக வேகமாகச் சுருங்கி மீண்டன. இமைக்கும் நேரத்துக்குள் நான் கண்ணெதிரே கண்டுகொண்டிருந்த அற்புதங்களனைத்தும் என்றும் அங்கே நடந்திருக்கவே இல்லை என்பதைப்போல அறையின் சாதாரணத்துவம் திரும்பியிருந்தது. புலி தாவிச்சென்ற சாளரத்தின் வழியாக அப்போது மிகச் சுகந்தமான காற்று அனைத்தும் சுபமாக முடிந்ததை அறிவிக்கும் விதத்தில் உள்ளே நுழைந்தது. நாங்கள் அனைவரும் மயங்கிப் படுக்கையில் துவண்டு விழுந்திருந்த நம் பெண்ணைச் சுற்றிச் சூழ்ந்துகொண்டோம். இணைப்பறை வாசலில் புலி வெளிப்பட்ட தருணமானது எனக்களித்த அதிர்ச்சியிலிருந்து நான் அப்போதும் இப்போதும் மீண்டு வந்துவிடவில்லை. உண்மையைச் சொல்லுவதானால் சற்றும் எதிர்பாராத நம்பற்கரிய அதுபோன்ற சூழலிலிருந்து புலி ஒன்று வெளிப்படப்போவதை அங்கே வாசித்துக்கொண்டிருந்த வேட்டைக்காரர்களே எதிர்பார்க்கவில்லை. அது எங்கள் கண்முன்னே தோன்றிய கணத்தில் அதிர்ச்சியால் இசையில் லயப்பிசகு ஏற்பட்டுவிடும் அபாயத்தைத் தவிர்க்க அவர்கள் கடும்முயற்சி எடுத்துக்கொண்டிருந்தார்கள். இசையின் கண்ணிகள் இயல்பாகப் பிரிந்து தளர இருக்கும் தருணத்தில் அதன் ஒழுங்கு கலைவது வெளியே வந்து நிற்கும் புலியின் இதயத் துடிப்பை நிறுத்திவிடும் என்று அவர்கள் முன்னிலும் பிரமாதமாக வாசித்ததில் இசை அதன் உச்சக்கட்டத்தை அப்போது எட்டியிருந்தது. அப்பையாவைப்பற்றி நான் சொல்ல வேண்டியதில்லை. அவர் முகத்தில் எதிர்பாராத எதையும் அங்கே காணும் சலனம் ஒருசிறிதும் ஏற்பட்டிருக்கவில்லை. புலி அறைவாசலில் தென்பட்ட கணத்தில் அவர் தன் பார்வையை நம் பெண்ணின்மேல் பதிய வைத்திருப்பதைக் கண்டேன். ஒரு கடும் வனவிலங்கை முன்னெப்போதும் நேருக்குநேர் சந்தித்திராத நம் பெண் புலியைப் பார்த்ததும் வீரிட்டு அலறப்போகிறாள் என்று எண்ணி நான் அவள் தோளை ஆதரவாகப் பற்றுவதற்காக என் கைகளை அவள் தோள்களுக்கு நகர்த்தினேன். அப்பையா அதைத்

தன் கண்ணசைப்பால் தடுத்து நிறுத்திவிட்டார். பிறகு நான் பதற்றமடையத் தேவையில்லை என்று சொல்வதைப்போன்ற பாவனையில் அவர் என்னைப் பார்த்துச் சிரிக்கவும் செய்தார்.

பிறகுதான் ராணீ நம்பெண் புலியைப் பார்த்து முன்பே அறிமுகமான பாவமும் அளவற்ற துயரமும் நிறைந்த முகத்துடன் நீயா என்று தாழ்ந்த குரலில் கேட்டாள். அப்போது முழங்கிக் கொண்டிருந்த இசைத்துடிப்பின் அத்தனை ஆரவாரத்திற் கிடையிலும் அந்த வார்த்தைகளைத் தெளிவாகக் கேட்க முடிந்தது. என்னால் என் காதுகளை நம்ப முடியவில்லை. ஒரு மனிதனிடம் பேசுவதுபோல அத்தனை சுவாதீனமாக நம்பெண் என் கண்முன்னே ஒரு மிருகத்திடம் பேசுவதை என்னால் நம்பாமலும் இருக்க முடியவில்லை. இளவரசி அந்தக் கேள்வியைக் கேட்ட பிறகு சாளரத்தை நோக்கிப் புலி செல்லுவதையே தொடர்ந்து வெறித்துப் பார்த்துக்கொண்டிருந்தாள். நான் மேற்கொண்டு புலி நம்பெண்ணிடம் மனிதனின் மொழியில் பேசக் கூடுமென்றும் எதிர்பார்த்துக்கொண்டு நின்றிருந்தேன். ஆனால் அற்புதங்களின் இருப்பு திரேதாயுகத்தோடு தீர்ந்துபோய்விட்டபடியால் அதிர்ஷ்டவசமாகவோ துரதிர்ஷ்டவசமாகவோ நான் எதிர்பார்த்தபடி எதுவும் நடந்து என் இதயத்துடிப்பை நிறுத்திவிடவில்லை. புலி கண்களிலிருந்து மறைந்த பிறகு நம்பெண் தன் கண்களைத் திருப்தியுடன் மூடிக்கொண்டு மிக அமைதியுடனும் சோர்வுடனும் பூமாலையின் நளினத்தோடு படுக்கையில் சாய்ந்தாள். அப்பையா அவளுக்கு மயக்கத்துக்குரிய சாதாரண சிகிச்சையை அளித்து முடித்தபின் நாங்கள் படுக்கையறையைவிட்டு வெளியே வந்தோம் என்று தன் கதையை முடித்தார் ராஜன். இவ்விதமாகவே அந்த இரவின் சம்பவங்கள் மேலும் இருபது வகையான கதைகளாக வேடர்களின் மூலமாகவும் விரிந்து பரவியதால் என் முதிர்முப்பாட்டனார் எழுபத்தைந்தாம் நாள் அரண்மனைக்குத் திரும்பி வந்தபோது தாங்கமுடியாத ஜனக்கூட்டம் அரண்மனை வாயிலை நெருக்கியடித்துக்கொண்டிருந்ததாகக் கூறக் கேட்டிருக்கிறேன். மூன்று நாட்களுக்கு முன்பே அவர் அரண்மனைக்கு வருகை தரப்போகும் நாளைக் கேட்டுத் தெரிந்துகொண்ட அண்டை சமஸ்தானவாசிகள் கட்டுச்சோற்று மூட்டைகளுடன் மாட்டு வண்டிகளில் சாரிசாரியாக வந்து சமஸ்தானத்தின் சாலைகளையும் விடுதிகளையும் தோட்டங்களையும் நிரப்பிவிட்டார்களாம். மேலும் ஏழு நாட்களுக்கு முன்பாகவே அயல் தேசங்களிலிருந்து கழைக் கூத்தாடிகளும் வியாபாரிகளும் நடன நாட்டியக் கலை வல்லுநர்களும் வேசிகளும் உள்ளூர் பிச்சைக்காரிகளும் வந்து ராஜதானியை ஆக்கிரமித்துக்கொண்டிருந்தார்களாம்.

எங்கும் எந்த நேரத்திலும் சூரியனின் பிரகாசத்தை விஞ்சும் வண்ண விளக்குகள் பிரகாசித்துக்கொண்டேயிருந்ததால் அந்தக் காலங்களில் எந்த கவிஞனும் நிலவைப் பார்த்துக் கவிதை எழுத முடியாமல் போய்விட்டதென்றும் அதனால் அவ்வளவு அமளிக்கிடையில் கவியரங்கங்கள் மாத்திரமே வெறிச்சோடிப்போயிருந்தன என்றும் என் பாட்டனார் தான் கேள்விப்பட்டதை மிகையின்றி எங்களுக்குச் சொல்லுவார். தன்மகள் குணமடைந்ததைக் கொண்டாடும் விதத்திலும் பிற தேசங்களின் ராஜகுமாரர்களை அரண்மனைக்கு அழைக்கும் விதத்திலும் வந்து குவிந்த ஜனங்களை கௌரவிக்கும் விதத்திலும் ராஜகுடும்பத்தின் சார்பாக பலவிதமான கேளிக்கை நிகழ்ச்சிகளும் தினசரி அன்னதானமும் பிரத்யேக விடுதியுபசாரங்களும் ஏற்பாடு செய்யப்பட்டிருந்தன. இத்தனைக் கேளிக்கைகளிலும் பங்குகொள்ள என் முதிர்முப்பாட்டனாரின் மலையாள தேசத்து மனைவியும் அவர்தம் இரண்டு ஆண் மக்களும் ஒரு பெண்ணும் ஆக நால்வரும் சிறப்பு விருந்தினர்களாக அரண்மனைக்கு அழைக்கப்பட்டிருந்தார்கள். (இந்தப் பெண்தான் வருடங் களுக்குப் பிறகு சொந்த தேசத்துக்குத் திருப்பியனுப்பப்பட்ட என் முதிர் முப்பாட்டனாரின் மனைவியுடன் கூடவே அனுப்பப்பட்டவள். பிறகு சாகும்வரை அவர் அவர்களிருவரையும் பார்க்கவுமில்லை கேள்விப்படவுமில்லை. ஆண்வாரிசுகள் இருவரும் வம்ச விருத்திக்காகவும் கல்வி கற்றுக்கொள்ளும் பொருட்டும் அவருடனே தங்கி வளர்ந்துவந்தார்கள். ஆனால் அதற்குள் சனியின் நேர் பார்வையில் சிக்கிக்கொண்டுவிட்ட என் முதிர் முப்பாட்டனாரின் வீழ்ச்சி துவங்கிவிட அவருடைய வித்தைகள் கற்றுக் கொடுக்கப்படாமல் மறதியால் பாழடைந்துபோனதால் அவர்களும் கீழ்நிலைக்குத் தள்ளப்பட்டார்கள். இவ்விதமாக ஆக்கப்பட்ட அந்தப் பரிதாபத்திற்குரிய மக்களின் வாரிசுகளாகிய நாங்களும் சூட்சுமங்களை இழந்து வெறுமே மயிரைச் சிரைத்துக்கொண்டிருப்பதென்கிறதாகவே ஆகிப்போன நாவிதத்தைக் காலப்போக்கில் கைவிட்டுவிட்டுக் கூலிக்குக் கதை சொல்லுபவர்களாக வனத்தினுள் எங்களை மறைத்துக் கொண்டு வாழ விதிக்கப்பட்டுவிட்டோம்.). இத்தனைக் கோலாகலத்திற்கிடையிலும் அமளிக்கிடையிலும் தன் கணவர் அதே பழைய நடுக்கத்துடன் தன் ஏடுகளைப் புரட்டிப் புரட்டிப் பார்த்துகொண்டிருப்பதைத் தவிர வேறெதிலும் பங்கேற்க வில்லை என்று அவர் மனைவி சொல்லி ஆச்சர்யப்பட்டுக் கொண்டேயிருந்தாராம். கரைகடந்த அந்தக் கேளிக்கை நாள்களின் உண்மையான கதாநாயகன் தானே எனும் அகம்பாவத் தூசி அவர் உடையின் நுனியிலும் ஒட்டிக்கொள்ளாததை அவர் மிகப் பெருமையாகச் சொல்லிச் சொல்லி ஆனந்தப்பட்டிருக்கிறார்.

இவ்வாறாக அனைவரும் இரண்டு நாளிரவுகளின் கதையைக் கேட்க வெகு ஆர்வத்துடன் அரண்மனை மைதானத்தில் வந்து குழுமியிருந்த காலத்தில் ராஜனின் பெண்ணும் தனக்கு என்ன நடந்தது என்பதைத் தெரிந்துகொள்ள மிக ஆர்வமாக இருந்தாள். அவளிடம் ராஜனும் ராஜன் மனைவியும் எவ்வளவு துருவிக் கேட்டபோதிலும் அவளால் எதையும் நினைவுக்குக் கொண்டுவர முடியவில்லை. அழகிய ஆண் மக்களின் உருவம் முன்பு தந்துகொண்டிருந்த அருவருப்பு உணர்வை இப்போது தரவில்லை என்பதை மட்டுமே அவளால் நினைவில் வைத்துக்கொள்ள முடிந்திருந்தது. எனவே நடந்தவற்றைச் சொல்லும்பொருட்டு என் முதிர் முப்பாட்டனார் தன் அறையிலிருந்து வெளிப்பட்டு மீண்டும் அரண்மனை வளாகத்துக்கு விஜயம் செய்த நாளன்று எல்லாருடனும் சேர்ந்து அதைக்கேட்க வசதியாக ராஜனின் பெண்ணுக்கும் தனி இருக்கை போடப்பட்டிருந்தது. அது என் முதிர்முப்பாட்டனாரின் இருக்கைக்கு நான்கடி தாழ்வான உயரத்தில் அமைக்கப்பட்டிருந்த பீடத்தில் இருந்தது. ராஜனின் மனைவிக்கும் ராஜனுக்கும் அவர் இருக்கைக்குச் சமமான மட்டத்தில் ஆசனங்கள் அமைக்கப்பட்டிருந்தன. அரண்மனை வைத்தியர் உட்பட மற்றவர்களுக்கு மூன்றடி தாழ்ந்த பீடங்களில் இருக்கைகள் வரிசையாக அமைக்கப்பட்டிருந்தன. இவ்வகை மரியாதை வெகு அபூர்வமாகவே ராஜ குடும்பத்தவரால் யாருக்கும் கொடுக்கப்படுவது வழக்கம். பொதுஜனங்கள் அரண்மனை மைதானத்தில் அமைக்கப்பட்டிருந்த திண்டுகளிலும் தரையிலும் மரங்களின் மேலும் சிலைகளின் மேலும் அமர்ந்துகொள்ளச் சுதந்திரம் கொடுக்கப்பட்டிருந்தது. அவர்கள் ஆனந்த மிகுதியில் உணர்ச்சிவசப்பட்டு சின்னாபின்னப்படுத்தி வைத்துவிட்டுப் போன கலைப் பொருள்களையும் அலங்காரச் செடிவகைகளையும் புற்றரையையும் மறுபடி சீர்செய்ய தொண்ணூற்றாறு நாட்களும் இருநூற்றுமுப்பது ஆட்களும் தேவைப்பட்டதென்பார்கள். இவ்விதமாகத் துவங்கும் முன்பே அகிலம் முழுவதையும் தன்வசம் ஈர்த்ததென்கிற பெருமையுடைய அந்த இரவின் கதையை என் முதிர்முப்பாட்டனார் இரண்டு பகுதிகளாகப் பிரித்து இரண்டு இரவுகளில் சொல்லிப்போயிருக்கிறாரென்று கதைகள் குறிப்பிடுகின்றன. அவருடைய வித்தையில் அவருக் கிருந்த மேதமை ஓரிரவிலும் அவருடைய சமயோசிதமும் நுண்ணறிவும் இரண்டாம் இரவிலும் அந்தக் கதைகளின வழியே வெளிப்படுகின்றன என்கின்றன அவை. வேறுசில கதைகள் அவர் சொல்லத் துவங்கிய நாழிகையின்மேல் காலம் நகராது நின்றுபோனதால் துவங்கிய நாழிகையிலேயே கதை முடிந்துபோய்விட்டதாகச் சொல்லுகின்றன. அவர் சொல்லத் துவங்கும்போது மேற்கு நோக்கிச் சரிந்துகொண்டிருந்த

பூரணச்சந்திரன் அந்த நிலையிலேயே இரண்டு நாட்களும் உறைந்து தொங்கிக்கொண்டிருந்ததைப்பற்றி அவை குறிப்பிடுகின்றன. அவர் சொல்லத் துவங்கியபோது அங்கே நுழைந்து வீசிக்கொண்டிருந்த காற்று மீண்டும் வெளியே செல்லாமல் அங்கேயே சிக்கிச் சுழன்றுகொண்டிருந்தது. அவர் சொல்லத் துவங்கியபோது அங்கே குழுமியிருந்த ஒவ்வொருவரின் மனத்திலிருந்தும் துரத்தியடிக்கப்பட்ட வேறு சிந்தனைகள் அவர் கதையை முடிக்கும்வரை உள்ளே நுழைய முடியவேயில்லை. எனவே முதல்நாள் இரவின் முதல் ஜாமத்தின் முதல் வினாடியில் துவங்கப்பட்ட அவர்கதை முடிந்தபோது இரவும் முதல் ஜாமத்தின் முதல் வினாடியைத் தாண்டாமல் நின்றுகொண்டிருப்பதை அவர்கள் கண்டார்கள். உட்சுவாசத்திற்கும் வெளிச்சுவாசத்திற்கும் இடைப்பட்ட காலஅவகாசத்திற்குள் மிகப்பெரிய அசம்பாவிதங்களையும் துர்மரணங்களையும் நிகழ்த்தி முடித்துவிட்ட அந்த மிக நீண்ட அல்லது மிகச்சிறிய கதையை அன்று கேட்கமுடியாமல்போன தொலைதூர உறவினர்களுக்கு அன்று வந்திருந்தவர்கள் பின்னாளில் திரும்பச் சொல்லத் துவங்கியபோது முகமனிலேயே இரண்டு இரவுகளைக் கழித்துக்கொண்டிருந்தார்கள் என்கின்றன அந்த வேறுசில கதைகள்.

என் முதிர்முப்பாட்டனார் சொல்கிறார்: ராஜ குடும்பத்தின் வாரிசை என் வித்தையால் காப்பாற்றினேனென்று அனைவரும் எனக்கு நன்றி கூறவும் பாராட்டவும் என்னைத் தேடி வந்த வண்ணம் இருக்கிறார்கள். உண்மையில் உபயோகப் படுத்தப்படாமல் துருப்பிடித்துப்போகவிருந்த என் ஏட்டுக் கல்வியை ஒருமுறை தீட்டிப் பார்க்க வாய்ப்பளித்து அதற்குப் புதிய பொலிவைத் தந்த அனைவருக்கும் நான்தான் நன்றி கூறக் கடமைப்பட்டிருக்கிறேன். பிறர் தூக்கத்தினுள் புகுந்து அவர்களுடைய கனவுகளைப் பார்க்கும் அதிசயமான என்கலை ராஜகுடும்பத்தின் வாரிசை அதன் முடிவிலிருந்து காப்பாற்ற உபயோகப்பட்டது என்று எண்ணும்போது நான் கற்ற வித்தையின் முழுப்பலனை அடைந்ததாக நினைத்துப் பெருமைப்படுகிறேன். என் பேச்சில் பலருக்கு வெறுப்பும் வைத்திய முறையில் சந்தேகமும் இருந்து வந்தபோதிலும் அவற்றையெல்லாம் பொருட்படுத்தாது என் பிரயோகத்தில் முழு நம்பிக்கை வைத்து எனக்குப் பூரண சுதந்திரம் அளித்து ஒத்துழைத்த ராஜனின் துணைவியாரையும் இந்தச் சமயத்தில் வாழ்த்தி அவர் ஆக்ஞைப்படி நடந்தவற்றைச் சொல்லத் துவங்குகிறேன்.

ராஜனின் பெண்ணைப் பீடித்திருந்த வினோதமான நோய் வெறும் துர்கனவுகளின் சேஷ்டைகளால் மாத்திரம் விளைந்தது அல்ல. ஓர் ஆரோக்கியமான மனதையும் தேகத்தையும் கெட்ட கனவுகள் பயமுறுத்த முடியுமே தவிர உருக்குலைத்துவிட முடியாதென்று வைத்திய மாந்திரீக சாஸ்திரங்கள் சொல்லுகின்றன. யதார்த்தத்தின் லயப் பிறழ்வால் பாதிக்கப்பட்ட மனதையோ உடலையோ மட்டுமே துர்சொப்பனங்கள் அவற்றின் பலவீனமான நிலையை பயன்படுத்திக்கொண்டு ஆக்கிரமித்துக்கொள்ள முடியும். ராஜனின் பெண் ஒரேசமயத்தில் கெட்ட கனவொன்றாலும் (அதைக் கெட்டகனவென்று எப்படிச் சொல்லுவது.) அந்தக் கனவோடு அதிசயிக்கத்தக்க விதத்தில் இயைந்துபோன புறயதார்த்த வினோதமொன்றாலும் பீடிக்கப்பட்டு நோயுற்றுப்போனாள். வினோதத்திற்குக் காரணம் அவள் புறத்தேகண்ட அந்த யதார்த்தம் இன்னொரு உயிரின் கனவாக இருந்தது என்பதுதான். இதை நான் கண்டுபிடிக்க நேர்ந்ததும் ஒரு தற்செயலான சம்பவமே. அதற்காகக் கடவுளுக்கு நன்றி கூறவேண்டும். ஏனென்றால் அதை நான் கண்டுபிடித்திருக்காவிட்டால் கனவுகளுக்குள் ஊடுருவி அதைக் கைப்பற்றும் பூர்ணத்துவத்தை இன்னும் எட்டிவிட முடியாமல் திணறிக்கொண்டிருக்கும் என் குறைப்பட்ட கல்வி ஞானத்தை மட்டும் வைத்துக்கொண்டு ராஜன் மகளை என்னால் குணப்படுத்தியிருக்க முடியாது. உண்மையில் அவளைப் பீடித்திருந்த நோயை நோய் என்று சொல்லுவதே தவறு. அது எதிர்கால நிகழ்வொன்றின் சூசக வெளிப்பாடு. அந்தச் சமிக்ஞையின் அர்த்தத்தைக் கண்டுகொள்ள என்னால் முடியவில்லை. அது ராஜகுடும்பத்தின் விதியோடு தொடர்புள்ளதாக இருக்கலாம். அதை வேறுயாரும்கூட கண்டு சொல்ல ஆகாது என்றே மனப்பூர்வமாக நான் நம்புகிறேன். இதைப்பற்றி நான் மேற்கொண்டு வேறேதும் தெரிவிக்க விரும்ப வில்லை. நாம் நடந்த நிகழ்ச்சிகளுக்குச் செல்லலாம். (இவ்வாறாக என் முதிர்முப்பாட்டனார் தான் கண்டுகொண்ட தவிர்க்க முடியாத தன்னுடைய தலையெழுத்தையும் தன் நாட்டின் விதியையும் மக்களிடமும் ராஜனிடமும் கொண்டிருந்த வாஞ்சை யால் சொல்லாமல்விட்டார்.).

ராஜன் பெண்ணின் கனவுகளைக் கண்டுணா நான் சென்ற இரவு என்னுள் இருந்த நடுக்கத்தையும் தயக்கத்தையும் என் மனைவியே நன்கறிவாள். யவ்வனப் பெண்ணொருத்தியின் கனவுகளை வைத்தியன் உள்பட யாருமே பார்ப்பதைப்பற்றி நான் படித்த சாஸ்திரங்கள் எதுவுமே குறிப்பிடவில்லை. பெண்களின் கனவுகள் பற்றி அனைத்துக் கலை சாஸ்திரங்களுமே மௌனம் சாதிக்கின்றன என்பதை நான் திடுக்கிடும் விதத்தில் இந்தச்

சந்தர்ப்பத்தில்தான் அறிந்துகொள்ள நேர்ந்தது. அந்த வகையில் வித்தைகள் குறைவுபட்டவை யென்று கூறுவதில் எனக்குத் தயக்கம் எதுவும் இல்லை. அந்த அனுபவத்தால் இனி எனக்கு விதிக்கப்படவிருக்கும் நற்பலனோ அன்றி கெட்டபலனோதான் அந்தக் குறையை நிவர்த்திக்கும் பாடமாக அவற்றில் சேர்க்கப்படவேண்டியதாயிருக்கும். ஒரு யவ்வன ஸ்திரீயின் கனவுகள் நளினமானவை. ரகசியமானவை. அவள் கன்னித் தன்மையைப்போலவே அவளுக்கு மட்டும் சொந்தமானவை. நம்பமுடியாத அளவுக்கு அதிசயத் தன்மையும் வண்ணங்களும் சுகந்தமும் கொண்டவை. அவற்றை இரண்டாம் மனிதர் குறிப்பாக ஓர் ஆண் காண அனுமதி கிடையாதென்றே இன்னமும் நான் நம்புகிறேன். என்றாலும் சந்தர்ப்பவசத்தால் ராஜன் பெண்ணின் கனவை நானும் காணும் வாய்ப்பு எனக்கு விதிக்கப்பட்டது. இப்போது அதேபோல மற்றொரு சந்தர்ப்பவசத்தால் அதை வெளியே சொல்லவேண்டிய கட்டாயமும் நேர்ந்துவிட்டது. இந்தப் பெண்ணைப்போன்ற இன்னொரு பெண் இந்த உலகத்தில் எங்கேனும் அதேவித நோயால் துன்புற்றுக்கொண்டிருந்தால் அவளுக்கும் வைத்திய சாஸ்திரத்தில் சில திருத்தங்களுக்கும் இது உபயோகப்படட்டும் என்கிற தூய எண்ணத்துடனேயே இன்று நான் இதைப் பகிரங்கமாக வெளியே உங்களுடன் பகிர்ந்து கொள்கிறேன். இதற்கான பாவமும் என்னைச் சூழ்ந்துகொள்ள நான் மனப்பூர்வமாகவே அனுமதிக்கிறேன். கடவுள் என்னை மன்னிக்கட்டும்.

உலகத்திலுள்ள அனைத்து யவ்வன ஸ்திரீகளின் கனவுகளைப் போலவே ராஜன் மகளின் கனவும் அவளுடைய ஆண் துணையைப் பற்றியதாகவே இருந்து வந்தது. உலகத்திலுள்ள அனைத்து யவ்வன ஸ்திரீகளைப்போலவே அவளும் அந்தக் கனவை விரும்பிக் கண்டுவந்தாள். அவளுடைய இரவுகளுக்குத் துணையாக அவளே தன் கற்பனையில் சிருஷ்டித்துக்கொண்ட ஆண்மகன் அவளுடன் நெடுங்காலமாகப் பழக்கம் ஏற்படுத்திக்கொண்டிருந்தான் என்பதைக் கனவில் அவன் அவளுடன் பழகும்போது காட்டிய சுவாதீனத்தையும் சகஜத்தையும் கண்டு நான் அறிந்துகொண்டேன். அவன் அவளுக்குச் சாவைப்போல தவிர்க்க முடியாதவனாய் இருந்தான். அவனுடைய அவயவங்கள் அறுதியிட்டுச் சொல்ல முடியாதபடி அரூபத் தன்மையும் கலைந்துசேரும் நீர்த்தன்மையும் கொண்டிருந்தன. ஆனால் அவன் பேரழகன். அங்க அங்கமாகப் பொலிவைப் பிரித்துப் பார்க்க முடியாவிட்டாலும் அவனுடைய இருப்பும் கனவின் சுகந்தமுமே அவன் பேரழகன் என்பதைத் தெளிவாகப் பறைசாற்றிக்கொண்டிருந்தன. இந்த உலகத்தில் எங்கும் காணப்படவே முடியாத அற்புதமான ஆண்மக்கள் கன்னிப்

பெண்களின் கனவுகளுக்குள் எத்தனை சுவாதீனமாக நடமாடிக் களிக்கிறார்கள். உண்மையில் அவ்வளவு வசீகரமான ஆண்கள் பூதவுடலுடன் வசிக்கத் தகுதியற்றதுதான் இந்த யதார்த்தமும். அந்த அழகன் உருவத்தில் புகைத் தன்மையுடன் காணப்பட்டாலும் அவன் அசைவுகளில் தீர்க்கம் இருந்தது. அவன் ராஜன் பெண்ணின் படுக்கையறையின் வலப்புறச் சாளரத்தின் வழியாக மதுரமான தென்றலின் எடையின்மையோடு உள்ளே நுழைந்தான். அவன் உள்ளே நுழைந்தவுடன் படுக்கையறை மட்டுமே நம் ராஜனின் அரண்மனையைப்போல பத்து மடங்கு பெரிதான அளவில் பிரம்மாண்டமானதாக விசாலித்துவிட்டது. ராஜன் மகளின் சப்பர மஞ்சமோ ஓர் அஸ்வரதம் இரண்டு நாட்கள் ஓடிக்கடக்கும் அளவுக்கு விரிந்து மலர்ந்து கிடந்தது. படுக்கையறையின் விதானத்தின் வழியாக மேகங்களும் நட்சத்திரங்களும் வானத்தின் ஒரு கோடியிலிருந்து இன்னொரு கோடிக்குத் தங்கள் பயணத்தைத் தொடர்ந்தன. அறையின் பொருட்களில் செதுக்கப்பட்டிருந்த வேலைப்பாடுகள் ஒவ்வொன்றுமே தனித்தனிப் பொருட்களாக பரிமாணம் பெற்றன. உள்ளே வளர்க்கப்பட்டிருந்த மலர்கள் விரித்த மணம் கனவைத் தாண்டி வெளியேயும் சுழன்று அடித்தது. ஒவ்வொரு நுண்ணிய துகளும் பன்மடங்காக வளர்ந்துபோனதால் அவற்றின் இயற்கையான வண்ணங்கள் சூரியனின் பிரகாசத்தைப்போல வெம்மையும் ஜொலிப்பும் பெற்று அறையை வண்ணங்களாலும் அங்கே சுற்றித் திரிந்த இருவரையும் வியர்வையாலும் குளிப்பாட்டின. இத்தகைய அற்புதமான கனவுலகைச் சிருஷ்டித்துக்கொண்டும் ராஜனின் பெண் அறையெங்கிலும் சிருங்கார ரசம் ததும்பும் பாடல் வரிகளை முணுமுணுத்தவண்ணம் தன் நண்பனுடன் அந்தர வெளியில் பறந்தபடிக்கும் உல்லாசமாக வளைய வந்துகொண்டிருந்தாள். அவனுடைய புகைவடிவம் இந்தப் பெண்ணுக்கு எந்த விதத்திலும் ஒரு குறையாகப்படவில்லை. அவள் அவனை உடலோடும் உதிரத்தோடும் உண்மையான மனிதனைத் தழுவிக்கொள்வதுபோலவே தழுவிக்கொண்டாள். அவனை முத்தமிடுவதுபோலவே உதடுகளிலும் மார்பிலும் நாபியிலும் நாபியின் கீழும் முத்தமிட்டாள். அவர்களிருவரும் என் காதுகள் கூசும்படியான கனிந்த அந்தரங்க வார்த்தைகளைத் தங்களுக்குள் பரிமாறிக் களிப்புடன் கொஞ்சிக்கொண்டார்கள். வண்ணங்களும் மணமும் சிரிப்பொலியும் ஒன்றறக் கலந்த ஆடையணிகளின் அலைவும் உலகத்தையே துயிலிலிருந்து எழுப்பிவிடும் ஆரவாரத் தன்மையும் அப்பழுக்கற்ற தூய்மையும் கொண்டு இலங்கின. ஆண்டவனே வார்த்தைகளால் அசுத்தப்படுத்தக்கூடாத இந்தப் பரிசுத்தமான காட்சிகளை வெளியே சொல்லும் துர்பாக்கியம் எனக்கு என் வித்தையால் வாய்த்ததே.

ஒருவர் ஓட ஒருவர் துரத்தியும் ஒருவர் ஒளிந்துகொள்ள ஒருவர் கண்டுபிடித்தும் ஒருவர் கண்களைக் கட்டிக்கொள்ள ஒருவர் வேடிக்கை காட்டியும் அவர்கள் நெடுநேரம் விளையாடினார்கள். ஒவ்வொரு விளையாட்டின் முடிவிலும் ஒருவர் மற்றவரை வெற்றிகொண்டதற்கு அடையாளமாக எதிரியை இறுக அணைத்துக்கொண்டார்கள். ஒவ்வொரு விளையாட்டின் நோக்கமும் அதுவேயாக இருந்தது. மனிதனின் கைகள் படாத பெரிய வனத்தின் விஸ்தாரத்துடன் திகழ்ந்த அந்தக் கனவுமாளிகையில் அவர்கள் விளையாட இரண்டு நபர்கள் நிற்கச் சிரமப்படும் அளவே இடம் கிடைத்ததைப்போல ஒருவரையொருவர் ஒட்டிக்கொண்டே நின்றுகொண்டிருந்ததைப் பார்த்தபோது எனக்கு வேடிக்கையாகவும் சந்தோஷமாகவும் இருந்தது. இப்படியே அவர்கள் கனவுலகின் அனாதி காலங்களை விளையாட்டில் கழித்தபிறகு படுக்கைக்குத் திரும்பி வந்தார்கள். ராஜனின் பெண் தன் வழக்கமான இடத்தில் தன் வழக்கமான துயில் நிலையில் நிமிர்ந்து படுத்துக்கொண்டாள். அவளுடைய நண்பன் அவள் கட்டிலின் கீழ்புறத்திலிருந்து மெதுவாகச் சுழன்று எழும்பி அவளைக் கால்களிலிருந்து முத்தமிட்டுக் கவிந்தபடி படிப்படியாக முகத்தை அணுகினான். ராஜகுமாரியின் கண்கள் அளவுகடந்த அமைதியிலும் ஆனந்தத்திலும் எதிர்பார்ப்பிலும் கசிந்த கண்ணீருடன் மூடியிருந்தன. அப்போதுதான் சபையோரே நெஞ்சைப் பிளக்கும் அந்தக் கொடூரமான சம்பவம் நிகழ்ந்தது. தினமும் ராஜனின் பெண்ணை அவள் ஞாபகமின்றியே வாட்டி வதைத்துக்கொண்டிருந்த துயரச் சம்பவம் நடந்தேவிட்டது. அவள் முகத்தை மிக அருகே நெருங்கி வந்த அவளுடைய நண்பன் திடீரென்று அவள் முகத்தில் காறியுமிழ்ந்தான். ஒரு நொடிக்குள் பின் அவனுடைய புகையுருவம் மிக வேகமாகச் சிதிலமடைந்து கலைந்து மறைந்துபோனது. அவனுடைய ரத்தமும் சதையுமற்ற பேரழகு முகத்திலிருந்து வெளியே தெறித்த எச்சில் கெட்ட கனவின் துர்மணத்தை அறை முழுக்க விசிறியடித்தபடி கூழொத்த வெண் திரவமாக ராஜன் பெண்ணின் முகத்திலிருந்து வழிந்துகொண்டிருந்தது. அவள் பீதியிலும் அருவருப்பிலும் துயரத்திலும் அலறியபடி உறக்கத்தி லிருந்து திடுக்கிட்டு விழித்துக்கொண்டாள். அன்றிரவு மட்டு மல்ல. ஒவ்வொரு இரவிலும் அவள் கனவு இந்தவிதமாகவே முடிந்துபோய்க் கொண்டிருக்கிறது என்பதை நான் மறுநாளிரவு சரியாகவே யூகித்தறிந்தேன். அலறியபடி விழித்துக்கொள்ளும் பரிதாபத்திற்குரிய ராஜன் மகளோ விழிப்பின் பலவந்தத்தில் தான் சற்றுமுன் என்ன கனவு கண்டோமென்பதை ஒவ்வொரு நாளிரவும் மறந்துபோய்க்கொண்டும் இருந்தாள். இதனால் முதல் நாளிரவு அவள் முகத்தில் துப்பிய அவளுடைய நண்பனும் மறு நாளிரவு

வெகு சகஜமாக அவளுடன் விளையாட வருவதும் துவேஷமின்றி அவள் அவனைத் தன்னுடன் விளையாட அனுமதிப்பதும் விளையாட்டின் முடிவில் அவள் முகத்தில் அவன் துப்பிவிட்டுப் போவதும் தொடர்ந்து நடந்துகொண்டே இருந்திருக்கிறது. அவள் கனவு முழுவதும் மறந்து கலைந்து போகும்படியான அசாத்தியமான வேகத்துடனும் ஈட்டியின் முனையைப்போல மிகக் கூர்மையாகத் தாக்கும்படியும் ஒவ்வோர் நாளிரவும் அவன் அவள் முகத்தில் துப்பிக்கொண்டே இருந்திருக்கிறான். இந்த அதிர்ச்சிமட்டும் ஒரு கசடாக ஆழ்மனதில் படிந்துபோய் அழகிய ஆண்களைக் காணும்போதெல்லாம் ஏற்படும் பயமாகவும் அருவருப்பாகவும் இந்த அழகிய பெண்ணின் மனதைச் சின்னாபின்னப்படுத்திவிட்டது. ராஜன் மகளுக்குத் தன் வினோத நடத்தையின் காரணம் இதுதானென்பது தெரியவில்லையென்றால் எனக்கோ மறுநாளிரவுவரை அவளுடைய நண்பன் அப்படி நடந்துகொள்வதன் காரணம் தெரியவில்லை. ஆனால் அதைக் கண்டுபிடித்துவிட முடியுமென்கிற நம்பிக்கையைத் தூண்டும் விதமாக அன்றிரவே நான் ஒரு ரகசியத்தை ராஜன் பெண்ணின் படுக்கையறையில் கண்டுபிடித்தேன். உறக்கத்திலிருந்து அதிர்ச்சியுடன் விழித்தெழுந்த ராஜனின் பெண் அப்படி விழிப்புக் கண்டவுடனேயே தான்கண்ட கனவை மறந்துபோய்க்கொண்டிருந்தாளென்று சொன்னேனல்லவா. எனவே அவளை மறுபடி தூங்கச் செய்ய எனக்கு அதிக அவகாசம் தேவைப்படவில்லை. அவள் வெகு சாதாரணமாகவே சற்றுநேரம் என்னுடன் பேசிக் கொண்டிருந்துவிட்டுத் தூங்கிப்போனாள். பேச்சில்கூட அவள் கண்ட கனவின் சாயல் படிந்திருக்கவில்லை. எனவே நானும் அந்தக் கனவைப்பற்றி அவளிடம் எதுவும் கேட்கவில்லை. அவள் தூங்கிய பிறகு வேப்ப மணத்தோடு கூடிய இரவுக்காற்று அறைக்குள் நுழைந்தபோதே நான் அந்த அறையின் சாளரம் திறந்திருப்பதை உணர்ந்தேன். எப்போதுமே அந்தச் சாளரம் திறந்த நிலையில்தான் இருக்குமென்று நான் பின்னர் என் சிஷ்யையிடமே கேட்டுத் தெரிந்துகொண்டேன். இருந்தும் சாளரம் அப்படித் திறந்திருக்கிறதென்பது கடவுள் எதையோ சூசகமாக அறிவிக்க முயலுகிறாரென்கிற உணர்வை எனக்குத் தந்தது. நான் அன்று ராஜன் பெண்ணின் படுக்கையறையில் போடப்பட்டிருந்த நீண்ட இருக்கைகளில் ஒன்றிலேயே படுத்து இரவைக் கழிக்க முடியுமென்று சொல்லியிருந்தேன். இரவு கலைவதற்கு அப்போது நெடு நேரமிருந்தது. நான் எழுந்து சாளரத்தின் அருகே சென்றேன். சாளரத்தின் மிக அருகே படுக்கையறையை அரண்மனைத் தோட்டத்தில் வளர்ந்திருக்கும் வேப்பமரத்தின் உச்சிக்கிளை தழைத்து நெருங்கியிருக்கிறது. ஈட்டிகளால் அமைக்கப்பட்ட பன்னிரண்டடி உயரமான

வேலியில் நம்பிக்கை வைத்து காவலர்கள் குறைக்கப்பட்டிருந்த அந்தப்பகுதியில் அரண்மனைத் தோட்டத்தின் புல்வெளியிலிருந்து புறப்பட்டு இரண்டு காலடிச்சுவடுகள் மரத்தின் மீதேறி உச்சிக் கிளையை அடைந்து சாளரத்தின்வழியே ராஜன் மகளின் படுக்கையறைக்குள் தாவியிருப்பதைக் கண்டேன். அவை பிறகு அறையின் சுவரோரமாகவே பதுங்கிப் பதுங்கி நடந்து அங்கே நிறுத்தப்பட்டிருந்த பொருட்களை அவை அங்கே இல்லாதனவேபோல ஊடுருவிக் கடந்து ராஜன் பெண்ணின் தோழி படுத்திருக்கும் இணைப்பறைக்குள் நுழைந்து மறைவதையும் கண்டேன். இளவரசியின் கனவு நண்பன் அவள் முகத்தில் காறியுமிழும் காரணத்தை கண்டுபிடித்துவிட முடியுமென்கிற நம்பிக்கை என்னுள் உதயமாயிற்று.

இந்த அளவோடு என் முதிர்முப்பாட்டனாரின் முதல் நாளிரவுக் கதை (அல்லது உட்சுவாசத்தின் கதை) முடிந்தது. கதை கேட்டுக்கொண்டிருந்த ஜனங்களும் அரச குடும்பத்தவரும் அங்கிருந்து கலைந்து செல்ல மனமின்றிக் கலைந்து சென்றார்கள். அனுமதிக்கப்பட்டவர்கள் அங்கேயே உட்கார்ந்து பேசி மறுநாள் இரவுவரை தங்கள் பொழுதைக் கழித்துக்கொண்டிருந்தார்கள். அவர்கள் அனைவருடைய பேச்சின் மையமும் இளவரசியின் கனவின் மீதும் வேப்பமரத்தின் வழியே அரண்மனைப் படுக்கையறைக்குள் தாவிய மாயக்காலடிச்சுவடுகளின் மீதுமே குவிந்திருந்தது. அவர்கள் அனைவருமே ராஜன் மகள் உறங்கும் போது தானுறங்காமல் அவளுக்குக் காவலிருக்கவேண்டிய அவளின் தோழிதான் அந்தக் காலடிகளுக்குரிய நபரை விருப்பத் துடன் உள்ளே அனுமதித்தாளென்று அவளை வெறுக்கத் தலைப்பட்டார்கள். அவள் உண்ட வீட்டிற்குச் செய்த இரண்டகம் மன்னிக்க முடியாததென்று அனைவருமே ஒத்த குரலில் கூவி ராஜதானியைத் தாண்டிச் செல்லும் பருவக்காற்றின் வழியே தொலைதூரவாசிகளுக் கெல்லாம் இந்த ஒழுக்கக்கேட்டைப்பற்றிச் செய்தி அனுப்பிவிட்டார்கள். எனவே தொலைதூர வாசிகளும் ராஜன் பெண்ணின் தோழியைத் தங்கள் மனதார வெறுத்தார்கள். மறுநாளிரவு கதை முடிந்தவுடன் அவளுக்கு ராஜன் என்ன தண்டனை தருவாரென்பது பற்றி நட்சத்திரங்களை விஞ்சும் எண்ணிக்கையில் ஊகங்கள் அவர்களிடையே வெடித்துச் சிதறின. நகரத்திலிருந்து வெகுதொலைவு விலகிய சிறிய கிராமம் ஒன்றிலிருந்த தோழியின் வீடு அன்றிரவே தீக்கிரையாக்கப்பட்டது. அதில் வசித்து வந்த அவளுடைய வயது முதிர்ந்த பெற்றோர்கள் அத்தகையதோர் தீயொழுக்கப் பெண்ணைப் பெற்றோமென்று வருந்தி தாங்கள் உயிரோடு எரித்துக் கொல்லப்படுவதை முழுச்சம்மதத்தோடு ஏற்றார்கள். இது நடந்து பத்தொன்பது

நாட்களுக்குப் பிறகே விஷயம் அரண்மனையை எட்டியது. ராஜதானியே அந்த நிகழ்ச்சிக்காக பத்தொன்பது நாட்கள் கழித்துத் துக்கம் அனுஷ்டித்தது. முதல்நாள் கதைமுடிந்த அந்த இரவில் அவளை வெறுத்துக் கொன்றுபோடத் துடித்த அனைவருமே அடுத்த நாளிரவு கதை முடிந்ததும் தங்கள் தவறை உணர்ந்தார்கள். அந்தப் பெண்ணிடம் மானசீகமாக மன்னிப்புக் கேட்டுக்கொண்டதோடு தவறுகள் சரி செய்யப் பட்டு விட்டதாகவும் அவர்கள் தங்களைச் சமாதானப் படுத்திக்கொண்டார்கள். ஆனால் தனக்கு இழைக்கப்பட்ட அநீதியைப் பத்தொன்பது நாட்களுக்குப் பிறகு தன் மனமதிர அந்த அப்பாவிச் சேடிப்பெண் தெரிந்துகொண்டபோது என் முதிர்முப்பாட்டனார் முதல்நாளிரவில் முடிக்கக்கூடாத இடத்தில் கதையை முடித்ததுதான் தன்னை நிர்கதியாக்கியதென்று அவரை மனதாரச் சபித்துவிட்டு ராஜன் பெண்ணின் படுக்கையறைச் சாளரத்திலிருந்து புலிபாய்ந்த அதேவழியாக நந்தவனக் குத்தீட்டிவேலியின் மேல் பாய்ந்து தன் உயிரை இருபதாம்நாள் மாய்த்துகொண்டுவிட்டாள். இது ஒருபுறமிருக்க முதல்நாளிரவு கதைமுடிந்தபிறகு அரண்மனைக்குத் திரும்பிவந்த ராஜன் மனைவியும் ஒரு பெண்ணின் தாபரசம் ததும்பும் கனவுகளை அவள் பெற்றோர்களின் முன்னிலையில் ஒரு பெரும் ஜனத்திரளே அறிய பகிரங்கமாக வர்ணித்த என் முதிர்முப்பாட்டனாரை வெறுத்து அவரைத் தன் வாயாரச் சபித்துக்கொண்டிருந்தாள். ஆண்களின் உலகில் ஒரு பெண்ணின் மனம் என்பது அவள் தகப்பனாலும் அவளுடைய உடல் என்பது பிற எல்லா ஆண்களாலும் கற்பனையால் சிருஷ்டித்துக்கொள்ளப்படுகிற வஸ்துக்கள் என்னும் வழக்குச் சொல்லை நினைத்து அவள் அன்றிரவு தூங்காமலும் தவித்தாள். தன் பெண்ணின் மூடிய கண்களினுள் பிரவகித்துக்கொண்டிருந்த சிருங்காரக்கனவு அவள் நாசிநுனியில் மலராகவும் உதடுகளின் ஓரங்களில் புன்னகையாகவும் கன்னங்களில் சிவந்த வண்ணமாகவும் முலைக் காம்புகளில் கடினமான முத்தாகவும் பிரதிபலிப்பதையும் அவள் தன் கற்பனையில் கண்டு பீதியடைந்தாள். பார்ப்பவரைப் பரவசப்படுத்தும் அந்த உடல் மாற்றங்களை இருபத்தி யிரண்டு ஆண்கள் பார்த்துக்கொண்டிருந்தார்கள் என்பதை அவளால் நினைத்துப் பார்க்கவே முடியவில்லை. ராஜனை அவள் தன் வெறுப்பிலிருந்து அவன் தன்பெண்ணின் தகப்பன் என்கிற முறையில் ஒதுக்கி வைத்தாள். ராஜனையும் என் முதிர்முப்பாட்டனாரையும் தவிர்த்த பிற இருபது வேடர்களையும் மன்னிப்பதற்கு அவளுக்கு எந்தக்காரணமும் கிடைக்கவில்லையாதலால் படுக்கையறைக்குள் நுழைந்து நட்சத்திரவாஸிகளின் கலவி என்கிற பாடல்களின் தொகுப்பை

இசைத்த அந்த இருபது ஆண்களின் தலைகளை உடனே வாளால் சீவிக் கொய்துவிடும்படி ராஜனுக்குத் தெரிவிக்காமல் ரகசியமாகத் தன் சிப்பாய்களுக்கு ஆணையிட்டாள். அதன்படி அந்த வேடர்கள் அன்றிரவே கொலைக்களத்திற்கு இரண்டாம் பேரறியாமல் வரவழைக்கப்பட்டு வெட்டிக் கொல்லப்பட்டுவிட்டார்கள். ஈடாக வழங்கப்பட்ட பெரும் செல்வத்தினடியிலும் ராஜ விசுவாசத்தின் சுமையிலும் சிக்குண்டு அவர்களுடைய குடும்பத்தினரின் கண்களும் நாவுகளும் நசுங்கிப்போய்விட்டன. இந்தக் கொலைகளுக்குப் பிறகே அரண்மனையில் ராஜன் பெண்ணின் திருமணம் உள்பட பல சுபகாரியங்களின் வரிசையும் என் முதிர்முப்பாட்டனாரின் கீர்த்தியும் தலைதெறிக்கும் வேகத்தில் உச்சியை நோக்கிப் பாய்ந்து சென்றன என்று சொல்வார்கள். ஆனால் அப்பழுக்கற்ற ஒருபெண் அநியாயமாக நிர்கதியாக்கப்பட்டாள் என்கிற விஷயத்தையும் தன் கவலைதீர இசைத்த இருபதுவேடர்கள் கொல்லப்பட்ட செய்தியையும் பல நாள்கள் கழித்தே தெரிந்துகொண்ட ராஜன் பிரகாசிக்கும் தன் அதிகாரத்தின் நிழலில் நடந்துபோன பிசகுகளுக்குத் தானே பொறுப்பேற்றுக்கொண்டு என்றென்றுமே எழுந்திருக்க முடியாத நோயில் வீழ்ந்து படுத்த படுக்கையாகிவிட்டான். என் முதிர்முப்பாட்டனாரைப் பொறுத்தவரையில் அந்த இரவிலேயே இருபது வேடர்களுடன் சேர்த்து அவரையும் அவள் கொன்றுவிடத் துடித்ததாக வருடங்கள் கழித்து அவர் அரண்மனை வளாகத்தைவிட்டு வெளியே துரத்தப்பட்ட அன்று எக்காளத்துடன் உரக்கச் சொல்லிச் சிரித்தாளென்கிறது ஒரு கதை. ஆனால் கதையைக் கேட்டுவிட்டு வந்த இரவில் அவருடைய ஆளுமையும் ஞானமும் பெருமையும் இவற்றுக்கு மேலாக நன்றியுணர்ச்சியும் அவரைக் கொல்லும் அவாவிலிருந்து ராஜன் மனைவியைப் பிரித்து அப்புறப்படுத்தி வைத்தன. இளம்பெண்ணின் கனவுகளைக் கூச்சமில்லாமல் பார்த்ததோடல்லாமல் அதை வெளியே சொன்னவன் அந்தக் கனவுகளின் நினைவால் தானே சாவான் எனும் மூதுரையை எண்ணி அவள் தன்னைச் சமாதானப்படுத்திக்கொண்டாள். அந்த மூதுரை துரதிர்ஷ்டவசமாக உண்மையாகவும் இருந்தது. விதி ராஜன் மகளின் இடை நெகிழ்ந்து ஸ்தனங்கள் சரிந்த துயில்நிலையை என் முதிர்முப்பாட்டனாரின் மனக்கண் முன் திரும்பத் திரும்பக் காட்டி அவரை ரகசியமாகப் பல நாட்கள் அலைக்கழித்து வந்தது. பேதங்களைத் துறந்துவிட்ட தன்மனம் சிருங்கார உணர்வுகளால் கறைபட்டுக்கொண்டிருந்த பாவத்திலிருந்து தப்பித்துக்கொள்ளும்வண்ணம் இளமையிலேயே தன்னைச் சாவு அணைத்துக்கொள்வதை அவர் மூன்றாவது பிரயோகத்திற்குப் பிறகு அந்த நாட்களில் எதிர்பார்த்து ஏங்கிக்

கொண்டிருந்தார். மாறாகத் தான் ஒரு சாட்சியாக நின்று கண்ட ராஜன் மகளின் கனவும் அவளின் உறக்கமும் அவர் உள்ளத்தில் விதைத்த விஷ விதையோ அழியாமல் ராஜன் மனைவியின் விருப்பப்படியும் அவர் விருப்பத்திற்கு மாறாகவும் வளர்ந்தபடியே தானிருந்தது. ராஜன் மகள் தன்நோய் தீர்ந்து அழகும் ஆரோக்கியமும் கொண்ட அரசகுமாரனுக்கு மணமுடிக்கப்பட்டு புகுந்தவீடு சென்று பல காலங்களுக்குப் பிறகும் மக்கள் அவளைக் கிட்டத்தட்ட மறந்தே போன பிறகும் அவளுடைய கனவைக் கண்டதன் பாதிப்பால் விரக நோயுற்று அலைந்த என் முதிர் முப்பாட்டனார் (மூன்றாவது பிரயோகத்திற்குப் பிறகே தெரிந்துகொண்ட) பெண்களின் கனவுகள் புருஷர்களால் பார்க்கப்படக் கூடாதவை என்று அறிவுறுத்தும் சொப்பன சாஸ்திரத்தின் கடைசி அங்கத்தை மறந்துபோய் அப்படிப் பார்வையின் கறைபடாதவையானதினாலேயே அவை மூப்பைத் தவிர்த்து நித்திய சௌந்தர்யத்தைப் பெற்றிருக்க ஆசீர்வதிக்கப்பட்டவை என்று எடுத்தியம்பும் பகுதியை மட்டும் நினைவில் கொண்டவராய் பழைய நகரத்தின் பெருமைமிகு பெண்மணியாக மதிக்கப்பட்டுக்கொண்டிருந்த தன் மனைவியின் இளமை ததும்பும் கனவிற்குள் அவளறியாமல் புகுந்து பார்க்கும் கீழான மனநிலைக்குத் தள்ளப்பட்டுவிட்டார். சாஸ்திரத்தின் விதிகளோ குருவிற்கு அளித்த வாக்குறுதியோ நினைவிற்கு வராதவண்ணம் விதி அவர் ஞானத்தைக் கட்டிப்போட்டுவிட்டது. மனைவியான அந்தப் பேரிளம்பெண்ணின் கனவில் அவர் எதிர்பார்த்தபடியே அவளை இறுக்கமும் மதர்ப்பும் நறுமணமும் ததும்பும் தன் குருவின் மகளாகத் திருமணத்திற்கு முன்பிருந்த பழைய யவ்வன ஸ்திரீயாகக் கண்டு ஞானவான்கள் உதாசீனப்படுத்தும் சிருங்கார உணர்வால் புளகாங்கிதமடைந்தார். அந்தக் கணத்திலேயே விரோதித்துக்கொள்ளப்பட்ட சாஸ்திரங்களின் கோபமும் வஞ்சிக்கப்பட்ட குருவின் சாபமும் அதேகனவில் அவர் கண்முன் வேறு இரண்டு பைசாசக் காட்சிகளையும் உருவாக்கிவிட்டது. ஒன்றில் யவ்வனம் ததும்பிநிற்கும் தன் மனைவியின்முன் அவள் புறங்கையால் அலட்சியப் படுத்தி ஒதுக்கும்படி நடுப்பிராயத்தை முழுவதுமாகத் தாண்டியிராத என் முதிர்முப்பாட்டனார் தானொரு நரைகூடி முதிர்ந்த கிழவனாகத் தள்ளாடியபடி நின்றிருக்கக்கண்டு அதிர்ந்துபோனார். இரண்டாவதும் குருதியைச் சில்லிட வைத்ததுமான காட்சியில் பல வருடங்களுக்குமுன் நோயாளியின் துர்கனவால் நிலைகுலைந்துபோய்த் தன்னை இவ்வுலகின் கண்களிலிருந்து காணாமல் போக்கிக்கொண்டுவிட்டவரென்று நம்பப்பட்ட அவருடைய பால்யகால நண்பர் தன் ஒளிவிடத்திலிருந்து காளைப்பருவம் சற்றும் தளராத உடற்கட்டோடு குருவின் மகளின்

முன் தோன்றினார். சுருட்டி இழுக்கும் சாவின் படிக்கட்டுகளில் ஒருபுறம் தள்ளாடியபடி தான் ஏறிக்கொண்டிருக்க அதே படிக்கட்டுகளைப் படுக்கையாக்கி அவர்களிருவரும் பூரண நிர்வாணிகளாய் அதன்மீது சல்லாபித்து விளையாடுவதைச் சாபத்தால் வலுக்கட்டாயமாகத் திறக்கப்பட்ட கண்களால் பார்த்த என் முதிர்முப்பாட்டனாரின் நினைவிலிருந்து அவர் கற்ற வித்தை முழுவதும் அந்தக் கணத்திலேயே மறந்துபோய்விட்டது. அதற்குப் பிறகு அவரும் அதை வெளியில் எங்கும் தேடி மெனக்கெடவில்லை. அவருக்குள் ஜொலித்துக்கொண்டிருந்த கலையின் பிரகாசம் அணைந்துபோனதால் அவர் முகம் எரிந்தவிந்த விறகுக் கட்டையைபோல கருத்துப் பொடிந்துபோய்விட்டது. அவர் தனக்குத்தானே மழித்துக்கொள்வதை நிறுத்தி தலையிலும் முகவாயிலும் தாறுமாறாக வளர்ந்த மயிர்க்கற்றைகளில் அடை எனப்படும் துர்முடிச்சுகள் உருவாகிப் பெருக அனுமதித்துவிட்டார். அப்படியொரு வீழ்ச்சியை எதிர்பார்த்திருந்த அவருடைய எதிரிகளும் அவர் பசுவைப் புணர்ந்தவர் என்றும் சாஸ்திர விரோதி என்றும் இருபது அப்பாவிகளின் மரணத்திற்குக் காரணமாயிருந்தவர் என்றும் மனைவியைப் பிறந்த வீட்டிற்குத் திரும்ப விரட்டியடித்தவர் என்றும் அஞ்ஞானப் பீடையால் பீடிக்கப்பட்டுவிட்டவர் என்றும் பலமாகப் பிரச்சாரங்கள் செய்து அவரைத் தீராத பழிக்குள் தள்ளி அரண்மனையைவிட்டு வெளியேற்றிக் காட்டிற்குள் துரத்திவிட்டார்கள். அவருடைய இரண்டு ஆண்வாரிசுகளை ஆதரவற்றவர்களாக்கி அவருடன் கூடவே துரத்திவிட்டார்கள். மறந்துபோன தன் வித்தையை அவர்களுக்குக் கடத்தமுடியாமல் என் முதிர்முப்பாட்டனார் அவர்களை அஞ்ஞானிகளாக்கினார். ஒரு காலத்தில் பெண்களுக் கான வேதமாயிருந்த அவருடைய போதனைகளடங்கிய ஓலைச் சுவடிகள் முழுவதையும் தேடி எடுத்துத் தடயமில்லாமல் மடாதிபதிகள் அவற்றை அழித்தொழித்தார்கள். பெண்களை மீண்டும் புஜங்களடியிலும் யோனியிலும் மழித்துக்கொள்ளாத காடாக ரோமம் வளர்க்கச் செய்து துர்மணத்தால் அவர்களை எப்போதும் குற்ற உணர்வுக்குள்ளானவர்களாக ஆக்கித் தங்கள் ஆளுமையின் கீழ் அடிமைப் படுத்திக்கொண்டார்கள். துர்கனவுகளால் அவதிப்பட்டவர்களை ஈவிரக்கமின்றிக் கண்களைப் பறித்துவிட்டுக் கொன்றார்கள். நாவிதர்களைக் கடைச் சாதியினரென்று பிரகடனப்படுத்தி மயானபூமியின் அருகே எப்போதும் பிணங்கள் வேகும் நாற்றத்தைச் சுவாசித்துக் கொண்டிருக்குமாறு நகரத்தின் மையப்பகுதியிலிருந்து பிரித்துக் குடியமர்த்தினார்கள். மகளின் பொருட்டாக இருபது அப்பாவி களைத் தன்மனைவி கொன்ற பாவத்தை வலிந்து தான் ஏற்றுக் கொண்டு வெகுகாலத்திற்கு முன்பே நோய்ப்படுக்கையில் வீழ்ந்து

விட்ட போதிலும் மனந்தளராது தன் பெண்ணின் உதவியுடன் உத்தமமான முறையில் ராஜ்ய பரிபாலனம் செய்து வந்த ராஜன் என் முதிர்முப்பாட்டனாரின் செய்கையையும் அதன் விளைவுகளையும் கேள்விப்பட்டு நடப்பவற்றைத் தடுக்கும் வகைதெரியாமல் மரணப் படுக்கைக்குத் தன்னுடலை மாற்றிக்கொண்டு நாட்களை எண்ணவாரம்பித்துவிட்டான். நாட்டின் நிர்வாக இயந்திரத்தை நிறுத்திவிட்டான். மகளை மணந்து அந்நகரத்தின் ராஜவாரிசாக வந்த ராஜனின் மருமகனோ ஏழ்மை உருவாக்கும் மூர்க்கர்களைக் கரைசேர்ப்பதைவிடக் கடினம் தறிகெட்டலையும் அறிவாளிகளைத் திருத்திச் சீர்செய்வதென்றுகூறி ராஜன் மகள் எவ்வளவோ மன்றாடியும் கேட்காமல் மெதுமெதுவாகப் பழைய நகரத்தைக் கைவிட்டுவிட்டான். வருடங்கள் உருண்ட போது காட்டையழித்து நிர்மாணிக்கப்பட்ட பழைய நகரத்தின் சுவர்களுக்குள் அதுகாறும் தங்களை மறைத்தபடி காத்திருந்த விருட்சங்களும் விலங்குகளும் வெளிப்பட்டு மனிதர்களை வேட்டையாடத் துவங்கின. விரைவிலேயே பிரபஞ்சத்தின் சுழற்சி விதிக்கேற்ப மரங்களுக்குள் சுவர்கள் மறைந்துகொள்ள இந்தப் புதியநகரம் அப்போது அழித்த அடர்ந்தவனம் அங்கே தன்னை ஸ்தாபித்துக்கொண்டது. புத்திவீனர்களாகி நிர்கதியாக மயான பூமியில் அலைந்து திரிந்த என் முப்பாட்டன்கள் நகரம் காடாகியபோது விலங்குகளோடு விலங்குகளாகத் திரியும் வேடர்களாக மாறித் தங்களைச் சாவிலிருந்து காத்துக்கொண்டனர். வாரிசுகளையும் விலங்குகளாகக் காட்டிலேயே வளர்த்தெடுத்தனர்.

இரண்டாம் நாளிரவுக் கதை. (அல்லது வெளிச்சுவாசத்தின் கதை). என் முதிர்முப்பாட்டனார் சொல்கிறார்:

தலைமுறைகளுக்கு முன் ஒரு வனமிருகத்தின் கனவை இந்த ராஜவம்சம் நிர்மூலமாக்காமல் இருந்திருந்தால் ஒருவேளை நான் இந்தக் கதையைச் சொல்வதற்கான சந்தர்ப்பம் கூடாமலே போயிருக்கலாம். ராஜன் மகளின் படுக்கையறையென்பது ஒரு கிழட்டுப் புலியின் பிறப்பிடமாக அதன் கனவில் பத்து தலைமுறைக் காலம் நீண்டுகொண்டிருந்த ஒன்றென்பதே இதன் காரணம். ராஜன் மகளுடைய படுக்கையறை மட்டுமல்ல. இந்த நகரமும் நான் இதைச் சொல்லிக்கொண்டிருப்பதும் நீங்கள் கேட்டுக்கொண்டிருப்பதும் மிருகங்களின் கனவிலேயே நடந்துகொண்டிருக்கிறது என்பதை நீங்கள் அறியவேண்டும். இந்தப் பிரபஞ்ச யதார்த்தம் முழுவதுமே மிருகங்களின் கனவு தானென்பதை ஏற்கனவே என் குருகுலவாசம் எனக்குக் கற்றுக் கொடுத்திருந்தது. சொல்லப்போனால் அதுவே நான் கற்றுக்கொண்ட வித்தையின் சாரமாகவும் இருக்கிறது. இன்னும்

சொல்லப்போனால் மனிதன் தேடிக்கொண்டிருக்கும் பிரபஞ்ச மர்மத்தின் சாரமாக இருப்பதுவும் இதே. மிருகங்கள் இப்பிரபஞ் சத்தைக் கனவில் தங்களின் பிறப்பிடமாகக் காண்கின்றன. கருப்பையிலிருந்து வெளியே வந்து விழுந்ததுமே இந்த உலகம் ஒரு கருப்பையாக மாறி அவற்றைச் சூழ்ந்துகொண்டுவிடுகிறது. பிறகு அது அவற்றின் நிரந்தர வீடாகவும் மாறிவிடுகிறது. மனிதனைப்போலவே பட்சியினங்களும் கரையான்களும்கூட தங்கள் உறைவிடத்தைத் தாங்களே கட்டிக்கொள்ளப் பிரியப் படும் இப்பூவுலகில் மிருகங்கள் மட்டுமே தமக்கென்று ஓர் உறைவிடத்தைக் கட்டிக்கொள்ள விழைவதில்லை. ஏனெனில் உண்பதும் உண்ணப்படுவதும் பருகுவதும் பருகப்படுவதும் உட்சுவாசமும் வெளிச்சுவாசமும் சுவாசிக்கும் நாசியும் பொருள் களைக் கவியும் சீதோஷ்ணமும் தட்பவெப்பங்களைத் தங்கள் மேல் அனுமதிக்கும் பொருள்களும் அமிழ்வதும் வெளிப்படுவதும் அமிழ்தலுக்கும் வெளிப்படுதலுக்குமிடையில் சொற்ப கணம் இல்லாதிருப்பதும் ஆகிய ஒவ்வொன்றுமே அவை காணும் கனவுகளில் அவை உறையும் இடமாகவே தெரிகின்றன. உணவினுள் தன் முகத்தை அமிழ்த்தும் மிருகத்தின்முன் உணவு அதைத் தன்னுள் வாஞ்சையோடு பொதித்துகொள்ளும் இடமாகவே இருக்கிறது. இதைப்போன்றே காற்று அதைத் தன் அகண்ட பரப்பினுள் அடக்கிக்கொள்கிறது. காட்சிகளின் வெளியில் விலங்கு நுழைந்து உள்ளே உறைகிறது. கலவியின்போது ஆண் விலங்கு தன் லிங்கத்தைத் தானாகப் பாவித்துப் பெண் விலங்கின் புழையை இடமாக்கி அதனுள் நுழைந்து தஞ் சமடைகிறது. அதேசமயம் பெண் விலங்கும் தன்னுடலை ஆண் மிருகத்தின் கால்களுக்கிடையில் நுழைத்து தன்னைத் தஞ் சமளிக்கிறது. நுழைவதும் வெளியேறுவதும் மற்றும் உருவாவதும் மறைவதுமான காட்சிகளைத் தவிர யதார்த்த உலகின் மேல்கீழ் மற்றும் பக்கவாட்டு இயக்கங்கள் விலங்குகளின் கனவுகளில் தட்டுப்படுவதில்லை. மேலும் தன் பார்வையால் இப்பிரபஞ்சத்தைத் தன் பிறப்புக்கு முந்தைய ஞாபகங்களோடு இணைத்துவிடும் ஒரு மிருகம் கருப்பையின் நிணக்கசடோடும் வாசனையோடும் உதிர்ந்து முதலில் விழுந்த இடத்தைத் தன் சாவிற்குப் பிறகும் மறந்து போவதில்லை. விலங்குகளின் இந்த கனவுலகம்தான் சாஸ்திரங்களில் தேவர்களின் உலகமாக விவரிக்கப்படுகிறது. ஏன் அங்கே கடவுளர்கள் இமைப்பதில்லை. ஏன் தேவர்களுக்கு பசியும் தாகமும் கிடையாது. ஏன் அங்கு போய்ச்சேர்ந்த பிதுர்க்கள் உறங்குவதில்லை. ஏனெனில் இருக்கிறோம் என்பதை ஸ்தூலமாகக் காட்டும் யதார்த்தத்திலிருந்து விலகி அரூப உலகை நோக்கிப் போய்விட்ட தேவர்களுக்கு அவர்கள் இருப்பின்மீது அவர்களுக்கே சந்தேகம் வந்துவிடாதிருக்கும் பொருட்டு பரந்தாமனால் சிருஷ்டிக்கப்பட்ட தேவருலகம் என்னும்

இடமே அவர்களின் உணவாகவும் நீராகவும் உறக்கமாகவும் பார்வையாகவும் காலமாகவும் சுவாசமாகவும் ஆகிவிடுகிறது. உலகின் எந்த மூலையிலும் பயிலப்படும் எந்த வித்தையின் சாரமாகவும் இருக்கும் இந்த ரகசியத்தை அனுபவித்துத் தெரிந்துகொள்ள நான் எடுத்துக்கொண்ட பிரயத்தனங்கள் வலியும் வினோதமும் நிறைந்தவை. ராஜன் மகளின் படுக்கை யறையில் பத்துத் தலைமுறைக்காலம் தேங்கிக்கிடந்த அந்தக் கிழட்டுப்புலியின் சோகத்தை இந்தப் பிரபஞ்ச விதியைப் புரிந்துகொண்டவர்களால்தான் அது ஓர் அற்புதமோ அன்றி ஒரு மர்மமோ அல்ல மாறாக யதார்த்தம்தான் என்றும் நம்ப முடியுமாதலால் ராஜன் மகளின் கனவின் கதையை மேலே தொடரும்முன் மிருகங்களின் கனவுகளைப்பற்றி உங்களுக்கு நான் சொல்லியாக வேண்டியிருக்கிறது. என் குருகுல வாசத்தின் சவால் நிறைந்த ஒரு பகுதிக் கதையை உங்களுக்குச் சொல்லவும் இந்தச் சந்தர்ப்பத்தை நான் பயன்படுத்திக் கொள்கிறேன். இந்தக்கதை நான் பிறர் தூக்கத்தினுள் ஊடுருவி அவர்கள் கனவுகளைப் பார்க்கும் வித்தையில் பாண்டித்யம் பெற்றவனென்று என் குருவால் ஆசீர்வதிக்கப்பட்ட கதை. உங்களுடன் சேர்ந்து இந்தக் கதையைக் கேட்டுக்கொண்டிருக்கும் இந்த மங்கையை வெற்றியின் பரிசாக நான் மணம் புரிந்துகொண்ட கதை. என்னைப் பண்டித னாக்கிய என் பெருமைமிகு ஆசானின் அளவிட முடியாத பெருமைகளைப்பற்றிச் சொல்லும் கதையும்கூட.

கேளுங்கள். அறியப்படாத பொருள்கள் கனவுகளின் உலகில் பார்க்கப்படுகின்றன என்பது விதி. மனிதன் பிரபஞ்சத்தைப் பார்க்கப் பிரியப்படுவதில்லை. மாறாக அதை அறியவே பிரியப் படுகிறான். அறிதல் யதார்த்தத்தை உண்டு பண்ணுகிறது. அறிவதன் பொருட்டே மனிதன் சப்த தாதுக்களை ஒழுங்கு படுத்திப் பாஷையை உண்டாக்கினான். மிருகங்களோ பாஷையை அறியாதவை. எனவே அவை தங்களைச் சுற்றி யுள்ள பிரபஞ்சத்தை அறியப் பிரயாசைப்படுவதுமில்லை. பிரயாசையற்ற இடத்தில் பார்வை பூரணமாக விளங்குகிறது. பார்த்தல் அறிதல் என்னும் இரண்டு அப்பியாசங்களால் முறையே இவ்வுலகைக் கனவுலகென்றும் யதார்த்த உலகென்றும் மனிதன் பிரித்துக்கொள்வதைப்போல மிருகங்கள் பிரித்துக் கொள்வதில்லை. பார்த்தல் என்பது கனவின் லட்சணமாதலால் மனிதன் அறிய முனையும் யதார்த்தம் என்பது மிருகங்கள் காணும் கனவாக இருக்கிறது. பிறரது கனவுகளுக்குள் ஊடுருவும் வித்தையில் தன் எல்லையைப் பரீட்சித்துக்கொள்ள விரும்பும் யாரும் இதனாலேயே மிருகங்களின் கனவுகளுக்குள் புகுந்து அவற்றின் பார்வை வழியே பிரபஞ்ச யதார்த்தத்தைக் கண்டு

வரவேண்டுமென்கிற விதியைக் கனவறியும் சாஸ்திரம் வற்புறுத்தும். அது மிகவும் கடினமான பரீட்சையாகவும் இருக்கும். இந்தப் பரீட்சைக்குள் பிரவேசிக்க விரும்புபவன் மூன்று நிலைகளில் அதைக்கடந்து வரவேண்டியிருக்கும். முதல் நிலையில் அவன் மிருகங்கள் தங்கள் கனவுகளில் என்ன காண்கின்றன என்பதை அறிந்து வரவேண்டும். இரண்டாம் நிலையில் அந்தக் கனவுகளில் தோன்றும் காட்சிகளின் அசைவுகளின் இயல்பை அவன் அவதானிப்பான். மூன்றாவதும் இறுதியானதும் மிகக் கடினமானதுமான நிலையென்பது மிருகங்கள் தங்கள் கனவுகளில் இந்தப் பிரபஞ்சத்தை என்ன வாகப் பார்க்கின்றன என்பதை அறிந்து தேர்வது. சோதனைக்காக என்வசம் ஒப்படைக்கப்பட்ட ஒரு பசுமாட்டின் கனவுகளுக்குள் புகுந்து அதை அறியும் பரீட்சையில் என் குருவின் ஆக்ஞைப்படி நான் பிரவேசித்தபோது பாஷையாலான யதார்த்தத்தை அந்த விலங்கு மீண்டும் எப்படி பாஷையற்ற தூய பொருளாக மாற்றித் தன் கனவில் காண்கிறது எனும் அறிதலின் ஆரம்பக் கட்டத்தைத் தாண்டவே எனக்கு நூற்றெண்பது நாட்கள் பிடித்தன என்றால் பார்த்துக்கொள்ளுங்கள். பொருளின்மீது சுமத்தப்பட்டிருக்கும் வார்த்தைகள் கழன்றுகொள்ளும் தருணங்களில் அப்பொருளிலிருந்து முன்பு பிரிக்கப்பட்டு ஞாபகமாக மாற்றப்பட்டிருக்கும் ஒளியும் மணமும் மீண்டும் அப்பொருளை வந்து சேர்ந்து கொள்கின்றன. பசுமாட்டின் கனவுகளூடே அந்தக் கனவுகளின் சுழலுக்குள்ளும் அடர்த்திக்குள்ளும் சிக்கிக்கொண்டு மூச்சடைத்து இறந்துபோய்விடாமல் ஒரு குளிர்பருவம் முழுவதும் மிகக் கடினமான பிரயாணத்தை மேற்கொண்ட பிறகு அந்தக் கனவுகள் தூயதென்று உணரும்படியான ஆனால் குழப்பமான நிறங்களையும் கலவையான மணங்களையும் கொண்டிருப்பதாக என் குருவிடம் வந்து கூறியபோது நான் பரீட்சையின் முதல் நிலையை வெற்றிகரமாகக் கடந்து வந்துவிட்டதாகக் கூறி அவர் வைத்தியசாலைக் கட்டிடத்தின் நான்காம் அடுக்கிலிருந்து முன்பு குதித்துத் தன்னை மாய்த்துக்கொண்ட முதல் சீடனின் நினைவில் துயரக் கண்ணீர் பெருக்கியபடி என்னை அணைத்துக்கொண்டார். பிறகு அவர் தன்பெண்ணை நோக்கித் திரும்பி இனி அவள் என்முன் வரும் வேளைகளில் தன் ஸ்தனங்களைத் துணியால் மறைத்துக்கொள்ள வேண்டுமெனவும் ஆணையிட்டார். இறுதிப் பரீட்சையின் முதல் கட்டத்தை நான் பூர்த்தி செய்தபோது பௌர்ணமி நிலவு தன் முழு ஆகிருதியுடன் கிழக்குத் திசையில் வெளிப்பட ஏழு நாட்கள் மீதமிருந்தன. எனக்கு இரண்டு நாட்கள் ஓய்வளிக்கப்பட்டது. இதையடுத்த ஐந்து நாட்கள் முழு உபவாச விரதமொன்றை என் குருவின் ஆக்ஞைப்படி நான் மேற்கொண்டேன். பிறகு என் பரீட்சையின் இரண்டாம்

நிலையில் தேர்ச்சியுறும் பொருட்டாக பௌர்ணமியன்று மீண்டும் பசுமாட்டின் கனவுகளுக்குள் என்னைப் புகுத்திக்கொண்டேன்.

உலகம் வார்த்தைகளற்ற ஒரு பிரம்மாண்டமான ஓயாத கனவாகவே பரம்பொருளால் ஆதியில் படைக்கப்பட்டது. யதார்த்த உலகின் அடியில் இன்று மறைக்கப்பட்டுவிட்ட கடவுளின் இந்தக் கனவுலகை மனிதன் இறந்த பின்னே சென்றடைகிறான். மனிதனுக்குக் கீழ்ப்பட்ட அறிவைக் கொண்டிருக்க ஆசீர்வதிக்கப்பட்ட விலங்குகளோ அதிகப்படியான அறிவின் சுமையால் கூனடைந்து போகாது உயிர்வாழும்போதே கடவுளின் உலகைக் கண்டு அனுபவிக்கின்றன. அந்த உலகம் மிகவும் ஆச்சர்யகரமான சாயைகளைக் கொண்டது. கனவுலகின் காலக்கிரமமும் இடக்கிரமமும் யதார்த்த உலகின் காலக்கிரமத்திலிருந்தும் இடக்கிரமத்திலிருந்தும் மிகவும் வித்தியாசப்பட்டிருக்கின்றன. ஏனெனில் அங்கே பொருள்கள் யதார்த்த உலகில் அசைவது போல் அசைவதில்லை. யதார்த்த உலகில் மனிதன் தன் வார்த்தைகளால் அர்த்தங்களை உருவாக்குகிறான். அர்த்தங்கள் காரணங்களை உருவாக்குகின்றன. காரணங்கள் ஸ்தூலப் பொருள்களை உண்டாக்குகின்றன. பொருள்கள் விளைவுகளை உண்டாக்குகின்றன. விளைவுகள் மீண்டும் காரணங்களை உருவாக்கும் அர்த்தங்களை உருவாக்கும் வார்த்தைகளைப் பிறப்பிக்கின்றன. ஒருபொருள் இவ்வாறாக இன்னொரு பொருளோடு அதன் பக்கவாட்டிலும் மேலுங்கீழும் காரணத்தாலும் விளைவாலும் சங்கிலிபோல இணைக்கப் பட்டிருப்பதால் இவ்வுலகக் காட்சிகள் கிடைக்கோட்டிலும் மேலும் கீழுமாக நகர்ந்துகொண்டிருப்பதாக மனிதர்களாகிய நம் பார்வைக்குப்படுகிறது. பிரபஞ்சத்தைக் கனவாகக் கண்டு கொண்டிருக்கும் மிருகங்களின் பார்வையிலோ இவ்வுலகம் வலமிருந்து இடமாகவோ இடமிருந்து வலமாகவோ அல்லது மேலிருந்து கீழாகவோ கீழிருந்து மேலாகவோ நகர்வதாக இருப்பதில்லை. மனித முகத்தைப்போல தட்டையாகவன்றி முன்னோக்கிக் குவிந்து கீழ்நோக்கி இறங்கும் கூம்பு வடிவினதாக மிருகங்களின் முகத்தை வடிவமைத்த கடவுளின் கருணையும் முன்யோசனையும் இதைச் சொல்லும்போது என் நினைவிற்கு வந்து கண்களில் நீர் கசியச் செய்கிறது. ஏனெனில் ஒரு காட்சியை ஒரே சமயத்தில் இரு கண்களாலும் ஒருசேரப் பார்க்க வாய்ப்பாக தட்டையான முகவமைப்பைக் கொண்ட மனிதனுக்கு அறிதலைக் குழப்பும் இருவேறு காட்சிகளை ஒரே சமயத்தில் பார்த்தாகவேண்டிய சிரமம் கிடையாது. ஏனெனில் ஒரு சமயத்தில் ஒரு காட்சியென்பதே அறிதலின் அடிப்படையாக இருக்கிறது. ஆனால் முகத்தின் இருபுறமும்

சரிந்த விழிகளால் தனித்தனியாக இருவேறு காட்சிகளை ஒரே சமயத்தில் பார்க்கும் மிருகங்களால் அவற்றை இணைத்துப் புரிந்துகொள்வதென்பது முடியாததாக இருக்கிறது. இதனால் அவற்றால் பாஷையை உருவாக்க முடிவதுமில்லை. ஏனெனில் ஒரு சமயத்தில் பல காட்சிகள் என்பதே வார்த்தைகளற்ற பார்த்தலின் அடிப்படையாக இருக்கிறது. முகத்தின் வலப்புறம் தோன்றிய ஒரு காட்சி சோதனைக்காக என் வசம் ஒப்படைக்கப் பட்ட பசுமாட்டின் இடப்புறத்திற்கு நகர்ந்தபோது வலப்புறம் அந்தக்காட்சி விட்டுச்சென்ற வெளியில் இன்னொரு காட்சி தோன்றியதையும் அதேசமயத்தில் முகத்தின் இடப்புறம் ஏற்கனெவே பசு பார்த்துக்கொண்டிருந்த காட்சியின்மேல் வலப் பக்கத்தில் மறைந்த காட்சிவந்து அமர்ந்துகொண்டதையும் நான் என் பரீட்சையின் இரண்டாம் நிலையில் கண்டுகொண்டேன். குழப்பமான நிறங்களாகவும் வாசனைகளாகவும் உருவாகும் மிருகங்களின் கனவுகளில் காட்சிகள் யதார்த்த உலகில்போலன்றி உள்ளிருந்து மேலெழும்பித் தோன்றுவதும் வெளியிலிருந்து உள்ளே பதுங்கி மறைவதுமாகவே அசைகின்றன என்பதையும் அதன் காரணங்களை நான் இப்போது உங்களுக்குச் சொன்ன விதமாகப் புரிந்துகொண்டதையும் அறுபது நாட்கள் கடும் பிரயாசைக்குப் பிறகு பசுவின் கனவிலிருந்து வெளியேறி குருகுலத்தை அடைந்த அன்று என் ஆசானிடம் சொன்னபோது நான் என் தேர்வின் இரண்டாம் நிலையையும் வெற்றிகரமாகக் கடந்து வந்துவிட்டதாகக் காசியின் அடர்ந்த வனங்களை நோக்கி ஓடிப்போய்விட்ட தன் இரண்டாவது சீடனின் நினைவு கண்களில் கண்ணீரைப் பெருக்க அவர் கூறினார். ஆடைகளால் மறைக்கப்படாத அங்கங்களை ஆபரணங்களால் மறைத்த பின்பே இனி என்முன்னே தோன்றவேண்டுமென அப்போதே தன் மகளுக்கு அன்புக் கட்டளையுமிட்டார்.

முடிவானதும் மிகக் கடினமானதுமான பரீட்சையின் மூன்றாம் நிலைக்கு என்னைத் தயார் செய்துகொள்வதற்காகப் பிறகு அவர் எனக்கு மேலும் பத்து தினங்கள் ஓய்வளித்தார். என் குருகுல வாசத்தில் அதுவரை அனுபவித்தே அறியாத பலவகைப் பதார்த்தங்களை நான் அந்தக் காலகட்டத்தில் உண்டு மகிழ்ந்தேன். நறுமணமிக்க மூலிகைகளைக் கலந்து தயாரிக்கப்பட்ட பானகங்களைத் தொடர்ந்து எனக்களிக்க என்குரு ஏற்பாடு செய்திருந்தார். அவை என் உடலைக் குளிர்ந்ததாகவும் நாட்கணக்காகத் தொடர்ந்த உறக்கத்தில் ஆழ்ந்து போகுமளவிற்கு அலுப்புள்ளதாகவும் உறங்கும் போது உடைகள் அலங்கோலமாகக் கலைந்து விலகிக் கிடக்கும்படி மண்தரையில் புரண்டுகொண்டிராதவண்ணம்

அதை மரக்கட்டைபோல உணர்வற்றதாகவும் ஆக்கின. இவற்றையெல்லாம் அன்று என்குருவின் மகளாக இருந்த இதோ இங்கே என்னருகே அமர்ந்திருக்கும் என் மனைவியின் கையால் நான் பெற்றுக்கொண்டதானது கிளர்ச்சியூட்டும் கனவுகள் என்னுள்ளிருந்து விழித்தெழும்வண்ணம் என்னை இன்னும் நீண்ட விச்ராந்தியான உறக்கத்தில் ஆழ்த்தி வைத்திருந்தது. பரீட்சையின் இரண்டாம் நிலையில் நான் பிசகின்றி வெற்றி பெற்றதன் நிமித்தமாகவே இத்தகைய உபசாரங்கள் எனக்களிக்கப்படுவதாக அப்போது நான் எண்ணி இறுமாந்திருந்தேன். ஆனால் அவையாவும் பலியாட்டின் மீது போர்த்தப்படும் புதிய வஸ்திரங்களையும் வாசனைத் திரவியங் களையும் பூமாலைகளையும் போல தந்திரத்தின் மணத்தைத் தம்முள் புதைத்துக்கொண்டிருந்தன என்பதைப் பின்னால்தான் தெரிந்துகொண்டேன். அதற்குக் கட்டியங்கூறும் வகையில் பரீட்சையின் மூன்றாம் நிலைக்கு நான் தயாரான அன்று என்குரு எனக்குச் சொன்ன அறிவுரைகளையும் பரீட்சையின் வழிமுறை களையும் கேட்ட என் உதிரம் அச்சத்தால் உறைந்துபோய்விட்டது. பெரும்பீதி என்னை ஆட்கொண்டது. பரீட்சையின் முதல் இரண்டு நிலைகளையும்போல இந்த மூன்றாம் நிலை பரீட்சைக்கு உட்படுத்தப்படும் மிருகத்தின் வயிற்றில் அதன் இரை ஜீரணமாகிக் கொண்டிருக்கும் மந்தமான உறக்க நிலையில் பிரயோகித்தறிவது அல்ல என்று என் குரு என்னிடம் சொன்னார். மேலும் என் பிரியத்திற்குரிய மாணவனே மிருகங்கள் தங்கள் கனவில் என்ன காண்கின்றன என்பதையும் காட்சிகள் அந்தக் கனவில் எப்படிப் பிறந்து மறைகின்றன என்பதையும் கசடறக் கண்டுகொண்ட நீ இப்போது அக்கனவுகளின் அர்த்தத்தை மனிதனின் மொழியில் அறிந்துகொள்ள இருக்கிறாய். வார்த்தைகளற்ற மிருகங்களின் கனவுலகை வார்த்தைகளாக மாற்றி அவற்றை சாஸ்திரங் களாக்கி நம் முன்னோர் நமக்குத் தந்ததைப்போல இனிவரும் சந்ததிகளுக்கு நீ தரவேண்டிய பொறுப்பு இப்போது உன் தலைமீது சுமத்தப்பட்டிருக்கிறது என்பதை அறிந்துகொள். மிருகங்கள் நாம் காண்பதுபோல உறக்கத்தில் மட்டுமே கனவுகளை உருவாக்கிக்கொள்வதில்லை. அவை தம் அன்றாட வாழ்வின் பிரத்யேக கணங்கள் ஒவ்வொன்றிலும் சிறுசிறு தற்காலிக உறக்கங்களை அவ்வப்போது மேற்கொண்டு அந்தந்தக் கணங்களுக்குரிய உலகைக கனவாகக் கண்டுமகிழும் வல்லமை படைத்தவை. எனவே ஐந்தறிவு மிருகத்தின் கனவுகளை அறியும் விதமாக இனி நீயும் உனது ஆறாவது அறிவை அவ்வப்போது இழக்கக் கடவாய். அவ்வுயிர் புழங்கும் இடங்களினூடும் பார்க்கும் காட்சிகளினூடும் செல்லும் பிரதேசங்களினூடும் உண்ணும் உணவினூடும் தரிக்கும் கலவியினூடும் நீயும் கலந்துபோகக்

கடவாய். கணத்திற்குக் கணம் கனவுகளை உருவாக்கி அவற்றை இப்பிரபஞ்சமாக உலாவவிடும் மிருகங்களின் பார்வையில் இப்பிரபஞ்சம் என்னவாக இருக்கிறது என்பதை அப்போது நீ தெரிந்துகொள்வாய். தேர்வின் முதல் நிலையில் நீ கண்ட குழப்பமான நிறங்களை வார்த்தைகளாகவும் வாசனாதிகளை உச்சாடனங்களாகவும் மாற்றிக் கொண்டுவிட்டதாகத் திருப்தி யடையும் நாளில் நீ என்னை மீண்டும் வந்து சந்திப்பாய்.

என் ஆசான் நான் இரண்டு நிலைகளில் பரீட்சைக்கு உட்படுத்திய அந்தப் பசுவையே பிறகு அதன் சொந்தக்காரரிடமிருந்து விலைகொடுத்து வாங்கி அதன் மூக்கணாங்கயிற்றையும் கொம்புப் பூண்களையும் முகப்பட்டையையும் மேல் வஸ்திரத்தையும் எடுத்துவிட்டு நெற்றித் திலகத்தையும் உடல்மேல் இடப்பட்டிருந்த அலங்கார வண்ணக் கோலங்களையும் அழித்து விட்டு அதைப் பூரண நிர்வாணியாக்கி எனக்கு முன்னே நடந்து செல்லும்படி அனுப்பி வைத்தார். பிறகு என்னையும் என் உடைகளனைத்தையும் களைந்துவிட்டுப் புறப்படும்படி அவர் கட்டளையிட்டபோது நான் திடுக்கிட்டுக் கௌபீனத்தை மட்டுமாவது தரித்துக்கொள்ள என்னை அனுமதிக்கும்படி அவரை மன்றாடினேன். முதலில் பிடிவாதமாக அதை மறுத்துவிட்ட அந்தத் திரிகால ஞானி பிறகு வேதனையுடன் சில வார்த்தைகளை முனகிக்கொண்டே கௌபீனத்துடன் செல்ல என்னை அனுமதித்தார். அன்றுமுதல் நான் பசுவின் பின்னால் அதன் நிழலைப்போல் அலையத் தொடங்கினேன். ஒரு கிழமையல்ல ஒரு பருவமல்ல சபையோரே கோடையின் இரண்டு முழுச்சுழற்சிகள் என்னைத் தன்னிச்சை யாக வனாந்திரங்களுக்குள்ளும் நகர்ப் புறங்களுக்குள்ளும் நீர்நிலைகளின் ஆழங்களினூடாகவும் வயல் வரப்புகளினூடாகவும் விசேஷ காலங்களில் தங்களது இல்லங்களுக்குள் அதை அனுமதித்து வெல்லமும் அரிசியும் தேங்காய்க் கீற்றுகளும் தின்னக் கொடுத்துத் தங்களது சுபிட்சத்தைப் பெருக்கிக் கொண்ட மனிதர்களின் தந்திரங்களினூடாகவும் அலைக்கழித்த அந்த வெண்பசுவின் பின்னே நான் அதைத்தவிர வேறு யாதொரு பந்தமும் அற்றவனாகச் சுற்றித் திரிந்தேன். அது தன் உணவை அசை போடும்போது அதன் கனவுகளுக்குள் புகுந்து பருவச் சுழற்சிகள் வெட்டிக்கொள்ளும் காலத்தே தெறிக்கும் சீதளப் பொறிகளின் உக்கிரத்திலிருந்து என்னைக் காத்துக் கொண்டேன். அந்தக்காலம் முழுவதும் நான் உண்ணவும் உறங்கவும் இல்லை. என்னுடைய ஓய்வுக் காலங்கள் என நான் மகிழ்ந்து அனுபவித்துக்கொண்டிருந்த பரீட்சைக்கு முந்தின காலக்கட்டத்தில் என் குருவின் மகளும் இன்று என் மனைவியுமான இந்தப்பெண் எனக்களித்த நறுமணம் கமழும்

மூலிகைப் பானகங்களால் என்னைக் கவிந்துகொண்டிருந்த தூக்கமும் பசியும் பரீட்சைக் காலத்தில் என் இமைகளையும் வயிற்றையும் காவுகொள்ளவே அப்போது எனக்கு மருந்தாகப் புகட்டப்பட்டவை என்பதை நான் தெரிந்துகொண்டேன். நான் பின்தொடர்ந்துகொண்டிருந்த பசுவோ என்னைப் பற்றின பிரக்ஞையே இல்லாததாக ஒருபோதும் என்னைத் திரும்பிப் பார்க்காது தனக்கு விருப்பப்பட்ட இடங்களில் இருந்தும் படுத்தும் விழுந்தும் புரண்டும் ஓய்வெடுத்துக்கொண்டது. கண்களைத் திறந்தபடி உறங்கியது. மறைப்புகள் ஏதுமற்ற தன் தூய நிர்வாணம் முழுவதும் அமிழும்படி நீர்நிலைகளில் மூழ்கி எழுந்தும் மண்ணால் தன்னை மூடிக்கொண்டும் பிறகு அதை உதிர்த்து வெளிப்படுத்திக்கொண்டும் புளகாங்கிதமடைந்தது. குளிர்ப்பருவத்தில் வெளிச் சுவாசத்தைத் தன்னுடல்மேல் செலுத்தித் தகிப்பைத் தக்க வைத்துக்கொண்டது. கோடைப் பருவத்தில் உட்சுவாசம் இறங்கும் வழியை நாக்கால் தடவி ஈரப்படுத்திக் காற்றைக் குளிரச் செய்து தன்னுள் செலுத்திக் கொண்டு மிகுதி வெப்பத்தை உடலைச் சிலிர்த்து வெளியே சிதறடித்தது. மனிதப் பிறவியால் சாதிக்கவியலாத பசுவின் இவ்விதமான செய்கைகள் என் அறிவைக் கேலிசெய்து என்னைத் தொடர்ந்து அவமானப்படுத்திக்கொண்டேயிருந்ததால் விரைவில் பரீட்சையை முடித்துக்கொண்டு இருப்பிடம் திரும்பும் ஏக்கம் என்னை அரிக்கத் தொடங்கிவிட்டது (மேலும் குருமகளின் நினைவு நானறியாமல் என்னுள் இடந்திரும்பும் அவாவைக் கொழுந்து விட்டெரியச் செய்துகொண்டிருந்ததென்பதைத் திருமணத்திற்குப் பிறகே அறிந்துகொண்டேன்.). எனவே பசுவின் செயல்களுக்கு அவசர அவசரமாக வார்த்தையுருக் கொடுத்துப் பரீட்சையை வலுக்கட்டாயமாக அதன் முடிவிற்குக் கொண்டுவரும் மதிகெட்ட செய்கையைச் செய்யவும் நான் துணிந்தேன். நிர்வாணமாகத் திரியும் பசுவின் கண்முன் கனவாகத் தெரியும் வெல்லமும் அரிசியும் தேங்காயும் புல்லும் வைக்கோலும் மட்டுமல்லாது காற்றும் சீதோஷ்ணமும் காட்சிகளுமேகூட உணவாகவே தெரிகின்றன என்று நான் எண்ணத் தலைப்பட்டேன். அது தன்முன் எதிர்ப்படும் எந்தப் பொருளையும் முகர்ந்து பார்த்தும் நக்கிப் பார்த்துமே அடையாளங் கண்டுகொள்வதாகவே பரீட்சைக் காலத்தின் முதல் வசந்தத்தின்போது எனக்குத் தோன்றியது. நான் என்முன்னே சென்ற பசுவைப் பிடித்து அதன் நாசித் துவாரங்களில் கயிற்றைச் செலுத்தி இறுக்கி அதன் முடிச்சைப் பிடித்தபடி திமிருடன் அதன் முன்பாக நடந்து சென்று என் குருவை அடைந்தேன். பெரும் தவறைச் செய்கிறேன் என்பதை எனக்குக் காட்டாது அப்போது வயதும் என் கண்களைக் கட்டிவிட்டது. மிருகங்கள் இந்த உலகைத்

தங்கள் உணவாகக் காண்பதாகவும் எந்தப் பொருளையும் அவற்றின் கனவுகள் ருசியாகவே காட்டுவதாகவும் அவரிடம் இறுமாப்புடன் அறிவித்தேன். அப்படி அறிவித்த கணத்தில் என் குருவின் கண்கள் இருண்டு குழியில் விழுந்து அவர் உடலும் தன்னிலை தவறி அவர் என்னை வரவேற்ற முன்முற்றத்தின் கோலமிட்ட தரையிலேயே மூர்ச்சையுற்று விழுந்தபோதுதான் அவசரப்பட்டுவிட்டேன் என்பதை நான் தெரிந்துகொள்ள சந்தர்ப்பம் வாய்த்தது. என் தோல்வி என் ஆசானை மரணத்தில் கொண்டு சேர்த்துவிடும் அளவு விஷமுள்ளது என்பதை அறிந்த மாத்திரத்தில் நான் என்னையே வெறுக்கத் தொடங்கினேன். குருவின் மகளும் பின்னாளில் எனக்கு மனைவியுமாய் ஆன இந்தப்பெண் தன் தகப்பனைத்தேடி வாசலுக்கு வருவதற்கு முன் நான் பசுவின் மூக்கைப் பிணைத்திருந்த கயிற்றையும் என் கௌபீனத்தையும் கழற்றி நான் வந்து போனதன் அடையாளமாக நிலத்தில் வீசியெறிந்துவிட்டு பதிலுக்கு என் குருவின் மூர்ச்சை தெளிவதற்குள் நான் வெற்றியுடன் திரும்பிவிடும் பிரதிக்ஞையை என்னுடன் எடுத்துக்கொண்டு சற்றும் தாமதிக்காமல் அங்கிருந்து வெளியேறினேன்.

பருவகாலங்களின் ஒரு சுழற்சிக்குள்ளாகவே பூர்த்தியாகியிருந் திருக்கவேண்டிய கல்வி என் மதியீனத்தாலும் அகம்பாவத்தாலும் அவசரத்தாலும் மேலும் ஒரு சுழற்சிக்குள் சிக்கிக்கொண்டு அல்லலுறும்படியாகிவிட்டது. மேலும் இப்போது நான் என்னை மனிதனென்று உறுதிப்படுத்தும் வண்ணம் என் லிங்கத்தைத் தொங்கவிடாது மறைத்துத் தொடைகளுடன் பிணைத்திருந்த ஒட்டுத்துணியையும் துணியிருக்கும் தைரியத்தில் பிற மனிதர் களோடு நான் பகிர்ந்துகொள்ள வைத்திருந்த சொற்ப வார்த்தைகளையும் இழந்துவிட்டேன். என்னை வழிநடத்திச் சென்ற மிருகத்தோடு நானும் கூடவே வார்த்தைகளும் பேதங்களுமற்ற உலகினுள் இவ்வாறு முற்றாகப் பிரவேசித்தேன். அதேசமயத்தில் அவ்வுலகிற்கு வெளியே இருந்து அதை அறியும் வார்த்தைகளையும் மனிதனென்கிற பிரக்ஞையுடன் நான் சிருஷ்டித்துக்கொண்டே இருக்க வேண்டியிருந்தது. உண்மையான பரீட்சை இப்போதுதான் தொடங்குகிறது என்பதை என் முழு நிர்வாணம் எனக்கு உணரக் காட்டியது. முன்பு கௌபீனத்தை அவிழ்க்க மறுத்தபோது என் ஆசான் முணுமுணுத்த வார்த்தை களையும் அப்போது என்னால் தெளிவாகக் கேட்க முடிந்தது. மிருகங்களின் கனவுகளில் பிரபஞ்சம் குழப்பமான நிறங்களிலும் மணங்களிலும் காணக் கிடைக்கிறது என்பதை நான் என் முதல் பரீட்சையில் அறிந்தேனென்று சொன்னேனல்லவா. இப்போது அவை குறிப்பிட்ட தருணங்களில் சில குறிப்பிட்ட

நிறங்களும் வாசனையும் கொள்வதை என்னால் கண்டுகொள்ள முடிந்தது. பசு தன் உணவை மெல்லும்போது அதன் கனவுகள் சிவந்ததும் இருண்டதுமான நிறத்தைக்கொள்வதை நானும் ஒரு விலங்காக என் கனவில் காணுமளவிற்கு சின்னாட்களில் முன்னேறினேன். கண்கள் முழுகும்வரையில் முகத்தை நீரில் அமிழ்த்தி அது நீரருந்தும்போதும் காற்றிற்கு எதிராக முகத்தை நிமிர்த்தி சுவாசத்தை அது சுத்தம் செய்துகொள்ளும்போதும் மழையாலும் மட்கிய பொருள்களாலும் சிறு பூச்சியினங்களாலும் புரட்டப்பட்ட சேற்றில் தன்னுடலை வீழ்த்திக்கொள்ளும்போதும் உண்ணிகளைக் கொத்திப்பிடுங்கச் சிறுபறவைகளுக்குத் தன்னுடலைக் கொடுக்கும்போதும் பசுவின் கண்களில் இவ்வுலகம் சிவந்து இருண்ட நிறங்கொள்வதாகவே இருந்தது. இதோடுகூட என் வியப்பு அதிகரிக்கும்படியாக அந்தக் கனவுகளிலிருந்து ஆசுவாசங்கொள்ளச் செய்யும் கதகதப்பான சீதோஷ்ணம் ஒன்று வெளிக்கிளம்பிக்கொண்டிருப்பதையும் நான் அனுபவித்தேன். அந்தச் சீதோஷ்ணம் இவ்வுலகின் எந்த மூலையிலும் கேட்கக் கிடைக்காத கனத்த அமைதியை என் காதுகளில் ஒலித்துக்கொண்டிருந்தது. மேலும் அது எனக்கு ஏற்கனெவே பரிச்சயப்பட்ட ஒன்றாகவும் சாபத்தால் என் நினைவிலிருந்து பிறகு அகன்று மறைந்துபோனதாகவும் தோன்றி என்னை வதைத்தது. மிருகங்கள் இப்பிரபஞ்சத்தை என்னவாகத் தங்கள் கனவில் கண்டுகொண்டிருக்கின்றனவோ அதை நான் வார்த்தைகளாக அறிந்துகொண்டுவிட முடியவில்லையே தவிர காட்சியாகக் கண்டுகொண்டேதான் இருக்கிறேனென்பது விலங்கோடு விலங்காய் மாறிப்போயிருந்த எனக்குத் தெரிந்தது. பாஷைக்குள் பிடிபடும்வண்ணம் அந்தக் கனவை அறியத்தரும் ஓர் உபகரணத்தை நான் எப்படியும் கண்டுபிடித்து விடுவேன் என்று நம்பினேன். அந்தச் சந்தர்ப்பமும் விரைவிலேயே வாய்க்கத் தான் செய்தது. ஆனால் நடந்தது என்னவென்றால் அந்த உபகரணம்தான் தன் கருவியாக என்னைத் தன் வழியில் கண்டுபிடித்தது. என்னைக் கண்டுபிடித்த அந்த உபகரணம் பத்தினிப் பெண்ணின் விழிகளையொக்கும் கருத்த நிறமுள்ள ஒரு காளைமாடு. ஊரென்றோ நகரமென்றோ அடையாளம் புலப்படாத ஒரு பிரதேசத்தின் வழியே நானும் என்முன்னே வழக்கம்போல பசுவும் நடந்து சென்று கொண்டிருந்தபோது திடீரென எங்களிருவருக்கும் நடுவே பருத்த உருவமும் திரண்டு மதர்த்த இரட்டைத்திமில்களும் உயர்ந்து வானைக் கிழித்துக்கொண்டிருந்த கொம்புகளும் பரந்த தொடைகளும் சிவந்த கண்களும் உமிழ்நீர் பெருகி வடிந்துகொண்டிருந்த வாயுமாக அந்தக் காளை தோன்றியது. நான் என்னை நிதானித்துக்கொள்வதற்குள் பசுவை என் பார்வையிலிருந்து

மறைத்து நின்ற அந்தப் பிரம்மாண்டமான ஆண்மிருகம் விரைத்து நீண்டிருந்த தன் பிறப்புறுப்பால் என்னைத் தொட்டுத் தாக்கி அப்பால் தள்ளிவிட்டது. பிறகு இடியொன்று மரத்தின்மீது வீழ்வதுபோல அது பசுவின்மேல் தன் முன்கால்களை ஏற்றி வீழ்த்தி அதைத் தனது உடலுக்குள்ளாக இழுத்தது. கண்மூடித் திறப்பதற்குள் இவையாவும் நடந்து முடிந்துவிட்டன. பசுவின் உடல் சுருங்கித் தன்னிச்சையாகக் காளையின் கால்களின் நடுவே பதுங்கிக்கொள்வதையும் அதன் கனவுகள் வெகுவேகமாகச் செந்நிற இருளைத் தீட்டுவதையும் நான் விழுந்த நிலையிலேயே கண்டேன். அதன் பின்புறத்தின்மீது ஏறி நின்றுகொண்டிருந்த காளையின் கண்களிலிருந்தும் அதே செவ்விருட்டுநிறக் கனவு பீறிட்டு வெளியில் சிதறிக்கொண்டிருந்தது. இப்போதும் அந்தக் கனவுக்குள்ளிருந்து எனக்குப் பழக்கப்பட்டு மறந்துபோன தட்பவெப்பம் என்மேல் கவிந்தது. குருவை மூர்ச்சையடையச் செய்த என் வயதின் மமதையை வென்று அப்போது பொறுமையாய் நிகழ்பவைகளைப் பார்த்துக்கொண்டிருப்பவனாய் மட்டுமே நான் விழுந்து கிடந்தேன். இதன் பயனாக என்னைப் பசுவிடமிருந்து பிரிக்கும்வண்ணம் நடுவே புகுந்ததென்று எண்ணியதால் ஒருகணம் என் கோபத்திற்கு இலக்கான காளை உண்மையில் வெற்றியுடன் என்னைப் பிணைக்கும் கண்ணியாகவே அப்படி நிற்கக் கடவுளால் அனுப்பப்பட்டது என்பதை நான் சற்றுநேரத்தில் கண்ணீருடன் தெரிந்துகொண்டேன். விலகி நெருங்குவதாக அல்லாமல் அமிழ்ந்து வெளிப்படும் இயல்பினதான மிருகங்களின் கனவுலகமே உண்மையான பிரபஞ் சமென்று பறைசாற்றும்படியாக அவ்வுலகிற்குரிய செங்குத்தான அசைவை லயப்பிசகின்றி பசுவின் பின்புறத்தில் நிகழ்த்திக் கொண்டிருந்த காளை நெடுநேரம் கழித்து மீண்டும் தன் பளுவைத் தரையதிரும்வண்ணம் கீழே இறக்கியபின்பு செந்நிறம் நீர்த்துப் பழைய ஸ்திதியை அடைந்திருந்த தன் கண்களைத் திருப்பி என்னைக் கனிவுடன் பார்த்தது. அப்போது என் பயணக் காலம் முழுவதிலும் என்னைத் திரும்பியே பார்த்திராத அந்த வெண்ணிறப் பசுவும் முதன்முறையாக அன்பின் நீர் ததும்பும் விழிகளோடு என்னைப் பார்த்தது. அது தன் இடத்திலேயே அசையாது பின்னும் நின்றிருக்க காளை என்னருகே வந்து படுத்துக்கிடந்த என்மேல் தன் கதகதப்பான சுவாசத்தைப் பாய்ச்சியும் உடல் முழுவதையும் தன் நாக்கால் சுழற்றி நக்கியும் என்னோடு வார்த்தைகளற்ற உலகைச் சேர்ந்த பிரகிருதியின் பாவபாஷையில் பேசியது. பிறகு அது தோன்றியதைப்போலவே உட்சுருங்கிக் காற்று வெளியில் மறைந்து போனது. அதன் பேச்சை அறிவு புரிந்துகொள்ளும் முன்பே உடல் புரிந்துகொண்டதன் அடையாளமாக என் லிங்கம் என்னிலிருந்து புறப்பட்டு என்

யத்தனமின்றியே பசுவை நோக்கி நீண்டது. அந்த அளவில் நான் மிகப்பெரும் உவகையுடன் கதறியழுதபடி எழுந்து எனக்குத் தன் பின்புறத்தை மலர்த்தியவாறே காத்துக்கொண்டிருந்த பசுவை நோக்கிப் பாய்ந்தேன். அதன் முதுகின்மேல் என் கைகளை ஊன்றி எழும்பிக் காளையின் மதநீர் வடிந்துகொண்டிருந்த புழையினுள் என் லிங்கத்தை நுழைத்தேன். அது என் ஆகிருதியிடமிருந்து விடுபட்டதான தன்னிச்சையுடன் என் மொத்த உயரத்தையும் விடக் கூடுதல் நீளங்கொண்டதாகப் பசுவின் உடலினுள் அதன் தசையையும் திசுக்களையும் நிணத்தையும் குருதியையும் மென்நரம்புகளையும் தீண்டி வழுக்கியபடி வளர்ந்தது. மிருகங்கள் தங்கள் உடலின் ஒவ்வொரு மயிர்க்கண்களாலும் எப்போதும் பார்த்துக்கொண்டிருக்கும் இப்பிரபஞ்சத்தின் உண்மையான தோற்றத்தை இறுதியில் பசுவின் உடலினுள் என் லிங்கத்தின் கண்களால் இவ்வாறாக நான் தரிசித்தேன். விலங்குகளின் கனவுகள் முழுவதிலும் நிறைந்து கனவாகவே ஆகியிருக்கும் இருண்டு சிவந்த நிறமும் சீதோஷ்ணமும் கிறக்கமூட்டும் மணமும் நீரினுள் ஆழ்ந்ததைப் போன்ற நிசப்தமும் உண்மையில் பெண்விலங்கின் கருவறையே என்னும் உண்மை தாங்கவொணாத பரவசத்திற்கிடையில் அப்போது என் நெற்றிப்பொட்டில் வெடித்தது. பசுவின் கனவுகளூடு பயணப்பட்ட வழியில் நானும் அவ்வப்போது நான் ஜனித்த இடத்தைத்தான் இப் பிரபஞ் சமாக கண்டிருக்கிறேனென்னும் தெளிவும் என் அறிவு வெடித்த வெளியில் சிதறியது. மனிதன் வார்த்தைகளால் தன்னிடமிருந்து பிரித்துத் தனியானதாக உருவாக்கிக்கொண்ட உலகத்தில் உலோக அரண்மனைகளையும் ஓலைக் குடிசைகளையும் ஓட்டுவீடுகளையும் தோற்கூடாரங்களையும் எழுப்பித் தலைமுறைகளின் ஞாபகத்திலிருந்து தொலைந்துபோன தன் பிறப்பிடத்தைப் போலிசெய்து திருப்திப்பட்டுக்கொண்டிருக்க விலங்குகள் பிரபஞ்சம் முழுவதையும் தங்களின் பிறப்பிடமாகப் பார்த்துக்கொண்டிருக்கின்றன என்பதை நான் பசுவினுள் துடித்துக்கொண்டிருந்த என் ஞானக்கண்ணால் கண்டேன். இப்படி ஒரேசமயத்தில் திடீரென நான்பெற்ற ஞானோதயத்தால் மகிழ்ச்சியும் அதேசமயத்தில் மனிதர்களின் மடமையை எண்ணி அளவிலாத் துக்கமும் மேலிட்டவனாகப் பெண்மிருகத்தின் கருவறையிலிருந்து என்னைப் பிரித்துக்கொள்ள மனமின்றி நெடுநேரம் அதனுள் என்னை லிங்கமாக மாற்றிக்கொண்டவனாய்த் தோய்ந்து கிடந்தேன். அப்போது நாங்கள் எங்கள் பயணத்தை முடித்துக்கொண்டு வந்தவழியே திரும்பும் காலம் கனிந்தது. இம்முறை பசு தன் மகத்துவத்தைக் கட்டுப்படுத்திக்கொண்டு ஒரு சாதாரண விலங்காக எனக்குப் பின்னே என்னை வாத்ஸல்யத்துடன் தன் நாவால் நக்கியபடி பின்தொடர்ந்து வந்து என்னைப் பெருமைப் படுத்தியது.

குருகுலத்தின் வாசலில் நான் காலடி எடுத்துவைத்த கணத்தி லேயே தன் நீண்ட மூர்ச்சை தெளிந்து எழுந்த என் ஆசான் வாசலுக்கு ஓடோடியும் வந்து என்னை வரவேற்றார். என் உடல் முழுவதிலும் படிந்திருந்த சகதியையும் என் மீதிருந்து புறப்பட்டு திசைகளை நனைத்துக்கொண்டிருந்த நிணத்தின் வாசனையையும் தளராது விரைத்த நிலையிலேயே இருந்த லிங்கத்தையும் எனக்குப் பின்னே பசு நின்றுகொண்டிருந்ததையும் பார்த்த கணத்திலேயே நான் பரீட்சையில் வென்றுவிட்டேனென்று உரக்க அறிவித்த அந்த ஞானி என்னைத் தன்னுடலுடன் ஆரத் தழுவிக்கொண்டார். என்னை உள்ளே வரும்படி அழைத்தார். அவருடைய மகளும் சற்று நேரத்தில் எனக்கு மனைவியாகப் போகிறவளுமான இங்கே என்னருகே அமர்ந்திருக்கும் இந்தப் பெண் உள்ளேயிருப்பதையும் நான் அம்மணமாக இருப்பதையும் எண்ணிப் பார்த்து நான் உள்ளே நுழையத் தயங்கியபோது யாசகனைத் தவிர வேறுயாருக்கும் வாசலில் நிற்க வைத்து வஸ்திரமளிப்பதென்பது அப்படி அளித்தவரை நரகத்தில் கொண்டு சேர்க்கும் பாவ காரியமாகப் போகும் என்னும் சாஸ்திர விதியை எனக்கு ஞாபகப்படுத்திய குரு சொன்னார். மேலும் வளர்ந்த மனிதனைத் தவிர வேறெந்த உயிரின் நிர்வாணமும் ஒரு பெண்ணை வெட்கமடையச் செய்வதில்லை. அவிழ்த்த உன் ஆடைகளைத் திரும்பத்தொடும் கணம்வரை நீயும் மனிதனில்லை. குருவின் இந்த மொழிகளால் நான் தைரியமுற்றவனாக உள்ளே நுழைந்து குருவின் பெண்ணிடம் லஜ்ஜைப்படாமல் வஸ்திரங்கள் வாங்கிக்கொண்டு குளித்து முடித்து ஆகாரமுண்டு களைப்பு நீங்கியவனாக என் குருவின்முன் தாழ்ந்த ஆசனத்தில் உட்காரப்போகும் போது அவர் என்னைத் தடுத்துநிறுத்தித் தனக்குச் சமமாக இடப்பட்டிருந்த ஆசனத்தில் என்னை அமரச்செய்து கையில் தாம்பூலத்தையும் தேங்காயையும் பொதித்து அதன்மீது நீரை வார்த்துத் தன் பெண்ணை எனக்கு வெற்றியின் பரிசாக அளிப்பதாக அறிவித்தார். பிறகு தன் காதுகுளிர என் பிரயாண அனுபவங்களைச் சொல்லும்படி என்னைக் கேட்டுக்கொண்டார். என்னைத் தன் மாப்பிள்ளையாக அவர் அறிவித்த கணத்திலேயே தன்னை என்முன் காட்டிக் கொள்வதைத் தவிர்த்துவிட்ட வெட்கத்தால் சிவந்து தகித்துக் கொண்டிருந்த முகத்தையுடைய இந்தப் பெண்ணும் கதவு களுக்குப் பின்னிருந்தபடி என் பிரயாண அனுபவங்களைக் கேட்டுக்கொண்டிருந்தாள். பசுவின் பின்னே புறப்பட்ட முதல் தினத்திலிருந்து பசு பின்தொடரத் திரும்பி வந்த கடைசி தினம்வரையில் எனக்கேற்பட்ட விசித்திர அனுபவங்களை விலாவரியாகச் சொல்லி என் குருவின் காதுகளையும் மனதையும் குளிர்வித்தேன் என்று தனது பால்யகால நினைவுகளையும்

சாதனைகளையும் இவ்விதமாகத் தன் கதைமூலம் நினைவுகூர்ந்த என் முதிர்முப்பாட்டனார் தொடர்ந்து பேசுகிறார்: கனவு என்கிற அதிசயமான உலகிற்கு சர்வசாதாரணமாகச் சென்று வர ஆசீர்வதிக்கப்பட்ட விலங்குகளில் மனிதனைத் தவிர பிற யாவுமே பிரபஞ்சத்தைத் தங்களுடைய இருப்பிடமாகவே (அதாவது பிறப்பிடமாகவே) காண்கின்றன என்பதைத் தெரிந்துகொண்ட எனக்குச் சிலவேளைகளில் சுயநலமும் மமதையும் மிக்க மனிதப் பிறவிகளால் இந்த இருப்பிடங்கள் மிருகங்களிடமிருந்து பலவந்தமாகப் பறித்துக்கொள்ளப்பட்டு அவை விரட்டியடிக்கப்படும்போது பொதுவாக என்ன நடக்கிறதென்பதைத் தெரிந்துகொள்ளவேண்டுமென்று தோன்றவில்லை. அதற்குள் என் குருகுலவாசம் முடிந்து என் மனைவியுடன் இந்த நகரம் நோக்கி வந்துவிட்டேன். எந்தக் கல்வியும் குறைப்பாடுள்ளதாக முடிந்துபோக இப்படிப் பூர்த்திசெய்யப்படாமல் கவனத்திலிருந்து விடுபட்டுப்போகும் கேள்விகளே காரணமாக அமைந்துவிடுகின்றன. என் மனதில் ஒருபோதும் நான் கேட்டுக்கொண்டிராத இந்தக் கேள்விக்கான பதிலை அதை அப்படி இத்தனைக் காலமும் பொருட்படுத்தா திருந்துவிட்டதை நினைத்து நான் வெட்கத்தில் புழுங்கிச் சாகும்வண்ணம் ராஜன் மகளின் படுக்கையறையிலிருந்து பெற்றேனென்பதுதான் நான் சொல்லிக்கொண்டு வரும் இந்தக் கதை. அந்த வகையில் கனவுகளின் மீதான என் இரண்டாம் பிரயோகத்தில் என்னையும் அறியாமல் மீந்துபோன தேடலின் தொடர்ச்சியாகவும் இந்தக்கதை அமைகிறது. அப்படியானால் என் பரீட்சையில் நான் கடந்து செல்லவேண்டிய நிலை இன்னொன்றும் இருக்கிறது. எனில் அது என் குருவையும் நான் கடந்து செல்ல என்னை நிர்பந்திப்பது அல்லவா. கவனக் குறைவால் நாம் கற்றுக்கொள்ளத் தவறிவிட்ட பாடங்களையும் எழுதத் தவறிவிட்ட பரீட்சைகளையும் காலம்தான் எப்படி எதிர்பாராத இடங்களிலிருந்து எதிர்பாராத நபர்கள் மூலமாக நமக்கு அறியக் கொடுத்துவிடுகிறது.

நம் ராஜன் ஆண்வாரிசு ஒன்றை வேண்டித் தன் வாழ்நாள் முழுவதையும் யாகங்களிலும் தான தர்மங்களிலும் செலவிட்டுக் கொண்டிருக்கிறார். அவர் விரும்பியது அவருக்குக் கிடைக்க ஆண்டவன் அருள் பாலிக்கட்டும். அதே சமயத்தில் அவர் தன் பெண்ணை இருபத்திரண்டு ஆண்களுக்குச் சமமான மனோதிடமும் உடல் வலிமையுள்ளவளாகவும் வளர்த்து வந்திருக்கிறார். அவர் நம்பிக்கை வீண் போகாமல் ராஜனின் பெண்ணும் ஆய கலைகள் அனைத்தையும் கசடறக் கற்றுணர்ந் திருக்கிறாள். அவளை என் மாணவி என்று சொல்லிக்கொள்வதில்

உண்மையிலேயே நான் பெருமைப்படுகிறேன். ஸ்பரிசத்தாலன்றிப் பார்வையால் எதிரியின் புலன்களைச் செயலிழக்கச் செய்யும் அற்புதமான கலையை என்னை அறியச் செய்தவள் அவள்தான். அதைச் சொல்லிக்கொள்வதில் எனக்கு வெட்கமோ தயக்கமோ கிடையாது. அவள் பார்வை மனிதர்களின் அவயவங்களை மட்டுமல்லாமல் குறையறிவு மிருகங்களின் மூர்க்கத்தையும் புழுபூச்சிகளின் இயக்கங்களையும் தாவரங்களின் சுவாசத்தையும் கூட கட்டுப்படுத்தும் பேரழகும் ஒளியும் கொண்டது. உயிரற்ற ஜடப் பொருட்களின் நிலையைக்கூடக் கட்டுப்படுத்தும் கலை அவள் கூடப்பிறந்த அதிசயமாக இருக்கிறது. அவள் என்னிடம் வர்மக்கலையைப் பயின்றுகொண்டிருந்த காலகட்டத்தில் ஒருநாள் தன் பார்வையின் மகத்துவச் சொடுக்கால் கடிகையின் மணற்பொழிவைத் தடுத்து நிறுத்திவிட்டாள். அன்று என் நித்யக் கடமைகளும் உணவுவேளையும் படிக்கும் ஏடுகளின் அளவும் உறக்க அளவும் தலைகீழாக மாறிப்போய்விட்டன. இந்த நகரத்திலும் பிற தேசங்களிலும் அவளுடைய பிரகாசத்திற்கு நிகராக ஜொலிக்கும் ஆண்மகன் எங்குமே கிடையாதென்று நான் நிச்சயமாகச் சொல்லுவேன். இத்தகைய அபூர்வப் பெண்ணுக்குள்ளும்கூட அவளையுமறியாமல் வாட்டிக் கொண்டிருந்த ஏக்கம் ஒன்று இருந்து வந்தது. இத்தனை திறமைகள் வாய்க்கப்பெற்றவளாக நிகரில்லையென்று அனைவராலும் போற்றிப் புகழப்படுகிறவளாக தான் இருந்தும்கூட தகப்பன் தன் சுக்கிலத்தின் இன்னொரு துளிக்கு இவள் ஈடானவள் அல்ல என்கிற எண்ணத்தினாலன்றோ ஆண்வாரிசு வேண்டித் தொடர்ந்து யாகங்கள் செய்து வருகிறாரென்கிற எண்ணம் அந்தப் பெண்ணின் மனதை அவளையுமறியாமலேயே வாட்டி வதைத்துக்கொண்டிருந்தது. இருபத்திரண்டு ராஜன்களுக்குரிய கல்வியைத் தன் யவ்வனப் பருவத்துக்குள் கரைத்துக் குடித்திருந்த அவளுக்கோ தன் மனதை அரித்துக்கொண்டிருந்த குறை இன்னதென்று தெளிவாக விளங்கிக்கொள்ள முடியவில்லை. பெண்ணால் சாதிக்க முடியாத ஏதோ ஒன்று ஆண் பிறப்பிடம் விஞ்சி நிற்கிறதென்பதாக ஒரு பிரமை அவளை முழுவதும் ஆட்கொண்டுவிட்டது. இந்தப் பிரமை இரவுகளில் தூக்கத்தினுள் தூக்கமின்மையாகவும் பகல்களில் வித்தை களினுள் மயக்கமாகவும் மாறி அவளை அலைக்கழித்து வந்தது. கிட்டத்தட்ட இதேசமயத்தில்தான் யவ்வனமும் ராஜன் மகளின் கன்னியுணர்வுகளை உண்மையில் துயரம் மிக்கதும் கிலிகொள்ளச் செய்வதுமான ஒரு காட்சியை முன்னிறுத்தி மலர்த்திவிட்டது. இதில் வியப்படைய ஏதுமில்லை. ஒரு கன்னிப் பெண்ணின் இணைதேடும் உணர்வுகள் எப்போது எங்கே யாரால் அல்லது எதால் தட்டி எழுப்பப்படும் என்பதை யாராலும் சொல்ல

பா. வெங்கடேசன்

முடியாதென்கிறது காமசாஸ்திரம். ஒரு பூவின் விகசிப்பு அல்லது தென்றலின் வருடல் அல்லது இரவின் தனிமை அல்லது யாழின் இசையொலி அல்லது ஒரு சகபெண்ணின் ஸ்பரிசம்போதும் இவைகளல்லது ஒரு சிறு பறவையின் மரணம் நோயால் பொலிவிழந்த உடல் கண்ணீர் குமுறும் கண்கள் என்று இவைகூட ஒரு புஷ்பவதியின் இணைதேடும் வேட்கை அவளுக்குள் கிளர்ந்தெழக் காரணமாய் அமைந்துவிடக் கூடும். யவ்வனம் என்பது ஒரு பருவமாக மட்டுமன்றி அந்தக் காலத்தில் அவளுடைய பார்வையாகவும் அமைந்துவிடுகிறது. அது அவளைத் தீண்டும் எதையும் ஆண்தன்மை உடையதாக மாற்றிக் காட்டி அவளை மகிழ்விக்கிறது. மேலும் கனவுகளுக்குச் சற்றும் குறையாத வினோதத் தன்மையையும் புதிர்க் குணத்தையும் யதார்த்தத்தில் ஏற்றி விளையாடிக்கொண்டே இருக்கிறது. இதனால் யவ்வன ஸ்திரீகளுக்குக் கண்ணெதிரே நிகழக் கண்ட உண்மை சிலசமயம் கனவின் மிச்சமாகவும் கனவின் வினோதம் பல சமயங்களில் கண்ணெதிரே நடந்த உண்மைபோலவும் எண்ணிக்குழம்பும் மயக்கம் உண்டாகிறது. ராஜனின் பெண் விஷயத்திலும் ஒரு நம்பற்கரிய நிஜம் கனவுக்கு ஒப்பான புகைப் பரிமாணத்துடன் நிகழ்ந்து அவளைக் குழப்பி விட்டுவிட்டது. இது மாதிரியான நிஜம் லட்சத்தில் ஒரு பெண்ணின் கண்முன் லட்சத்தில் ஒரு தடவைதான் தோன்ற முடியும். ஆக தகப்பனின் யாகங்களால் விளைந்த வியாகூலமும் யவ்வனப் பருவத்தின் இணைதேடும் விருப்பமும் பல மாதங்களுக்கு முன்பு ஒருநாள் இரவு கண்ட காட்சியால் ஒன்றோடொன்று கலந்து குழம்பிப்போய்விட்டன என்பதுதான் ராஜன் மகளைப்பற்றிக்கொண்ட வினோதமான நோய். அந்தக் காட்சியை அவள் பார்த்தது தூக்கமும் விழிப்புமற்ற மயக்க நிலையில் ஒரே ஒருநாள் இரவில்தான். ஆனால் அது நடந்துகொண்டிருந்ததோ ராஜ குடும்பத்தின் பல தலைமுறைக் காலமாக. அதன் பன்னிரண்டாம் தலைமுறையில் அது சர்வசாதாரண காட்சியாக இருந்தது. பதின்மூன்றாம் தலைமுறையின் தொடக்கத்தில் அது அரிதான காட்சியாகி அத்தலைமுறையின் முடிவுக்குள் எங்கும் காணவே முடியாத காட்சியாகி மறைந்துபோனது. அதற்குப் பிறகு அது இந்நகரத்தின் ஞாபகத்திலிருந்து வழக்கொழிந்துபோன பண்டைய கதையாக மாறிவிட்டது. அதன் வாசனையோ தலைமுறைகளைக் கடந்து வந்துகொண்டிருந்தது. ராஜகுடும்பத்தின் கோத்திரக்கண்ணியைப் போலவும் அதன் குருதியோட்டத்தைப்போலவும் அந்த வாசனை ஒவ்வொரு காலக் கட்டத்தினூடாகவும் ரகசியமாகக் கடத்தப்பட்டுக்கொண்டே வந்தது. ராஜதானியின் அத்தனை தெருக்களிலும் யார் கண்களுக்கும் புலப்படாத புகை வடிவமாக அந்தக்கதை – புலியும் முயலும் ஒரே நீர்ச்சுனையில் அருகருகே

நீர் அருந்தி மக்களோடு மக்களாகக் கலந்து வாழ்ந்து வந்த அந்தப் பண்டைய கதை – நகரத்தின் புழுதியோடு புழுதியாகச் சுழன்று சுவர்களெங்கும் படர்ந்து ஊடுருவி நிற்கிறது. அது வேறெங்கும் போகவும் முடியாது என்பதுதான் உண்மை. பதின்மூன்றாம் தலைமுறைக்கு முன்புவரை பிரசித்தி பெற்றதாயிருந்த பிற தலைமுறைகளின் ரகசியமாம் அந்த அபூர்வக் காட்சியைத்தான் பல மாதங்களுக்கு முன் ஓரிரவில் இளவரசி தன் தூக்கக் கலக்கத்தில் கண்டாள். ஆம். அவள் கண்டது கானகத்தின் விறைக்கும் குளிரில் மரத்துப்போன ஞாபகங்களின் தோலுக்கு இதம்தேடித் திறந்திருந்த சாளரத்தின் வழியே தினமும் உள்ளே குதித்து பதின்மூன்றாம் தலைமுறையில் படுக்கையறையாக மாற்றப்பட்ட தன் பழைய கடம்ப விருட்சத்தின் உச்சிக் கிளையில் மாய உருவமாகத் தன்னை மறைத்துக்கொண்டு மகிழ்ச்சியுடன் வாழ்ந்து வந்த ஒரு காட்டு மிருகத்தின் ஆத்மாவை. தன் கானக வாழ்வின் நினைவுகளை உட்கொண்டே உயிர்த்துக்கொண்டிருந்த அது ஒரு கிழட்டு வரிப்புலி. பத்து தலைமுறைக் காலமாக அங்கே துயின்ற எவருடைய கண்களையும் உறுத்தாமல் யாருடைய கனவுகளுக்கும் காரணமாகாமல் அவர்களின் இணைப்பறைக் கட்டிலுக்கடியில் பூர்வ வாசனையுடன் தன் இரவுகளைக் கழித்துக்கொண்டிருந்தது அந்தக் கதைப்புலி. மதுரமான தென்றலின் வடிவத்தில் அதை முதன்முதலில் பார்த்தவள் ராஜனின் பெண்தான். அது முக்தியுறும் காலம் அப்போதுதான் கனிந்தது என்பதும் ராஜன் மகளின் கண்களிலிருந்து எதுவும் தப்பமுடியாது என்பதும்தான் அதற்குக் காரணம். பார்வையால் ஜடப்பொருள்களைக் கூட வசியம் செய்யும் அற்புதப்பெண் அவள். இரவுகளில் நிழலாகவும் பகல்களில் புழுதியாகவும் இந்நகரத்தின் தெருக்களில் திரிந்து பதின்மூன்றாம் தலைமுறை நினைவுகளின் எச்சமாக உயிர் வாழ்ந்துகொண்டிருந்த கதைப்புலி யின் புகைவடிவம் அவள் கண்களுக்குப் புலப்படும்படித் தன் ரகசியத்தை இழந்துபோனதென்பதில் ஆச்சர்யப்படுவதற்கு ஒன்றுமில்லை. அந்தப்புலி இனித் திரும்பி அந்தப் படுக்கையறைக்கு வரப்போவதுமில்லை. அமைதியுறாமல் அலைந்துகொண்டிருந்த அதன் ஆயுள் ராஜன் பெண்ணின் பார்வையில் உறைந்து உடைந்துவிட்டது. தலைமுறைக் காலங்களாக அது பெறக் காத்திருந்த முக்தி அதற்கு இந்நேரம் கிட்டியிருக்கும். அரண்மனைப் படுக்கையறையிலிருந்து விரட்டப்பட்ட மூன்றாம் நாள் பின்னிரவின் உறைய வைக்கும் குளிருக்குத் தலைமுறைக் காலங்களாகப் பழக்கப்பட்டிராத அந்தக் கதைப்புலியின் ஆத்ம நாளங்கள் சுருங்கி இறுகி அதன் ஞாபகத் துடிப்பைக் கவ்விப் பிடித்து இயங்கவிடாமல் நிறுத்தியிருக்கும். ஆனால் சபையோரே கிழட்டுவரிப் புலி ஒன்றல்ல. இன்னும் ஓராயிரம்

காட்டு விலங்குகள் இந்த ராஜ்யமெங்கும் சாமான்யர்களின் சுவாசத்தில் கதைகளாக மனிதர்களோடு மனிதர்களாகப் புழங்கிய பொன்னான நாட்களின் வாசத்தை விட்டகல முடியாமல் புகைவடிவமும் பாகுபோல் இனித்த மனதும் கொண்டவைகளாகச் சுற்றியலைந்துகொண்டிருக்கின்றன. இந்நகரத்தைத் தங்கள் கனவுகளில் உருவாக்கிச் சுழற்றிக் கொண்டிருக்கின்றன. இன்று இதை இங்கே செவிமடுத்துக்கொண்டிருப்போரையும் அவர்களின் மூதாதையர்களையும் இனி பிறக்கப்போகும் வாரிசுகளையும் தங்களின் பளிங்கு விழிகளால் ஆர்வத்துடனும் வாஞ்சையுடனும் ஏக்கத்துடனும் உற்றுப் பார்த்தபடி படுக்கையறைச் சுவர்களுக்குள் தங்களை மறைத்துக்கொண்டிருக்கின்றன. அவற்றைத் தூல உருவமாகக் கண்டு அவற்றுக்கு முக்தியளிக்கும் பார்வையொளி கொண்ட பெண் மகவுகள் இந்த ராஜ்ஜியம் எங்கிலும் பிறந்து செழிக்கட்டும் என்று ராஜனின் முன்னிலையிலேயே நான் ஆண்டவனைப் பிரார்த்திக்கிறேன்.

சாளரத்திலிருந்து தென்றலாக உள்ளே குதித்த கிழட்டுப்புலியின் ஆவியுரு அதுவரையில் மொட்டாக இருந்த ராஜன் பெண்ணின் இணைதேடும் உணர்வுகளை மலர்த்திவிட்டது. ஆணுக்கென்று தனி அம்சமொன்று இருக்கக் கூடுமென்று தன்னையுமறியாமல் நம்பிப் பழக்கப்பட்டுவிட்ட அவள் அது என்ன என்பதையும் அன்று தான் கண்டுவிட்டதாக எண்ணிக்கொண்டாள். காதலில் களவு காண்பதற்குண்டான சாமர்த்தியமும் தைரியமும் ஓர் ஆணுக்கன்றி பெண்ணுக்குக் கைகூடுவதல்ல என்று விழிப்பும் துயிற்பும் கலந்த மயக்கத்தில் அவள் மனது பிதற்றவாரம்பித்துவிட்டது. நிலவின் மங்கிய ஒளியோடும் தென்றலின் மணத்தோடும் இறகின் எடையின்மையோடும் புகையொத்த உருவமாகக் கிழட்டுப்புலி சாளரத்தின் வழியே உள்ளே குதித்த காட்சி ஆண்மையின் குத்தீட்டிப் பாய்ச்சலாக அவள் மனதில் பாய்ந்து பதிந்ததென்று கனவுகளின் ஊற்றுக் கண்ணை ஆய்ந்தறியும் பாடப்பகுதி எனக்குப் போதித்தது. அந்த வினாடியில்தான் அவள் யவ்வனத்தின் பார்வை திறந்துகொண்டது. அந்த அளவில் காட்சிகளின் கனவுத்தன்மையும் கனவின் ஸ்தூல கணங்களும் அவளோடு விளையாடவும் துவங்கிவிட்டன. அவள் தான் கற்பனை செய்துகொண்ட ஆண்மை தன்னைக் கிளர்த்தும் முகமாகத தன் கண்களை மூடிக்கொண்டு அந்நிலையிலேயே கனவுகளின் வினோத உலகிற்குள் ஆழ்ந்து போனாள். அப்போது அவள் தன் தகப்பனின் ஆண்மகவுக்கான யாகங்கள் வெற்றி பெறவேண்டு மென்று தன் மனதார வாழ்த்தினாள். தான் விழித்திருக்கிறோமா உறங்குகிறோமா என்பதிலேயே நிச்சயமற்றவளாக இவ்வாறு ராஜனின் பெண் மலர்த்தப்பட்ட பெண்மையின் துடிப்போடு

அதைச் சாந்தி செய்யும் ஆண்மையின் பாரம் தன் மீது கவிந்து கொள்ளப்போவதை எதிர்பார்த்துக் காத்திருந்தாள். ஆனால் உள்ளே நுழைந்த கிழட்டுப்புலி ராஜன் பெண்ணின் படுக்கையை நோக்கிச் செல்வதற்கு பதிலாக சபையோரே இணைப்பறையை நோக்கிச் சென்று வாயில் திரையை விலக்கியபடி உள்ளே போய் மறைந்துவிட்டது. படுக்கையறையைவிடச் சிறியதும் அடைசல்களுடையதும் சாளரங்களற்றதும் அதனாலேயே படுக்கையறையைவிட அதிகக் கதகதப்பு உடையதுமான இணைப்பறைக்குள் புகுந்து தோழிப் பெண்ணின் கட்டிலுக்கடி யில் தன்னை குறுக்கிக்கொண்டு நித்திரை செய்யும் வழக்கம் உடையது அந்த மாயப்புலி. அன்றும் அதுவே நடந்தது. தன் இணைக்காக கண்களை மூடியபடியே சயனித்திருந்த ராஜனின் பெண்ணும் சற்று நேரத்தில் அந்த அமைதியுடனேயே உறங்கிப் போய்விட்டாள். ராஜனின் பெண் அரைகுறைத் தூக்கத்தில் கண்ட காட்சி ஒரு வரவேற்பறைக் காட்சியின் சாதாரணத்துவத்துடன் அவள் மூளையின் ஞாபகப் பொறியிலிருந்து நழுவி கனவுகளுக்குள் இறங்கிவிட்டது. அதேசமயம் திருப்திப்படுத்தப்படாத விரகம் முழுவதுமாக விழித்துக்கொண்டுவிட்டது. முற்றிலும் விழிப்பு நிலையில் அமைதியுறாத புலியின் ஆன்மாவை அவள் கண்டிருப்பாளேயானால் மீண்டும் கண்களைத் திறந்து அதைத் தேடியிருப்பாள். அல்லது முற்றிலும் விழிப்பு நிலையில் அது மனித உருவல்ல என்பதையே அவள் தெளிவாகத் தெரிந்து கொண்டிருப்பாள். முற்றிலும் விழிப்பு நிலையிலிருக்கும் ஒரு மனித உயிரின் பார்வையில் படாமல் பரம்பரைகளைத் தாண்டிய அந்தப் புலியேகூட ஒருவேளை தொடர்ந்து தன் இருப்பைக் கதைகளில் மட்டுமே உறுதி செய்தபடி இன்றும் அதே அறையில் பிறரறியா வண்ணம் துன்புறும் ஆன்மாவாக தன்னை நீடித்துக்கொண்டிருந்திருக்கும். ராஜன் பெண்ணின் வினோதக் கனவுக்கு காரணமான அந்நிகழ்ச்சியும் அவள் பிரக்ஞையின் மேல் மட்டத்திலேயே உடைந்து சிதறியிருக்கும். இன்று இந்தக் கதைக்கும் என் கீர்த்திக்கும் சந்தர்ப்பமே கிடைத்திருக்காது. அல்லது குறைந்த பட்சம் மறுநாள் காலையில் சாளரத்தின் கீழே தரையில் ஊர்ந்து செல்லும் இரண்டு காலடிச் சுவடுகளை அவள் பார்த்திருக்காவிட்டாலாவது எல்லா யவ்வன ஸ்திரீகளின் கனவுகளையும்போல அவள் கனவும் தன்னைச் சல்லாபிக்கும் ஆண் இணைக்குக் காத்திருக்கும் வேட்கை யுடனாவது முடிந்திருக்கும். ஆனால் முக்தி வேண்டி தலைமுறைக் காலங்களாக அலைந்துகொண்டிருந்த வனவிலங்கின் ஆன்மாவை அமைதிப்படுத்தும்படி விதி அவளுக்குக் கட்டளையிட்டிருந்த தால் மறுநாள் காலையில் படுக்கையறையின் உள்பக்கத்தில் சாளரத்தின் கீழே தரையில் மனிதப் பார்வை பட்ட கணத்தி

லிருந்தே தன் எடையையும் நிழலையும் திரும்பப் பெறத் துவங்கி விட்ட புலியின் ஒரு ஜதைக் காலடிச் சுவடுகளை ராஜன் மகள் பார்த்தாள்.

ஒரு பெண்ணின் கனவுகளுக்குள் எந்த உருக்கொண்டும் நுழைந்து சுகிக்கும் தகுதி மிருகங்களில் புலிக்குத்தான் உண்டு என்கிறது மாந்திரீகம். வேறெந்த விலங்கும் தான் மனிதப் பிறவியல்ல என்பதைத் தன் சுவாச அலைவிலேயே காட்டிக் கொண்டுவிடும். புலி அப்படிப்பட்டதல்ல. அது மனிதனைப் போலவே கம்பீரமானது. மனிதனைப்போலவே கச்சிதமான அசைவும் உயர்ந்த எண்ணங்களும் போர்க்குணமும் இசையை ரசிக்கும் பெண் மனதும் கொண்டு இலங்குவது. போர்க் களத்தில் வீரர்களின் லட்சியமாகவும் படுக்கையறையில் புஷ்பவதிகளின் கனவாகவும் விளங்குவது புலி. அது தன் முன்னங்கால் சுவடுகள் தரையில் பதிய அனுமதிப்பது இல்லை. விதி வசத்தால் நாலு கால்களில் நடக்கும் உயிராக அது படைக்கப்பட்டுவிட்ட போதிலுங்கூட தன் முன்னங்கால்களை ஒரு ஆயுதமாக மட்டுமே பிறர் கண்களுக்குக் காட்டிக்கொள்ளும் வேட்கையுடையது புலி. இதை வெறும் வேட்டைக்காரர்களும் பாமரர்களும் அறியமாட்டார்கள். விலங்குகளின் அவயலட்சண சாஸ்திரங்களைக் கற்றறிந்தவன் புலிகளின் குணாம்சத்தை நன்கறிவான். புலி தன் முன்னங்கால்கள் நிலத்தில் பதிந்த தடத்தை அதன்மீது ஊர்ந்துசெல்லும் தன் நிழலின் எடையால் அழுத்தி அழித்துவிடும். அதன் நிழல் படராத பின்கால்களின் இரண்டு தடங்கள் மட்டுமேதான் எப்போதும் பிறர் கண்களுக்குக் காணக் கிடைக்கும். அப்படிக் காணக்கிடைத்த ஒரு ஜதைக் காலடிச் சுவடுகளால்தான் ராஜனின் பெண் வெகுவாக ஈர்க்கப் பட்டாள். ஆம். ஈர்க்கத்தான் பட்டாள். அவள் அவற்றைக் கண்டு குழம்பிப் போகவில்லை. அதிர்ச்சியடையவில்லை. நழுவிக் கனவுகளுக்குள் இறங்கிவிட்ட முந்தைய இரவின் காட்சியை அந்தச் சுவடுகள் அவள் நினைவுக்கு மறுபடி கொண்டு வரவுமில்லை. அது மனிதக் காலடிச் சுவடுகள் இல்லையென்பது அவளுக்குத் தெரிந்திருந்தது. ஆனால் முன்னெப்போதும் வனவிலங்குகளை அவள் நேரில் கண்டவளில்லையாதலால் வட்ட வடிவமான கால் தடங்களை இன்னதென்று அவளால் விளங்கிக்கொள்ள முடியவில்லை. அவை சுவரின் ஓரமாகப் பயணப்பட்ட விதம் மட்டுமே அந்தப் பேதைப் பெண்ணை வியப்பிலாழ்த்தி அவள் கவனத்தைச் சுண்டி இழுக்கப் போதுமானதாயிருந்தது. அந்தக் காலடிச் சுவடுகள் எந்தக் காரணத்துக்காகவும் அறைச் சுவரின் அண்மையைவிட்டு அப்பால் நகர்ந்து செல்லவில்லையென்பதே அவள் வியப்புக்குக் காரணம். அதன் வழியில் சுவரோரமாகக்

குறுக்கே நின்ற ஆளுயர அலங்காரப் பூக்குவளையின் உட்பக்கத் தரையில் அந்தச் சுவடுகள் பதிந்திருந்தன. ராஜன் மகள் தினமும் பார்த்துச் சிங்காரித்துக்கொள்ளும் பளிங்கு ஆடியின் வட்டப் பரப்பின் நடுவில் சுவாசக் காற்றின் ஈரம் உலராத ஆவி அதன் இரண்டு பக்கங்களிலும் படிந்திருந்தது. பெரிய சிமிழ்களுக்குள் ஏற்றி வைக்கப்பட்டிருந்த இரவு விளக்கின் மேல்நுனி இணைப்பறையிருந்த திசை நோக்கியே குவித்து அழுத்தப்பட்டிருந்தது. எந்தப் பொருளையும் ஒரு தடையென்று மதிக்காது அவற்றை ஊடுருவிக் கிடக்கும் அதிசயிக்கத்தக்க சுவடுகளைப் பதிக்கும் பாதங்கள் யாருக்குச் சொந்தமானதாயிருக்க முடியும். காற்றையும் ஒளியையும் தவிர வேறு யாருக்கு இப்படித் தன் அறையினுள் உலாவிச் செல்லும் தைரியமும் லாவகமும் கைவர முடியும். தென்றலோ அல்லது நிலவோதான் தன் அறையினுள் அன்று இரவு அப்படி நடந்து போயிருக்கவேண்டுமென்று ராஜனின் பெண் நினைத்துக்கொண்டுவிட்டாள். அந்த அளவில் அவளுடைய பருவம் நிஜத்தில் அவள் கண்ட காலடிச் சுவடுகளுக்கேற்ப பிரகிருதியின் அம்சங்களைக் குழைத்து ஒரு பேரழகனின் உருவத்தை வரைந்து அவனை அவள் கனவுகளில் நடமாடவும் அனுமதித்துவிட்டது. அவன் தன்னைக் கூடாமல் விலகிப்போனதற்கான ஒரு காரணத்தையும் அவள் ஆழ்மனம் கற்பித்துக்கொண்டுவிட்டது. அவள் துயரத்தின் பளுவும் தாபத்தின் வெம்மையும் பீறிடும் சில பாடல் வரிகளை இயற்றியிருக்கிறாள். அந்தப் பாடல் வரிகள் கால்சுவடுகளைப் பார்த்த கணத்திலேயே ராஜன் மகளின் மனதில் எழுந்திருக்கவேண்டும். வினோதச் சுவடுகளைப் பார்த்த மாத்திரத்தில் பயந்துபோய் அலறி மற்றவர்களையும் கலவரப்படுத்தாமல் அவற்றை ஆராயப் புகுந்தது அவளுடைய பிறவி விவேகத்தின் சிறப்பைக் காட்டுகிறதென்றால் அவற்றால் ஈர்க்கப்பட்டு அவள் உடனே இயற்றிய பாடல் வரிகளோ வித்தைகளில் அவளுக்கிருந்த பாண்டித்யத்தைக் காட்டுகிறது. தான் இயற்றிய வரிகளின் சந்த நயத்திலும் கற்பனை வளத்திலும் தானே ஈர்க்கப்பட்ட ராஜனின் பெண் பிறகு எப்போதுமே அவற்றை முணுமுணுத்துக்கொண்டிருக்கத் தலைப்பட்டாள். இதை நான் எப்படி அறிந்தேனென்றால் என்னிடம் வித்தை கற்றுக்கொள்ள வந்த நாட்களிலும்கூட அந்தப் பாடல் வரிகள் அவள் பிரயாசையின்றியே அவள் வாயிலிருந்து பெருகி வழிந்துகொண்டிருந்ததை நான் கண்டிருக்கிறேன். ஆனால் அது அவளைப் பீடித்திருந்த வினோத நோயின் வெளிப்பாடே என்பதை அப்போது நானும் அறிந்தேனில்லை. தான் இயற்றிய பாடல் வரிகளைத் தன் குரலாலேயே பாடித் தன் செவிகளாலேயே நுகர்ந்து அவற்றையே உண்மையென நினைக்கும் பிரமை வயப்பட்டு அவை தன் கனவுகள்வரை புரையோடும்படி

விட்டுவிட்டதானது அனுபவத்தாலன்றி வெறும் ஏட்டுப்படிப்பால் பக்குவப்படுத்த முடியாத அவளுடைய பதின்பருவத்தின் பலவீனத்தால் விளைந்தது. தானே நிர்மாணித்த கனவுலகில் தன் நண்பனோடு கூடி விளையாடிக் களித்துக்கொண்டிருந்த நேரங்களிலும் இந்தப் பாடலின் வரிகள் பின்னணியாக அவள் நாபியிலிருந்து ஒலித்தபடியே இருப்பதை நான் முதல் நாளிரவு கேட்டேன். தூங்கும் வேளைகளில் ராஜனின் பெண் முணுமுணுத்த பாடல் வரிகளை விளையாடிக்கொண்டிருந்த கனவுப்பெண் தன் செவிகளால் நுகர்ந்தவாறே இருக்கும்படியானது. திரும்பத் திரும்பப் பாடப்பட்ட இந்த வரிகள்தான் பெண்மையின் இயல்பான தவிப்பைச் சிறிதுசிறிதாக ஒரு வினோதமான நோயாக மாற்றிவிட்டன.

தென்றலின் நீண்ட கனவொன்றில்
என் முகம் சிற்றசைவு.
திங்களின் நெடிய ஆயுளில்
என் பெண்மை ஒற்றைப் பெருமூச்சு.
காற்றின் உறக்கமாய் நானில்லை
யென்ப தெதனால்.
ஒளியின் சுவாசமாய்
நானில்லையென்பது
மெதனால்.
அதனால்
இந்த இரவென்னை
மிகப் பெரிதும் வருத்துகிறது.
மேலும் அதனால்
அகாலத்தைத் தன் ஆபரணமாய்ப்
பூண்ட என் நண்பன்
எனைவிட்டு அகன்று செல்கிறான்.
ரோகியிடம் மலர்களுடன்
நோயையும் விட்டுச் செல்லும்
இரக்கமற்ற உறவினன்போல.

விளையாட்டுகளின் உச்சக்கட்டத்தில் தன் நண்பனைப் படுக்கையில் அனுமதிக்கும் முகமாகக் கனவுப்பெண் கண்களை மூடிக்கொண்டு தன் வழக்கமான துயில் நிலையில் உறங்கும் நிஜப்பெண்ணின் மேல் சாய்ந்துகொள்ளும்போதெல்லாம் உறங்கும் பெண் நான் ரோகியல்ல நான் ரோகியல்ல என்று பயத்துடனும் ஜுர வேகத்துடன் தாறுமாறாகப் பிதற்றத் துவங்குவதை இதோ என் கண்முன்னே நான் மறுபடி பார்க்கிறேன். காற்றின் லகுவும் சுகந்தமும் நிலவொளியின் தேஜஸும் நிறைந்த தன் பேரழகு நண்பன் தன்னைக் கூடும் விருப்பமின்றி விலகிச் செல்லப்போகிறானென்னும் பயம் அவள் முகத்தைக் கோரமாகக்

குத்திக் கிழிக்கிறது. பாடலின் கடைசி வரிகள் உறங்கும் பெண்ணின் வாயிலிருந்து கழிவுப் பொருள்களின் துர்நாற்றத்துடனும் நிறத்துடனும் பெருகி வெளியே பீய்ச்சியடிப்பதையும் நான் இப்போது மறுபடி பார்க்கிறேன். என்னாலேயே அந்த அருவருப்பான காட்சியைத் தாங்கிக்கொள்ள முடியவில்லை. ஆனால் கனவுப்பெண்ணோ வெளியே உறங்கிக்கொண்டிருக்கும் நிஜப்பெண்ணின் அவஸ்தையை உணராதவளாகத் தன் மேனியெங்கும் பெருகி வழியும் பாடல் வரிகளின் விகாரத்தை அறியாதவளாக அதே நிர்மலமான முகத்துடன் அமைதியாக அவன் கூடுவதை எதிர்பார்த்துச் சாய்ந்திருக்கிறாள். மிகப் பரிதாபகரமானதும் பயங்கரமானதுமான காட்சி அது. அதிசயமான காட்சியும்கூட. பருண்மையான கால் தடங்களைக் கனவுகளுக்குள் ஊடுருவும் வரிவடிவமாக்கிக்கொண்டும் கனவுலக நண்பனை எண்ணிக் கனவுக்கு வெளியேயான பருண்மை உடலை வருத்திக்கொண்டும் இந்தச் சிறுபெண் பட்ட பாட்டைச் சொல்லும்போது என் நா தழுதழுக்கிறது. உண்மைதான். அவள் அப்போது அடைந்த விகார ரூபத்தை என்னாலேயே கண்டு தாங்கிக்கொள்ள முடியவில்லைதான். என்றால் மெல்லிதயமும் புகையுருவும்கொண்ட அந்தப் பேரழக னால் எப்படித் தாங்கிக்கொள்ள முடியும். அவன் அவள் பாடலின் துர்நாற்றத்தைச் சகித்துக்கொள்ள முடியாமல் அவள் அலறி விழிக்கும் படியாக முகத்தில் துப்பிவிட்டு உடனே மறைந்து போய்விட்டான். இது ஒரு நாளல்ல இரண்டு நாளல்ல. பல திங்கள்களாக நடந்துகொண்டே இருந்திருக்கிறது. தன் நண்பன் விலகிப்போய் விடுவானெனும் பயத்தாலேயே அவனைப் பறிகொடுத்தும் அவனைப் பறிகொடுத்துக் கொண்டிருந்ததாலேயே தொடர்ந்து தீவிர பயத்தால் பாதிக்கப்பட்டும் ராஜனின் பெண் தன்னைத் தன் நினைவின்றியே ஒரு வினோத நோய்க்கு ஒப்புக் கொடுத்துவிட்டாள். கனவின் இந்த வகை பாதிப்பால் யதார்த்த உலகில் ஓர் அழகிய ஆண்மகனைக் கூடும் அருகதை தனக்கில்லையென்று அவள் மனது நம்ப ஆரம்பித்துவிட்டது. எந்த அழகிய ஆணும் முகத்தில் காறியுமிழக் கூடிய அளவுக்கு அவள்முகம் ரோகத்தால் விகாரப்பட்டதென்று நாங்கள் மூன்றாம் நாளிரவு நட்சத்திரவாஸிகளின் கலவியை இசைத்து ஞாபகங்களின் காட்டுப் புதருக்குள் தலைமுறைக்காலமாக மறைந்துகொண்டிருந்த மிருகத்தை ஸ்தூல உருவத்துடன் வெளிப்படுத்தி அவள் கண்களுக்குப் புலியாகவே காட்டிக் கொடுக்கும்வரை கனவுகள் அவள் ஒப்புதல் இன்றியே அவளுக்குச் சொல்லிக் கொடுத்துக்கொண்டிருந்தன. அழகிய ஆண் உருவங்களோவெனில் முகத்தில் வழியும் உமிழ்நீரை நினைவுறுத்தி வயிற்றிலிருந்து பொங்கி எழும் ஓங்கரிப்பை உண்டு

பண்ணி அவளை அச்சுறுத்திக்கொண்டிருந்தன என்று தன் கதையை முடித்த என் முதிர்முப்பாட்டனாரின் துயரம் தோய்ந்த முணுமுணுப்பைப் பலகாத தூரம் பரந்திருந்த ஜனசமுத்திரத்தின் கடைசி மனிதனுங்கூட தெளிவாகக் கேட்டானென்கிறது கதை. இருபத்திரண்டு ஆண்களை ஈடு செய்யும் வலிமையும் பேரழகும் தைரியமும் கல்வி ஞானமும் கொண்ட ஒரு யவ்வனப் பெண் தானொரு குரூபியையோ ரோகியையோ சேர்வதற்கே தகுதியானவள் என்று நம்பும் வினோத நோய் பீடித்தலைந்த பரிதாபத்தை பிரபஞ்சத்தைக் கருவறையாகத் தங்கள் கனவில் கண்டு அதனுள் தங்களைப் பாதுகாப்பாகச் சுருட்டிக்கொண்டிருக்க விரும்பும் விலங்குகளின் அமைதியுறாத ஆவிகள் வெட்டப்பட்ட விருட்சங்களின் இறந்துபோன காற்றைச் சுமந்தபடி அலைந்து திரியும் தெருக்களையுடைய இந்த நகரத்தைத் தவிர வேறெது உருவாக்கியிருக்க முடியும்.

(புனைகளம்)*

○○○

* கதைகளின் திசைவழி என்ற பெயரில் வெளியானது.